பின்னகர்ந்த காலம்

பின்னகர்ந்த காலம்

வண்ணநிலவன் (பி. 1949)

1949 டிசம்பர் 15 அன்று திருநெல்வேலியில் பிறந்தார். தந்தை உலகநாதன், தாய் ராமலட்சுமி. வண்ணநிலவனின் இயற்பெயர் ராமச்சந்திரன். கண்ணதாசன், கணையாழி, அன்னைநாடு, புதுவை குரல், துக்ளக், சுபமங்களா ஆகிய பத்திரிகைகளில் பணியாற்றியுள்ளார். குறிப்பிடத்தக்க மொழிபெயர்ப்புகளுடன் ஐம்பதுக்கும் மேற்பட்ட கவிதைகள், நூற்றைம்பதுக்கும் மேற்பட்ட சிறுகதைகள், ஏழு நாவல்கள், முந்நூற்றுக்கும் மேல் கட்டுரைகள் எழுதியுள்ளார்.

'கடல்புரத்தில்' நாவலுக்காக இலக்கியச் சிந்தனை விருது, 'தர்மம்' சிறுகதைத் தொகுப்புக்காகத் தமிழக அரசு விருது ஆகியவற்றுடன் புதுதில்லி ராமகிருஷ்ண ஜெய் தயாள் மனிதநேய விருது, 'சாரல்' இலக்கிய விருது, எஸ்.ஆர்.வி. தமிழ் இலக்கிய விருது, வாலி விருது, 'விஜயா' வாசகர் வட்டத்தின் ஜெயகாந்தன் விருது, உலகத் தமிழ்ப் பண்பாட்டு மைய விருது, கோவை கொடீஸியா வாழ்நாள் சாதனையாளர் விருது, அமெரிக்காவாழ் தமிழர்கள் வழங்கும் புதுமைப்பித்தன் நினைவு விளக்கு விருது ஆகியவற்றைப் பெற்றுள்ளார். 'அவள் அப்படித்தான்' திரைப்பட வசனகர்த்தாக்களுள் ஒருவர். 'கடல்புரத்தில்' தூர்தர்ஷனில் பதின்மூன்று வாரத் தொடராக ஒளிபரப்பானது. வண்ணநிலவனின் மனைவி பெயர் சுப்புலட்சுமி. இவர்களுக்கு இரண்டு மகள்களும் ஒரு மகனும் உள்ளனர். தற்போது சென்னையில் வசித்துவருகிறார்.

இரண்டு தொகுதிகளாக வெளியான இந்தத் தன்வரலாற்றுப் பதிவுகளின் முதல் தொகுதி 2012ஆம் ஆண்டிலும் இரண்டாம் தொகுதி 2019ஆம் ஆண்டிலும் வெளியாயின. இரண்டும் சேர்த்து ஒரே தொகுப்பாகத் தற்போது வெளியாகிறது.

வண்ணநிலவன்

பின்னகர்ந்த காலம்
அனுபவப் பதிவுகளின் முழுமையான தொகுப்பு

காலச்சுவடு பதிப்பகம்

அன்பார்ந்த வாசகருக்கு,

வணக்கம்.

காலச்சுவடு நூலை வாங்கியமைக்கு நன்றி.

நூலின் உள்ளடக்கம், உருவாக்கம், அட்டைப்படம் இன்ன பிற அம்சங்கள் பற்றிய உங்கள் கருத்துகளையும் ஆலோசனைகளையும் காலச்சுவடு வரவேற்கிறது. தகவல், எழுத்து, வாக்கியப் பிழைகள் தென்பட்டால் கட்டாயம் தெரிவித்து உதவுங்கள். நூல் தயாரிப்பில் கடும் குறைபாடு இருப்பின் மாற்றுப் பிரதி உங்களுக்குக் கிடைக்கக் காலச்சுவடு ஏற்பாடு செய்யும்.

மின்னஞ்சல்: publisher@kalachuvadu.com

காலச்சுவடு நாகர்கோவில் அலுவலகத்திற்குக் கடிதம் அனுப்பலாம்.

தங்கள்
எஸ்.ஆர். சுந்தரம் (கண்ணன்)
பதிப்பாளர் – நிர்வாக இயக்குநர்

பின்னகர்ந்த காலம் ◆ தன்வரலாறு ◆ ஆசிரியர்: வண்ணநிலவன் ◆ © ராமச்சந்திரன் ◆ முதல் பதிப்பு: நவம்பர் 2023 ◆ வெளியீடு: காலச்சுவடு பப்ளிகேஷன்ஸ் (பி) லிட்., 669, கே.பி. சாலை, நாகர்கோவில் 629001

காலச்சுவடு பதிப்பக வெளியீடு: 1225

pinnakarnta kaalam ◆ Autobiography ◆ Author: Vannanilavan ◆ © Ramachandran ◆ Language: Tamil ◆ First Edition: November 2023 ◆ Size: Demy 1 x 8 ◆ Paper: 18.6 kg maplitho ◆ Pages: 360

Published by Kalachuvadu Publications Pvt. Ltd., 669, K.P. Road, Nagercoil 629001, India ◆ Phone: 91-4652-278525 ◆ e-mail: publications @kalachuvadu.com ◆ Printed at Mani Offset, Chennai 600077

ISBN: 978-81-19034-60-4

11/2023/S.No. 1225, kcp 4763, 18.6 (1) ass

முன்னுரை

சில ஆண்டுகளுக்கு முன் என் நண்பரும், பத்திரிகையாளருமான 'மணா', தாய் டெக்னாலாஜிஸ் என்ற இணையதள நிறுவனத்தில் பணியாற்றி வந்தார். அந்த நிறுவனம் 'நட்பூ' என்ற இணைய இதழை நடத்திவந்தது. அதில்தான் இந்தக் கட்டுரைத் தொடரை எழுதினேன். என்னுடைய ஒரு காலக்கட்டத்திய வரலாறு போலவும் தமிழ் எழுத்துலக வரலாறு போலவும் அமைந்த இத்தொடர் வாசகர்களின் வரவேற்பைப் பெற்றது.

இப்போது இது காலச்சுவடு பதிப்பாக வெளிவருகிறது. இந்நூல் உட்பட, என்னுடைய எல்லாப் படைப்புகளையும் அச்சு வடிவில் கொண்டு வரும் கண்ணனுக்கு என் மனமார்ந்த நன்றி. காலச்சுவடு பதிப்பக நண்பர்களுக்கும் நன்றி உரித்தாகிறது.

சென்னை - 24

அன்புடன்
வண்ணநிலவன்

1

இப்போது நெல்லை மாநகராட்சி திருநெல்வேலி, பாளையங்கோட்டை, மேலப் பாளையம் ஆகிய பகுதிகளை உள்ளடக்கியதாக உள்ளது. மாநகராட்சியாவதற்கு முன்பு மூன்றும் தனித்தனி நகராட்சிகளாக இயங்கி வந்தன. திருநெல்வேலி, பாளையங்கோட்டை ஆகிய இரு நகரங்களையும் 'இரட்டை நகரங்கள்' என்பார்கள். இரண்டுக்கும் நடுவே தாமிரவருணி ஆறு ஓடுகிறது. பாளையங்கோட்டைக்குத் 'தென்னாட்டின் ஆக்ஸ்போர்டு' என்று பெயர்.

நான் இரண்டு நகரங்களிலும் மாறி மாறி வாழ்ந்திருக்கிறேன். என் பால்ய காலம் தாதன்குளத்திலும், திருநெல்வேலியிலும்தான் கழிந்தது. என் பள்ளிப் படிப்பைத் தாதன் குளத்தில் துவக்கினாலும் திருநெல்வேலியில்தான் தொடர்ந்தேன். திருநெல்வேலியில் மிகப்பெரிய சிவன் கோயில் இருக்கிறது. சுவாமியின் பெயர் நெல்லையப்பர். அம்பாளின் பெயர் காந்திமதி. திருநெல்வேலியில் அந்த நாட்களில் வீட்டுக்கு இரண்டு நெல்லையப்பன்களாவது, காந்திமதி களாவது இருப்பார்கள்.

கோயிலைச் சுற்றி நான்கு ரதவீதிகளும் ஓடுகின்றன, கோயிலில் மாதந்தோறும் ஏதாவது திருவிழா நடந்துகொண்டே இருக்கும். ஊருக்குத் தென்கிழக்கே சிறிது தூரத்தில் தாமிரவருணி ஓடுகிறது. இந்த இடத்துக்குக் குறுக்குத்துறை என்று பெயர், குறுக்குத்துறையில் திருவாவடுதுறை மடத்துக்குச்சொந்தமான சுப்பிரமணிய சுவாமி கோயில் ஆற்றினுள் இருக்கிறது. கோயிலின் முன்னாலிருந்து ரயில்வே பாலம்வரை அந்தக் காலத்தில் பரந்த மணல்வெளி இருந்தது.

திருநெல்வேலியில் குடிதண்ணீர்த் திட்டம் நிறைவேற்றப்படுவதற்கு முன்பு மக்கள் பெரும்பாலும்

குளிப்பதற்கும், தண்ணீர் தேவைகளுக்கும் ஆற்றைத்தான் நம்பியிருந்தனர். ஐம்பதுகளில் பெரும்பாலான திருநெல்வேலி வீடுகளில் அடிபம்ப் இருக்கும்.

ஊரின் மேற்குப் பகுதியில் ஊரினூடே இரண்டு பெரிய வாய்க்கால்கள் ஓடின. கோடைக் காலம் தவிர இதர பத்து மாதங்களிலும் இந்த வாய்க்கால்களில் அன்று தண்ணீர் ஓடியது. இப்போது இந்த வாய்க்கால்கள் தண்ணீரற்று வறண்டு கிடக்கின்றன.

இதேபோல் பாளையங்கோட்டை ஊரின் நடுவிலும் ஒரு வாய்க்கால் ஓடுகிறது. இந்த வாய்க்காலும் தூர்ந்து வறண்டு கிடக்கிறது. என்னுடைய சிறு பிராயத்தில் ஜங்ஷனில் பாலஸ்–டி–வேல்ஸ் என்ற சினிமா தியேட்டரும், டவுனில் பாப்புலர், ராயல், ரத்னா ஆகிய நான்கே நான்கு தியேட்டர்களும்தான் இருந்தன.

நெல்லையப்பர் கோயில் ஆனித் தேரோட்டத் திருவிழாவையொட்டி திருநெல்வேலியில் ஆண்டுதோறும் பொருட்காட்சி நடைபெறும். அந்தக் காலத்தில் பொருட்காட்சிக் கலையரங்கில் தினசரி சினிமா நடிகர்கள் பங்கேற்று நடித்த நாடகங்கள் நடை பெற்றன. டி.கே.எஸ். சகோதரர்களின் நாடகங்கள், சிவாஜி, எம்.ஜி.ஆர்., எஸ்.எஸ்.ஆர்., சகஸ்ரநாமம் போன்றோரின் நாடகங்கள், விஸ்வநாதன்–ராமமூர்த்தியின் மெல்லிசைக் கச்சேரிகள் எல்லாம் நடைபெற்றன.

என்னுடைய ஒன்றாவது வகுப்பை, சேரன்மாதேவி சாலையில் திருக்கல்யாண மண்டபத்தினருகே இருந்த நகராட்சிப் பள்ளியில்தான் படித்தேன். இரண்டாவது வகுப்பிலிருந்து ஆறாவது வகுப்புவரை தெற்குப் புதுத் தெருவி லுள்ள ஈஸ்டர்ன் பிராஞ்சில் படித்தேன். ஏழாவது வகுப்பை ஸ்ரீவைகுண்டத்திலும், எட்டு முதல் எஸ்.எஸ்.எல்.சி. வரை பாளையங்கோட்டையிலும் படித்தேன்.

பாளையங்கோட்டையில் கிறிஸ்தவ மக்கள் அதிகம். எனக்குப் பல கிறிஸ்தவ நண்பர்களின் நட்பும் கிடைத்தது. பள்ளியில் என்னுடன் எட்டாவது முதல் எஸ்.எஸ்.எல்.சி. வரை ஒன்றாகவே படித்த ரவிக்குமார் என்ற நண்பனின் வீட்டில்தான் நான் எப்போதும் இருப்பேன். அவனது குடும்ப உறுப்பினர்களில் ஒருவனாகவே ஆனேன். பாளையங்கோட்டை மேடை போலீஸ் ஸ்டேஷன் அருகேதான் அந்தக் காலத்தில் பிரபலமாக இருந்த எழுத்தாளர் ர.சு. நல்லபெருமாளின் வீடு இருந்தது. அவரது தொடர்கதைகள் அப்போது கல்கியில் வெளிவந்தன.

திருநெல்வேலியில் மூன்றாவது படிக்கிற காலத்திலேயே நூலகங்களுக்குச் சென்று படிக்கிற பழக்கம் ஏற்பட்டுவிட்டது. திருநெல்வேலி டவுன் மார்க்கெட்டில் மாடியில் ஒரு நூலகம் இயங்கி வந்தது. சமயம் கிடைக்கிற போதெல்லாம் அந்த நூலகத்துக்குச் சென்றுவிடுவேன். ஸ்ரீவைகுண்டத்தில் என் மாமா பஞ்சாயத்து போர்டு நூலகராகவே வேலை பார்த்து வந்தார்கள். ஸ்ரீவைகுண்டத்தில் அவர் வீட்டில் தங்கி ஏழாவது படித்தபோது தான் எமிலிஜோலாவின் நானா, சுரங்கம் போன்ற நாவல்களைப் படித்தேன்.

சில மாதங்கள் ஸ்ரீவைகுண்டம் அருகே உள்ள கருங்குளத்தி லிருந்து தினசரி ஸ்ரீவைகுண்டம் சென்று படித்து வர நேர்ந்தது. ஒரு கோடை விடுமுறையின்போது கருங்குளம் நூலகத்தில் கல்கியின் பொன்னியின் செல்வன் நாவலின் ஐந்து பாகங்களையும் வாசித்து முடித்தேன். தமிழ்வாணனின் துப்பறியும் நாவல்களை எல்லாம் விழுந்து விழுந்து படித்தது கருங்குளம் நூலகத்தில்தான்.

பாளையங்கோட்டையில் கதீட்ரல் உயர்நிலைப் பள்ளியில் அந்தக் காலத்தில் தென்னிந்திய மொழிகள் புத்தக டிரஸ்ட், பம்பாய் பெர்ல் பதிப்பகம் வெளியிட்ட மொழிபெயர்ப்பு நூல்கள் எல்லாம் இருந்தன. அவற்றை எல்லாம் வீட்டுக்கு எடுத்துச் சென்று படித்துத் தீர்த்தேன். இந்த நூலகத்தில்தான் க.நா. சுப்ரமண்யம், வல்லிக்கண்ணன் போன்ற பெயர்கள் அறிமுகமாயின. ஒரு பக்கம் ஆங்கில மொழிபெயர்ப்பு நாவல்கள்; இன்னொரு பக்கம் ஆங்கிலத் திரைப்படங்கள்.

வாரந்தோறும் சனி, ஞாயிற்றுக் கிழமைகளில் நெல்லை பார்வதி டாக்கீஸில் பல அற்புதமான ஆங்கிலப் படங்களைத் திரையிட்டார்கள். ஆல்ஃபிரெட் ஹிட்ச்காக்கின் வெர்ட்டிகோ, ரியர் விண்டோ, ஸைக்கோ, ஜெர்ரி லூயிஸின் பல படங்கள் என்று ஒருகாலத்தில் ஆங்கிலப் படங்களாகப் பார்த்துத் தீர்த்தேன்.

அப்போது கல்கியில் நா.பார்த்தசாரதி ‘மணிவண்ணன்’ என்ற புனைபெயரில் எழுதிய ‘குறிஞ்சி மலர்’ மிகப் பிரபலமாக வெளிவந்து கொண்டிருந்தது. பாளையங்கோட்டையில் எங்கள் வீட்டினருகே முத்துக்கிருஷ்ணன் என்ற நண்பர் இருந்தார். அவர் என்னை விட ஆறேழு வயது மூத்தவர். அவர் காண்டேகரின் வாசகர். அவரிடமிருந்து காண்டேகரின் எல்லா நாவல்களையும் வாங்கிப் படித்தேன். அப்போதுதான் ஆனந்த விகடனில் ஜெயகாந்தனின் சிறுகதைகள் வெளியாக ஆரம்பித்திருந்தன.

முத்துக்கிருஷ்ணன் நா.பா.வின் வாசகரும்கூட. நா.பா. கல்கியிலிருந்து வெளியே வந்து ‘தீபம்’ பத்திரிகையைத்

தொடங்கியதும் மாதா மாதம் முத்துக்கிருஷ்ணன் 'தீபம்' இதழை வாங்க ஆரம்பித்தார். முத்துக்கிருஷ்ணனுக்கு மார்க்ஸிய ஈடுபாடு உண்டு. அதனால் தாமரையும் செம்மலரும்கூட அவர் வாங்கினார். அவர் வீட்டில்தான் தீபம், தாமரை, செம்மலர் போன்ற வித்தியாசமான இதழ்களைப் பார்த்தேன். அவற்றில் வெளிவந்த சிறுகதைகள், கட்டுரைகளைப் பற்றி முத்துக்கிருஷ்ணன் அடிக்கடி பேசுவார்.

முத்துக்கிருஷ்ணனைச் சந்திக்காமல் போயிருந்தால் நான் வெறும் வாசகனாகவே இருந்திருப்பேன். அவர் என்னை நேரடியாக எழுது என்று சொல்லவில்லை. ஆனால், அவரது நட்பு என்னை எழுதத் தூண்டியது. தீபம், தாமரையில் வெளிவந்த சிறுகதைகளைப் படித்துவிட்டு, ஏன் நாமும் சிறுகதைகள் எழுதக்கூடாது என்று தோன்றியது. சிறுகதைகளை விட கவிதைகள்தான் எழுதச் சுலபம் என்று தோன்றியது. அதனால் 'மதியழகன்' என்று எனக்கு நானே புனைபெயர் வைத்துக்கொண்டு, கவிதைகள் என்ற பேரில் அடிக்கடி கிறுக்கிக்கொண்டிருந்தேன்.

நானே பள்ளிக்கூட நோட்டுப் புத்தகத்தில் அவற்றைக் கிறுக்கி வைத்துக்கொண்டேன். யாரிடமும் காண்பிக்கவில்லை. பள்ளியிறுதி வகுப்பை முடிப்பதற்குள் போதும் போதும் என்றாகிவிட்டது.

2

எஸ்.எஸ்.எல்.சி—க்கு மேல் வீட்டிலும் படிக்க வைக்க வழியில்லை. எனக்கும் அதற்கு மேல் படிக்க விருப்பமில்லை. 'தலை தப்பியதே தம்பிரான் புண்ணியம்' என்கிற மாதிரி, எப்படியோ அதில் தேறினேன். அடுத்து வேலை தேடும் படலம். வேளா வேளைக்குச் சாப்பிட்டு விட்டு, ஜாலியாகப் பொழுது போக்கக் கூடிய 'மைனர் வாழ்க்கை'யை நான் வாழ முடியாது. ஏதாவது வேலை பார்த்து வீட்டுக்கு வருமானம் கொண்டு வரவேண்டிய குடும்பச் சூழல்.

எஸ்.எஸ்.எல்.சி.யில் 237 மார்க் வாங்கியவனுக்கு கவர்னர் உத்தியோகமா கிடைக்கும்? என் வயதை ஒத்த எல்லா இளைஞர்களையும்போல வேலை வாய்ப்பு அலுவலகத்தில் பதிவு செய்துவிட்டு வேலை தேட ஆரம்பித்தேன். எஸ்.எஸ்.எல்.சி—க்கு மேல் படிக்க முடியாதவர்கள், பெரும்பாலும் டைப்ரைட்டிங் கற்றுக் கொள்ளத் தொடங்குவார்கள். எனக்கு டைப்ரைட்டிங்கும் வரவில்லை.

அப்போது பாளையங்கோட்டையில் 'பெல் பின்ஸ்' என்ற கம்பெனியும், 'பெல்கேப்ஸ்' (பொட்டு வெடி) என்ற கம்பெனியும் ரொம்பப் பிரபலம். இந்த இரண்டு கம்பெனிகளிலும், வேலை காலியில்லை என்று சொல்லமாட்டார்கள். ஏதாவது ஒரு வேலை போட்டுத் தருவார்கள். என் அம்மா ஏற்கெனவே பெல் பின்ஸ் கம்பெனியில் வேலை பார்த்து வந்ததால், நானும் அந்தக் கம்பெனியில் சேஃப்டி பின் தயாரிக்கும் பிரிவில் வேலைக்குச் சேர்ந்தேன். ஒரு வாரம் பகல் வேலை, அடுத்த வாரம் இரவு வேலை என்று மாறி மாறி டூட்டி வரும்.

மதுரையில் என் தாய் மாமனார் ஒரு அச்சகத்தில் வேலை பார்த்து வந்தார். மதுரைக்குச் சென்றால் இன்னும் நல்லதாக வேறு வேலை ஏதாவது தேடலாமே என்று நினைத்தேன்.

மதுரைக்குச் சென்று மீண்டும் வேலை தேடும் படலத்தில் ஈடுபட்டேன். 'உள்ளூரில் விலை போகாத மாடா வெளியூரில் விலை போகும்' என்பார்கள். மதுரையிலும் வேலை கிடைப்பது குதிரைக் கொம்பாக இருந்தது.

ஒரு தூரத்து உறவினர் மூலம், நூலகர் பயிற்சிக்கு ஆள் எடுக்கிறார்கள் என்ற தகவல் தெரிய வந்தது. அதற்கு மனுச் செய்தேன். பயிற்சி பெற அழைப்பு வந்தது. ஒரே ஒரு வாரம்தான் பயிற்சி. திண்டுக்கல் ரோடும் மேலமாசி வீதியும் சந்திக்கும் இடத்திலிருந்த மதுரை மாவட்ட மைய நூலகத்திலேயே பயிற்சி நடந்தது. என் மாமாவுடைய வீடு மேலமாசி வீதி சந்திரா டாக்கீஸ் அருகேதான் இருந்தது. தினசரி மாவட்ட மைய நூலகத்துக்கு நடந்தே சென்றுவிடுவேன். மதியம் சாப்பிட வீட்டுக்கு வந்துவிடுவேன்.

நூல்களை விஷயவாரியாக எப்படிப் பட்டியலிடுவது, அதற்கு எண் கொடுப்பது, இரவல் கொடுக்கும் நூல்களைப் பதிவு செய்து, வரவு வைப்பது போன்றவற்றைச் சொல்லிக் கொடுத்து, ஒரு வாரம் பயிற்சி முடிந்த பிறகு, வெறும் காகிதத்தில் டைப் செய்து, பயிற்சி பெற்றதற்கான சான்றிதழைக் கொடுத்தார்கள். அந்தக் காகிதத்தை வைத்துக்கொண்டு சில நாட்கள் நூலகர் கனவில் ஆழ்ந்து கிடந்தேன்.

மதுரை மேலக்கோபுரவாசல் தெருவில் சுப்பிரமணிய பிள்ளை என்பவர் ஜவுளிக் கடை வைத்திருந்தார் (இந்தக் கடை இன்றும் அதேபெயரில் இயங்கி வருகிறது). அந்த ஜவுளிக்கடையில் என் சிற்றப்பா ஒருவர் என்னை வேலைக்குச் சேர்த்துவிட்டார்.

நூலகர் கனவையெல்லாம் மூட்டைகட்டி வைத்துவிட்டு ஜவுளிக்கடை வேலைக்குப் போய் வந்தேன். அது அந்தக் காலத்து ஜவுளிக்கடை. தரையில் நீளமாகக் கோரம்பாய்கள் விரித்திருக்கும். விற்பனையாளர்கள் நாங்கள் மூன்று பேர். எல்லோரும் பாயில் உட்கார்ந்துதான் வியாபாரம் பண்ண வேண்டும். மதியம் சாப்பாட்டுக்கு வீட்டுக்கு வரலாம். வேக வேகமாகச் சாப்பிட்டுவிட்டு நூலகத்துக்குச் சென்று மூன்று மணிவரை எதையாவது புரட்டிக்கொண்டிருப்பேன்.

மேலமாசி வீதி வடக்கு மாசி வீதிச் சந்திப்பில் ஒருநாள் ஒரு விளம்பரத் தட்டியைப் பார்த்தேன். மதுரை கூட்டுறவு வங்கியில் சிறுகதையைப் பற்றி ஒரு கருத்தரங்கம். அப்போது சாலமன் பாப்பையா அவ்வளவு பிரபலமாகவில்லை. அவரும், குன்றக்குடி அடிகளார், தேவ. சித்திரபாரதி (இவர்தான் பின்னாட்களில் 'ஞானரதம்' என்ற இலக்கியப் பத்திரிகையை

நடத்தினார்) இவர்களுடன் ஜெயகாந்தனும் பேசுவதாக அறிவிக்கப்பட்டிருந்தது.

ஜெயகாந்தன், நா.பா. இவர்களின் வாசகன் நான். கடைக்கு டிமிக்கி கொடுத்துவிட்டுக் கூட்டம் நடக்கிற அன்று மதியமே ஹாலுக்குச் சென்றுவிட்டேன். மூன்று மணிக்கு ஆரம்பிக்க வேண்டிய கூட்டம் நாலு நாலரை மணியாகியும் ஆரம்பிக்கப் படவில்லை. என் அபிமானத்துக்குரிய எழுத்தாளர் ஜெய காந்தனைப் பார்க்க முடியவில்லை. பெரிய ஏமாற்றத்துடன் வீடு திரும்பினேன்.

தீபாவளி சமயத்தில் நான் வேலை பார்த்த கடை இரவு பனிரெண்டு, ஒருமணி வரையிலும் திறந்திருக்கும். இரவு, மதியச் சாப்பாடுகளைக் கண்ட நேரத்திலும் சாப்பிட நேர்ந்தது. இதனால் வயிற்று நோய் வந்தது. எந்த மருந்துக்கும் வியாதி குணமாக வில்லை. எனவே, மதுரையை விட்டுப் பாளையங்கோட்டைக்கே வந்து சேர வேண்டியதாயிற்று.

1966 டிசம்பர் வாக்கில் மதுரை சென்றேன். சுமார் ஒரே வருடம்தான் மதுரை வாழ்க்கை நீடித்தது. 67 நவம்பரில் ஊருக்குத் திரும்பிவிட்டேன். மூன்று நான்கு மாதங்கள் அந்த நோயுடன் படாதபாடு பட்டேன். கடைசியில் ஒரு சித்த வைத்தியர் கொடுத்த மூன்று வேளைச் சூரணத்தில் வியாதி கட்டுப்பட்டது. அதன் பிறகு மூன்று நான்கு மாதங்கள் என் நண்பன் ரவிக்குமாருடன்தான் அலைந்தேன். அவர்கள் வீட்டிலேயே வாரக்கணக்கில் இருந்து வந்தேன். தூக்கம், குளியல், சாப்பாடு எல்லாம் அவன் வீட்டில்தான். எப்போதாவது வீட்டுக்கு வருவேன். சிறிது நேரம் இருந்துவிட்டு மீண்டும் ரவி வீட்டுக்கே சென்றுவிடுவேன். அவனுடைய குடும்பத்தில் ஒருவனாகவே ஆகிவிட்டேன்.

ரவிக்கு பெங்களூர் பாரத் எலெக்ட்ரானிக்ஸில் வேலை கிடைத்து பெங்களூர் சென்ற பிறகும் நான் ரவியின் வீட்டில்தான் இருந்துவந்தேன். அவனுடைய அண்ணன் லோக்கல் பண்ட் அக்கவுண்ட் ஆபீஸில் பாளையங்கோட்டையிலேயே வேலை பார்த்து வந்தார். அவர்களுடைய வீட்டுக்கு குலசேகரப்பட்டினத் திலிருந்து நாகூர் மாமா என்ற முஸ்லிம் நண்பர் அடிக்கடி வந்து போவார். ஒருமுறை, ரவி வீட்டுக்கு வந்த அவர், “என்னுடன் குலசேகரப்பட்டணத்துக்கு வந்து இருந்தால் என்ன ?” என்று அழைத்தார். அவர் உடன்குடியில் சைக்கிள் கடை நடத்தி வந்தார். அவருடன் குலசேகரப்பட்டினம் சென்றேன்.

அவருடைய சைக்கிள் கடையில் சில மாதங்கள் வேலை செய்தேன். அப்போதுதான் கடலோர கிராமங்களில் மோட்டார்

லாஞ்ச் படகு அறிமுகமாகி இருந்தது. குலசேகரப்பட்டினம், மணப்பாடு, திருச்செந்தூர் போன்ற ஊர்களில் லாஞ்சினால் அடிக்கடி மீனவர்களுக்குள்ளேயே தகராறுகள் ஏற்பட்டன. திருச்செந்தூரை அடுத்த வீரபாண்டியன்பட்டினத்தில் இரண்டு கோஷ்டிகளாக மீனவர்கள் சண்டையிட்டுக் கொண்டதில் கொலையே நடந்தது.

இவற்றை எல்லாம் கடைக்கு சைக்கிள் வாடகைக்கு எடுக்க வந்த நண்பர்கள் பேசிக்கொள்வார்கள். நாகூர் மாமாவும், அவரது குடும்பத்தினரும் என்னிடம் ரொம்பப் பிரியமாகத்தான் இருந்தார்கள். ஆனால், அங்கே படிப்பதற்குப் புஸ்தகங்கள், பத்திரிகைகள் கிடைக்கவில்லை. ஆங்கிலப் படங்களோ, ஹிந்திப் படங்களோ பார்க்கிற வாய்ப்பே இல்லை. குலசேகரப்பட்டினத் தில் அப்போது தியேட்டரே கிடையாது. உடன்குடியில்தான் ஒரே ஒரு தியேட்டர் இருந்தது. அதிலும் தமிழ்ப் படங்கள்தான் ஓடும். என்னுடைய ரசனைக்கு ஏற்றது எதுவும் அங்கே இல்லை. ரவியுடைய அண்ணன் செல்வக்குமாருக்கு என்னை வந்து அழைத்துச் செல்லுமாறு கடிதம் எழுதினேன்.

உடனே அவரும் புறப்பட்டு வந்துவிட்டார். என்னைப் பாளையங்கோட்டைக்கே அழைத்து வந்தார். மீண்டும் பாளையங்கோட்டை வாசம். சினிமா பார்ப்பது, லைப்ரரிக்குப் போவது, குமார் வீட்டில் ஸிலோன் ரேடியோ கேட்பது என்று பொழுதுகள் கழிந்தன. ரவி, செல்வக்குமார் இவர்களுடைய உறவினர் டி.எஸ்.ஸ்ரீனிவாசகம் என்ற தாமஸ் சுந்தரம் ஸ்ரீனிவாசகம். இவர் ரவிக்கும், குமாருக்கும் மாமா முறை வேண்டும். முருகன்குறிச்சியில் அட்வகேட்டாக இருந்தார். திருவனந்தபுரம் சாலையில் டயோஸிஸன் அச்சகத்துக்கு எதிரே அவர் வீடு. வீடும் ஆபீஸும் ஒன்றுதான். 1968 டிசம்பர் மாதம் கிறிஸ்துமஸ் அன்று குமாருடன் நான் அவர் வீட்டுக்குச் சென்றிருந்தேன். குமாருடைய அப்பாவும் வந்திருந்தார்.

குமாருடைய அப்பா என்னை எங்காவது நல்ல வேலையில் சேர்த்து விடுமாறு டி.எஸ். ஸ்ரீனிவாசகத்திடம் சொன்னார். "ஏன்... இவன் என்னிடமே குமாஸ்தாவாக இருக்கட்டுமே..." என்று ஸ்ரீனிவாசகம் சொன்னார். ஜனவரி முதல் தேதியிலிருந்து வேலைக்கு வரச் சொன்னார். 1969 ஜனவரி முதல் தேதியிலிருந்து நான் வக்கீல் குமாஸ்தாவாக அவதாரம் எடுத்தேன்.

குமாஸ்தா வேலை, மற்ற வேலைகளைப் போலில்லை. நிறையப் பேருடன் பழகுகிற வாய்ப்புக் கிடைத்தது. கோர்ட் அது ஒரு தனி உலகம். அப்போது திருநெல்வேலி கோர்ட்டுகள் கொக்கிரகுளத்தில்தான் இயங்கி வந்தன (இந்தக் கோர்ட்

வாழ்க்கையைத்தான் என்னுடைய 'காலம்' என்ற நாவலில் பதிவு செய்திருக்கிறேன். நிறையக் கட்சிக்காரர்கள் (க்ளையண்ட்ஸ்) பழக்கமானார்கள்.

பின்னால் சுப்ரீம் கோர்ட் நீதிபதியான ரத்தினவேல் பாண்டியன் அப்போது திருநெல்வேலியில் அட்வகேட்டாகப் ப்ராக்டீஸ் செய்துகொண்டிருந்தார். அவருடைய அலுவலகம் முருகன்குறிச்சியில் எங்கள் ஆபீஸுக்கு அருகில்தான் இருந்தது. அவரிடம் 'வைகோ' என்றழைக்கப்படுகிற வை. கோபால்சாமி அப்போது ஜூனியர் வக்கீலாகப் பணியாற்றினார். ரத்தினவேல் பாண்டியன் அப்போது நெல்லை மாவட்ட தி.மு.க. செயலாளரும்கூட.

என்னுடைய வாழ்க்கையையே மாற்றியமைக்கக் காரணமான ஒருசில சம்பவங்கள் அப்போதுதான் நடந்தன.

3

1969 ஆகஸ்ட் மாதவாக்கில் வண்ணார் பேட்டையிலிருந்த ஆர்.டி.ஓ (ரெவின்யூ டிவிஷனல் ஆபீஸர்) கோர்ட்டில் ஒரு கட்டுக்குத்தகை வழக்கிற்காக எங்கள் வக்கீல் டி.எஸ்.ஸ்ரீனிவாசகம் ஆஜராக நேர்ந்தது. அதற்காக அங்கே சென்றிருந்தோம். வண்ணார்பேட்டை சாலைத் தெருவின் ஆரம்பத்தில் ஒன்றிரண்டு கட்டிடங்கள் தள்ளி ஆர்.டி.ஓ. அலுவலகம் இருந்தது. கீழே அலுவலகம். மாடியில் கோர்ட். அது ஒரு பிரிட்டீஷ் காலத்துக் கட்டிடம்.

அந்தக் கோர்ட்டுக்கு சிவந்த, வெள்ளைச் சட்டை, வேஷ்டி அணிந்த சுமார் 40 வயது மதிக்கத்தக்க ஒரு மனிதர் வந்திருந்தார். அவருக்கும் அந்தக் கோர்ட்டில் ஒரு வழக்கு சம்பந்தமான வேலையிருந்தது. அவருடைய வக்கீலை எதிர்பார்த்துக் காத்திருந்தார். வழக்கு எடுக்கப் போகிற தருணம் வரை அவருடைய வக்கீல் வரவில்லை. எனவே, அவர் எங்கள் அட்வகேட் ஸ்ரீனிவாசகத்தை அணுகித் தனக்காக வக்காலத்து தாக்கல் செய்யுமாறு கேட்டுக் கொண்டார். ஸ்ரீனிவாசகம், நடராஜன் என்ற அந்த நபருக்காக வக்காலத்து தாக்கல் செய்து வாய்தா கேட்டார்.

அந்த நடராஜன் தென்காசிக்காரர். அவருடைய கூர்மையான மூக்கு, பேசிய விதம் இவற்றைப் பார்த்தாலே அவர் ஒரு பெரிய குடும்பத்தைச் சேர்ந்தவர் என்று தோன்றியது. அடுத்த வாய்தா தேதியைத் தெரிந்துகொண்டபின், தனது தென்காசி முகவரியைத் தந்து, வாய்தா சமயத்தில் ஞாபகப்படுத்திக் கடிதம் போடுமாறு கேட்டுக்கொண்டார். நாங்களும் நடராஜனுக்கு வாய்தாதோறும் கடிதம் எழுதித் தெரிவிப்போம்.

தென்காசி கட்சிக்காரர் நடராஜனிடமிருந்து என் வக்கீல் ஐயா வீட்டு (அலுவலகமும் வீடுதான்) முகவரிக்கு ஒரு விழாவிற்கான அழைப்பிதழ் வந்தது. ரசிகமணி டி.கே.சி.யின் நினைவு விழா அழைப்பிதழ்

அது. அந்த விழாவில் கலந்துகொண்டு பேசுகிறவர்களின் பட்டியலில் 'வல்லிக்கண்ணன் ராஜவல்லி புரம்' என்று போட்டிருந்தது. நிகழ்ச்சிக்கு அழைப்பவராக, 'தீப. நடராஜன், ஹனுமந்தபுரம், தென்காசி' என்று இருந்தது.

'வல்லிக்கண்ணன்' என்ற பெயரைப் பார்த்ததும் ரொம்பச் சந்தோஷமாக இருந்தது. பள்ளி நாட்களிலிருந்தே 'வல்லிக்கண்ணன்' என்ற பெயர் அறிமுகமாகியிருந்தது. அவரது மொழிபெயர்ப்பில் வெளிவந்த 'தாத்தாவும் பேரனும்' என்ற நாவலை பத்தாவது படிக்கும்போது பள்ளி நூலகத்திலிருந்து எடுத்துப் படித்திருந்தேன். 'தீபம்' இலக்கிய இதழிலும் வல்லிக்கண்ணனின் சிறுகதைகள் ஒன்றிரண்டைப் படித்திருக்கிறேன். அவரது 'பெரிய மனுஷி' என்ற சிறுகதை, உலகத்தரம் வாய்ந்த அற்புதமான படைப்பு. இதை தீபத்தில் படித்திருக்கிறேன்.

அவரது சிறுகதைகளில் உள்ள உரையாடல்கள், கதையின் விவரிப்பில் வந்து விழும் சில சொற்கள், பிரயோகங்களிலிருந்து, வல்லிக்கண்ணன் திருநெல்வேலி மாவட்டத்தில்தான் இருக்க வேண்டும் என்று அனுமானித்திருந்தேன். என் அனுமானமே சரியாகப் போயிற்று. எங்கள் கட்சிக்காரர் நடராஜன் அனுப்பியிருந்த அந்த அழைப்பிதழிலிருந்து, வல்லிக்கண்ணன் திருநெல்வேலிக்கு அருகிலுள்ள ராஜவல்லிபுரத்தில்தான் இருக்கிறார் என்பது நிச்சயமாகி விட்டது (எங்கள் கட்சிக்காரர் நடராஜன் தான், டி.கே.சி.யின் பேரன் தீப. நடராஜன் என்பது அப்போது எனக்குத் தெரியாது. வல்லிக்கண்ணன் சொல்லித்தான் தெரியும்).

அப்போது இன்லெண்ட் லெட்டர் வெறும் 15 பைசாதான். ஒரு இன்லெண்ட் லெட்டரை வாங்கி ஏதோ கிறுக்கி, 'வல்லிக்கண்ணன், ராஜவல்லிபுரம், திருநெல்வேலி தாலுகா' என்று முகவரி எழுதிப் போட்டேன் (அந்தக் காலத்தில் பின் கோடு எல்லாம் கிடையாது. அதனால் தாலுகா பெயரைக் குறிப்பிட்டு முகவரி எழுதுவது வழக்கம்).

கூரியர் சர்வீஸெல்லாம் வந்தபிறகு தபால் துறையின் மவுசு குறைந்துவிட்டது. ஆனால், அப்போது தபால்துறை மக்களின் வாழ்வோடு பின்னிப் பிணைந்திருந்தது. ஜனங்கள் தபாலையும், தந்தியையும்தான் தகவல் தொடர்புக்குப் பெரிதும் நம்பியிருந்தனர். அந்த நாட்களில் தினசரி மூன்று முறை தபால்கள் டெலிவரி செய்யப்பட்டன. மூன்றாம் நாளே எனது முகவரிக்கு (வக்கீலய்யா வீட்டு முகவரிதான் எனது முகவரியும். எனக்கென்று சொந்த முகவரி ஏது?) வல்லிக்கண்ணனிடமிருந்து குண்டுகுண்டான கையெழுத்தில் பதில் வந்துவிட்டது. என் மனம்

கவர்ந்த எழுத்தாளரிடமிருந்து வந்திருந்த அந்தக் கடிதத்தைப் பலமுறை படித்தேன்.

நானும் பதில் எழுதினேன். தொடர்ந்து வாரந்தோறும் நானும் வல்லிக்கண்ணனும் ஆளுக்கொரு கடிதமாவது எழுதி விடுவோம். ஆறு, பறவைகள் இவற்றைப் பற்றிய வ.க.வின் வர்ணனைகள் அற்புதமானவை. அவரை நேரில் சென்று பார்க்க வேண்டும் என்று ஆசைதான். ஆனால், ஏதோவொரு கூச்சம் அதைத் தடுத்தது.

கொக்கிரகுளம் கோர்ட் தாமிரவருணி ஆற்றின் கரைமீது தான் இருந்தது. கோர்ட் கட்டிடங்களுக்கும் ஆற்றுக்கும் நடுவே ஓடிய சாலைதான் இரண்டையும் பிரித்தது. கோர்ட் வளாகத்தின் வடபகுதியில் வழக்குகள் சம்பந்தப்பட்ட தீர்ப்புகளுக்கான நகல்களை எடுத்துத் தரும் அலுவலகம் இயங்கி வந்தது. இதை நாங்கள் ஆங்கிலத்தில் 'காப்பியிஸ்ட் ஆபீஸ்' என்போம். இந்த அலுவலகத்தில் ஆர்.ஜி. சுப்பிரமணியம் என்பவர் வேலை பார்த்து வந்தார். அவர் ராஜவல்லிபுரத்துக்காரர். அவருக்கு வல்லிக்கண்ணன், மாமா முறை வேண்டும். ராஜவல்லிபுரத்தி லிருந்து தினசரி சைக்கிளில் வந்து போய்க் கொண்டிருந்தார்.

நான் வக்கீல் குமாஸ்தாவாக இருப்பதால் என்னைப் பற்றி ஆர்.ஜி.எஸ்.ஸிடம் வல்லிக்கண்ணன் அடிக்கடி விசாரிப்பார்கள். ஆர்.ஜி.எஸ். என்னைப் பார்க்கும் போதெல்லாம் "உன்னை மாமா விசாரிச்சாங்கப்பா..." என்று கூறுவார். வல்லிக்கண்ணன் எனக்கு எழுதிய கடிதங்களை எல்லாம் பத்திரமாக வைத்திருந் தேன். சென்னைக்கு வந்த பிறகுகூட அக்கடிதங்கள் என்னிட மிருந்தன. வல்லிக்கண்ணன் என்றில்லை, கி.ராஜநாராயணன், அம்பை, ஜி.எம்.எல். பிரகாஷ், தி.க.சி., வண்ணதாசன், கலாப்ரியா, விக்ரமாதித்யன், சுந்தர ராமசாமி, ந. பிச்சமூர்த்தி என்று பல எழுத்தாளர்கள் எழுதிய கடிதங்கள் என்னிடம் இருந்தன.

பிற்காலத்தில் எத்தனையோ எழுத்தாளர்கள், கவிஞர் களுடன் கடிதத் தொடர்பு ஏற்பட்டது. என்றாலும், முதல்முதலில் எனக்கு அறிமுகமான எழுத்தாளர் வ.க.தான். பாளையங்கோட்டை யிலிருந்து ராஜவல்லிபுரம் ஒன்றும் அதிகத் தூரமில்லை. என்றாலும் நேரில் சென்று வ.க.வைச் சந்திப்பதற்கு ஏதோ ஒரு கூச்சம், தயக்கம் இருந்துகொண்டே இருந்தது.

வ.க. தனது கடிதங்களில், தான் சமீபத்தில் படித்த நாவல்கள், சிறுகதைகளைப் பற்றியும் எழுதுவார்கள். அவற்றை யெல்லாம் தேடிப் பிடித்துப் படித்து வந்தேன். மார்ச் மாத வாக்கில் ஒரு நாள் மாலை என் வக்கீலய்யா வீட்டு முகவரிக்கு என் வயதை ஒத்த இரண்டு வாலிபர்கள் தேடி வந்தனர். ஒருவர் பெயர் நம்பிராஜன். மற்றவர் சுப்பு அரங்கநாதன்.

4

நம்பிராஜன்தான் பின்னாட்களில் 'விக்ரமாதித்யன்' என்று எழுதியவர். அப்போது அவர் இந்தப் புனைபெயரை வைத்துக்கொண் டிருக்கவில்லை. அவருடன் வந்திருந்த சுப்பு அரங்கநாதனுக்குப் பெருங்குளம் (ஸ்ரீவைகுண்டத்தின் அருகே உள்ள ஊர்). இருவரும் பாபநாசம் திருவள்ளுவர் கல்லூரியில் நண்பரானவர்கள். நம்பிராஜன் படிப்பைப் பாதியிலேயே விட்டு விட்டார். சுப்பு அரங்கநாதன் தொடர்ந்து படித்தார்.

நம்பிராஜனுக்கு வாசுதேவநல்லூர். அரங்க நாதன் பாளையங்கோட்டை செயின்ட் சேவியர் கல்லூரியில் சேரும் நோக்கத்தோடு, பாளையங் கோட்டை வ.உ.சி. மைதானத்தை ஒட்டியிருந்த, டாக்டர் திருமதி. ஜேசுபாதத்தின் அவுட் ஹவுஸ் மாடியில் வாடகைக்குத் தங்கியிருந்தார்.

இருவரும் என்னைப் பார்க்க வந்த அன்று தான், ராஜவல்லிபுரம் சென்று, வல்லிக்கண்ணனைச் சந்தித்திருக்கின்றனர். வல்லிக்கண்ணன்தான் உரையாடலின்போது என்னைப் பற்றிக் கூறியிருக் கிறார்கள். இருவரும் ராஜவல்லிபுரத்தை விட்டுக் கிளம்பும்போது வல்லிக்கண்ணனிடம் எனது முகவரியையும், வண்ண தாசனின் முகவரியை யும் கேட்டு வாங்கியிருக்கிறார்கள். மதியத்திற்கு மேல் திருநெல்வேலி டவுனுக்குச் சென்று வண்ணதாசனைச் சந்தித்துவிட்டு, மாலை மயங்கும் நேரத்தில், என்னைச் சந்திக்க நான் வேலை பார்த்து வந்த வக்கீலய்யா வீட்டுக்கு வந்தனர். நான் அந்த நாட்களில் காலை ஒன்பது மணி முதல் இரவு ஒன்பது மணி வரை வக்கீலய்யா வீட்டில்தான் இருப்பேன். இரவு படுப்பதற்கு என் நண்பன் ரவி வீட்டுக்குச் சென்றுவிடுவேன். அங்கே வராந்தாவில் படுத்துக்கொள்வேன்.

நம்பிராஜன் சற்று மாநிறம். அரங்கநாதன் கொஞ்சம் நிறம் கம்மிதான். ஆனால், நம்பிராஜனை

விட ஒரு பிடி உயரம். அவர்கள் இருவரும் காம்பவுண்ட் கதவைத் திறந்துகொண்டு உள்ளே வந்தபோது, யாரோ கட்சிக்காரர்கள்தான் வருகிறார்கள் என்று நினைத்தேன்.

நம்பிராஜன் என்னிடம், "இங்கே ராமச்சந்திரன்னு ஒருத்தர் இருக்காரா?..." என்று கேட்டார்.

"நான்தான்..." என்றேன்.

"என்பேரு நம்பிராஜன்... இவர் சுப்பு அரங்கநாதன்... வல்லிக்கண்ணனைப் பார்த்துட்டு வர்றோம். அவங்கதான் உங்க முகவரியைக் கொடுத்தாங்க..." என்றார். வல்லிக்கண்ணன் மூலமாக என்னைத் தேடி வந்ததில் எனக்குச் சற்றுப் பெருமை.

வக்கீலய்யா வீட்டினருகே சற்று தூரத்தில் பீர்பாத் ஹோட்டல் இருந்தது. அந்த முருகன் குறிச்சி பகுதியிலேயே அதுதான் ஒரே ஹோட்டல். அவர்களை அங்கே அழைத்துச் சென்று "டீ"க்கு ஆர்டர் செய்தேன். பீர்பாத் ஹோட்டலில் டீயும், ஆப்பமும் நன்றாக இருக்கும். டீக்கு அரங்கநாதன்தான் பணம் கொடுத்தார்.

அதன் பிறகு அரங்கநாதனுடன் பல முறை வெளியே சென்றிருக்கிறேன். என்னைச் செலவழிக்க விட்டதில்லை. அவருடன் எத்தனை பேர் இருந்தாலும், அத்தனை பேருக்கும் சேர்த்து அவர்தான் செலவு பண்ணுவார். தாராள மனமும், அதற்கான வசதியும் உள்ளவர் அரங்கநாதன். டீ சாப்பிட்டு விட்டு மூவரும் எங்கள் வக்கீலாபீசுக்கே வந்தோம். நான் என் வக்கீலய்யாவிடம் சொல்லிவிட்டு அவர்களுடன் புறப்பட்டேன். அப்போது இரவு ஏழு மணியிருக்கும். மூவரும் அரங்க நாதனின் அறைக்கு வந்தோம். அறை என்பதைவிட, இரண்டு மூன்று அறைகளைக் கொண்ட ஒரு மாடி போர்ஷன் அது. வெளியுலகச் சந்தடிகள் எதுவும் கேட்காத அமைதியான இடம் அது. கீழே வீட்டைச் சுற்றி மரங்களும் செடிகளும் இருந்தன. எட்டு எட்டரை மணி வரை பேசிக்கொண்டிருந்தோம்.

நம்பிராஜன்தான் நிறையப் பேசினார். அரங்கநாதனும் இடையிடையே பேசினார்.

எட்டரை மணிக்கு மேல் தெற்கு பஜாரில் ஒரு ஹோட்டலில் சாப்பிட்டு விட்டு மீண்டும் அரங்கநாதன் அறைக்கு வந்து பேசிக் கொண்டிருந்தோம். எனக்கு அவர்கள் இருவரையும் மிகவும் பிடித்திருந்தது. அந்த மாத தீபத்தில் வண்ணதாசனின் "வேர்" என்ற சிறுகதை வெளிவந்திருந்தது. அருமையான சிறுகதை அது. அதை அரங்கநாதன் வெகுவாகச் சிலாகித்தார். நம்பிராஜனுக்கு அந்த நாட்களிலேயே சுயமானதும்

அழுத்தமானதுமான அபிப்பிராயங்கள் இருந்தன. அப்போதே அவருக்கென்று இலக்கிய சம்பந்தமான பல அபிப்பிராயங்கள் இருந்தது இன்றும் ஆச்சரியமாக உள்ளது.

பொதுவாக ஒரு கதையையோ, கவிதையையோ யாரும் படித்தால், ஒரே வரியில் நன்றாக இருக்கிறது அல்லது நன்றாக இல்லை என்றுதான் அபிப்பிராயம் சொல்ல முடியும். ஆனால், நம்பிராஜன் அப்போதே ஒரு நாவல் அல்லது சிறுகதையைப் பற்றி விரிவாகப் பேசுவார். இது அவருக்கு இயல்பாகவே இருந்தது.

இரவு நேரமாக நேரமாகக் கீழே நின்றிருந்த பன்னீர் மரத்திலிருந்து வந்த பன்னீர் பூக்களின் வாசனை மிக ரம்மியமாக இருந்தது. அந்த இரவுப் பேச்சும், அந்தப் பூ வாசனையும் மனதில் லகரியை ஏற்படுத்தியது. இரவு பனிரெண்டு மணிக்கு மேல் அவர்களிடம் விடைபெற்றுக் கொண்டேன். அரங்கநாதன் அங்கேயே படுத்துக்கொள்ளச் சொன்னார். எனக்குக் காலையில் வழக்கமாகச் செய்ய வேண்டிய வேலைகள் இருந்தன. அங்கே படுத்தால் வெகுநேரம் தூங்கிவிடுவோம் என்று புறப்பட்டு விட்டேன்.

புறப்படும்போது நம்பிராஜன் ஞாபகமாக வண்ணதாசன் வீட்டு முகவரியையும் குறித்துக் கொடுத்து, வீடு எங்கே இருக்கிறது என்கிற அடையாளத்தையும் சொன்னார். நம்பிராஜன், மறுநாளே தான் வாசுதேவநல்லூர் செல்வதாகவும் கூறினார். தனது வீட்டு முகவரியையும் தந்தார். அரங்கநாதன், அடிக்கடி அறைக்கு வந்து போகச் சொன்னார்.

வல்லிக்கண்ணனையும், வண்ணதாசனையும் உடனே பார்க்கக் கிளம்பிவிடவில்லை. அவர்களெல்லாம் பெரிய எழுத்தாளர்கள். நான் வெறும் வாசகன்தான். எதை வைத்துக் கொண்டு அவர்களைச் சென்று பார்த்துப் பேசுவது? நம்பி, அரங்கநாதனைப் போல் எனக்குத் துணிச்சல் வரவில்லை.

ஆனால், நம்பிராஜன் கொடுத்திருந்த வண்ணதாசனின் முகவரிக்கு நான் ஒரு கடிதம் எழுதினேன். வல்லிக்கண்ணனைப் போல் வண்ணதாசனும் உடனே பதில் எழுதினார். வண்ணதாச னின் கடிதம் அபூர்வமான இலக்கிய சாளரத்தைத் திறந்து விட்டது. தங்குதடையற்ற ஆற்றொழுக்கான நடை, ஜீவன் ததும்பும் வர்ணனைகள். அவரது கடிதங்கள் தரும் லகரியை விவரிக்க முடியாது. அது அனுபவித்து உணர வேண்டிய ஒன்று. நானும் எனக்குத் தெரிந்த மாதிரி வண்ணதாசனுடன் தொடர்ந்து கடிதத் தொடர்பில் ஈடுபட்டேன். அந்த நாட்களில் நானும் வண்ணதாசனும் தினசரி ஒரு இன்லேண்டோ, கார்டோ எழுதி விடுவோம்.

அழகான கையெழுத்தில் வண்ணதாசனிடமிருந்து வந்த கடிதங்களை வாங்குவதற்காக, காலை ஒன்பதரை மணிக்கு சைக்கிளை எடுத்துக்கொண்டு பாளையங்கோட்டை தலைமை தபால் நிலையத்துக்கே சென்றுவிடுவேன். என்னைப் பார்த்ததுமே தபால்காரர், 26. திருவனந்தபுரம் ரோட்டுக்கு வந்த கடிதங்களை என்னிடம் கொடுத்துவிடுவார். அவருடைய கடிதங்களுக்காக அவ்வளவு ஏங்கிக்கிடந்தேன். ஒருநாள் அவரிடமிருந்து கடிதம் வராவிட்டால்கூட மனமே சோர்ந்துவிடும். எதையோ இழந்துவிட்டது போலிருக்கும்.

சில சமயங்களில் வண்ணதாசனிடமிருந்து காலைத் தபாலில் ஒரு கடிதமும், மதியத் தபாலில் ஒரு கடிதமும்கூட வந்ததுண்டு. அவருடைய கடிதங்களை எப்போதும் என் சட்டைப் பையிலேயே வைத்திருப்பேன். கோர்ட்டில் வேலைப்பளு இல்லாத இடைவெளி நேரங்களில் சட்டைப் பையிலிருந்து அவருடைய கடிதத்தை எடுத்துத் திரும்பப் படிப்பேன். அவர் கடிதங்களைப் படிக்கும்போது ஏற்படும் அந்தப் பரவசத்தை விவரிக்க இயலாது. அவரது கடிதங்கள் தந்த மனமயக்கத்தை மனம் திரும்பத் திரும்பத் தேடிற்று. அவரது உரைநடையின் உச்சபட்சம் அவரது கடிதங்கள்.

ஊருக்குப் போனதும் நம்பிராஜனும், வாசுதேவநல்லூரிலிருந்து கடிதம் எழுதியிருந்தார். நம்பிராஜனிடமிருந்து வ.க., வண்ணதாசனைப் போல் உடனே அடுத்த தபாலில் பதில் வந்து விடாது. ஒரு மெல்லிய தாமதம் அவரிடமுண்டு. ஒருவேளை அவரது சூழ்நிலை இதற்குக் காரணமாக இருக்கலாம்.

எனக்கு வரும் கடிதங்களை எல்லாம் ஆசையாக ரவியின் தங்கை சுகுணாவிடம்தான் காட்டுவேன், அவளும், ஏதோ நான் கொடுத்துப் படிக்கச் சொல்கிறேன் என்பதற்காக அவற்றைப் படித்தாள். அந்தக் கடிதங்களிலிருந்த இலக்கிய நயத்தை அவள் அனுபவித்தாளா, இல்லையா என்று தெரியாது. அனுபவித்திருந்தாலும் அதை வெளிப்படுத்த அவளிடம் சொற்களில்லை. ஆனால், என்னுடைய கடித நண்பர்கள் வட்டம் விரிந்த பிறகு, தினசரி இரவு நான் படுத்துக்கொள்கிற அவர்கள் வீட்டு வராந்தாவில், நான் படிப்பதற்காக ஒரு பெட்ரூம் விளக்கைப் பொருத்தி வைத்திருப்பாள். நான் கேட்டுக் கொள்ளாமலேயே என் தேவையை அறிந்து அவளாகவே இதைச் செய்தாள். அந்த நாட்கள் மிக அபூர்வமான நாட்கள்.

5

என் நெருங்கிய பள்ளித் தோழனான 'ரவி' என்ற ரவிக்குமார் ஸ்ரீனிவாசகத்தின் குடும்பம் கிறிஸ்தவக் குடும்பம் என்பதை முன்பே சொல்லியிருக்கிறேன். அவனுடைய அண்ணன் செல்வக்குமார் மாநில அரசுப் பணியில் இருந்தார். யாருக்கும் திருமணமாகவில்லை. செல்வக்குமாரும் எழுத்துத் துறையில் ஆர்வமுள்ளவர். அவருக்கு நல்ல நகைச்சுவையுணர்வு உண்டு. இருவரும் சேர்ந்து ஒரு கையெழுத்துப் பத்திரிகை நடத்துவ தென்று முடிவு செய்தோம். வல்லிக்கண்ணன், வண்ணதாசன், நம்பிராஜன், அரங்கநாதன் போன்றவர்களிடம் பத்திரிகைக்கு விஷயதானம் பெற்றுவிடலாம் என்ற நம்பிக்கை எனக்கு.

பத்திரிகைக்கு என்ன பெயர் வைப்பது? பல பெயர்களை யோசித்தோம். முடிவில் 'பொருநை' என்று பெயர் வைக்கலாம் என்று முடிவாயிற்று. முதல் இதழுக்கு அம்பிகை ஸ்டோரில் ஒரு நோட்டு வாங்கி நானும், செல்வக்குமாருமாக கதை, கட்டுரை, துணுக்குகள் என்று எழுதி நிரப்பினோம். பத்திரிகை தயாராகி விட்டது. வாசகர்கள் வேண்டாமா? ரவி பெங்களூருக்கு பாரத் எலெக்ட்ரானிக்ஸில் பணிபுரியச் சென்று விட்டான். அதனால் ஒரு வாசகர் குறைந்துவிட்டார். குமாருடைய தங்கை சுகுணா எங்களின் நிரந்தர வாசகி. மாடி வீட்டில் குடியிருந்த பெனியேல் என்ற கிறிஸ்தவ சர்ச்சைச் சேர்ந்த குடும்பத்தில் எங்கள் வயதையொத்த கண்ணன், முருகன், பொன்னு என்ற பொன்னம்மாள் போன்றவர்கள் இருந்தார்கள். அவர்களையும் கட்டாய வாசகர்களாக்கி விட்டோம். எதிர்வீட்டி லிருந்த ரீட்டா அக்காவும் 'பொருநை'யின் வாசகி யாக மாற்றப்பட்டார். இப்படிப் 'பொருநை'யின் வாசகர் வட்டத்தை விரிவாக்கினோம்.

பாளையங்கோட்டையில் பல கிறிஸ்தவ திருச்சபைகளைச் சேர்ந்தவர்கள் வாழ்ந்தனர். ரவியின் குடும்பம் சி.எஸ்.ஐ. சர்ச்சைச் சேர்ந்தது. அவர்களுடைய வீட்டு மாடியிலிருந்த குடும்பம் பெனியேல் என்ற திருச்சபையைச் சேர்ந்தது. ரவி வீட்டுக்கு எதிரிலிருந்த ரீட்டா அக்கா குடும்பம் கத்தோலிக்க சபையைச் சேர்ந்தது. இவர்களுக்கு நடுவே சைவப் பிள்ளைமார் குடும்பத்துப் பையனான நான்.

'பொருநை' ஆரம்பித்த செய்தியை முதலில் வல்லிக் கண்ணனுக்குத்தான் எழுதித் தெரியப்படுத்தினேன். பிறகு நம்பிராஜனுக்கு எழுதி, ஏதாவது விஷயதானம் செய்யும்படிக் கேட்டேன். ஒரு நாள் இரவு சுப்பு. அரங்கநாதனைச் சந்தித்து 'பொருநை'யைக் காட்டினேன். வல்லிக்கண்ணனை நேரில் சந்தித்து 'பொருநை'யைக் காட்டிவிட்டு, அவர்களிடம் ஏதாவது 'பொருநை'க்குக் கேட்கலாம் என்று முடிவு செய்தேன். வண்ணதாசனுக்கும் 'பொருநை'யைப் பற்றி எழுதினேன்.

'வேட்டியை அவிழ்த்துத் தலைப்பாகை கட்டுவது' என்று சொல்வார்கள். என்னுடைய எழுத்து ஆர்வம் இப்படித்தான் இருந்தது. வீட்டில் கடும் வறுமை. என் மூத்த தங்கை தூரத்து உறவினரான ஒரு மாமா வீட்டில் வளர்ந்து வந்தாள். மற்ற இரு தங்கைகளும் பாளையங்கோட்டை செவன்டாலர்ஸ் கான்வென்டில் இலவசச் சாப்பாடு, தங்குமிட வசதியுடன் படித்து வந்தனர். அம்மாவோ சாராள் தக்கர் பள்ளி ஹாஸ்டலில் சமையல் காரியாக வேலை பார்த்து வந்தாள். அப்பாவுக்கு நிரந்தரமான வேலையில்லை. வீட்டு வாடகை கூடக் கொடுக்க முடியாத நிலை.

எனக்குக் காலைச் சாப்பாடும், இரவு தங்குமிட வசதியும் ரவியின் வீட்டில் கிடைத்தது. மதிய, இரவு உணவுகள் வக்கீலய்யா வீட்டில். நான் உடுத்தி வந்த வேட்டி, சட்டைகள் எல்லாமே ரவியோ, செல்வக்குமாரோ கொடுத்ததுதான். சொந்தப் பணத்தில் சாப்பிடவோ, உடை வாங்கவோ வசதியில்லை. இப்படிப்பட்ட நிலையில் கதைகளை ரசிப்பதும், பத்திரிகைகள் படிப்பதும் நண்பர்களுக்குக் கடிதங்கள் எழுதுவதும்கூட என் சக்திக்கும், தகுதிக்கும் அப்பாற்பட்டவைதான். ஆனாலும் வெறி பிடித்தவன் மாதிரி படித்தேன், எழுதினேன்.

ஞாயிற்றுக்கிழமை கோர்ட் விடுமுறை. அதனால் கோர்ட் வேலைகள் கிடையாது. என்றாலும் வழக்கம் போல் ஞாயிற்றுக் கிழமை காலையிலும் வக்கீலய்யா வீட்டுக்கு வந்து, ஆபீஸ் அறையைத் திறந்து வைத்துக்கொண்டு உட்கார வேண்டும்.

வராவிட்டால் மத்தியானச் சாப்பாட்டுக்குத் தாளம் போட வேண்டியதிருக்குமே. மதியச் சாப்பாட்டுக்கு மேல் நீண்ட ஓய்வு நேரம் கிடைக்கும். ஒரு ஞாயிற்றுக்கிழமை மதியம், சாப்பிட்டு விட்டு வல்லிக்கண்ணனைப் பார்க்க ராஜவல்லிபுரம் பஸ்ஸில் ஏறினேன்.

பஸ்ஸில் ஜன்னலோர இருக்கையில் உட்கார்ந்துகொண்டு வேடிக்கை பார்த்துக்கொண்டே செல்வதென்றால் மிகவும் விருப்பம். பாளையங்கோட்டையிலிருந்து ஜங்ஷன் வந்ததும் உட்கார இடம் கிடைத்தது. தச்சநல்லூர், கரையிருப்பு, தாழையூத்து வரை நல்ல கூட்டம். தாழையூத்துக்குப் பிறகு பஸ்ஸில் என்னையும் சேர்த்து இரண்டு, மூன்று பேர்தான் இருந்தனர்.

தாழையூத்தில்தான் இந்தியா சிமெண்ட்ஸ் பேக்டரி இருக்கிறது. அந்தச் சிமெண்ட் தொழிற்சாலையிலிருந்து வெளியே வரும் வெள்ளைப் புகையில் சிமெண்ட் தூசும் கலந்து, பல மைல் தூரங்களுக்குப் பரவியது. தாழையூத்து, ராஜவல்லிபுரம் பகுதிகளில் உள்ள வீடுகள், மரங்கள், சாலைகள் எல்லாமே வெள்ளைவெளேர் என்றிருக்கும். தாழையூத்திலிருந்து ராஜவல்லிபுரம் வரை இந்தக் காட்சியைப் பார்த்துக்கொண்டே பயணம் செய்தேன்.

இந்தச் சிமெண்ட் தூசு மாசு மற்றும் அந்தத் தொழிற் சாலையைப் பற்றி வ.க., 'தாமரை'யில் 'காளவாய்' என்ற அருமையான சிறுகதையை 71 வாக்கிலேயே எழுதியது நினைவுக்கு வருகிறது, வல்லிக்கண்ணனின் பல அருமையான சிறுகதை களில் அதுவும் ஒன்று, ராஜவல்லிபுரத்தில் அப்போது இரண்டு இடங்களில் பஸ்கள் நின்று செல்லும். இரண்டாவது நிறுத்தம்தான் வ.க, வீட்டுக்குப் பக்கம். நான் முதல் நிறுத்தத்திலேயே இறங்கி விட்டேன்.

ராஜவல்லிபுரம் ஊரையொட்டி வடபுறம் ஒரு பெரிய குளம் இருக்கிறது, குளத்தில் குளித்துவிட்டுச் சிலர் சென்று கொண்டிருந்தார்கள். அவர்களிடம் வல்லிக்கண்ணன் வீட்டைப் பற்றி விசாரித்தேன். அவர்களுக்குத் தெரியவில்லை. வல்லிக்கண்ணனுக்கு எழுதிக் கேட்டிருந்தால், வீட்டுக்கு வரும் வழியை விபரமாகத் தெரிவித்திருப்பார்கள். நான் திடீரென்று புறப்பட்டு விட்டேன். ஊரின் மேற்குப்புறத்தில் சென்ற நீண்ட தெருவில் சென்றேன. அந்தத் தெருவுடன் ஊரின் மேற்கு எல்லை முடிந்து விடுகிறது. அப்புறம் பசிய வயல்வெளிதான்.

எதிரே ஒருவர் வந்தார். அவருக்கும் தெரியவில்லை. ஆனால், 'எதற்கும் அதோ தெரியுதே உடைஞ்ச தேரு. அந்தப் பக்கம் போய்க் கேட்டுப் பாருங்க..., என்றார். அந்தத் தேருடன்

ஊரின் தென்பகுதி முடிந்து வயல்வெளி ஆரம்பமாகியிருந்தது. அந்த இடத்தில் நின்றுகொண்டு விழித்துக்கொண்டிருந்தேன். சைக்கிளில் ஒருவர் வந்தார். சில சிறுவர்கள் ஆடுகளை மேய்த்துக்கொண்டிருந்தனர். சைக்கிள்காரரிடம் வ.க.வைப் பற்றி விசாரித்தேன். அவர் தெளிவாக வழிகாட்டினார். அந்தப் பழைய தேருக்கு அருகில் உள்ள தெருவில்தான் வ.க.வுடைய வீடு இருந்தது.

வெள்ளை வர்ணம் பூசப்பட்டது போன்ற சிமெண்ட் தூசி படிந்த வீடுகளையும், மரங்களையும் தாண்டி வ.க. வீட்டின் முன்னால் போய் நின்றேன். வீடு சற்று உள்ளடங்கி இருந்தது. தெருவிலிருந்து சிறு சந்து ஒன்று உள்ளே சென்றது. சந்தினுள் சென்றால் கீழ்ப் புறம், திண்ணை வைத்த வீடு ஒன்றிருந்தது. காரைக் கட்டிடம். திண்ணையின் இருபுறமும் இரண்டு உயரமான வட்ட வடிவிலான தூண்கள். திண்ணையின் வலது ஓரத்தில் கிடந்த நீளமான மர பெஞ்சில் தோளில் ஒரு துண்டுடன் வயதானவர் ஒருவர் உட்கார்ந்திருந்தார்.

அவரிடம், "வல்லிக்கண்ணன் வீடு..." என்று இழுத்தேன்.

அவர் சட்டென்று, "ஆமா... வாங்க... தம்பி ஆத்துக்குப் போயிருக்கான். வந்திருவான்... உக்காருங்க..." என்று, தன் பக்கத்தில் பெஞ்சைத் துண்டால் தட்டி உட்காரச் சொன்னார். சிமெண்ட் தூசி பறந்தது. அவரருகே உட்கார்ந்தேன்.

"எங்கே இருந்து வாறீங்க?..."

"பாளையங்கோட்டையிலேருந்து."

"ராமச்சந்திரனா?..." என்று கேட்டார். சிரித்துக் கொண்டே தலையை ஆட்டினேன்.

"தம்பி சொல்லியிருக்கான்..." என்றார்.

உள்ளேயிருந்து ஒரு பெண்ணின் நடுங்கும் குரல் கேட்டது.

"அது யாரு கல்யாணியா?..." என்று அந்தக் குரல் கேட்டது. "பாளையங்கோட்டைக்காரர் தம்பியைப் பாக்க வந்திருக்கார்..." என்றார் வ.க.வின் அண்ணன். உள்ளே கேட்ட பெண்ணின் குரல் வ.க.வுடைய அம்மாவுடையதாக இருக்க வேண்டும் என்று யூகித்துக்கொண்டேன். நானும் வ.க.வுடைய அண்ணனும் பொதுவாகப் பேசிக்கொண்டிருந்தோம். சிறிது நேரத்தில் தோளில் துண்டைப் போர்த்தியபடி சற்றுக் குள்ளமான ஒருவர் காம்பவுண்டினுள் நுழைந்தார்.

"தம்பி வந்துட்டான்..." என்றார் வ.க.வின் அண்ணன். நான் எழுந்து நின்று வ.க.வை வணங்கினேன். வ.க.வின் இதழ்க் கடையில் ஒரு புன்னகை ஓடியது. புன்னகைக்கும்போது கண்கள் சிறுத்தன.

"உக்காருங்க" என்றார்கள். என்னை அறிமுகம் செய்து கொண்டேன்.

"இருங்க, துணியை மாத்திட்டு வந்திருதேன்..." என்று கூறிவிட்டு உள்ளே சென்றார்கள். என் மனம் இனிமையில் தளும்பிக்கொண்டிருந்தது.

6

வல்லிக்கண்ணன் உடை மாற்றிவிட்டுத் திண்ணைக்கு வந்தார்கள். என்னிடம், “வாங்க... உள்ள உக்காந்து பேசுவோம்...” என்றார்கள். வ.க.வின் பின்னால் நானும் சென்றேன். திண்ணையைத் தாண்டியதும் பட்டாசல் என்கிற அகலமான அறை. பட்டாசலில் வெள்ளைச் சேலை உடுத்தி, சற்றுக் கூன் விழுந்த ஒரு பெண் நின்றுகொண்டிருந்தார். தலையெல்லாம் தும்பையாக நரைத்திருந்தது. அவரைக் காண்பித்து, “இதுதான் அம்மா...” என்றார் வ.க... நான் அவர்களை வணங்கினேன். “வாங்க...” என்றார்கள். அம்மாவிடம் என்னை, “இவர் பேரு ராமச்சந்திரன்... கொக்கிரகுளம் கோர்ட்ல வக்கீல் குமாஸ்தாவா வேலை பாக்கறார்...” என்று வ.க. அறிமுகம் செய்து வைத்துவிட்டு, தென்புறம் கீழ மேலாக நீளவாக்கிலிருந்த அறைக்கு அழைத்துச் சென்றார்கள்.

அந்த அறையில் சுவரோரமாக இரண்டு பெரிய மர ஷெல்ஃபுகள் இருந்தன. ஷெல்ஃப் பூராவும் புஸ்தகங்கள், எல்லாப் புஸ்தகங்களுக்கும் காக்கி அட்டை போடப்பட்டிருந்தது. ஒருபுறம் மேஜை. அதை ஒட்டி இரண்டு மர நாற்காலிகள். என்னை நாற்காலியில் உட்காரச் சொன்னார்கள். வ.க., உயரமாக இருந்த வாசல்நடையிலேயே உட்கார்ந்து கொண்டார்கள்.

“இதுதான் உங்க அறையா ?...” என்று கேட்டேன்.

“ஆமா...”

நான் என்னுடன் ‘பொருநை’ இதழை எடுத்துச் செல்லவில்லை. என்னுடைய வழக்கமான கூச்ச உணர்வு அதைத் தடுத்துவிட்டது. ஆனால், வ.க. ‘பொருநை’யைப் பற்றி ஞாபகமாக விசாரித்தார்கள். இருவரும் பரஸ்பரம் அவரவர் குடும்பங்களைப் பற்றிப் பேசினோம்.

வ.க.வின் மேஜை மீது எழுத்து, நடை, தாமரை, தீபம், கணையாழி முதலான சிற்றிதழ்கள் வரிசையாக அடுக்கி வைக்கப் பட்டிருந்தன. அவற்றில் நான் அதுவரை பாராத சிற்றிதழ் எழுத்தும், நடையும்தான். அவற்றைப் 'படித்துவிட்டுத் தருகிறேன்' என்று, ஞாபகமாக வாங்கி வைத்துக்கொண்டேன்.

அதற்குள் வ.க.வின் அம்மா உப்புமா கிளறிவிட்டார்கள். பட்டாசலை அடுத்து வடபுறம் நீளமான கட்டு (அறை) ஒன்று இருந்தது. அதனருகே வானவெளி முற்றம். முற்றத்தில் கிணறு. அந்தத் தள்ளாத வயதிலும் வ.க.வின் தாயார் விருந்தினரை உபசரிப்பதில் காட்டிய ஆர்வம் என்னைப் பெரிதும் ஈர்த்தது.

அந்த நீள் கட்டில் நானும், வ.க.வும், அவர்களது அண்ணாச்சியும் அமர்ந்து உப்புமா சாப்பிட்டோம். சாப்பிட்ட பிறகு காபியும் தந்தார்கள். சிறிது நேரம் பேசிக்கொண்டிருந்து விட்டுப் புறப்பட்டேன். பஸ் நிறுத்தத்துக்கு வ.க.வும் உடன் வந்தார்கள். நான் தனியாகவும் ராஜவல்லிபுரம் சென்றிருக்கிறேன். கல்யாணி (வண்ணதாசன்)யுடனும் பல முறை சென்றிருக்கிறேன். எப்போதும் பஸ் ஏற்றிவிட வ.க. பஸ் நிறுத்தத்துக்கு வந்து விடுவார்கள். கி. ராஜநாராயணனிடமும் வண்ணதாசனிடமும் கூட இந்தப் பழக்கம் உண்டு.

அன்று முழுவதும், வ.க.வைச் சந்தித்துவிட்டு வந்த அந்த இனிய நினைவிலேயே உழன்றேன். வ.க.வைச் சந்தித்ததை உடனே கடிதம் எழுதி கல்யாணிக்கும், நம்பிராஜனுக்கும் தெரிவித்தேன். நம்பிராஜன் பதிலுடன் சில கவிதைகளையும் 'பொருநை'க்காக அனுப்பியிருந்தார். கவிதைகளைச் 'சங்கரி மணாளன்' என்ற புனைபெயரில் எழுதியிருந்தார். இந்தப் புனைபெயரை அவர் பின் நாட்களில் பயன்படுத்தவில்லை. 'விக்ரமாதித்யன்' என்ற புனைபெயரையே பயன்படுத்த ஆரம்பித்தார். நான்கூட பள்ளி நாட்களில் 'மதியழகன்' என்ற பெயரில் சில கவிதைகளைக் கிறுக்கியிருக்கிறேன்.

புனைபெயர் வைத்துக்கொள்ளும் பழக்கம் அக்காலத்தில் தி.மு.க.வினரைப் பார்த்து ஏற்பட்டிருக்க வேண்டும் என்று தோன்றுகிறது. மேலும், எழுத்துத் துறையில் ஈடுபடுகிறவர்கள்தான் புனைபெயர்களில் அதிக ஆர்வம் காட்டுவார்கள். நெலலை மாவட்டத்தில் சாதாரண மனிதர்களுக்கே, பலருக்கு இரண்டு பெயர்கள் இருக்கும். இரண்டாவது பெயரைப் 'பட்டப் பெயர்' என்பார்கள். எனக்கே எங்கள் குடும்பத்தில் இரண்டு பட்டப் பெயர்கள் உண்டு. எங்கள் கிராமத்தில் என்னை 'ராமையா' என்று அழைப்பார்கள். உறவுக்காரர்கள் 'சந்திரா' என்று கூப்பிடுவார்கள்.

கலாப்ரியாவை அவரது குடும்பத்தாரும், நெருங்கிய நண்பர்களும் 'கோபால்' என்று கூப்பிடுவார்கள். வண்ணதாசனை நாங்கள் 'கல்யாணி' என்று அழைப்போம். நம்பிராஜனைச் சுருக்கமாக 'நம்பி' என்று அழைப்போம்.

நம்பிராஜனின் தந்தை அழகுசுந்தரம். இவர் சங்கரன் கோவிலருகே உள்ள ஒரு ஜமீனில் காரியஸ்தராகப் பணிபுரிந்து வந்தார். சரளமாக ஆங்கிலம் பேசுவார். அப்போது தி.மு.க. ஆட்சியிலிருந்தது. நம்பிராஜனும் அவரது தந்தையும் சேர்ந்து தி.மு.க. சார்பில் ஏதோ ஒரு மலரைத் தயாரித்தனர். நம்பிராஜனிடம் அப்போதே வெளிப்படையான திராவிட இன உணர்வு இருந்தது. அவர் எந்தத் திராவிடக் கட்சியிலும் இல்லை. ஆனால், திராவிட இனம் என்ற கருதுகோளை அவர் நம்பினார்.

இதுபோல் பழந்தமிழ் இலக்கியங்களிலும் நம்பிக்கு அபாரமான ஈடுபாடும், பற்றுதலும் உண்டு. அதனால்தான் பாபநாசம் திருவள்ளுவர் தமிழ்க் கல்லூரியில் சேர்ந்து தமிழ் படிக்க ஆசைப்பட்டார். ஆனால், அவரது சூழ்நிலையால் அவரால் கல்லூரிப் படிப்பைத் தொடர முடியவில்லை. கலாப்ரியா, வண்ணதாசனை விட அதிக அளவில் பழந்தமிழ் இலக்கியங்களைப் படித்தவர் நம்பி. அவரது நவீன தமிழ் இலக்கிய ஈடுபாட்டுக்கு இதுவே சாளரமாக அமைந்தது.

வ.க.வைச் சந்தித்து விட்டு வந்த பிறகு இரண்டு சிறுகதைகளை எழுதினேன். இவைதான் நான் முதன்முதலாக எழுதிய சிறுகதைகள். கதைகளுக்குத் தலைப்பிடவில்லை. சாலையோரத்தில் பஸ் நிறுத்தத்திலிருந்த ஒரு மரத்தை, இடைஞ்சலாக இருக்கிறதென்று முனிஸிபாலிட்டிக்காரர்கள் அகற்றுவதைப் பற்றியது ஒரு சிறுகதை. எப்படியோ தமிழ் இலக்கிய உலகில் ஒரு சிறுகதை ஆசிரியர் உதயமாகிவிட்டார். தமிழ் இலக்கியத்துக்கு இனி விடிவு காலம்தான்.

வ.க.விடமிருந்தும், கல்யாணியிடமிருந்தும் வழக்கம் போல் கடிதங்கள் வந்துகொண்டிருந்தன. வ.க.வைச் சந்திக்கச் சென்றதுபோல் ஒரு ஞாயிற்றுக் கிழமை மாலை, கல்யாணியைச் சந்தித்தே விடுவது என்று புறப்பட்டேன். சுடலைமாடன் கோவில் தெரு முகவரியைத் தேடிக்கொண்டு புறப்பட்டேன். அந்த முகவரியைச் சென்றடைந்தபோது ஆச்சரியமாக இருந்தது.

நான்கு வீடுகள் எதிரும் புதிருமாக இருக்கும் வளவு வீடு அது. வடபுறமிருந்த வீட்டுக்கு நான் என் பள்ளி நாட்களிலேயே வந்திருக்கிறேன். ஆறாவது வகுப்பில் என் வகுப்புத் தலைவனாக இருந்த சிவசங்கரனின் வீடு அது. சிவசங்கரன் வீட்டுக்கு அடிக்கடி வந்திருக்கிறேன். சிவசங்கரன் வீட்டுக்கு எதிர் வீடுதான்

கல்யாணியுடைய வீடு. சிவசங்கரன் கல்யாணியுடைய சின்னத் தாத்தாவுடைய மகன் என்பது பின்னால் தெரிந்தது.

கல்யாணி வீட்டின் முன்னால் போய் நின்று "வண்ணதாசன் இருக்காரா?" என்று விசாரித்தேன். கல்யாணியுடைய மூத்த தங்கை, அழிக்கதவருகே நின்று, 'அண்ணன் மாடியிலே இருக்காங்க' என்று மாடிக்குச் செல்லும் வழியைக் காட்டினார். மாடிக்குச் சென்றேன். கல்யாணி ஊஞ்சலில் படுத்திருந்தபடியே படித்துக் கொண்டிருந்தார். என்னைப் பார்த்ததும் எழுந்து நின்றார். என்னை அறிமுகப்படுத்திக் கொண்டேன். என்னை உட்காரச் சொன்னார். முன்தினம், சனிக்கிழமைதான் அவரிடமிருந்து கடிதம் வந்திருந்தது. அதைப் பற்றிப் பேசினேன். நான் பேசுவதைப் புன்சிரிப்புடன் கேட்டுக்கொண்டிருந்தார். கீழேயிருந்து காபி வந்தது.

ஊஞ்சல் பலகையிலும், மேஜை மீதும் ஏராளமான பத்திரிகைகளும், புஸ்தகங்களும் சிதறிக் கிடந்தன. அப்போது ஆனந்த விகடன், குமுதம், கல்கியைப் போல தினமணிக் கதிரும் பிரபலமாக இருந்தது. சாவி கதிரின் ஆசிரியராக இருந்தார். கணையாழி, தீபத்துடன் வாரப் பத்திரிகைகளும் கிடந்தன. ஐந்தரை மணி சுமாருக்குச் சென்றவன் இரவு எட்டு மணி வரை அவருடன் தொண தொணத்துக் கொண்டிருந்தேன். கல்யாணி அதிகம் பேசவில்லை. வார்த்தைகளை எண்ணித்தான் பேசினார். நான் ஒரே பரவசத்துடன் லொட லொடவென்று பேசிக்கொண்டே இருந்தேன்.

அப்போது அவர் பி.காம் முடித்துவிட்டு வேலைக்காக முயற்சி செய்துகொண்டிருந்தார். தனக்கு வேலை கிடைக்காதது பற்றி அவருக்கு வருத்தமிருந்தது. அவரது கடிதங்களிலேயே இதைப் பற்றி எழுதியிருக்கிறார். நீண்ட நேரம் அவருடன் பேசிக்கொண்டிருந்துவிட்டுப் புறப்பட்டேன். ரொம்பச் சந்தோஷமாக இருந்தது. அவரது கடிதங்களைப் போலவே அவரிடமிருந்த மென்மை எனக்குப் பிடித்திருந்தது. எப்போதும் அவ ருடனேயே இருக்க வேண்டுமென்று தோன்றியது. பிரிய மன மின்றிப் பிரிந்து வந்தேன்.

கல்யாணியைச் சந்தித்துவிட்டு வந்ததைப் பற்றிக் குமாரிடம் பகிர்ந்துகொள்ள வேண்டுமென்று தோன்றியது. குமார் (செல்வக் குமார்) அப்போது லோக்கல் பண்ட் அக்கவுண்ட் ஆபீஸ் வேலையாக வீரவநல்லூரில் முகாமிட்டிருந்தார். அனேகமாக ஞாயிற்றுக்கிழமைதோறும் வீட்டுக்கு வந்துவிடும் அவர், அந்த ஞாயிற்றுக்கிழமை வரவில்லை. இதனால் மனம் சோம்பிப் போனது. வக்கீலய்யா வீட்டில் இரவுச் சாப்பாட்டை

முடித்துக்கொண்டு, கையிலிருந்த சில்லரைகளை எண்ணிப் பார்த்தேன். ஒரு சினிமா பார்க்கப் போதும். நாளை திங்கட்கிழமை. யாராவது கட்சிக்காரரர் வராமலா போய்விடுவார்? நாளைய பாடு நாளைக்கு என்று, அசோக் டாக்கீஸில் ஏதோ ஒரு படத்தில் போய் உட் கார்ந்தேன்.

கல்யாணியைச் சந்தித்துவிட்டு வந்ததைப் பற்றி முத்துக் கிருஷ்ணனிடம் பேசிப் பகிரலாம் என்றால், முத்துக்கிருஷ்ணன் அப்போது மதுரை சரஸ்வதி நாராயணன் கல்லூரியில் வேலைக்குச் சேர்ந்துவிட்டார். கல்யாணியைச் சந்தித்துவிட்டு வந்தது என்னைப் பொறுத்தவரையில் பெரிய விஷயம்தான். என் நீண்ட நாளைய கனவுகளில் ஒன்று அது. அவரைச் சந்தித்துவிட்டு வந்த பரவசம் என்னுள் பல நாட்களுக்கு இருந்தது.

7

கல்யாணி அந்த நாட்களில் அநேகமாக எனக்குத் தினசரி கடிதங்கள் எழுதி வந்தார் எனறே சொல்ல வேண்டும். அவரது சிறுகதைகளைப் போல அவரது கடிதங்களும் ஜீவனுள்ள, கவித்துவமான நடையழகைக் கொண்டிருந்தன. அவரிடமிருந்து ஒரு நாள் கடிதம் வராவிட்டால் கூட என் மனம் சோம்பிவிடும். சில தினங்களில் காலைத் தபாலில் ஒரு கடிதமும் மாலைத் தபாலில் ஒரு கடிதமும் கூட வரும். என்னுடைய வாழ்க்கையைக் கல்யாணியின் கடிதங்கள் மிகுந்த அர்த்தமுள்ளதாக்கின. அவர் எனக்கு எழுதிய கடிதங்களை எல்லாம் 73இல் சென்னைக்கு வரும் வரை பத்திரப்படுத்தி வைத்திருந்தேன்.

அவருடைய கையெழுத்தே கோட்டுச் சித்திரம் போல் அழகாக இருக்கும். அறுநூறுக்கும் மேற்பட்ட கடிதங்களையாவது அவர் எனக்கு எழுதியிருப்பார். ஆனால், அவையெல்லாம் இன்று என்னிடமில்லை. எனக்கு வந்த பல கடிதங்களை நண்பர் விக்ரமாதித்யன் மூட்டையாகக் கட்டி எடுத்துச் சென்றார்,

எனக்கு என்றில்லை, பெங்களூர் அன்பழகன், வல்லிக்கண்ணன், மதுரை அருணகிதாயன், ஓவியர் சக்தி கணபதி, அட்வகேட் இளங்கோவேள், விக்ரமாதித்யன் என்று பலருக்கும் சளைக்காமல், ஒரு அசாதாரணமான உத்வேகத்துடன் தொடர்ந்து கடிதங்கள் எழுதியவர் கல்யாணி. இன்றும் கூட தனக்கு வரும் கடிதங்களுக்குத் தன் கைப்படவே அவர் பதில் எழுதிக் கொண்டுதானிருக்கிறார்.

பித்துப் பிடித்தவன் போல் கல்யாணியை நான் அவருடைய வீட்டுக்கு அடிக்கடி சென்று சந்தித்து வந்தேன். காலையில் ஆற்றில் குளித்துவிட்டு அப்படியே சைக்கிளில் அவர் வீட்டுக்குப் பல நாட்கள் சென்றிருக்கிறேன். எட்டரை மணி வரை

அவருடன் பேசிக் கொண்டிருந்துவிட்டு, பத்துப், பதினைந்தே நிமிடத்தில் அவர் வீட்டிலிருந்து முருகன்குறிச்சிக்கு வந்து விடுவேன். எல்லாவற்றிலும் வாயு வேகம், மனோவேகம்தான்.

அப்படிச் சென்று அவரைத் தொந்தரவுபடுத்திய ஒரு நாளில்தான், அவரைப் பார்க்க வந்த கலாப்ரியாவை எனக்கு அறிமுகம் செய்து வைத்தார். 'கோபால்' என்ற கலாப்ரியா கல்யாணி வீட்டினருகேதான் வசித்து வந்தார். கலாப்ரியா அப்போதுதான் எழுத ஆரம்பித்திருந்தார். 'பொருநை'க்காக அவரிடம் படைப்புகள் கேட்டேன்.

'பொருநை'யின் இதழ்களைக் கல்யாணியின் ஓவியங்கள் அலங்கரித்தன. கல்யாணிக்கு ஓவியத்திலும் ஆர்வம் உண்டு. அவர் கதைகளை எழுதுகிற நீளமான நோட்டிலேயே ஏராளமான ஓவியங்களை வரைந்திருந்தார். அவரது நண்பரான ஓவியர் சக்தி கணபதியைப் பற்றி அடிக்கடி என்னிடம் பேசியிருக்கிறார். கல்யாணியின் நண்பர்களான இளங்கோவேள், பாலு, அலெக்ஸாண்டர் போன்ற நண்பர்களை எனக்கும் அறிமுகப்படுத்தி வைத்திருக்கிறார். ஆனால், இன்றுவரை ஓவியர் சக்தி கணபதியை நான் சந்திக்கவில்லை. பலமுறை கல்யாணி வீட்டுக்குச் சென்றபோது, சற்று முன்புதான் சக்தி கணபதி வந்துவிட்டுச் சென்றார் என்பார். வாழ்க்கையில் விளங்கிக்கொள்ள முடியாத எவ்வளவோ புதிர்கள் உள்ளன. அவற்றில் சக்தி கணபதியை நான் சந்திக்கவே முடியாமல் போனதும் ஒன்று.

அடுத்த 'பொருநை' இதழ் கல்யாண்ஜி, விக்ரமாதித்யன், கலாப்ரியா இவர்களின் கவிதைகளோடு மிகப் பிரமாதமாக வெளிவந்தது. கலாப்ரியாவின் 'என்னுடைய மேட்டு நிலம்' என்ற கவிதைக்கு கல்யாணி அருமையாகப் படம் வரைந்திருந்தார். ஒரு நாள் கல்யாணியிடமிருந்து வந்த கடிதத்தில் தான் தீபத்துக்காகப் புதிதாக ஒரு சிறுகதை எழுதியிருப்பதாக எழுதியிருந்தார். அதைப் படித்ததும் விழுந்தடித்துக் கொண்டு ஓடினேன். அந்தச் சிறுகதையை அவர் வீட்டு ஊஞ்சலில் உட்கார்ந்துகொண்டே படித்து முடித்தேன். அதுதான் 'ஒரு உல்லாசப் பயணம்' என்ற அற்புதமான சிறுகதை.

பள்ளிக்கூடத்திலிருந்து செல்லும் குற்றாலம் சுற்றுலாவுக்குச் செல்ல முடியாத சிறுவன், மொட்டை மாடியிலிருந்து குழாய் வழியாக விழும் மழைத் தண்ணீரை அருவியாகப் பாவித்துக் கொண்டு குளிப்பான். வண்ணதாசனுடைய அருமையான ஆரம்ப காலச் சிறுகதைகளில் ஒன்று அது. ஒரு காலை நேரத்தில்தான் அந்தச் சிறுகதையைப் படித்தேன். அதைப் படித்த தருணமும் அந்தச் சூழ்நிலையும் இன்றும் மனதில் சித்திரம் போல் உள்ளது.

கல்யாணியிடமிருந்து வரும் கடிதங்கள், அவரது ‘ஒரு உல்லாசப் பயணம்’ சிறுகதையைப் படித்தது இவையெல்லாம் ஒரு பெரிய விஷயமா என்று தோன்றலாம். என்னைப் பொறுத்த வரை, என்னைப் பெரிதும் பாதித்த நண்பர்களில் கல்யாணிக்கு மிக முக்கியமான இடமுண்டு. அதனால்தான் அவரை ‘ரெயினீஸ் ஐயர் தெரு’ நாவலிலேயே ஒரு சிறு பாத்திரமாக்கினேன். அவரது பிரியத்தினாலும், அவரது எழுத்தினாலும் என்னை வர்ஷித்தவர் கல்யாணி. அவரைச் சந்திக்காமல் போயிருந்தால் வாழ்வில் பல அற்புதமான கணங்களை இழந்திருப்பேன்.

கல்யாணியும் நானும் பலமுறை வல்லிக்கண்ணனைப் பார்க்க ராஜவல்லிபுரம் சென்றிருக்கிறோம். 1970 ஆகஸ்ட் வாக்கில் நான் எழுதி வைத்திருந்த இரண்டு சிறுகதைகளை எடுத்துக்கொண்டு வ.க.வைப் பார்க்க ஒரு ஞாயிறன்று சென்றேன். அன்று கல்யாணி உடன் வரவில்லை. வழக்கம் போல் வ.க. வீட்டில் டிபன், காபி எல்லாம் சாப்பிட்டேன். அந்தக் கதைகளை வ.க.விடம் கொடுத்துப் “படித்துப் பாருங்கள்” என்றேன். அவற்றை வாங்கி வைத்துக் கொண்டார்கள்.

வ.க., கல்யாணி இருவரிடமிருந்தும் எனது படிப்புப் பசிக்குத் தீனி கிடைத்து வந்தது. படித்த பத்திரிகைகளையும், நூல்களையும் திருப்பிக் கொடுப்பதிலும் ஞாபகமாக இருந்தேன். கல்யாணியிடமிருந்துதான் கு.ப.ரா.வின் கனகாம்பரம் சிறுகதைத் தொகுதி; லா.ச.ரா.வின் அபிதா, புத்ர; வாசகர் வட்டம் வெளியிட்ட ஐந்து குறுநாவல்கள், சாயாவனம் போன்ற படைப்புகளை எடுத்துச் சென்று படித்தேன். டி.கே.சி.யின் புதல்வரும், தீப. நடராஜனின் தந்தையுமான ‘தீபன்’ எழுதிய அரும்பிய முல்லை என்ற பிரமாதமான கட்டுரைத் தொகுதி கல்யாணி வீட்டில்தான் கிடைத்தது.

வ.க.விடம் எனது சிறுகதைகளைக் கொடுத்துவிட்டுத் திரும்பும்போது எழுத்து பிரசுரம் வெளியிட்டிருந்த வ.க.வின் ‘ஆண்சிங்கம்’ என்ற தொகுப்பைப் படிக்க எடுத்து வந்தேன். என்னைப் போல் கலாப்ரியாவும் கல்யாணி வீட்டு நூலகத்தைப் பயன்படுத்திக் கொண்டார்.

கல்யாணி வீட்டுப் புத்தக அலமாரியில் க.நா.சு.வின் பொய்த்தேவு, படித்திருக்கிறீர்களா, இலக்கிய விசாரம் முதலான நூல்களும் படிக்கக் கிடைத்தன. க.நா.சு.வின் கட்டுரைத் தொகுதிகள்தான் எனக்கு இலக்கிய உலகில் கை விளக்காக அமைந்தன. வெகுஜன இதழ்களில் வெளிவந்த தொடர் கதைகளுக்கும், இலக்கியத்திற்கும் உள்ள வித்தியாசத்தைப் புரிந்து கொள்ள க.நா.சு.வின் கட்டுரைத் தொகுதிகள்தான் உதவின.

‘க.நா.சு.’ என்ற க.நா. சுப்ரமண்யத்தின் ‘இலக்கிய விசாரம்’ என்னைப் பெரிதும் கவர்ந்த, பாதித்த நூல்.

புதுமைப்பித்தன், மௌனி ஆகிய இரண்டு முக்கியமான படைப்பாளிகளையும் மிகச் சரியாகவும், உயர்வாகவும் க.நா.சு. வின் கட்டுரைகள்தான் அறிமுகம் செய்து வைத்தன. அவரது ‘இலக்கிய விசாரம்’ என்ற நூலில் ஒரு இடத்தில் ‘எழுத்தாளன் சோதனை முயற்சிகள் செய்து பார்க்க வேண்டும்’ என்று போகிற போக்கில் சொல்லியிருப்பார். இதை என் மனம் அப்படியே சிக்கெனப் பற்றிக்கொண்டது. பிற்காலத்தில் விதவிதமான நடை, உருவங்களில் நான் எழுதிப் பார்க்க இதுதான் காரணம்.

க.நா.சு.வை நான் 73இல் சென்னை வரும் வரை நேரில் பார்த்ததில்லை. ஆனால், அவரது நாவல்களும், கட்டுரைத் தொகுதிகளும் என்னைப் பெரிதும் பாதித்தன. அவரைக் காணாமலேயே அவர் மீது எனக்கு மானசீகமாக மதிப்பு ஏற்பட்டது. எல்லோரும் க.நா.சு.வின் ‘பொய்த் தேவு’ என்ற நாவலைத்தான் கொண்டாடுவார்கள். ‘பொய்த் தேவு’ தமிழ் இலக்கியத்தில் முக்கியமான நாவல்தான் என்றாலும், அவரது ‘வாழ்ந்தவர் கெட்டால்’ என்ற நாவலைத்தான் எனக்கு மிகவும் பிடிக்கும்.

அவரது ‘ஒரு நாள்’ என்ற குறுநாவல் என்னைப் பாதித்த இன்னொரு நாவல். அதேபோல் நானும் ‘ஒரே ஒரு நாள்’ என்ற குறுநாவலைப் பிற்காலத்தில் எழுதினேன். சோதனை முயற்சியாக ஒரே நாளில் நடைபெற்ற சம்பவங்களைக் கதையாக்கினேன். இலக்கியரீதியாக நான் க.நா.சு.வுக்குப் பெரிதும் கடன் பட்டவன்.

வல்லிக்கண்ணனிடம் நான் கிறுக்கியிருந்த காகிதங்களைக் கொடுத்துவிட்டு வந்ததை நான் மறந்தே போய்விட்டேன். ஆனால், வ.க. எனக்கு எழுதியிருந்த ஒரு கடிதத்தில் அந்தச் சிறுகதைகள் நன்றாக இருக்கின்றன என்றும், தொடர்ந்து எழுதுமாறும் ஊக்குவித்திருந்தார்கள். செப்டம்பர் மூன்றாவது வாரம் ஒரு நாள் என் முகவரிக்கு ‘சாந்தி’ என்ற பத்திரிகை வந்தது.

‘சாந்தி’யை ஜங்ஷன் இளங்கோ ஸ்டோர்ஸிலும், வ.க. வீட்டிலும் பார்த்திருக்கிறேன். அந்தச் செப்டம்பர் 15ஆம் தேதியிட்ட இதழில் வெளிவந்திருந்த ‘மண்ணில் மலர்கள்’ சிறுகதையைப் படித்துப் பார்த்தேன். அது, நான் வ.க.விடம் படிக்கக் கொடுத்துவிட்டு வந்த இரண்டு சிறுகதைகளில் ஒன்று தான். அச்சிறுகதைதான் ‘வண்ணநிலவன்’ என்ற புனைபெயரில் வெளியாகியிருந்தது.

எனக்குச் சந்தோஷம் பிடிபடவில்லை. ஆச்சரியமும், மகிழ்ச்சியும் கலந்த கலவையான உணர்ச்சியில் திளைத்தேன். நானும் எழுத்தாளனாகிவிட்டேன். வ.க.வினால் ‘வண்ண நிலவன்’ என்று பெயர் சூட்டப்பட்டுவிட்டேன். ராமச்சந்திரனாக இருந்த நான் வண்ணநிலவனானது இப்படித்தான். வ.க. ‘சாந்தி’க்கு எனது சிறுகதையை அனுப்பியிருப்பது பற்றிச் சொல்லவே இல்லை. என்னைத் திடீரென்று மகிழ்ச்சியில் ஆழ்த்த விரும்பி யிருப்பார்கள் போல.

வ.க.வுக்கு நன்றி தெரிவித்து எழுதினேன். ‘சாந்தி’ என்ற பெயரில் முன்பு தொ.மு. சிதம்பர ரகுநாதன் ஒரு இலக்கியப் பத்திரிகையை நடத்தியிருக்கிறார். அந்தச் ‘சாந்தி’யில் சுந்தர ராமசாமியின் சிறுகதையெல்லாம் வெளிவந்திருக்கிறது. ஆனால், இந்தச் ‘சாந்தி’ பத்திரிகை வேறு. இது தூத்துக்குடியி லிருந்து, அப்போதைய வலது கம்யூனிஸ்ட் எம்.பி.யான எஸ்.ஏ. முருகானந்தத்தினால் நடத்தப்பட்டு வந்தது. அக்கால பிளிட்ஸ், கரண்ட் போன்ற ஆங்கிலப் பத்திரிகைகளைப் போல் ‘டேபுளாயிட்’ ஸைஸில் வெளிவந்தது.

அக்டோபர் 1ஆம் தேதி இதழிலேயே எனது அடுத்த சிறுகதை ‘வைதேகி செத்துக் கிடந்தாள்’ என்ற தலைப்பில் வெளிவந்தது. இரண்டு சிறுகதைகளுக்கும் தலைப்பு இட்டதும் வ.க.தான். எப்படியோ வ.க.வின் உதவியினால் நானும் எழுத்தாளனாகிவிட்டேன்.

8

அன்றும் சரி, இன்றும் சரி, நான் எந்தக் கட்சியிலும் உறுப்பினரல்ல. எழுத்தாளர் சங்கத்திலோ, பத்திரிகையாளர் சங்கத்திலோ கூட உறுப்பினரல்ல. அந்தந்தக் காலச் சூழல்கள், வேட்பாளர்களின் தகுதிகள் இவற்றை அனுசரித்துப் பல்வேறு கட்சி வேட்பாளர்களுக்கும் வாக்களித்து வந்திருக்கிறேன். அடிப்படையில் நான் ஒரு தேசியவாதி, எக்கட்சியையும் சாராத தேசியவாதி.

ஆனால், தமிழ்நாட்டு எழுத்துச் சூழலில், அரசியலுக்கும் இடமுண்டு. திராவிடர் கழக, தி.மு.கழக எழுத்தாளர்கள் என்று ஒரு பிரிவினர் இருப்பதைப் போல, இடதுசாரிச் சிந்தனை கொண்ட கம்யூனிஸ, மார்க்ஸிய எழுத்தாளர்கள் என்று ஒரு வகை இருக் கிறது. தி.க, தி.மு.க. ஆகிய திராவிட அணிகளைச் சேர்ந்த எழுத்தாளர்களில் கட்டுரை யாசிரியர்களே அதிகம். திராவிட இயக்கங்களில் அண்ணாதுரை, கருணாநிதி போன்ற ஒருசிலர் சிறுகதை, நாவல்கள் என்று எழுதியிருக்கின்றனர்.

என்றாலும், இவர்களது படைப்புகளில் பிரச்சாரம்தான் மேலோங்கி நிற்கும். படைப்பு இலக்கியத்தின் ஆதார சுருதியான மனோகரமான மொழிநடை, உணர்ச்சி வெளிப்பாடு, புதுமை, பாத்திர சிருஷ்டி போன்ற அடிப்படை அம்சங்கள் கூட திராவிட இயக்க எழுத்தாளர்களிடம் ஒழுங்காக வாய்க்கவில்லை. பேசுவது போலவே இவர்களது சிறுகதைகளும், நாவல்களும் அதிகச் சத்தமும், உச்ச தொனியும் கொண்டதாக இருக்கும். இலக்கியத்துக்கே உரிய இலக்கிய அமைதி என்பது அண்ணாதுரையிடமோ, கருணாநிதியிடமோ மருந்துக்கும் கிடையாது.

எனக்குத் தெரிந்தவரையில், ஓரளவு கதை எழுதத் தெரிந்தவர் என்றால் தி.மு.க.விலிருந்த ‘தென்னரசு’ ஒருவரைத்தான் குறிப்பிடமுடியும்.

க.நா.சு., 'ஆடும் மாடும்' என்ற சிறுகதைத் தொகுதியின் ஆசிரியரான ஸ்ரீனிவாசனை, நல்ல எழுத்தாளர் என்று குறிப்பிட்டிருக்கிறார். ஸ்ரீனிவாசன் தி.மு.கழகத்தவர். என்றாலும், தென்னரசுவுடன் ஒப்பிடும்போது, ஸ்ரீனிவாசன் அவருக்குப் பின்னால்தான் இருக்கிறார்.

எழுத்து, படைப்பிலக்கியம் என்று வரும்போது திராவிட இயக்கத்தினரைவிட கம்யூனிஸ்ட்களின் எழுத்துக்கள் இலக்கியமாகத் தெரிகின்றன. புதுமைப்பித்தன், மௌனி, கு.ப.ரா., தி. ஜானகிராமன் போன்ற அபாரமான இலக்கியவாதிகளைப் போல் கம்யூனிஸ்ட் எழுத்தாளர்களோ, மார்க்ஸிஸ்ட் எழுத்தாளர்களோ பிரமாதமாக எழுதிவிடவில்லை என்றாலும், திராவிட இயக்கத்தினரைவிடச் சிறப்பாக எழுதியவர்கள் என்பதை ஒப்புக்கொண்டே ஆகவேண்டும்.

கட்டுரை நடையில் கதைகளை எழுதுவது, வறட்சியான நடையிலும், உரத்த தொனியிலும் கதை சொல்வது என்பது திராவிட இயக்க எழுத்தாளர்களைப் போல், இடதுசாரி மார்க்ஸிய, கம்யூனிஸ எழுத்தாளர்களிடமும் உண்டு. என்றாலும் இந்த அழுக்குப் படியாத, திறமையான சிறுகதைப் படைப்பாளி என்று எழுபதுகளில் செம்மலர், உதயம், அஃக் போன்ற சிற்றிதழ்களில் எழுதிய 'அஸ்வகோஷ்' என்ற ஆர். ராஜேந்திர சோழனைச் சொல்ல வேண்டும். தமிழின் நவீன இலக்கிய கர்த்தாவான அசோகமித்திரன், ராஜேந்திர சோழனை *Promising Writer* என்று குறிப்பிட்டது ஞாபகத்துக்கு வருகிறது.

ராஜேந்திர சோழன் மார்க்ஸிய கம்யூனிஸ்ட் கட்சியில் உறுப்பினராகவே இருந்தார் என்று நினைக்கிறேன். அவர்களது கட்சிப் பத்திரிகையான செம்மலரில் 'அஸ்வகோஷ்' என்ற புனைபெயரில், பல அற்புதமான, கலாபூர்வமான சிறுகதை களை எழுதியிருக்கிறார். அந்த நாட்களிலிருந்தே நானும் வண்ணதாசனும் ராஜேந்திர சோழனின் வாசகர்கள். வண்ணதாசனின் தந்தையான 'தி.க.சி,' என்ற தி.க. சிவசங்கரன் சோவியத் நாடு இதழில் பணியாற்றி வந்தார்கள். நான் எழுத ஆரம்பித்தபோது தி.க.சி.தான் வலது கம்யூனிஸ்ட் கட்சியின் ஆதரவில் வெளிவந்த 'தாமரை' இலக்கிய இதழின் பொறுப்பைக் கவனித்து வந்தார்கள்.

பொதுவாகக் கட்சிகளின் சார்பில் வெளிவருகிற பத்திரிகைகள் என்றாலே பிரச்சாரம்தான் அதிகமாக இருக்கும். 'செம்மலர்' இடது கம்யூனிஸ்ட் கட்சியின் அதிகாரபூர்வமான இலக்கியப் பத்திரிகையாகவும், 'தாமரை' வலது கம்யூனிஸ்ட் கட்சியின் இலக்கியப் பத்திரிகையாகவும் இன்றும் வெளிவந்து கொண்டிருக்கின்றன. தாமரையின் பொறுப்பு தி.க.சி.யிடம்

ஐந்து ஆண்டுகளோ, ஆறு ஆண்டுகளோதான் இருந்தன. அந்த ஐந்தாறு ஆண்டுகளும் தாமரையில் பிரச்சார நெடி இல்லாத பல அற்புதமான யதார்த்தச் சிறுகதைகள் வெளிவந்தன. இதற்குக் காரணம் தி.க.சி.தான்.

கல்யாணி 'சிவ. கல்யாணசுந்தரம்' என்ற தனது இயற் பெயரிலேயே கவிதைகளையும், மொழிபெயர்ப்புக் கவிதை களையும் தாமரையில் எழுதினார்.

தி.க.சி.யின் பொறுப்பில் தாமரை வெளிவந்த காலத்தில் தான் பூமணியின் 'வயிறுகள்', பா.ஜெயப்பிரகாசத்தின் 'அம்பலக் காரர் வீடு', வல்லிக்கண்ணனின் 'காளவாய்', கி. ராஜநாராயண னின் 'வேட்டி' முதலான அதியற்புதமான சிறுகதைகள் வெளிவந்தன. இதே காலகட்டத்தில்தான் தி.க.சி.யின் தனிப்பட்ட ஆர்வத்தினாலும், முயற்சியினாலும் செ. கதிர்காமநாதன், டொமினிக் ஜீவா, செ. யோகநாதன், தெணியான் போன்ற பல இலங்கை எழுத்தாளர்களும் தாமரையில் சிறுகதைகள் எழுதினர். தி.க.சி.யின் பொறுப்பிலிருந்த காலம் 'தாமரை'யின் பொற்காலம்.

இடதுசாரி இலக்கியம் என்ற அடிப்படையில் பார்த்தால் தொ.மு. சிதம்பர ரகுநாதனின் 'பஞ்சும் பசியும்', டி. செல்வராஜின் 'மலரும் சருகும்', 'தேநீர்' முதலானவை குறிப்பிடத்தக்க நாவல் கள். 70களின் தொடக்கத்தில் தமிழ் இலக்கியச் சிறு பத்திரிகைச் சூழலில், ஒரு முக்கியமான சர்ச்சை ஒன்றும் நடந்தது. வெ. சாமிநாதன் என்ற வெங்கட் சுவாமிநாதன் 'நடை' சிற்றிதழில் 'மார்க்ஸின் கல்லறையிலிருந்து' என்ற கட்டுரையை எழுதினார். இதற்கு வலது கம்யூனிஸ்ட் கட்சி ஆதரவாளரான வெ. கிருஷ்ணமூர்த்தியும், பேராசிரியர் நா. வானமாமலையும் மறுப்புக் கட்டுரைகளை எழுதினர்.

பாளையங்கோட்டை முருகன்குறிச்சி வாய்க்கால் பாலத்தைத் தாண்டியதும் சாலை இரு கிளைகளாகப் பிரியும். ஒரு சாலை திருவனந்தபுரத்துக்கும், இன்னொரு சாலை திருச்செந்தூருக்கும் அழைத்துச் செல்லும். முருகன்குறிச்சி வாய்க்கால் பாலத்தைக் கடந்து திருச்செந்தூர் ரோட்டில் சிறிது தூரம் சென்றால், ஒரு பழைய பிரிட்டிஷ் பாணி கட்டிடமொன்று அந்த நாட்களில் இருந்தது. இந்தக் கட்டிடத்தில்தான் நா. வானமாமலையின் டியூட்டோரியல் காலேஜ் செயல்பட்டு வந்தது. இதன் கிளை, நெல்லை ஜங்ஷனில், இன்று பஸ் ஸ்டாண்ட் இருக்குமிடத்தில் வடபுறம் இருந்தது.

நா. வானமாமலையின் வீடு லங்கர்கானாத் தெருவில் இருந்தது. முத்துக்கிருஷ்ணன் நா. வானமாமலையின் நண்பர்.

அவருடன் நா.வா. வீட்டுக்கு ஒன்றிரண்டு முறை சென்றிருக்கிறேன். 1969வரை கம்யூனிஸ்ட் கட்சி ஒரே கட்சியாகத்தான் இருந்தது. 69க்குப் பிறகுதான் கட்சி இரண்டாக உடைந்து இந்திய கம்யூனிஸ்ட் கட்சி (சி.பி.ஐ.) என்றும், இந்திய கம்யூனிஸ்ட் கட்சி (மார்க்ஸிஸ்ட்) என்றும் ஆனது. நா.வா. வலது கம்யூனிஸ்ட் (சி.பி.ஐ.) கட்சியிலும், முத்துக்கிருஷ்ணன் (சி.பி.எம்) இடது கம்யூனிஸ்ட் கட்சியிலுமாகப் பிரிந்தனர்.

சாந்தியில் அடுத்தடுத்து இரண்டு சிறுகதைகள் வெளியான பிறகு, வக்கீல் குமாஸ்தா ஒருவரை மையமாக வைத்து 'யுக தர்மம்' என்ற சிறுகதையை மூன்றாவது சிறுகதையாக எழுதினேன். இதை வ.க. அவர்களின் யோசனையின் பேரில் தி.க.சி.க்கு அனுப்பி வைத்தேன். தி.க.சி. உடனே பதில் எழுதினார்கள். அடுத்த மாத 'தாமரை'யில் 'யுக தர்மம்' வெளிவரும் என்றும், தொடர்ந்து எழுதும்படியும் கூறியிருந்தார்கள். எனது மூன்றாவது சிறுகதை தாமரையில் வெளிவந்தது. இந்தச் சிறுகதை வெளிவந்து சில நாட்கள் இருக்கும். வண்ணதாசனின் மூத்த தங்கையின் திருமணம் அவர்களது சுடலைமாடன் கோவில் தெரு வீட்டில் வைத்தே நடந்தது. அந்தத் திருமணத்தின் போதுதான் தி.க.சி.யை முதல்முதலாகப் பார்த்தேன். திருமணத்துக்கு கி. ராஜநாராயணனும், ராஜபாளையம் எழுத்தாளர்களும் வந்திருந்தனர்.

திருமணம் முற்றத்தை நிறைத்துப் போடப்பட்டிருந்த பந்தலில் நடைபெற்றது, மணமேடையின் இருபுறமும் நீளமான திண்ணைகள். திருமணச் சடங்குகள் நடைபெற்றுக்கொண்டிருந்தபோது, திண்ணையில் ராஜநாராயணன் நடுநாயகமாக வீற்றிருக்க, அவரைச் சுற்றி ராஜபாளையம் எழுத்தாளர்கள் அழ. கிருஷ்ணமூர்த்தி, கொ.மா. கோதண்டம், கொ.ச. பலராமன், பூ.அ. துரைராஜா எல்லோரும் உட்கார்ந்திருந்தனர். என்னை யாரென்று காட்டிக்கொள்ளாமல், நானும் கூட்டத்தோடு கூட்டமாக உட்கார்ந்துகொண்டேன். தங்களைக் கவர்ந்த படைப்புகளைப் பற்றிப் பேசிக்கொண்டிருந்தார்கள். அப்போது ஒரு சந்தர்ப்பத்தில் ராஜநாராயணன், "இந்த மாத தாமரையில் 'யுக தர்மம்' என்ற சிறுகதை ஒண்ணு வந்திருக்கு... படிச்சேளா?..." என்று கேட்டார். எல்லாரும் நன்றாக இருக்கிறது என்றனர். "வண்ணநிலவன்னு யாரோ புது எழுத்தாளர் எழுதியிருக்கார்... ரொம்ப நல்ல சிறுகதை" என்று ராஜநாராயணன் சொன்னார். இந்தப் பாராட்டுக்களை, யாரோ மூன்றாவது மனிதன் கேட்பது போல், நான் கேட்டுக்கொண்டிருந்தேன். ரொம்பவும் சந்தோஷமாக இருந்தது. அன்று மாலை வரவேற்பு நிகழ்ச்சியின் போதுதான், தி.க.சி. என்னை அழைத்து, ராஜநாராயணனிடம் அறிமுகம் செய்து வைத்தார்கள்.

9

'மயான காண்டம்' என்ற தலைப்பில் ஒரு சிறுகதை எழுதி தி.க.சி.க்கு அனுப்பி வைத்தேன். அச்சிறுகதையும் அடுத்த 'தாமரை' இதழில் வெளி வந்தது. பாளையங்கோட்டை நகருக்கு வடக்கே சுமார் இரண்டு கிலோ மீட்டர் சென்றால், 'வெள்ளக்கோவில்' என்ற ஆற்றோரக் கிராமம் வரும். ரோடு நேரே தாமிரவருணி ஆற்றுக்குள் சென்றுவிடும்.

ஆற்றின் கரை உயரமாக இருக்கும். குருமண் எனப்படும் களியும் மணலும் கலந்த மண்ணால் ஆன வெளி ஆற்றங்கரையெங்கும் வியாபித்துக் கிடந்தது. ஆற்றுக்குள் இறங்கும் பாதையின் ஆரம்பத்தில் வலதுபுறம் ஒரு பெரிய மண்டபம் இருந்தது. மண்டபத்தை அடுத்து சுடுகாடு. இடதுபுறம் மிகப் பெரிய மாந்தோப்பு.

வெள்ளக்கோவில் ஆறு புராண காலத்துடன் தொடர்புள்ளது. ஆற்றின் எதிர்க்கரையில் ஒரு சிறு மண்டபம் இருக்கும். அதை 'ஜடாயு துறை' என்பார்கள். சீதையைத் தூக்கிக்கொண்டு பறந்து சென்ற ராவணனுடன் ஜடாயு சண்டையிட்டு மடிந்த இடம் அது. நானும் முத்துக்கிருஷ்ணனும் அடிக்கடி, அமைதி தேடி வெள்ளக்கோவில் ஆற்றங்கரைக்கு வருவோம். ஆற்றில் சாவகாசமாகக் குளித்துவிட்டு ஊர் திரும்புவோம்.

சில சமயங்களில் நண்பர்கள் புடைசூழ வந்து ஆற்றின் கரையில் சடுகுடு விளையாடுவோம்.

காவலாளி இல்லாவிட்டால், மாந்தோப்பில் நுழைந்து மாங்காய்களைத் திருடுவோம். என்னுடைய அப்பாவைப் பெற்ற ஆச்சி (பாட்டி), தாத்தா இரண்டு பேரையும் அந்த வெள்ளக் கோவில் சுடுகாட்டில்தான் எரித்தோம். 'மயான காண்டம்' சிறுகதையில் வரும் ஊரும், சுடுகாடும் அதுதான்.

'மயான காண்டம்' சிறுகதை வெளிவந்த சில நாட்கள் கழித்து, நா.வா. (நா. வானமாமலை)வின் டியூட்டோரியல் கல்லூரியருகே உள்ள சந்தில் சைக்கிளில் சென்றுகொண்டிருந்தேன். எதிரே நா.வா. ஒரு நண்பருடன், கையில் பிடித்த தோல் பையுடன் வந்துகொண்டிருந்தார். நான் அவரைப் பார்த்ததும் சைக்கிளை விட்டு இறங்கினேன். நா.வா. என்னைப் பார்த்துச் சிரித்தார். என் தோளில் கை போட்டார்.

"நீதான் இந்த மாதத் தாமரையில் வந்திருக்கிற அந்த வெட்டியான் கதையை எழுதினாயா?... எனக்குத் தெரியாது. வெ.கி. (வெ. கிருஷ்ணமூர்த்தி) தான், அதை எழுதியது நீதான் என்று சொன்னார். கதை ரொம்ப நல்லா இருக்கு... நீ கதை எழுது வேங்கிறது எனக்குத் தெரியாது... நெறைய எழுது... நீ நம்ம 'ஆராய்ச்சி' கூட்டத்துக்கு வாயேன். வர்ற ஞாயிற்றுக் கிழமை நம்ம ட்யூட்டோரியல்லேயே காலை பத்து மணிக்கு கூட்டம் நடக்குது... மாதா மாதம் கூட்டம் நடக்குது. தவறாமே கூட்டத்துக்கு வா..." என்றார் நா.வா.

எங்கே வேலை பார்க்கிறேன் என்று அக்கறையாக விசாரித்தார். சிறிது நேரம் பேசிவிட்டுச் சென்றார்.

'ஆராய்ச்சி' பத்திரிகை அப்போது காலாண்டு இதழாக வந்துகொண்டிருந்தது. இப்போது அது வெளிவருகிறதா என்று தெரியவில்லை. 'நாட்டார் வழக்கியல்' என்பது இப்போது கல்லூரிகளில் அங்கீகரிக்கப்பட்ட பாடத் திட்டமாகிவிட்டது. ஆனால், அப்போது நாட்டார் வழக்கு என்பது தனிப்பட்ட சில பேராசிரியர்களின் ஆர்வத்தில் மட்டுமே, ஆய்வுக்குட்படுத்தப் பட்டு வந்த ஒரு பொருளாக இருந்தது. தமிழ்நாட்டில் இத்துறையின் பிதாமகர், முன்னோடி என்று நா. வானமாமலையைத்தான் சொல்ல வேண்டும்.

'ஆராய்ச்சி' காலாண்டிதழில் நாட்டார் துறை பற்றிப் பல ஆய்வுக் கட்டுரைகளை நா.வா. வெளியிட்டார். கிராமப்புற வழக்குச் சொற்கள், கிராமப்புறத் தெய்வங்கள், அத்தெய்வங் களைப் பற்றிய கதைகள், கிராமிய இசை, நடனம் என்று நாட்டுப் புறப் பகுதியின் பல விஷயங்கள் குறித்தும், நா.வா.வும், அவரது பேராசிரிய நண்பர்களும் பல கட்டுரைகளை மாதாந்திர 'ஆராய்ச்சி' கூட்டங்களில் படித்து விவாதித்தனர். பின் அக் கட்டுரைகள் 'ஆராய்ச்சி' இதழ்களில் வெளிவந்தன.

திருச்செந்தூர் ரோட்டிலேயே மார்க்கெட் பஸ் நிறுத்தம் அருகே 'ஆராய்ச்சி' அச்சகத்தையும் நா.வா. நடத்தி வந்தார். இந்த அச்சகத்தை நா.வா.வின் தம்பி ஆழ்வார் கவனித்துக் கொண்டார். (எனது 'காலம்' என்ற நாவலில், ஆழ்வாரும் ஒரு சிறு கதாபாத்திரமாக வருகிறார்.)

நா.வா.விடம் ஒப்புக்கொண்டபடி அந்த ஞாயிற்றுக் கிழமையன்று 'ஆராய்ச்சி' ஆய்வுக் கூட்டத்துக்குச் சென்றேன். நா.வா. என்னை எல்லோரிடமும் அறிமுகம் செய்து வைத்தார். மதிய உணவு அங்கேயே வழங்கப்பட்டது. மதிய உணவு வேளைக்குப் பின் நான் பெரும்பாலும் நைஸாக நழுவி விடுவேன். ஏதாவது மேட்னி ஷோவுக்குக் கிளம்பிவிடுவேன்.

இன்று ஆய்வுத் துறையில் முக்கியமானவராக விளங்குகிற ஆ. சிவசுப்பிரமணியன் நா.வா.வின் தயாரிப்புதான். எஸ். தோத்தாத்ரி, தி.சு. நடராஜன், தமிழவன், பொன்னீலன் போன்றோரெல்லாம் 'ஆராய்ச்சி' கூட்டத்தில்தான் முதல்முதலாக அறிமுகமாயினர். ஒரு கூட்டத்திற்கு இடைச்செவலிலிருந்து ராஜ நாராயணனும் வந்திருந்தார். நா.வா.வின் வலது கரம் போலிருந்த 'வெ.கி.' என்ற வெ. கிருஷ்ணமூர்த்தியும் கூட்டம் தோறும் தவறாது கலந்துகொண்டார். வெ. கிருஷ்ணமூர்த்தி என்னை டைப்ரைட்டிங் படிக்க வைக்க எவ்வளவோ முயற்சி செய்தார். அவரே பணம் கட்டிப் படிக்க வைத்தார். ஆனால், கடைசி வரை என்னால் டைப்ரைட்டிங் கற்றுக்கொள்ள முடியவில்லை.

ஒரு மாதம், 'ஆராய்ச்சி' கூட்டம் அம்பாசமுத்திரம் தீர்த்தபதி உயர்நிலைப் பள்ளியில் நடைபெற்றது. வெ.கி.யே பஸ் சார்ஜ் போட்டு என்னைக் கூட்டத்துக்கு அழைத்துச் சென்றார். அப்போது வெ.கி.யின் வீடு கோபாலசாமி கோவிலின் பின்புறம் இருந்தது. அவர் என்னைத் தன் வீட்டுக்கு அழைத்துச் சென்று சாப்பாடெல்லாம் போடுவார். பலமுறை அவர் வீட்டில் சாப் பிட்டிருக்கிறேன். இன்று நா.வா.வும் இல்லை. வெ.கி.யும் இறந்து விட்டார்.

வெங்கட் சுவாமிநாதன் 'நடை' இதழில் எழுதிய 'மார்க்ஸின் கல்லறையிலிருந்து' என்ற கட்டுரைக்கு வெ. கிருஷ்ணமூர்த்தி எழுதிய மறுப்பு, இடதுசாரி இலக்கிய உலகத்தில் பெரிதாகப் பேசப்பட்டது. அந்தச் சமயத்தில் தாமரையில் 'கிரிமினல்' என்றொரு சிறுகதையும் எழுதினேன். வ.க., கல்யாணி, நம்பி ராஜன், கலாப்ரியா இவர்களுடனான தொடர்பும் தொடர்ந்து கொண்டிருந்தது.

எனது மயான காண்டம் சிறுகதை, 'இலக்கியச் சிந்தனை' யினால் அந்த மாதத்தின் சிறந்த சிறுகதையாக என்.ஆர். தாசனால் தேர்ந்தெடுக்கப்பட்டு, எனக்கு 50 ரூபாய் சன்மானமும், பாராட்டுப் பத்திரமும் வந்தது. அதைப் பெற்றபோது மிகுந்த நம்பிக்கையும், சந்தோஷமும் ஏற்பட்டது.

1970இல்தான் 'இலக்கியச் சிந்தனை' என்ற அமைப்பு ப. லெட்சுமணன், ப. சிதம்பரம் (இன்றைய அமைச்சர்

ப. சிதம்பரம்தான்) சகோதரர்களாலும், பாரதி என்ற நண்பராலும் துவங்கப்பட்டது. மாதம்தோறும் சிறந்த சிறுகதைகளைத் தேர்வு செய்து பரிசளிப்பது போல், ஆண்டின் சிறந்த சிறுகதையையும் தேர்வு செய்து பரிசளித்தது. வண்ணதாசனின் இரண்டு சிறுகதைகள், இரண்டு ஆண்டுகளின் சிறந்த சிறுகதையாகத் தேர்வு பெற்றன. காலப்போக்கில் சிறந்த நாவல்களுக்கும் இலக்கியச் சிந்தனை பரிசுகளை வழங்க ஆரம்பித்தது. இன்றும் இலக்கியச் சிந்தனை மாதாந்திரக் கூட்டங்களை நடத்தி மாதத்தின் சிறந்த சிறுகதையைத் தேர்வு செய்கிறது. ஏப்ரல் 14ஆம் தேதிதோறும் தனது ஆண்டு விழாவையும் நடத்துகிறது.

சென்னையிலிருந்து ஞானக்கூத்தன், சா.கந்தசாமி, கிருஷ்ண மூர்த்தி போன்ற நண்பர்கள் சேர்ந்து ‘கசடதபற’ என்ற இலக்கிய இதழை ஆரம்பித்து நடத்தினர். முதல் இதழைப் படித்துவிட்டு கலாப்ரியா கடிதம் எழுதினார். கல்யாணி ‘கசடதபற’வின் சந்தாதாரர். நானும், கலாப்ரியாவும் அவரிடம் இரவல் வாங்கி ‘கசடதபற’வைப் படித்தோம். ‘கசடதபற’ வெளிவர ஆரம்பித்த பிறகு கலாப்ரியா கசடதபற, தீபம், கணையாழிக்கெல்லாம் கவிதைகளை அனுப்பினார். அவை பிரசுரமும் ஆயின.

‘கசடதபற’ நவீன எழுத்தின் பிரதிநிதியாக வெளிவந்தது. ‘நடை’ இதழைவிட சிறுகதைகளிலும், கட்டுரை, கவிதைகளிலும் நவீனமாக இருந்தது. ‘கசடதபற’வின் ஆசிரியர் கிருஷ்ண மூர்த்தி. ‘3, தேரடித் தெரு, மைலாப்பூர்’ என்ற முகவரியிலிருந்து கசடதபற வெளிவந்தது. பல நவீன ஓவியர்களின் ஓவியங்கள் ‘கசடதபற’ அட்டையிலும், உள் பக்கங்களிலும் வெளிவந்தன.

புதுமை, நவீனம் இவற்றின் வெளிப்பாடாக ‘கசடதபற’ இருந்தது. தெட்சிணாமூர்த்தி, பாஸ்கரன், கிருஷ்ணமூர்த்தி போன்ற நவீன ஓவியர்களின் ஓவியங்கள் இதழ்தோறும் வெளிவந்தன. திருநெல்வேலியில் ஒரு மூலையில் இருந்த எங்களுக்கு, ‘கசடதபற’வின் மூலம்தான் முதல்முதலாக நவீன ஓவியங்கள் பரிச்சயமாகின. ஆர்.பி. பாஸ்கரன் வரைந்திருந்த பூனை ஓவியத்தை இன்றும் நினைவிருக்கிறது.

‘கசடதபற’வில் வல்லிக்கண்ணன் ‘புனித ஜெனே’ என்று ஒரு கட்டுரை எழுதியிருந்தார்கள். இன்னொரு மாதம் வண்ணதாசனின் ‘பூனை’ என்ற சிறுகதை வெளியானது. எனது கடிதம் ஒன்று ஒரு இதழில் வெளியானதைத் தவிர என்னுடைய எழுத்து எதுவும் ‘கசடதபற’வில் இடம்பெறவில்லை. வெங்கட் சுவாமிநாதனின் கட்டுரைகள் ஒன்றிரண்டு வெளியான நினைவு.

10

நா. வானமாமலையின் 'ஆராய்ச்சி' அச்சகத்தில் 'ஆராய்ச்சி' பத்திரிகை மட்டும் அச்சிடப்பட வில்லை. அவரது டியூட்டோரியல் காலேஜுக்குத் தேவையான நோட்ஸ்கள் அச்சிடுவதுடன் இதர வெளி வேலைகளும் நடந்தன. நாகர்கோவிலருகே ஈத்தாமொழி என்ற ஊர் உள்ளது. இந்த ஊரைச் சேர்ந்தவர் கொடிக்கால் செல்லப்பா. இவர் நா.வா.வின் நண்பர். கொடிக்கால் செல்லப்பா 'புதுமைத் தாய்' என்ற பத்திரிகையை நடத்தி வந்தார். இந்தப் பத்திரிகையை அவர் நா.வா.வின் ஆராய்ச்சி அச்சகத்தில்தான் அச்சிட்டு வந்தார். நா.வா.வின் தம்பி ஆழ்வாரும் கொடிக்கால் செல்லப்பாவும் நல்ல நண்பர்கள்.

பாளையங்கோட்டைக்குப் பத்திரிகையை அச்சிட வருகிறபோது, சில சமயங்களில் செல்லப்பா, ஆராய்ச்சி அச்சகத்திலேயே தங்கிக்கொள்வார். ஆழ்வாரைத் தேடி ஆராய்ச்சி அச்சகத்திற்குச் சென்று வருகிறபோது செல்லப்பா எனக்குப் பழக்கமானார். செல்லப்பா கலகலப்பான மனிதர். பழகுவதற்கு இனியவர். என்னையும் 'புதுமைத்தாயில்' ஏதாவது எழுதச் சொன்னார். அப்போது என்னிடம் கைவசம் சிறுகதை எதுவும் இல்லை.

திருநெல்வேலி ஜங்ஷன் பூர்ணகலா தியேட்டரில் 'அரங்கேற்றம்' படம் வந்து சில தினங்களே ஆகி யிருந்தன. என்னைப் போலவே செல்லப்பாவுக்கும் டைரக்டர் கே. பாலசந்தரைப் பிடிக்கும். என்னிடம், அரங்கேற்றம் படத்தைப் பார்த்து விமர்சனம் எழுதித் தாருங்கள் என்றார். அன்று இரவு செகண்ட் ஷோவில் அரங்கேற்றம் படத்தைப் பார்த்தேன். எனக்குப் படம் மிகவும் பிடித்திருந்தது. கருங்குளம் அக்ரஹாரத்தில் எங்கள் குடும்பம் சிறிது காலம் இருந்தது. மேலும் எனக்குப் பல பிராமண நண்பர்கள்

இருந்தனர். அவர்களது வாழ்க்கை முறை, பழக்க வழக்கங்கள் இவற்றின் மீது எனக்கு ஒரு ஈடுபாடு இருந்தது.

அரங்கேற்றம் திரைப்படம் அக்ரஹாரத்தில் கஷ்டப்பட்டு ஜீவனம் நடத்தும் ஒரு ஏழை புரோகிதரின் குடும்பத்தினுடைய கதை. எஸ்.வி. சுப்பையா எனக்குப் பிடித்தமான நடிகர். அதுவும் பாலசந்தர் இயக்கிய படம் என்றால் கேட்க வேண்டுமா? அரங்கேற்றம் படம் என்னை வெகுவாக ஈர்த்துவிட்டது. ஜெயகாந்தனின் 'அக்னிப் பிரவேசம்' சிறுகதையைப் போல், ஒரு பிராமண குடும்பத்துப் பெண் விபச்சாரியாகிறாள் என்ற புரட்சிகரமான(!) கதை, இளைஞனான என் மனஓட்டத்துக்கு ஏற்றவாறு இருந்தது. உணர்ச்சிகரமான கதை. எனக்கோ உணர்ச்சிகரமான இளம் பருவம். அரங்கேற்றம் படத்தைப் பாராட்டி கொடிக்கால் செல்லப்பாவிடம் கட்டுரை எழுதிக் கொடுத்தேன். செல்லப்பா அதைப் 'புதுமைத்தாயி'ல் பிரசுரித்தார். 'விமர்சனம்' என்ற பேரில் நான் எழுதிய பாராட்டுக் கட்டுரை அது.

ஒவ்வொரு காலத்தில் ஒவ்வொரு விதமான அழகுணர்ச்சி அல்லது கலையுணர்ச்சி சமூகத்தைப் பீடிக்கிறது. எழுத்து, சினிமா, பத்திரிகை, இசை, ஓவியம், நடனம் போன்ற துறைகளில் ஈடுபடுகிற கலைஞர்களின் படைப்பாற்றலுக்கு ஏற்றவாறு, அவர்கள் தாங்கள் ஈடுபட்டுள்ள துறைகளில், தங்களது அழகு அல்லது கலையுணர்ச்சியை வெளிப்படுத்துகிறார்கள். இதை ரசிக்கும் ரசிகர்களின் ரசனையும் அந்தந்தக் காலத்திய கலைஞர்களின், படைப்பாளிகளின் ரசனையுடன் இசைந்துவிடுகிறது. அதுவே ஒட்டுமொத்த சமூகத்தின் கூட்டுக் கலையுணர்வாகிறது.

1920, 1930களில் நாடகத்துறையிலும், திரைப்படத்துறையிலும் இசைக்கு அதிக முக்கியத்துவம் அளிக்கப்பட்டது. புராண இசை நாடகங்கள் ஏராளமாகத் தயாரிக்கப்பட்டு நடிக்கப் பட்டன. சங்கரதாஸ் சுவாமிகள் போன்ற புராண நாடக ஆசிரியர்கள் புகழ்பெற்றனர். அவர்களது புராண இசை நாடகங்களை ரசிகர்கள் விரும்பிப் பார்த்தனர். இதே போக்கு, நாற்பது பாடல்கள் இடம்பெற்ற திரைப்படம், எண்பது பாடல்கள் இடம்பெற்ற திரைப்படம் என்று, திரைத்துறையையும் புராண இசை நாடகம் தழுவியது. கோவில்களில் மட்டுமே நடைபெற்று வந்த இசைக் கச்சேரிகள் திருமணங்களிலும் இடம் பெறலாயின. பாரதியார் சந்த தாள லயத்துடன் ஏராளமான கவிதைகளை எழுதக் காரணம், அவரது காலத்தில் மேலோங்கியிருந்த இசையுணர்ச்சியே. பல கவிதைகளுக்கு அவரே ராகக் குறிப்புகளையும் தந்துள்ளார்.

சுதந்திரப் போராட்டம் அரசியல் துறையிலும், பத்திரிகைத் துறையிலும் பெரும் எழுச்சியைத் தோற்றுவித்திருந்தது. நாடக,

சினிமா ரசிகர்களின் எண்ணிக்கை பெருகியதைப் போல், பத்திரிகை வாசகர்களின் எண்ணிக்கையும் பெருகியது. 1940களில் மறைமலையடிகள், சோமசுந்தர பாரதியார் போன்றவர்களும், சில தமிழறிஞர்களும் தமிழ், தமிழ்நாடு என்ற கருத்துக்கு முக்கியத்துவம் அளித்தனர். திராவிடர் கழகம் செல்வாக்குப் பெறத் துவங்கி இருந்தது. 'திராவிடம்' என்ற கருத்துரு கால்டு வெல்லிடமிருந்து பரவுகிறது. 1940களில் வலுப்பெறுகிறது. அண்ணாதுரையும் அவரது நண்பர்களும் திராவிட முன்னேற்றக் கழகத்தை ஆரம்பித்து, தங்களது கொள்கைகளைத் திரைப்படம், நாடகம், பத்திரிகைகளின் மூலமாகப் பரப்புகின்றனர். 1950களில் தி.மு.கழகப் பத்திரிகைகள் பல வெளிவருகின்றன. 20, 30களில் முன்னணியில் இருந்த இசை, சற்றே பின்னுக்கு நகர்ந்து, சமுதாயக் கருத்துக்களுக்கும், தமிழ், தமிழ்நாடு, திராவிட நாடு போன்ற கருத்துக்களுக்கும் முக்கியத்துவம் கிடைக்கிறது.

நாற்பதுகளின் இறுதியிலேயே புராணக்கதைகளின் முக்கியத்துவம் நாடகத்திலும், சினிமாவிலும் குறைகிறது. 50களில் பண்டைக் காலத் தமிழர்கள், தமிழ் போன்ற கருத்துக்களுடன், திராவிடமும் இடம்பெறுகிறது. திரைத்துறையில் இதன் தாக்கம் ராஜா–ராணிப் படங்களாக வெளிவருகின்றன. பராசக்தி, வேலைக்காரி போன்ற சமூக சீர்திருத்தக் கருத்துள்ள திரைப்படங் களும் ரசிகர்களைக் கவர்கின்றன. முப்பதுகளில் அங்கொன்றும் இங்கொன்றுமாக வெளிவந்த குடும்பப் பாங்கான சமூகக் கதை களின் எண்ணிக்கை 50களில் பெருகுகிறது. இதில் தான் ஸ்ரீதர் என்ற டைரக்டர் உருவாகிறார்.

ஸ்ரீதருக்குப் பிறகு கே. பாலசந்தர் தனது ராகினி ரிக்ரியே ஷன்ஸ் என்ற நாடகக் குழுவின் மூலம் நீர்க்குமிழி, எதிர்நீச்சல், மேஜர் சந்திரகாந்த், நாணல், நவக்கிரகம் போன்ற புதுமையான கதைகளை நாடகமாகவும், பின்னால் திரைப்படமாகவும் இயக்குகிறார்.

திரைப்படங்களைப் போலவே 1940களில் 'கல்கி' ஆரம்பித்து வைத்த சரித்திர, சமூகத் தொடர்கதைகளைப் பத்திரிகை களில் வெளியிடும் போக்கு, 90கள் வரையிலும்கூடத் தொடர்ந்தது. சமூகத் தொடர் கதைகளாவது ஓரளவு தமிழர்களின் வாழ்வுடன் ஏதோ ஒருவிதத்தில் தொடர்பு கொண்டிருந்தன. ஆனால் அரசர்களே இல்லாத காலத்தில் அரசர்களின் சரித்திரங்களை எழுதித் தள்ளிய கல்கி, சாண்டில்யன், அகிலன், நா. பார்த்தசாரதி (மணிவண்ணன்) போன்றோர் சாமர்த்தியசாலிகள் என்றே கருத வேண்டும். அவர்கள் தங்களது சரித்திரக் கதைகளில் வாசக ரசனைக்கு ஏற்றவாறு பல மர்ம துப்பறியும் கதைக்களன்களைத் தொடர்ந்து விவரித்து வாசகர்களின் ரசனைக்குத் தீனி போட்டனர்.

திரைப்படம், நாடகம், நடனம் போன்ற கலைகளைக் கண்டு களிப்பவர்களை ரசிகர்கள் என்கிறோம். எழுத்து, பத்திரிகை, நாவல், சிறுகதை, கவிதைகளை ரசிப்பவர்களை வாசகர்கள் என்கிறோம். ரசிகர்களும், வாசகர்களும் வேறுவேறானவர்கள் அல்ல. எல்லோருமே ரசிப்பவர்கள்தான். ரசனையைத் தீர்மானிப்பவர்கள் திரைப்படத்துறையிலும், பத்திரிகை – எழுத்துத் துறையிலும் ஈடுபட்டிருப்பவர்கள்தான். இன்று ராஜா – ராணிக் கதைகளையோ அல்லது புராணக் கதைகளையோ திரைப்பட மாக எடுத்தால் ஓடாது. பத்திரிகைகளோ தொடர்கதைகள், சிறுகதைகளை அறவே ஒதுக்கிவிட்டன. இது எழுத்துத் துறையில் கட்டுரைகளின் காலம்.

இன்றுள்ள பத்திரிகை – எழுத்துச் சூழலில் ஒரு கல்கியோ, அகிலனோ, நா. பார்த்தசாரதியோ, ஜெயகாந்தனோ, சுஜாதாவோ, பாலகுமாரனோ கூட உருவாக முடியாது. கட்டுரை எழுதுகிறவர்கள்தான் வெகுஜனப் பத்திரிகைகளில் எழுத்தாளர்களாக உள்ளனர். எந்த நாவலையும் பத்திரிகைகள் வெளியிடுவதில்லை. ஜெயமோகனும், எஸ். ராமகிருஷ்ணனும் தங்களது நாவல்களைப் புத்தகமாகத்தான் வெளியிட முடியும். விகடனிலோ, குமுதத்திலோ தொடராக வெளியிட முடியாது. இது கட்டுரைகளின் காலம். வெகுஜன இதழ்கள் ஏதோ பேருக்கு ஒரு சில கவிதைகளை வெளியிடுவதோடு சரி.

60, 70களில் திரைத்துறையில் ஸ்ரீதர், பீம்சிங், பாலசந்தர், கே.எஸ். கோபாலகிருஷ்ணன் போன்றவர்கள் வெற்றிகரமாக இயக்கிய திரைப்படங்களைப் பார்த்து கொடிக்கால் செல்லப்பாவுக்கும் சினிமா எடுக்க வேண்டும் என்ற ஆசை எழுந்தது. தவிர, மலையாளத்தில் அந்நாட்களில் பிரபல இயக்குனராக இருந்த பி.என். மேனன் செல்லப்பாவின் நண்பரும்கூட. பி.என். மேனன் ‘காயத்ரி’ என்ற படத்தை மலையாளத்தில் இயக்கியபோது, செல்லப்பா அவருடனிருந் திருக்கிறார். இதனால், சினிமா கைக்கு எட்டும் தூரத்தில்தான் இருக்கிறது என்று செல்லப்பா நினைத்துவிட்டார்.

நானும் ஒரு சினிமாப் பைத்தியமாக அந்த நாட்களில் இருந்தேன். வாரம்தோறும் இரண்டு படங்களாவது பார்த்து விடுவேன். என்னிடம் செல்லப்பா ஒரு கதையைச் சொல்லி, “இதற்கு நீங்கள் வசனம் எழுதுங்கள், மேனனிடம் சொல்லி படத்தை டைரக்ட் செய்யச் சொல்லலாம்...” என்றார். இப்படி ஒரு ஆபத்தில் சிக்கிக்கொள்வோம் என்று நான் நினைக்க வில்லை. அடிக்கடி சினிமா பார்ப்பதோடு சரி. சினிமா எப்படித் தயாரிக்கப்படுகிறது என்பதெல்லாம் ஒன்றும் தெரியாது. ஏதோ ‘சர்வர் சுந்தரம்’ படத்தில் ஒரு பாடல் காட்சியும், ஒரு

வசன காட்சியும் படமாக்கப்படுவது போன்ற கற்பனையைப் பார்த்தது தவிர, சினிமா தயாரிப்புப் பற்றி ஒன்றுமே தெரியாது.

கொடிக்காலிடம் மெதுவாக என் இயலாமையைச் சொல்லிப் பார்த்தேன். அவர் எப்போதுமே உற்சாகி. நம்மால் முடியாத காரியம் எதுவுமில்லை என்று நம்புகிற நம்பிக்கைவாதி. அவர் என்னை விடுவதாக இல்லை. இடையிடையே எனக்கும் நப்பாசை எழுந்து மறைந்தது.

சினிமாவுக்குக் கதை வசனம் எழுதுவது என்றால் சும்மாவா? நெல்லை ஜங்ஷனில் த.மு. கட்டிடத்தில் இருக்கிற சரஸ்வதி லாட்ஜில் செல்லப்பா ஒரு அறையை வாடகைக்கு எடுத்தார். ஒரு குயர் வெள்ளைத்தாளும் புதுப் பேனாவும் வாங்கிக் கொடுத்து வசனம் எழுதச் சொன்னார். தமிழ்த் திரைப்பட உலகில் ஏற்படப் போகிற திருப்பமே அந்த சரஸ்வதி லாட்ஜ் அறையில்தான் உருவாகப் போகிறது என்ற எண்ணத்தில் நானும் வசனம் எழுத உட்கார்ந்தேன். அதற்கு முன் ஒரு நாடக ஸ்கிரிப்டைக் கூடப் பார்த்ததில்லை. எப்போதோ நூலகத்தில் படித்த ஏதோ ஒரு நாடகம் ஞாபகத்துக்கு வந்து உதவியது.

இரண்டு நாட்கள், என்னுடைய வக்கீல் குமாஸ்தா வேலைக்குப் பாதகம் இல்லாமல், மத்தியானத்துக்கு மேல் சரஸ்வதி லாட்ஜ் அறைக்குச் சென்று சினிமா வசனகர்த்தாவாக முயன்றேன். அரைப் பக்கத்துக்கு மேல் எழுத முடியவில்லை. செல்லப்பாவுக்கு ஊருக்குச் செல்ல வேண்டியிருந்தது. இரண்டு நாள் லாட்ஜ் வாடகையுடன் ரூமைக் காலி செய்துவிட்டு, "நீங்க எழுதி வையுங்க... நான் ஊருக்குப் போயிட்டு வந்த பிறகு வேலையைத் தொடருவோம்..." என்று சொல்லிவிட்டு நாகர் கோவில் பஸ் ஏறினார். அன்றுடன் செல்லப்பாவின் சினிமா கனவு முடிந்தது. நானும் வழக்கம் போல் கருப்புக்கோட்டைப் போட்டுக்கொண்டு, வக்கீல் குமாஸ்தா வேலையைத் தொடர்ந்து கொண்டிருந்தேன்.

11

தாமரையில் என்னுடைய 'மயான காண்டம்' சிறுகதை வந்த சமயம் ஒரு ஞாயிற்றுக்கிழமை காலை, திருநெல்வேலி ஜங்ஷனிலிருந்து கோவில்பட்டி செல்லும் பஸ்ஸில் ஏறினேன். இடைச்செவலுக்கு டிக்கெட் எடுத்தேன். கி. ராஜநாராயணனைப் பார்ப்பதென்று உத்தேசம். யாருக்குத்தான் பிரயாணம் செய்வது பிடிக்காமல் போகும். அந்தக் காலை நேரப் பயணமும் ரம்மியமாக இருந்தது. திருநெல்வேலிக்கும் கோவில்பட்டிக்கும் ஒன்றும் அதிகத் தூரமில்லை. மைல் கணக்கில் முப்பதே மைல்தான்.

அப்போது கோவில்பட்டிக்கும் நெல்லைக்கும் இடையே எம்.ஆர்.கோபாலன் கம்பெனி பஸ்கள்தான் நிறைய ஓடின. லயன் கம்பெனி பஸ்கள் சிலவும் ஓடின. நெல்லைக்கும் கோவில்பட்டிக்கும் இடையே உள்ள ஊர் கயத்தாறு. பஸ்கள் கயத்தாறு பஸ் ஸ்டாண்டுக்குள் சென்று விட்டுத்தான் திரும்பும். கயத்தாறு பஸ் ஸ்டாண்டில் ஒரு பத்து நிமிஷமாவது போட்டு விடுவார்கள்.

இந்நாளைய பஸ்கள் கயத்தாறு பஸ் ஸ்டாண்டுக்குள் செல்வதே இல்லை, நேராகவே சென்று விடுகின்றன. இப்போது எங்கே பார்த்தாலும் நாற்கரச் சாலைகள் வந்து சாலைப் போக்குவரத்து வாயு வேகம், மனோ வேகத்தில் நடைபெறுகிறது. அந்நாட்களில் மிக நிதானமாகத்தான் டிரைவர்கள் பஸ்களை ஓட்டுவார்கள். திருநெல்வேலியிலிருந்து கயத்தாறு வரவே ஒரு மணி நேரம் ஆகும். திருநெல்வேலி பஸ் ஸ்டாண்டை விட்டுக் கிளம்பினால் தச்சநல்லூர், தாழையூத்து, தென்கலம், கங்கைகொண்டான், சீவலப்பேரி விலக்கு, கங்கை கொண்டான், பிறகு கயத்தாறு என்று பஸ்கள் சாவகாசமாக கயத்தாறில் வந்து நிற்கும். இத்தனை நிறுத்தங்களிலும் ஏற்றி இறக்கி கயத்தாறு வந்து சேரும். இத்தனைக்கும்

நெல்லை ஜங்ஷன் பஸ் ஸ்டாண்டுக்கும் கயத்தாறுக்கும் இடையே வெறும் 15 மைல்கள்தான்.

மாட்டு வண்டிகளில் நீண்டதூரம் பயணம் செய்கிறவர்கள் அடிக்கடி வண்டியை அவிழ்த்துப் போட்டுவிட்டு இளைப் பாறுகிற மாதிரி, கயத்தாறில் பஸ்ஸை நிறுத்திவிட்டு டிரைவரும், கண்டக்டரும் டீ சாப்பிடப் போய்விடுவார்கள். இடைச்செவல் அங்கிருந்து பக்கம்தான். நாலைந்து மைல் போனால் இடைச் செவல் வந்துவிடும். கயத்தாறில் டிரைவர் பஸ்ஸை நிறுத்தியதும் எனக்கு ஆத்திரமாக வந்தது. எனக்கு முதல்முதலாக ராஜநாராயணன் வீட்டுக்குச் செல்கிற அவசரம். என்னுடைய அவசரத்துக்காகக் காலம்காலமாக நடைபெற்று வருகிற நடைமுறையை டிரைவரும் கண்டக்டரும் மாற்றுவார்களா? அவர்களுக்குப் பின்னால் நானும் வேண்டா வெறுப்பாக டீ கடைக்குள் நுழைந்தேன். டீக்கு ஆர்டர் செய்தேன். பச்சைத் தேயிலை வாசனையுடன் டீ அருமையாகவே இருந்தது.

டீ, சிகரெட் எல்லாம் குடித்த பிறகு பஸ்ஸை எடுத்தார்கள். அந்த பஸ்ஸில் இடைச்செவல் டிக்கெட் எடுத்தவன் நான் ஒருவன் மட்டும்தான். இடைச்செவலில் என்னை மட்டும் இறக்கி விட்டு பஸ் சென்றது. தேசிய நெடுஞ்சாலை அது. மெயின் ரோட்டி லிருந்து பார்த்தால் கிழக்கே சிறிது தூரத்தில் ஊர் தெரியும். இன்றும் இடைச்செவல் அப்படியேதான் இருக்கிறது. ஊருக்குள் செல்லும் சாலையில் இறங்கி நடக்கத் தொடங்கினேன். இருபுறமும் சோளப்பயிர் வளர்ந்திருந்தது. ஒன்றிரண்டு மாதங்களுக்கு முன்புதான் கி.ரா. ‘கசடதபற’வில் ‘கனா’ என்ற சிறுகதையை எழுதியிருந்தார். அந்தச் சிறுகதை ஞாபகம் வந்தது.

ஊர் ஆரம்பிக்கிற இடத்தில் சாவடி போன்ற ஒரு கட்டிடம் இருந்தது. அதில் சிலர் உட்கார்ந்திருந்தனர். அவர்களிடம் “எழுத்தாளர் ராஜநாராயணன் வீடு எங்கே இருக்கிறது” என்று விசாரித்தேன். இடதுபுறம் திரும்பிப் போங்கள் என்று ஒன்றுக்கு இரண்டு பேராக வழியைக் காண்பித்தார்கள். ராஜநாராயணன் கல்யாணிக்கு எழுதும் கடிதங்களில், ‘ராஜபவனம்’ இடைச்செவல் என்று முகவரி எழுதியிருப்பார். அதனால் ராஜநாராயணனுடைய வீடு ஊரிலேயே பெரிய வீடாக இருக்கும் என்று கற்பனை செய்து வைத்திருந்தேன். இடதுபுறம், வலதுபுறம் என்று இரண்டு மூன்று தெருக்கள் திரும்ப வேண்டியிருந்தது. கோட்டை வீடு போன்ற ஒரு பெரிய காரை வீட்டைத் தாண்டிச் செல்ல வேண்டி யிருந்தது. அந்த வீடுதான் ராஜபவனமாக இருக்கும் என்று நினைத்தேன். அது இல்லை என்று வலதுபுறம் சிறு முடுக்கு (சந்து) போன்ற தெருவில் திரும்பிப் போகச் சொன்னார்கள்.

கு. அழகிரிசாமியும், ராஜநாராயணனும் எதிர் எதிர் வீட்டுக்காரர்கள் என்று கேள்விப்பட்டிருந்தேன். ஒவ்வொரு வீடாகக் கற்பனை செய்துகொண்டே நடந்தேன். கூடையைச் சுமந்து கொண்டு வந்த ஒருவர் "இதுதான் ராஜநாராயணன் வீடு" என்று அடையாளம் காட்டினார். சிறிதும் அல்லாத, பெரியதும் அல்லாத நடுத்தரமான வீடு மாதிரி இருந்தது. 'ராஜபவனம்' என்ற சிறு போர்டோ, கல்லில் பதித்த வாசகமோ சுவரில் இல்லை. தெருவாசல் கதவு சாத்தியிருந்தது. அந்தக் காலத்து வேலைப்பாடுகள் செய்யப்பட்டிருந்த மரக்கதவு அது. கதவு நாதாங்கியைத் தட்டினால் வீட்டில் கலகம் வரும் என்பார்கள். அதனால் வெறுமனே கையால் கதவைத் தட்டினேன். இரண்டு மூன்று முறை தட்டிய பிறகு கதவு திறந்தது.

நடுத்தர வயதுள்ள ஒரு பெண்மணி கதவைத் திறந்தார். "இது ராஜநாராயணன் வீடுதானே?..." என்று கேட்டேன். "வாங்க... உள்ளே வாங்க..." என்று சிரித்துக்கொண்டே அந்தப் பெண்மணி அழைத்தார். அதற்குள் ராஜநாராயணனே உள்ளே யிருந்து வந்துவிட்டார். என்னைப் பார்த்ததும் ஆச்சரியம் கலந்த சந்தோஷத்துடன் கையைப் பிடித்து அழைத்துச் சென்றார். வீட்டின் உட்பகுதி லேசான இருட்டாகவும், குளிர்ச்சியாகவும் இருந்தது. தானிய மூட்டைகள் அடுக்கியிருந்த அறைக்குள் என்னை அழைத்துச் சென்றார். தானிய மூட்டைகளைக் கடந்து சென்றதும் ஒரு சாய்மான நாற்காலியும், எதிரே ஒரு பெஞ்சும் கிடந்தன. சாய்மான நாற்காலியினருகே ஒரு டேபிள் ஃபேன் ஓடிக்கொண்டிருந்தது. கீழே தரையில் சில பத்திரிகை களும், புத்தகமும் கிடந்தன. என்னை உட்காரச் சொன்னார்.

எங்கள் பின்னாலேயே வந்த அந்தப் பெண்மணியிடம் என்னை அறிமுகப்படுத்தி வைத்தார். அவர்தான் கி.ரா.வின் மனைவி கணவதி. குசலம் விசாரித்து விட்டுச் சென்றுவிட்டார். சிறிது நேரத்தில் அத்தை (கணவதி) சூடாக வடைகளை ஒரு தட்டில் கொண்டு வந்தார்கள். பிறகு ஆவி பறக்க மணத்துடன் ஒரு காபி வந்தது. வடையும், காபியும் அருமையாக, ருசியாக இருந்தன.

நம்பிராஜன் (விக்ரமாதித்யன்) எப்போது கி.ரா.வைப் பார்த்தார் என்று தெரியாது. எனக்கோ, கல்யாணிக்கோ எழுதிய கடிதத்தில் "கி.ரா. ஒரு நல்ல கான்வர்சேஷனிஸ்ட்" என்று எழுதியிருந்தார். 'கான்வர்சேஷனிஸ்ட்' என்பது இலக்கணப்படி தவறா, சரியா என்பது தெரியவில்லை. ஆனால், நம்பிராஜன் எழுதியது போல், கி.ரா. மிக அருமையான உரையாடல்காரர் தான். அவர் பேசப் பேச நான் கேட்டுக்கொண்டே இருந்தேன். சிறிது நேரத்தில் அவரது மகன்கள் இரண்டு பேரும் பள்ளிக்

கூடம் முடிந்து வந்துவிட்டனர். எல்லோரும் ஒன்றாக உட்கார்ந்து சாப்பிட்டோம்.

கணவதி அத்தையின் சமையல் மிகப் பிரமாதமாக இருந்தது. அவர்கள் மிக அருமையாகச் சமைப்பார்கள். ராஜநாராயணன் வீட்டில் அதன் பிறகும் சில முறை சாப்பிட்டிருக்கிறேன். எப்போதுமே அவர்கள் வீட்டுச் சாப்பாடு ரொம்ப ருசியாகவும் மணமாகவும் இருக்கும். எல்லாம் கணவதி அத்தையின் கைபாகம். மோர் சாதம் சாப்பிடும்போது கி.ரா. "சிறிது ரசம் ஊற்றிச் சாப்பிடுங்கள். நன்றாக இருக்கும்" என்றார். மோர் சாதத்தில் சிறிது ரசம் ஊற்றிச் சாப்பிடுவதைச் சொல்லித் தந்தது கி.ரா. தான்.

ராஜநாராயணன் அருமையான ரசிகர். சங்கீதத்தில் அவருக்கு நல்ல ஈடுபாடு உண்டு. 'இசை மகா சமுத்திரம்' என்று போற்றப் படும் விளாத்திகுளம் சுவாமிகளுடன் ராஜநாராயணனுக்கும், கு. அழகிரிசாமிக்கும் ஸ்நேகமிருந்தது. சுவாமிகள் பாடும் போது அதைப் பலமுறை ராஜநாராயணன் கேட்டிருக்கிறார். விளாத்திகுளம் சுவாமிகளின் பெரிய படம் இன்றும் சென்னை மியூஸிக் அகாடமியில் இருக்கிறது.

அன்று மதியம் சாப்பிட்டதும் புறப்பட்டேன். கி.ரா.வும் கணவதி அத்தையும் என்னைப் போகவிடவில்லை. காபி, பலகாரம் எல்லாம் சாப்பிட்ட பிறகு சாயந்திரத்துக்கு மேல் ஊருக்குப் போகலாம் என்று சொல்லிவிட்டனர், அவர்கள் விருப்பப்படியே சாயந்திரம்தான் கிளம்பினேன். ஊருக்குத் திரும்பிய பிறகு கி.ரா.வைச் சந்தித்துவிட்டு வந்ததை கல்யாணி யிடமும், கலாப்ரியாவிடமும் பெருமையாகச் சொன்னேன், அவர்கள், நாம் எல்லோருமே ஒரு முறை கி.ரா.வீட்டுக்குப் போய் வரலாம் என்றனர்.

கலாப்ரியாவுக்கு 'வானம்பாடி' பத்திரிகை நண்பர்களுடன் நல்ல தொடர்பு இருந்தது. குறிப்பாகச் சேலம் தமிழ்நாடனுடனும் ப. கங்கைகொண்டானுடனும் கலாப்ரியாவுக்குக் கடிதத் தொடர்பு இருந்தது. பா. ஜெயப்பிரகாசம் நெல்லை மாவட்ட மக்கள் தொடர்பு அதிகாரியாகப் பதவியேற்றிருப்பதாக கங்கை கொண்டான், கலாப்ரியாவுக்குத் தகவல் தெரிவித்திருந்தார். கலாப்ரியா உடனே ஜெ.பி.யை அலுவலகத்தில் சென்று சந்தித்தார்.

ஜெ.பி.யின் மக்கள் தொடர்பு அலுவலர் அலுவலகம் பாளையங்கோட்டை குலவணிகர்புரத்தருகே திருவனந்தபுரம் சாலையில் இருந்தது. திருநெல்வேலி ஜங்ஷன் ஸ்ரீபுரத்தருகே நெல்லையப்பர் ஹைரோட்டிலிருந்த ஒரு மேன்ஷனில் அறை எடுத்து ஜெ.பி. தங்கியிருந்தார். மக்கள் தொடர்பு அலுவலகத்தில்

ஜெ.பி.க்கு ஒரு ஜீப்பும் கொடுத்திருந்தார்கள். அவரது அலுவலகத்தில் ஜெ.பி. பல நவீன இலக்கிய நூல்களைத் தேடிப் பிடித்து சேகரித்து வைத்திருந்தார். ஜெ.பி.யை முதல் நாள் சந்தித்த அன்றே கலாப்ரியா, அவரது நூலகத்திலிருந்து தி. ஜானகிராமனின் 'மோகமுள்' நாவலைக் கேட்டு வாங்கி வந்துவிட்டார். கலாப்ரியா மோகமுள்ளைப் படித்துவிட்டுக் கல்யாணியிடம் கொடுத்தார். கல்யாணிக்குப் பிறகு 'மோகமுள்' என் கைக்கு வந்தது.

அறுநூறு பக்கங்களுக்கு மேலுள்ள அந்த நாவலை சென்னை வேல் பதிப்பகம் வெளியிட்டிருந்தது. மோகமுள்ளை இரண்டே நாட்களில் படித்து முடித்துவிட்டேன். 'மோகமுள்' என்னை அப்படியே தன் பக்கம் ஈர்த்துவிட்டது. என்னைப் பிரமிப்புக்குள்ளாக்கி, உன்மத்தனாக்கிவிட்டது. இன்று வரை மோகமுள்ளை எத்தனையோ முறை படித்துவிட்டேன். முதல் முறை படித்தபோது ஏற்பட்ட அந்தப் பரவசம் இப்போதும் அப்படியே இருக்கிறது. அது வெறும் நாவலல்ல. நவீன காப்பியம். உரைநடையில் எழுதப்பட்ட காவியம் மோகமுள்.

எனக்கு ஏற்பட்ட அதே பரவசமும் லகரியும் கல்யாணிக்கும், கலாப்ரியாவுக்கும்கூட ஏற்பட்டது. அதைப் பற்றிப் பேசிப் பேசி மாய்ந்துபோனோம். நானும் ஜெ.பி.யைச் சந்தித்தேன். காலை நேரங்களில் கல்யாணியையும், கலாப்ரியாவையும் தொந்தரவு செய்தது மாதிரி, ஜெ.பி.யையும் காலை நேரங்களில் அவரது அறைக்குச் சென்று சந்தித்துத் தொந்தரவு செய்ய ஆரம்பித்தேன். அவர் மாவட்ட அளவில் கலெக்டர், டி.எஸ்.பி.யைப் போல் தான் ஒரு பெரிய அதிகாரி என்ற நினைப்பெல்லாம் இல்லாமல் மிக எளிமையாகவும், மிகுந்த ஸ்நேகத்துடனும் பழகினார்.

அவர் திருநெல்வேலியில் டியூட்டியில் சேர்ந்த புதிதில் நெல்லையில் பொருட்காட்சி ஆரம்பித்திருந்தது. எனக்குப் பொருட்காட்சிக்குச் செல்வது ரொம்ப விருப்பமானது. வருஷம்தோறும் பொருட்காட்சி சமயத்தில் மூன்று நான்கு தடவையாவது பொருட்காட்சிக்குப் போய்விடுவேன். என்னுடைய ஆசையைத் தெரிந்துகொண்டு என்னை ஜெ.பி. ஒருநாள் பொருட்காட்சிக்கு அழைத்துச் சென்றார். வெகுநேரம் வரை பொருட்காட்சியில் புல் தரையில் உட்கார்ந்து பேசிக்கொண்டிருந்தோம். ஜெ.பி. எல்லோரிடமும் ரொம்பப் பிரியமாகப் பழகுவார். என் பேரில் அவருக்குப் பிரியத்தோடு இரக்கமும் இருந்தது.

தனது அலுவலகத்தில் ஜெ.பி. பல நவீன இலக்கிய நூல்களை வாங்கிப் போட்டிருந்தார். அவரைத் தினசரி பார்த்து விடுவேன். காலையில் அவரது அறைக்குச் சென்று தொந்தரவு செய்ய

வில்லை என்றால் மதியம் இரண்டு மணிக்கு மேல் அவரது அலுவலகத்துக்குச் சென்றுவிடுவேன். அவரது அலுவலகத்தி லிருந்துதான் நீல. பத்மநாபனின் தலைமுறைகள், தகழியின் செம்மீன், நகுலனின் நினைவுப்பாதை இவற்றையெல்லாம் எடுத்துச் சென்று படித்தேன். இவை தவிர, ஜிம்கார்பெட்டின் குமாயுன் புலிகள் போன்ற பல மொழிபெயர்ப்பு நூல்களும் அவரது அலுவலக நூலகத்தில் இருந்தன. எனது வாசிப்புப் பசிக்கு அவை நல்ல தீனியாக இருந்தன.

12

திடீரென்று விக்ரமாதித்யன் என்ற நம்பிராஜன் குன்றக்குடியிலிருந்து கல்யாணிக்குக் கடிதம் எழுதியிருந்தார். பாபநாசம் திருவள்ளுவர் கல்லூரியில் படிக்கும்போதே அவருக்குக் குன்றக்குடி அடிகளாருடன் பழக்கம் இருந்தது. குன்றக்குடி ஆதீனத்தில் வேலைக்குச் சேர்ந்துவிட்டதாக கல்யாணிக்கு எழுதியிருந்தார். கல்யாணி அழகுணர்ச்சியினால் உந்தப்பட்டுக் கடிதங்களை எழுதுவார். நம்பிராஜனும், கலாப்ரியாவும் அப்படியல்ல. ஏதாவது விஷயமிருந்தால்தான் கடிதம் எழுதுவார்கள். ஒருவிதத்தில் பார்த்தால் நம்பிராஜன்தான் மிகுந்த நடைமுறைவாதி, லௌகீகவாதி. தேவையற்ற சென்டிமெண்ட் எல்லாம் அவரிடம் கிடையாது. ரொம்ப யதார்த்தவாதி. என்றாலும், அவரிடமும் இலக்கியம், கலை போன்ற மனவுலகம் சம்பந்தப்பட்ட விஷயங்களில் மிகைப்பட்ட நிலை உண்டு. இதுதான் அவரை எழுத வைக்கிறது. இலக்கியம் என்றால் பரவசப்பட்டு விடுவார்.

குன்றக்குடியிலிருந்து இன்னொரு கடிதமும் நம்பிராஜன் எழுதியிருந்தார். அது குன்றக்குடி ஆதீன நூலகத்திலிருந்து அவர் எடுத்துப் படித்த தி. ஜானகிராமனின் ‘அம்மா வந்தாள்’ நாவலைப் பற்றியது. நம்பிராஜனுடைய அந்தக் கடிதம் அபாரமான இலக்கிய அமைதியைக் கொண்டிருந்தது. நான் படித்த மிகச் சிறந்த கடிதங்களுள் அதுவும் ஒன்று. இதேபோல, கல்கத்தாவுக்கு அவருடைய அக்கா வீட்டுக்குச் சென்றிருந்தபோது, அங்கே நடைபெற்றுக் கொண்டிருந்த துர்கா பூஜையைப் பற்றி எழுதிய கடிதமும் ரொம்பக் கலாபூர்வமானது. இந்த இரண்டு கடிதங்களையும் கடித இலக்கியத்தின் உச்சம் என்று கூறலாம். அவர் தனக்கென்று தனித்த

பாணியைக் கொண்ட உரைநடைக்காரர் என்பது அந்தக் கடிதங்களிலேயே தெரிகிறது. இது நடந்தது 1971 வாக்கில்.

'ஜெ.பி.' என்று நாங்கள் அழைக்கும் பா.ஜெயப்பிரகாசத்தைப் பற்றி நான் விக்ரமாதித்யனுக்குக் கடிதத்தில் எழுதினேன். என்னைப் போலவே நம்பிராஜனும் ஒரு புத்தகப் புழு. நேரம் கிடைக்கிறபோதெல்லாம் ஏதாவது வாசித்துக்கொண்டே இருப்பார். குன்றக்குடி ஆதீன நூலகத்தில் அவருக்கு வாசிப்பதற்கு நிறைய நூல்கள் கிடைத்தன. அதனால் அவர் அங்கே பணியில் தொடர்வார் என்று நாங்களெல்லாம் நினைத்தோம். ஆனால் அதற்கு மாறாக அவர் இரண்டே மாதங்களில் குன்றக்குடியை விட்டுச் சென்னைக்குச் சென்று விட்டதாகக் கடிதம் எழுதி யிருந்தார். அந்த நாட்களில் அவர் ஒரு நிலையில்லாமல் அலைந்துகொண்டிருந்தார். எந்த வேலையிலும் அவரால் ஒட்ட முடியவில்லை. இதனால் இன்று போலவே அன்றும் மிகுந்த சிரமங்களுக்கு ஆளானார்.

எனக்கு நம்பிராஜன் திருநெல்வேலியில் நம்முடனில்லையே என்ற ஆதங்கம் இருந்தது. ஆனால் நான், கல்யாணி, ஜெ.பி., கலாப்ரியா எல்லோரும் அடிக்கடி சந்தித்துப் பேசிக்கொண் டிருந்தோம். கல்யாணி அவ்வளவாக வீட்டை விட்டு வெளியே வரமாட்டார். அவரது இயல்பு அப்போது அப்படி. ஆனால், கலாப்ரியாவும் நானும் முடிந்தபோதெல்லாம் ஜெ.பி.யை அவரது அறையிலோ, குலவணிகர்புரம் அலுவலகத்திலோ சந்தித்துக்கொண்டிருந்தோம். ஜெ.பி. திடீரென்று இரண்டு மூன்று தினங்கள், சேலம், கோயமுத்தூர் எல்லாம் சென்று தமிழ்நாடன், கோயமுத்தூர் வானம்பாடி நண்பர்களை யெல்லாம் சந்தித்து விட்டு வந்தார்.

கோயமுத்தூரிலிருந்து அவர் வந்தபோது அப்துல் ரஹ்மானிட மிருந்து ஒரு அருமையான கவிதை நோட்டை வாங்கி வந்திருந்தார். அதில் செம்மீன், நதி முதலான மலையாளத் திரைப்படப் பாடல்கள் எல்லாம் தமிழில் எழுதப்பட்டிருந்தன. அவற்றில் வயலார், பாஸ்கரன் போன்ற மலையாளத் திரைப்படப் பாடலாசிரியர்களின் பாடல்கள் ஏராளமாக இருந்தன. வயலார் மலையாளத்துக் கண்ணதாசன் மாதிரி புகழின் உச்சியில் இருந்தார்.

அப்துல் ரஹ்மானிடமிருந்து ஜெ.பி. கொண்டு வந்திருந்த அந்த மலையாளப் பாடல்கள் நோட்டு எங்களைக் கிறங்கடித்தது. அதில் இருந்த பாடல்களை எல்லாம் நான் படி எடுத்துக் கொண்டேன். ஏற்கெனவே ஜெ.பி.யின் அலுவலக நூலகத்தி லிருந்து கேசவதேவின் அண்டை வீட்டார், வைக்கம் முகமது பஷீரின் பால்யகால சஹி (இளம்பருவத் தோழி), தகழியின்

செம்மீன் போன்ற மலையாள நாவல்களைப் படித்துவிட்டு மனம் கிறங்கிக் கிடந்தோம். அந்த நாட்களில் திருநெல்வேலி ராயல் டாக்கீஸிலும், பாலஸ்–டி–வேல்ஸிலும், ரெகுலர் ஷோ காட்சிகளாக மலையாளப் படங்கள் ஓடின. ஔவும் தீரவும், கிராஸ் பெல்ட், ஆபிஜாத்யம், நதி, செம்மீன் (பாப்புலர் டாக்கீஸில் வெளியானது), அஸ்வமேதம், கரைகாணாக் கடல் போன்ற அற்புதமான மலையாளத் திரைப்படங்களைப் பார்த்து நான் மனதைப் பறி கொடுத்தேன்.

சம்ஸ்கிருதம் கலந்த அந்த மொழி கேட்கவும், படிக்கவும் இனிமையானது. மனம் பூராவும் மலையாளத் திரைப்படங்களும், மலையாள இலக்கியங்களும் ஆக்கிரமித்திருந்தன.

இந்தக் கால மலையாளத் திரைப்படங்கள் தங்களுடைய மொழி மற்றும் கலாச்சாரத்தின் தனித்துவத்தை இழந்துவிட்டன. ஆனால் எழுபதுகளிலும் அதற்கு முன்னர் அறுபதுகளிலும் வெளிவந்த மலையாளத் திரைப்படங்களும், அவர்களுடைய இலக்கிய கர்த்தாக்களான தகழி, கேசவதேவ், பொன்குனம்வர்க்கி, எஸ்.கே. பொற்றேகாட், பாரபுரத்து, உன்னிகிருஷ்ணன், மலையாற்றூர் ராமகிருஷ்ணன், எம்.டி. வாசுதேவன் நாயர், லலிதாம்பிகா அந்தர்ஜனம் போன்ற அதியற்புதமான சிருஷ்டிகர்த்தாக்களும் திரைப்படங்களையும், இலக்கியத்தையும் ஒரு உன்னதமான நிலைக்கு எடுத்துச் சென்றனர்.

இதே காலகட்டத்தில்தான் தமிழில் கண்ணதாசனும், ஜெயகாந்தனும், கே. பாலசந்தரின் திரைப்படங்களும் ஒரு உயர்ந்தபட்ச சாதனைகளைத் திரைத்துறையிலும், எழுத்துத் துறையிலும் நிகழ்த்துகின்றன. ஜெயகாந்தன் தனது அற்புதமான சிறுகதைகளையும், குறுநாவல்களையும் வெகுஜனப் பத்திரிகைகளான ஆனந்த விகடனிலும், தினமணி கதிரிலும் எழுதுகிறார். தி. ஜானகிராமனது பல அற்புதமான தொடர்கதைகள் விகடனிலும், தினமணி கதிரிலும் வெளிவந்ததும் இதே காலகட்டத்தில்தான். தீபம், கணையாழி, அஃக், நடை, எழுத்து, தாமரை போன்ற அற்புதமான இலக்கியப் பத்திரிகைகளும் ஏராளமாக வெளிவந்தன.

கண்ணதாசன் முதல் கலாப்ரியா வரை, ஜெயகாந்தன் முதல் ஆர். ராஜேந்திர சோழன், அசோகமித்திரன் வரை ஒரு சீரான, இளக்கமும் மனோகரமானதுமான மொழி நடை தமிழ் திரைப்பட, எழுத்துச் சூழலில் வியாபித்திருந்தது. ‘வாசகர் வட்டம்’ என்ற மிகப் புதுமையான, தரமான பதிப்பகம் தொடங்கப் பட்டதும் இதே அறுபது எழுபதுகளில்தான். சாயாவனம், புத்ர, அபிதா, அம்மா வந்தாள், நடந்தாய் வாழி காவிரி, கருங்கடலும்

கலைக்கடலும் போன்ற தரமான நூல்களை மிக உயர்ந்த தரத்தில் அச்சிட்டு வாசகர் வட்டம் வெளியிட்டது. எங்கும் கலையின் உன்னதம் தமிழ்ச் சூழலைப் பாதித்த அதியுன்னதமான நாட்கள் அவை.

கி. ராஜநாராயணன் ‘வேட்டி’ என்ற சிறுகதையை எழுதுகிறார். பூமணி வயிறுகள், பெட்டை முதலான அற்புத மான சிறுகதைகளைத் தருகிறார். பா. ஜெயப்பிரகாசம் அம்பலகாரர் வீடு என்ற அதியற்புதமான சிறுகதையைத் தாமரையில் எழுதுகிறார். ‘ஞானரதம்’ என்ற பத்திரிகையை ஜெயகாந்தனை ஆசிரியராகக் கொண்டு தேவ. சித்திரபாரதி துவக்குகிறார். வண்ணதாசனின் ‘பாடாத பாட்டெல்லாம்’ என்ற அருமையான சிறுகதை ஞானரதத்தில்தான் வருகிறது. இதுவரை எந்த இலக்கியப் பத்திரிகையும் சாதித்திராத கலாபூர்வமான வடிவமைப்புடன் சேலத்திலிருந்து பரந்தாமனை ஆசிரியராகக் கொண்டு ‘அஃக்’ வெளிவருகிறது. ‘அஃக்’இல் தர்மூ சிவராமின் ‘கண்ணாடியுள்ளிலிருந்து’ என்ற உன்னதமான நெடுங்கவிதை வெளிவருகிறது.

வெகுஜனப் பத்திரிகைகளான ஆனந்த விகடனிலும், தினமணி கதிரிலும் கூட பல நல்ல இலக்கியபூர்வமான முயற்சிகள் நடக்கின்றன. தினமணி கதிரில் வேறொரு சமயம் புஷ்பா தங்கதுரை எழுதிய ‘சிவப்பு விளக்குக் கதைகள்’ வெளி வந்தாலும் தி. ஜானகிராமனின் செம்பருத்தி, ஜெயகாந்தனின் ரிஷிமூலம், சில நேரங்களில் சில மனிதர்கள் போன்ற தரமான தொடர்களெல்லாம் வெளிவந்தன. ஆனந்த விகடனில் தொடர்ந்து ‘முத்திரைக் கதைகள்’ என்ற தலைப்பில் பல நல்ல சிறுகதைகள் வெளியாகின.

‘எனக்குப் பிடித்த புத்தகம்’ என்ற தலைப்பில் பல நல்ல பிறமொழி நாவல்களைப் பற்றி வாரம்தோறும் இரண்டு, இரண்டரைப் பக்க அளவில் விகடனில் கட்டுரைகள் வெளி யானது நினைவிருக்கிறது. விகடன் மாவட்ட மலர்களையும் தயாரித்தது. இந்த மாவட்ட மலர்களில் மாவட்ட சிறுகதைப் போட்டிகளையும் விகடன் அறிவித்தது. வடஆற்காடு மாவட்டத் தின் சிறந்த சிறுகதையாக ஆர். ராஜேந்திர சோழனின் சிறுகதை தேர்ந்தெடுக்கப்பட்டது. தஞ்சை மாவட்டச் சிறுகதைப் போட்டியில் ஜி.எம்.எல். பிரகாஷ் எழுதிய ‘அங்கிள்’ என்ற சிறுகதை சிறந்த சிறுகதையாகத் தேர்ந்தெடுக்கப்பட்டு வெளியானது.

‘அங்கிள்’ கதையைப் படித்துவிட்டு நான் விகடன் முகவரிக்கு ஒரு கடிதம் எழுதினேன். அக்கடிதம் பிரகாஷுக்கு அனுப்பி வைக்கப்பட்டு, பிரகாஷ் தஞ்சாவூரிலிருந்து எனக்குப் பதில்

எழுதியிருந்தார். அங்கிள் கதையின் மூலம் பிரகாஷ் எனக்கு நண்பரானார். பிரகாஷும் நானும் வாரந்தோறும் இரண்டு மூன்று கடிதங்களைக் கூட பரஸ்பரம் எழுதியிருக்கிறோம்.

பிரகாஷின் கடிதங்கள் எனக்கு ஒரு வித்தியாசமான கலைஞனையும், உலகத்தையும் அறிமுகப்படுத்தின. பிரகாஷுக்குத் தமிழ், ஆங்கிலம் தவிர மலையாளம், தெலுங்கு, வங்காளி போன்ற மொழிகளும் தெரியும். இந்த மொழிகளில் என்னென்ன இலக்கிய முயற்சிகள் நடைபெறுகின்றன, யார் யாரெல்லாம் சிறந்த படைப்பாளிகள் என்பதைப் பற்றியெல்லாம் பிரகாஷ் விபரமாக எழுதுவார். கல்யாணிக்கும் பிரகாஷை அறிமுகப்படுத்தினேன். கல்யாணிக்கும் பிரகாஷ் கடிதங்கள் எழுதினார்.

அவரது லெட்டர் ஹெட் கையால் செய்யப்பட்ட காகிதங் களைக் கொண்டது. லெட்டர் ஹெட்டின் மேலே மத்தியில் ஒரு தீப்பிழம்பு படம் அச்சிடப்பட்டிருக்கும். எனது இலக்கிய நண்பர்கள் வரிசையில் 'தஞ்சை பிரகாஷ்' என்று பின் நாட்களில் அறியப்பட்ட கா.மா.இல. பிரகாஷும் சேர்ந்தார்.

13

ஒருநாள் ஆராய்ச்சி அச்சகத்திற்கு ஆழ்வாரைப் பார்ப்பதற்காகச் சென்றிருந்தேன். ஆழ்வார் என்னிடம், "அண்ணாச்சி உங்களைத் தேடிக்கிட்டு இருக்காங்க..." என்றார். என்.வி. (நா. வானமாமலை) என்னை ஏன் தேட வேண்டும் என்று யோசித்தேன். ஒருவேளை சென்ற மாதம் ஆராய்ச்சி கூட்டத்துக்கு ஏன் வரவில்லை என்பதை விசாரிப்பதற்காகத் தேடுகிறாரோ என்று எண்ணினேன். ஆராய்ச்சி கூட்டத்துக்கு என்னுடைய வருகை அவ்வளவு முக்கியமானதல்ல. நான் கட்டுரை எதுவும் வாசிப்பதில்லை. கட்டுரைகள் மீது நடைபெறும் விவாதங்களில்கூட நான் பங்கு பெறுவதில்லை. பத்து மணிக்கு ஆரம்பமாகும் கூட்டத்தில் வெறும் பார்வையாளனாகத்தான் நான் கலந்துகொண்டிருக்கிறேன். அங்கு மதியம் போடப்படும் சாம்பார் சாதத்தைச் சாப்பிட்டுவிட்டு, இரண்டரை மணி மேட்னி ஷோவுக்கு ஓடிவிடுகிறவன் நான். என்னை ஏன் என்.வி. தேட வேண்டும்?

வக்கீலாபீஸுக்குத் திரும்பும்போது நா.வா. வின் டியூட்டோரியல் காலேஜ் மாடியில் போய் என்.வி.யைத் தேடினேன். என்.வி.யின் செயலாளராக இருந்த மங்கை, நா.வா. இன்னும் வரவில்லை என்றார். மாதாந்திர ஆராய்ச்சி கூட்டத்திற்கு இன்னும் சில தினங்களே இருந்தன. அதனால் அன்று நா. வா. வைச் சந்திக்கலாம் என்று முடிவு செய்தேன்.

ஞாயிற்றுக் கிழமை காலை குளித்துச் சாப்பிட்டு விட்டு ஆராய்ச்சி கூட்டத்திற்குச் சென்றேன். உள்ளே முழுக்கை பாப்ளின் துணிச் சட்டையுடன் நா.வா. ஏதோ படித்துக்கொண்டிருந்தார். அவருக்கு எதிரே வெ. கிருஷ்ணமூர்த்தியும் தூத்துக்குடி பேராசிரியர் ராவும் அமர்ந்திருந்தார்கள். வெ.கி. என்னைப் பார்த்ததும் சிரித்தார். 'உட்காரு' என்று

பெஞ்சைக் காட்டினார். உட்கார்ந்தேன். கையிலிருந்ததைப் படித்துவிட்டு என்னை ஏறிட்டுப் பார்த்த நா.வா. "என்னப்பா... ஆளையே காணோம்?... ஒரு விஷயமா உன்னைத் தேடிக்கிட்டு இருக்கேம்பா..." என்றார்.

"என்ன சார் விஷயம்?... ஆழ்வார் கூடச் சொன்னார்..." என்றேன்.

"முற்போக்கு எழுத்தாளர்களின் தொகுப்பு ஒண்ணு கொண்டு வரலாம்ன்னு நினைக்கிறேன். நீயும் நல்ல சிறுகதை ஒண்ணு எழுதிக் குடு... வேறே உனக்குத் தெரிஞ்ச எழுத்தாளர்கள் கிட்டேயும் கதைகள் வாங்கிக் குடு..."

"சரி சார்... வண்ணதாசன், பா.ஜெயப்பிரகாசம் கிட்டே எல்லாம் கேட்டுப் பார்க்கிறேன்... சார்..."

"தொகுப்புக்குப் 'புதிய முளைகள்' என்று தலைப்பு வைக்கலாம்னு நானும் வெ.கி.யும் யோசிச்சு வச்சிருக்கோம்..." என்றார் நா.வா.

"டைட்டில் நல்லா இருக்கு சார்..."

"மதுரை, ராஜபாளையம் எழுத்தாளர்கள் கிட்டே எல்லாம் கதை கேட்டிருக்கேன்... ஆ. சந்திரபோஸ், கொ.மா. கோதண்டம் எல்லாம் கதை தர்றாங்க... நல்லதா அட்டைப் படம் ஒண்ணு போடணும்... உனக்கு யாரையாவது படம் வரையறவங்களைத் தெரியுமா?..." என்று நா.வா. கேட்டார். எனக்கு உடனே வண்ணதாசன் ஞாபகம்தான் வந்தது.

"வண்ணதாசன் கூட நல்லாப் படம் போடுவார் சார்..." என்றேன். நா.வா.வுக்கு ஒரே ஆச்சரியம். "கதைதானே எழுதுவார். படமும் போடுவாரா?" என்று ஆச்சரியத்துடன் கேட்டார். "அப்போ... வண்ணதாசன் கிட்டேயே படம் போட்டு வாங்கிடு..." என்றார். பிறகு சிறிது நேரம் பேசிக்கொண்டிருந்து விட்டுக் கிளம்பினேன்.

புறப்படும்போது வெ.கிருஷ்ணமூர்த்தி, "அப்புறமா டயம் கிடைக்கிறப்போ வீட்டுக்கு வாங்க... என்ன கதை எழுதறதுன்னு டிஸ்கஸ் பண்ணலாம்..." என்றார்.

எனக்கு என்ன சொல்வதென்று தெரியவில்லை. கதையை டிஸ்கஸ் பண்ணி எழுதமுடியும் என்பது என்னவோ போலிருந்தது. ஆனாலும் வெ.கி. எனக்குச் சில உதவிகளைச் செய்திருக்கிறார். அதனால் மறுக்க முடியவில்லை. "சரி சார்... வர்றேன்..."என்றேன்.

வக்கீலய்யா வீட்டுக்கு வந்தேன். எங்கள் வக்கீல் ஸ்ரீனிவாசகம் அவர்களின் மனைவி ஜானகி ஸ்ரீனிவாசகம். அவரை நான் 'சின்னம்மா' என்றுதான் அழைப்பேன். நான் மட்டுமல்ல வக்கீலய்யா வீட்டில் வேலை பார்க்கிற கணக்கப்பிள்ளை ரெங்கநாதபிள்ளை, நிலங்களைக் கவனித்துக் கொள்கிற ஆறுமுகம், செல்லப்பா, சமையல்கார வடிவு எல்லோரும் ஜானகியம்மாவைச் 'சின்னம்மா' என்றுதான் கூப்பிடுவோம்.

சின்னம்மா ஒரு நல்ல வாசகர். அவரிடம் நான் அடிக்கடி மனம் விட்டுப் பேசுவேன். நா.வா. 'புதிய முளைகள்' என்ற பெயரில் ஒரு சிறுகதைத் தொகுப்பு கொண்டு வர இருப்பதைப் பற்றிச் சொன்னேன். சின்னம்மா என்னிடம் கேலியாக, "நீ எல்லாம் பெரிய ரைட்டர். உன்னோட கதைகளை எல்லாம் போடுவாங்க... நான் எழுதினாப் போடுவாங்களா?..." என்று சொன்னார்கள்.

"புதிய இளம் எழுத்தாளர்களுடைய கதைகளைப் போடணும்கிறதுதான் திட்டம்... நீங்க எழுதிக் குடுங்க... என்.வி. கிட்டே கொடுக்கிறேன்..." என்றேன்.

"நிஜமாவா?"

"ஆமா... எழுதித் தாங்க..." என்றேன்.

"சரி... எழுதறேன்... எழுதின பிறகு படிச்சுப் பாரு... நல்லா இருந்தா குடு..." என்றார்கள். சின்னம்மா கதை எழுதுகிறேன் என்றது எனக்குச் சந்தோஷமாக இருந்தது.

மறுநாள் வண்ணதாசனை அவர் வீட்டில் சென்று சந்தித்தேன், நா.வா.வின் திட்டத்தைப் பற்றிச் சொன்னேன். தற்சமயம் கைவசம் சிறுகதை இல்லை, வேண்டுமானால் அந்தத் தொகுப் புக்கு அட்டைப்படம் வரைந்து தருகிறேன் என்றார். பா. ஜெயப்பிரகாசத்திடமும் நா.வா. போடும் சிறுகதைத் தொகுப்புக்கு கதை கேட்டேன். ஜெ.பி.யாலும் கதை தர இயலவில்லை,

யார் யாரெல்லாம் தொகுப்புக்குக் கதை தருகிறார்களோ அவர்களெல்லாம் ஆளுக்கு 50 ரூபாய் தந்துவிட வேண்டும் என்றும் நா.வா. கூறியிருந்தார். வண்ணதாசனையும், ஜெயப்பிரகாசத்தையும் பொறுத்தவரை 50 ரூபாய் கொடுப்பது ஒன்றும் பெரிய விஷயமில்லை. ஆனால், என்னைப் பொறுத்தவரை ஐம்பது ரூபாய் என்பது என் சக்திக்கு அப்பாற்பட்டது. ஆனால், என்னுடைய ஐம்பது ரூபாயையும் சின்னம்மா அவர்களே கொடுத்து உதவினார்கள். அவர்களும் ஒரு வாரத்திற்குள் ஒரு சிறுகதை எழுதி, ஐம்பது ரூபாயும் கொண்டுவந்து கொடுத்தார்கள்.

நான் வெ. கிருஷ்ணமூர்த்தியிடம் ஒப்புக் கொண்டிருந்தபடி சிறுகதை பற்றி விவாதிப்பதற்காக அவரது வீட்டுக்கு ஒருநாள் மாலை சென்றேன். அவர் மார்க்ஸீய அடிப்படையில் பெரு முதலாளியம் எப்படி சிறுதொழில்களைச் சாப்பிட்டு விடுகிறது என்பதை வைத்து ஒரு கதையைச் சொன்னார். எனக்குத் தத்து வார்த்த ரீதியில் கதைகளை எழுவதும், பிறர் சொல்லி எழுதுவதும் அறவே பிடிக்காத விஷயங்கள். ஆனால், நட்பு கருதியும், வெ.கி. செய்த உதவிகளுக்கு நன்றிக்கடனாகவும் ஊமையாகிவிட்டேன். அவர் கூறிய சிறுகதையை எழுதிக் கொடுத்துவிட்டேன். வேறு வழியில்லை. என்னுடைய எழுத்துச் சுதந்திரத்தை நன்றிக்கடன், நட்பு இவற்றுக்காகப் பலி கொடுத்து விட்டேன். இன்றுவரை அந்தச் சிறுகதை எழுதிய சம்பவம் மனதை உறுத்துகிறது. ஆனால், அந்தப் புதிய முளைகள் தொகுப்பைத் தவிர, எனது எந்தத் தொகுப்பிலும் அந்தச் சிறுகதையைச் சேர்க்கவே இல்லை.

ஒருவருடைய அரசியல் நம்பிக்கை என்பது வாய்ப்புக் கிடைக்கும் போதெல்லாம் எப்படிப் பிறர் மீது வலுக்கட்டாய மாகவோ, மறைமுகமாகவோ திணிக்கப்படுகிறது என்பதை அப்போதே என் வாழ்க்கையிலேயே தெரிந்துகொண்டேன். சென்னைக்கு வந்த பிறகு பத்திரிகைகளில் பணியாற்ற நேர்ந்த போதும், பத்திரிகையின் விருப்பு–வெறுப்புகள் சார்ந்தே ஒரு பத்திரிகையில் பணியாற்றுகிறவன் பணிபுரிய வேண்டியதிருக் கிறது என்பதையும் நடைமுறையில் அறிந்துகொண்டேன். இதைப் பற்றிப் பின்னர் விவரிக்கிறேன்.

வண்ணதாசனின் அட்டையுடன் பல இளம் எழுத்தாளர் களின் சிறுகதைகளைத் தாங்கி 'புதிய முளைகள்' தொகுப்பு நா.வா.வின் அச்சகத்தில் தயாராகிவிட்டது. அதன் வெளியீட்டு விழாவை நா.வா. மதுரையில் வைத்திருந்தார். தமிழ்நாடு கலை இலக்கியப் பெருமன்றத்தின் சார்பில் மதுரை காலேஜ் ஹவுஸ் மாடியில் ஒரு கருத்தரங்கம் நடைபெற்றது. அந்த நிகழ்ச்சியில், ஒரு துணை நிகழ்ச்சியாக புதிய முளைகள் சிறுகதைத் தொகுப்பு வெளியீடும் நடக்க ஏற்பாடாகியது.

ஜெ.பி., அந்த நிகழ்ச்சிக்குப் போய் வரலாம் என்றார். வண்ணதாசன், கலாப்ரியாவுடன் என்னையும் தனது அலுவலக ஜீப்பில் அழைத்துக் கொண்டு சென்றார். மாலை ஆறரை மணி நிகழ்ச்சிக்கு ஜெ.பி.யின் ஜீப்பில் நாங்கள் மதியம் இரண்டரை மணி சுமாருக்கு திருநெல்வேலியிலிருந்து கிளம்பினோம். விருதுநகரில் ஒரு ஹோட்டலில் ஜீப்பை நிறுத்தி எல்லோரும் வடையும், காபியும் சாப்பிட்டோம். மீண்டும் பயணத்தைத்

தொடர்ந்து, சரியான நேரத்துக்கு காலேஜ் ஹவுஸுக்குச் சென்று விட்டோம். பொதுவாகவே கூட்டம், பொது நிகழ்ச்சி என்றால் எனக்கு அலர்ஜி. கட்டாயத்தின் பேரில் கூட்டங்களுக்குச் செல்ல நேர்ந்தாலும், இடையிலேயே நைஸாக நழுவிவிடுவேன்.

பொதுக்கூட்டம் என்றில்லை. திருமண வீடுகளுக்குச் சென்றாலும் இதே நிலைதான். ஏதோ திருமணத்துக்கு அழைக்கிறார்களே என்று வேண்டா வெறுப்பாகச் சென்று விட்டு வருவேன். இன்று வரை இந்த விசித்திரமான எனது மனநிலை தொடர்ந்து கொண்டுதானிருக்கிறது. பொதுவாகவே எனக்குக் கொண்டாட்டங்களைப் பிடிக்காது. தீபாவளி, பொங்கல் போன்ற பண்டிகைகளைக்கூட குடும்பத்துடன் சேர்ந்து முழுமனதுடன் நான் கொண்டாடியதில்லை. எல்லோருடனும் இவற்றிலெல்லாம் கலந்துகொள்ள வேண்டியதிருக்கிறதே என்ற தர்மசங்கடத்துடன்தான் குடும்ப நிகழ்ச்சிகளில்கூடக் கலந்துகொள்கிறேன். இந்த விநோதமான மனநிலை என் சிறு வயது முதலே இருந்து வருகிறது.

வெ. கிருஷ்ணமூர்த்தி சொல்லி எழுதிய சிறுகதை என்றாலும், ஒரு தொகுப்பில் ‘வண்ணநிலவன்’ என்ற பெயரில் நாம் எழுதியது இடம் பெற்றிருக்கிறது என்ற சந்தோஷம் துளிக்கூட இல்லாமல், விட்டேற்றியான மனநிலையில் அந்த வெளியீட்டு விழாவில் கலந்துகொண்டு ஊர் திரும்பினேன். பாளையங்கோட்டைக்கு வந்து சேரும்போது இரவு ஒரு மணிக்கு மேலிருக்கும். ஜெ.பி. என்னை வக்கீலாபீஸில் இறக்கி விட்டுச் சென்றார்.

வராந்தாவில் கிடந்த பெஞ்சில் அப்படியே படுத்தேன். உடம்பெல்லாம் அடித்துப் போட்டது மாதிரி ஒரே அசதி. ஆனால், தூக்கம் வரவில்லை, கொசுக்கடி வேறு. மனம் ஏதேதோ பழைய நினைவுகளில் ஆழ்ந்து கிடந்தது. எப்போது தூங்கினேன் என்று தெரியாது. திருவனந்தபுரம் ரோட்டில் டவுன் பஸ்கள் ஓட ஆரம்பித்த பிறகுதான் பொழுது விடிந்துவிட்டது என்று தெரியும்,

14

ஒரு பக்கம் கடுமையான வாழ்க்கைப் போராட்டம். இன்னொரு பக்கம் இலக்கியத்தின் வசீகரம். சதா படித்துக்கொண்டும், எழுதிக் கொண்டுமிருக்க வேண்டுமென்ற தணியாத ஆர்வம். ஜெ.பி.யின் அலுவலக நூலகத்திலிருந்த புஸ்தகங்கள், கல்யாணி, வ.க.விடம் இருந்த புஸ்தகங்கள் எல்லா வற்றையும் ஒரு தீராத தாகத்தோடு படித்து முடித்து விட்டேன்.

'புதிய முளைகள்' தயாரிப்பு வேலை என்று நான் பிரமாதமாக ஒன்றும் செய்யவில்லை என்றாலும், எங்களது கையெழுத்துப் பத்திரிகையான 'பொருநை'யை அறவே மறந்துவிட்ட நிலை. ஜூன் மாதம் பிறந்தது. வழக்கம் போல முருகன்குறிச்சி வாய்க்காலில் தண்ணீர் திறந்து விட்டிருந்தார்கள். கடும் கோடை முடிந்து விட்டிருந்தது. அது 1972 ஜூன். கல்யாணிக்கு ஸ்டேட் பாங்கில் வேலை கிடைத்து ஏறத்தாழ ஒரு வருஷம் ஆகியிருந்தது.

சென்ட்ரல் டாக்கீஸுக்கு அருகேதான் கல்யாணி வேலை பார்த்த ஜங்ஷன் ஸ்டேட் பாங்க் மெயின் பிராஞ்ச். இப்போதும் அதே கட்டிடத்தில்தான் இயங்கி வருகிறது. பழைய பிரிட்டிஷ் பாணி கட்டிடம். அப்போது வங்கிக் கட்டிடத்தின் முன்புறம் சிறு பூங்கா ஒன்று இருந்தது. கல்யாணியை அவரது வீட்டில் சென்று பார்த்து அடிக்கடித் தொந்தரவு செய்வது போதாது என்று, அவரது அலுவலகத்துக்கும் சென்று தொந்தரவு செய்வேன். ஆனால், ஒருநாளும் அவர் என்னுடைய தொந்தரவைப் பார்த்து முகம் சுழித்தது கூடக் கிடையாது. அதே மாறாத புன்னகையோடு அலுவலகத்திலிருந்து எழுந்து வெளியே வருவார். வெளியே சைக்கிள் ஸ்டாண்ட் அருகே மரத்தடியில் நின்றுகொண்டு பேசுவோம்.

இது செல்போன்களின் காலம். அப்போது பல பணக்கார வீடுகளில் கூட தொலைபேசி இருக்காது. அதனால் கடிதங்களுக்குத்தான் முக்கியத்துவம் இருந்தது. தகவல் தொடர்புக்குக் கடிதங்களையும், தந்தியையும் விட்டால் வேறு வழியில்லை. ஸ்ரீதரின் 'காதலிக்க நேரமில்லை' திரைப்படத்தில், முத்துராமனும், ரவிச்சந்திரனும் ஒரு கிராமத் தபால் நிலையத்திற்குச் சென்று, சென்னையிலுள்ள முத்துராமனின் தந்தையான வி.எஸ். ராகவனிடம் எஸ்.டி.டி.யில் பேசுவார்கள்.

கடிதமும் தந்தியும் அந்நாளில் எளிய நடுத்தர மக்களின் தொடர்பு சாதனங்கள். மிக அவசரமாகப் பேச வேண்டுமென்றால் எஸ்.டி.டி. போட்டுப் பேசுவார்கள். அதனால் சாதாரணக் குடும்பங்கள் கூட தபாலில் வரும் கடிதங்களையே நம்பியிருந்தன. இப்போது உலகின் எந்த மூலையில் உள்ளவருடனும் செல்போனில் குறைந்த செலவில் பேசிவிட முடிகிறது. குடும்பங்களுக்குள்ளும், நண்பர்களுக்கிடையிலும் நடைபெற்றுவந்த கடிதப் போக்குவரத்துக்கள் என்பது அறவே நின்றுவிட்டன. எல்லாமே செல்போனில் முடிந்து விடுகின்றன.

எனக்கு வ.க., கி.ரா., பிரகாஷிடமிருந்து வந்த கடிதங்களைக் கல்யாணியிடம் காண்பிப்பேன். அதேபோல் கல்யாணியும் தனக்கு வரும் கடிதங்களை எனக்குப் படிக்கக் கொடுப்பார். பிரகாஷிடமிருந்து கடிதம் வரச் சற்றுத் தாமதமாகும். கல்யாணி, வ.க. மாதிரி உடனுக்குடன் அடுத்த தபாலிலேயே பதில் எழுதிவிட மாட்டார். ஆனால் அவசியம் மிக நீண்ட பதில் கடிதங்களை பிரகாஷ் எழுதிவிடுவார். 'அங்கிள்' சிறுகதையில் ஆரம்பித்த எங்கள் கடிதத் தொடர்பு தொடர்ந்து கொண்டிருந்தது. பிரகாஷ் எப்படி இருப்பார்? கருப்பா, சிவப்பா? உயரமா, குள்ளமா என்றெல்லாம் தெரியாது, ஒருவருக்கொருவர் புகைப்படங்களை அனுப்பிக் கொள்ளவில்லை. நேரில் பார்க்காமலேயே பல மாதங்களாக ஆழ்ந்த நட்பு ஏற்பட்டிருந்தது.

நான் வேலை பார்த்து வந்த அட்வகேட் டி.எஸ். ஸ்ரீனிவாசகத்தின் அலுவலகமும் வீடும் ஒன்றுதான். அது ஒரு பெரிய பங்களா. அதன் முன்னறை அலுவலகமாக இருந்தது. அறையின் மத்தியில் பெரிய மரத்தாலான மேஜை. நாற்காலி. எதிரே இரண்டு மர நாற்காலிகள் தவிர ஜன்னலோரமாக நீளமான மரபெஞ்சும் கிடந்தது. அந்த மரபெஞ்சில்தான் நான் உட்கார்ந்திருப்பேன். ஜன்னலிலிருந்து பார்த்தால் தெருப் பக்கமுள்ள கேட் தெரியும். கேட் திறக்கிற சத்தம் கேட்கும்போதெல்லாம், ஜன்னல் வழியாக, யார் வருகிறார்கள் என்று பார்க்க முடியும்.

அன்று மதியம் ஒண்ணரை மணி இருக்கும். அப்போது தான் நானும் வக்கீலய்யாவும் கோர்ட்டிலிருந்து திரும்பியிருந் தோம். இனிமேல்தான் சாப்பிட வேண்டும். எனக்கு மதியச் சாப்பாடும், இரவு உணவும் வக்கீல் வீட்டில்தான். கேஸ் கட்டுகள், கோர்ட் டைரி எல்லாவற்றையும் பீரோவின் உள்ளே வைத்து விட்டு பெஞ்சில் உட்கார்ந்தேன். தெருவாசல் கேட்டைத் திறக்கிற சத்தம் கேட்டது. ஜன்னல் வழியே பார்த்தேன்.

கல்யாணிதான் கதவைத் திறந்துகொண்டிருந்தார். அவருக்குப் பின்னால் உயரமான ஒரு மனிதர். நான் அவசர அவசரமாக எழுந்து வெளியே சென்றேன். என்னைப் பார்த்ததும் கல்யாணி சிரித்தார். அவருடன் வந்திருந்த மனிதரும் புன்முறுவல் செய்தார். தன்னுடனிருந்தவரைக் காட்டி, “ராமச்சந்திரன்... இது யாருன்னு சொல்லுங்க பார்க்கலாம்...” என்று கல்யாணி கேட்டார்.

நான் உதடுகளில் புன்னகை தவழ அந்த மனிதரைப் பார்த்தேன். பெரிய உருண்டையான கண்கள் அவருக்கு. தலையில் லேசான வழுக்கை. மாநிறம். நல்ல உயரம். வயது நாற்பதுக்கு மேலிருக்குமா என்று மனம் கணக்குப் போட்டது.

“தெரியலியே...” என்றேன்.

“எதுக்கு கல்யாணி சஸ்பென்ஸ்?... சொல்லிருங்க” என்றார் அவர். நான் யாரென்று சொல்லுகிறேனா பார்ப்போமென்று கல்யாணி குறுநகையுடன் என்னையே பார்த்துக்கொண்டிருந் தார். பிறகு “பிரகாஷ்!...” என்றார்.

“அடடே!... வாங்க... வாங்க...” என்று எங்கள் அலுவலக அறைக்குள் அழைத்துச் சென்றேன். ஃபேனைப் போட்டேன். இருவரும் நாற்காலியில் உட்கார்ந்தார்கள். வக்கீலய்யா சாப்பிட உட்கார்ந்து விட்டார்கள். உள்ளே இருந்து சின்னம்மா வந்தார்கள். சின்னம்மாவுக்குக் கல்யாணியைத் தெரியும். கல்யாணியை “வாங்க...” என்றார்கள். கல்யாணி பிரகாஷை சின்னம்மாவுக்கு அறிமுகம் செய்து வைத்தார். சின்னம்மா, “வாங்க... வாங்க... ராமச்சந்திரன் சொல்லியிருக்கான்...” என்றார்கள்.

“நீங்க தாமரையிலே எழுதின கதையைப் படிச்சேன்...” என்றார் பிரகாஷ். அதைக் கேட்டதும் சின்னம்மாவுக்கு சங்கோஜம் வந்துவிட்டது.

லேசான வெட்கத்துடன் “கல்யாணி, உங்களை மாதிரியெல் லாம் நான் ஒண்ணும் பெரிசா எழுதிரலை... ஏதோ இவன் சொன்னானேன்னு எழுதினேன்...” என்று என்னைக் காட்டிச் சொன்னார்கள்.

“எழுத்திலே சின்னவங்க எழுதறது, பெரியவங்கதறதுன்னுல்லாம் இல்லை. எல்லாமே எழுத்துதான்... கதைதான்...” என்றார் பிரகாஷ். நான் பிரமிப்புடனும், சந்தோஷத்துடனும் பிரகாஷையே பார்த்துக்கொண்டிருந்தேன். சின்னம்மா பிரகாஷையும், கல்யாணியையும் பார்த்து, “சாப்பிடலாம்... வாங்க...” என்று அழைத்தார்கள். கல்யாணி, “நான் அவசரமா பேங்குக்குப் போகணும்... பிரகாஷ் சாப்பிடுவார்...” என்று புறப்பட எழுந்தார். எல்லோரும் கல்யாணிக்கு விடை கொடுத்தோம். பிரகாஷை சின்னம்மா சாப்பாட்டு அறைக்கு அழைத்துச் சென்றார்கள். தன் கணவரிடமும் அறிமுகப்படுத்தினார்கள்.

புது இடம், அறிமுகமில்லாத புது மனிதர்கள் என்ற கூச்சமெல்லாம் இல்லாமல் பிரகாஷ் வக்கீலய்யாவுடனும், சின்னம்மாவுடனும் சகஜமாகப் பேசிக்கொண்டே சாப்பிட்டார். அவர் புராட்டஸ்டெண்ட் கிறிஸ்தவர் என்பது சின்னம்மாவுக்குத் தெரியும். வக்கீலய்யா குடும்பமும் புராட்டஸ்டெண்ட்தான். அதனால்தானோ என்னவோ பிரகாஷும் வக்கீலய்யாவும் சின்னம்மாவும் அவ்வளவு சகஜமாகப் பழகக் காரணம் என்று என் மனம் கற்பனையில் ஈடுபட்டது. மதம் என்பதை விட, சக மனிதர்களிடம் மனிதர்கள் கொள்ளும் அன்புதான் காரணம் என்பதே உண்மை.

வக்கீலய்யாவுக்கு கதை, எழுத்து என்பதெல்லாம் அவ்வளவாக ஈடுபாடில்லாத விஷயங்கள். வக்கீலய்யா வீட்டுக்கு என்னைப் பார்க்க கல்யாணி அடிக்கடி வருவதால் கல்யாணியை அவருக்கு அறிமுகம். கல்யாணியைத் தவிர வக்கீலய்யாவுக்குத் தெரிந்த எழுத்தாளர் என்பது, சக அட்வகேட்டும், எழுத்தாளருமான ர.சு. நல்லபெருமாள்தான். ர.சு.நல்லபெருமாளும் வக்கீலய்யாவும் தினசரி டிஸ்ட்டிரிக்ட் கிளப்பில் டென்னிஸ் ஆடுவார்கள்,

வழக்கம் போல் சாப்பாட்டுக்குப் பிறகு வக்கீலய்யா மாடிக்குப் படுக்கச் சென்றுவிட்டார்கள். சின்னம்மாவும் எங்களுடன் சிறிது நேரம் பேசிக்கொண்டிருந்து விட்டுச் சென்றுவிட்டார்கள். நான் இன்னும் பிரகாஷின் வருகை தந்த சந்தோஷத்திலிருந்தும் ஆச்சரியத்திலிருந்தும் மீளவில்லை. எல்லாவற்றையும்விட ஆச்சரியம் அவர்களுடைய பணியாளனான என்னையும் மதித்து, என் நண்பரை சாப்பிடக் கூப்பிட்டுச் சின்னம்மா உபசரித்தது. வக்கீலய்யா, சின்னம்மா எல்லோருக்குமே விசாலமான மனம்.

அலுவலக அறையிலேயே நானும் பிரகாஷும் பேசிக்கொண்டிருந்தோம். பேசிக்கொண்டிருந்தோம் என்பதைவிட

பிரகாஷ்தான் பேசிக்கொண்டிருந்தார். சிறிது நேரம் கழித்து பிரகாஷ் என்னிடம் "வா... லாட்ஜுக்குப் போவோம்..." என்று கூப்பிட்டார். அவர் சரஸ்வதி லாட்ஜில் தங்கியிருந்தார். அந்தக் காலத்தில் ஜங்ஷன் த.மு. கட்டிடத்திலிருந்த சரஸ்வதி லாட்ஜ், நெல்லையில் பிரபலமானது. அவருடன் அவரது பால்ய கால நண்பரான முருகேசனும், அவரது மனைவி சாந்தியும் வந்திருந்தனர். இரண்டு நாட்களுக்கு முன்னர்தான் முருகேசனுக்கும் சாந்திக்கும் திருமணமாகியிருந்தது.

முருகேசன் முக்குலத்தோர் வகுப்பைச் சேர்ந்தவர். சாந்தி சௌராஷ்டிரப் பெண். இருவரது வீடுகளிலும் எதிர்ப்பு. பிரகாஷ்தான் முன்னின்று அவர்களது திருமணத்தை நடத்தி வைத்து, தம்பதிகளைத் தன் செலவில் தேனிலவுக்கும் அழைத்து வந்திருந்தார். பாளையங்கோட்டையிலிருந்து ஜங்ஷனுக்குப் பஸ்ஸில் போகும்போது, இந்த விபரங்களை எல்லாம் பிரகாஷ் என்னிடம் சொல்லிக்கொண்டு வந்தார். இருவரும் சரஸ்வதி லாட்ஜ் அறைக்குச் சென்றோம். என்னைப் பார்த்ததுமே முருகேசன் "வாங்க வண்ணநிலவன்..." என்று வரவேற்றார். அவர் மனைவி சாந்தியும் அடக்கமாகச் சிரித்தார்.

பிரகாஷைப் போல் முருகேசனுக்கும் இலக்கியமெல்லாம் அத்துப்படி. நல்ல வாசகர். பிரகாஷைப் போலவே முருகேசனும் வெகு கலகலப்பாகப் பேசினார். மாலை வரை அவர்களுடனிருந்துவிட்டுப் புறப்பட்டேன். "இரவு இங்கேயே வந்துவிடு. இன்னொரு அறை போட்டிருக்கிறேன். கல்யாணியும் வருவார்... பேசிக்கொண்டிருப்போம்" என்றார் பிரகாஷ். டிபன், காபி எல்லாம் அறைக்கே வரவழைத்தார் பிரகாஷ். சாப்பிட்டுவிட்டுப் புறப்பட்டேன்.

கோர்ட்டில் டைரி பார்க்க வேண்டியதிருந்தது. ஜங்ஷனிலிருந்து கொக்கிரகுளம் வந்து கோர்ட்டில் கேஸ்களின் வாய்தாவை எல்லாம் பார்த்துவிட்டு பாளையங்கோட்டை சென்றேன். ஆபீஸில் மறுநாள் கேஸுக்குரிய கட்டுகளை எல்லாம் எடுத்து வைத்தேன். சில கட்சிக்காரர்கள் வந்தனர். எப்போதடா ஒன்பது மணியாகும் என்று காத்திருந்தேன். வக்கீலய்யா வீட்டில் சாப்பிட்டுவிட்டு அவசர அவசரமாக ஜங்ஷன் பஸ்ஸைப் பிடித்தேன்.

சொன்ன மாதிரி ஏற்கெனவே கல்யாணி வந்திருந்தார். பிரகாஷ், கல்யாணி, நான், முருகேசன் எல்லோரும் பேசிக்கொண்டிருந்தோம். சாந்தி இன்னொரு அறையில் உறங்கிக்கொண்டிருந்தார். முருகேசன் பனிரெண்டரை மணி வரை பேசிக்கொண்டிருந்துவிட்டுத் தன் அறைக்குச் சென்றார். நாங்கள் இலக்கியம், குடும்ப சமாச்சாரங்கள் என்று பேசிக்

கொண்டிருந்தோம். இடையே ஒரு மணிக்கும், மூன்று மணிக்கும் கீழே இறங்கி டீ சாப்பிட்டோம்.

பேசிக்கொண்டே இருந்ததில் நேரம் போனதே தெரிய வில்லை. அதிகாலையில் முதல் டவுன் பஸ் ஓடுகிற சத்தம் கேட்டதும் நான் பாளையங்கோட்டைக்கும், கல்யாணி டவுனுக்குமாகப் புறப்பட்டோம். பிரகாஷ் "காலையில் குளித்து விட்டு திருச்செந்தூர் செல்கிறோம். அங்கே கோவிலுக்கெல்லாம் போய்விட்டு அப்படியே மதுரைக்குப் போகிறோம்..." என்று கூறி விடைபெற்றுக் கொண்டார். பிரகாஷ் என்னையும், கல்யாணியையும் தஞ்சாவூருக்குக் கூப்பிட்டார். பிரகாஷ் என்னை ஒருமையில் 'நீ, வா, போ...' என்று பேசியது எனக்கு மிகவும் பிடித்திருந்தது.

15

சில தினங்களுக்கு முன்னால் ஹரிகிருஷ்ணன் என்ற நண்பர் செல்போனில் தொடர்பு கொண்டார். இவர் 'மணல்வீடு' என்ற சிற்றிதழை நடத்தி வருகிறார். எனக்குத் தவறாமல் இதழை அனுப்பி விடுவார். மாத இதழ், காலாண்டிதழ் என்ற கணக்கெல்லாம் இல்லை. எப்போது தோன்று கிறதோ அப்போது பத்திரிகையைக் கொண்டு வந்து விடுவார்.

அவரிடம், "பத்திரிகை எப்போது வருகிறது?..." என்று கேட்டேன்.

"கொண்டு வரணும் சார்..."

"லாபம் வராவிட்டாலும் செலவழித்த பணமாவது வருகிறதா?..."

"அதெல்லாம் ஒண்ணும் வராது சார்... நானும் அதை எதிர்பார்க்கலை. நான் மாசம் 25,000 ரூபாய் சம்பளத்திலே இருக்கேன். நாங்கள் கூட்டுக் குடும்பம்... அதனால் பெரிசா ஒண்ணும் பிரச்சனை இல்லை. பத்திரிகை கொண்டு வரணும்னு நெனைச்சேன்னா எட்டாயிரம் ரூபாயை துண்டா எடுத்து வச்சிருவேன்..." என்றார்.

சிற்றிதழ்கள் எனப்படுகிற இலக்கிய இதழ்கள் எல்லாமே இப்படித்தான் தனி மனிதர்களின் அபிலாசையில்தான் நடத்தப்படுகின்றன. 500 முதல் 1000 பிரதிகள் வரை அச்சிடப்படுகின்றன, சிறு பத்திரிகைகளில் நஷ்டம் வராமல் தவிர்ப்பதே இயலாத காரியம். இந்த லட்சணத்தில் லாபக் கணக்கை எங்கே பார்ப்பது?

புதுமைப்பித்தன், கு.ப.ரா., ந.பிச்சமூர்த்தி போன்ற அந் நாளைய, 1940களின் எழுத்தாளர்கள் காலத்திலிருந்து இதுதான் நிலை. 1930களில் ஆரம்பிக்கப்பட்ட ஆனந்த விகடன் இன்றும்

தொடர்ந்து வெளிவந்து கொண்டிருக்கிறது. ஆனால், இதே காலகட்டத்தில் வெளிவர ஆரம்பித்த 'மணிக்கொடி', 'சுதந்திரச் சங்கு', 'தேனீ', 'கலாமோகினி' போன்ற பல இலக்கிய இதழ்கள், ஒன்றிரண்டு வருடங்களிலேயே, தாக்குப்பிடிக்க முடியாமல் நிறுத்தப்பட்டு விட்டன. தீவிரமான இலக்கிய வாசகர்கள் என்பவர்கள் 200–லிருந்து 500 பேர் வரை இருந்தாலே அதிகம்.

எட்டு, எட்டரைக் கோடித் தமிழர்களில், 500 பேர் கூட இலக்கிய வாசகர்களாகத் தேற மாட்டார்கள் என்பதுதான் நிதர்சனமான உண்மை. 1970களில் நான், வண்ணதாசன், விக்ரமாதித்யன், கலாப்ரியாவெல்லாம் எழுத ஆரம்பித்த போதும் இதே நிலைதான் இருந்தது.

இலக்கியம் என்பது 90 சதவீதம் அழகியல் சார்ந்ததுதான். இது மொழி சார்ந்த அழகியல். சினிமாவில், ஓவியத்தில், இசையில், நடனத்தில் மனதை வசீகரிக்கும் அழகு இருப்பது போல், இலக்கியத்திலும் அந்த வசீகரம் இருக்கிறது. சினிமாவின் அழகை, வசீகரத்தை ரசிப்பவர்கள் நிறைய. ஆனால், இலக்கியத்தை ரசிப்பவர்கள் வெகு சொற்பம். அதனால்தான் ஆனந்த விகடனோ, குமுதமோ விற்பனையாகிற அளவுக்கு ஒரு இலக்கியச் சிற்றிதழ் விற்பனையாவதில்லை.

எழுபதுகளின் ஆரம்பத்தில் வெளிவந்து கொண்டிருந்த கணையாழி, தீபம், கசடதபற, நடை, ஞானரதம், அஃக், நீலக் குயில், சதங்கை, உதயம், வானம்பாடி போன்ற பல சிற்றிதழ்கள் இன்று இல்லை. அவற்றில் கணையாழியும், தீபமும் சற்று அதிக நாட்கள் தாக்குப் பிடித்தன என்று வேண்டுமானால் சொல்லலாம். சி.பி.ஐ. கட்சியின் சார்பில் வெளிவந்த 'தாமரை'யும், சி.பி.எம்.மின் இலக்கிய இதழான 'செம்மல'ரும் மட்டுமே கட்சி களின் ஆதரவு இருப்பதால் தொடர்ந்து வெளிவருகின்றன. மற்ற சிற்றிதழ்களெல்லாம் மடிந்துவிட்டன.

நண்பர் ஹரிகிருஷ்ணனைப் போன்றவர்கள் இன்றும் பத்திரிகை நடத்த ஆசைப்படுவது போல், அந்த நாட்களிலும் புதிது புதிதாக இலக்கியச் சிற்றிதழ்கள் தோன்றத்தான் செய்தன. தோன்றிய வேகத்தில் மறைந்தும் போயின. என்றாலும், பத்திரிகை நடத்திப் பார்க்கிற ஆசை யாரை விட்டது? பிரகாஷ் என்னைச் சந்தித்துவிட்டுச் சென்ற பிறகு பாண்டிச்சேரிக்குச் சென்றிருக்கிறார்.

பாண்டிச்சேரியிலிருந்த வைத்தியலிங்கமும் அவரும் நல்ல நண்பர்கள். வைத்தியலிங்கம் தஞ்சாவூர் அருகேயுள்ள கரந்தையில் தமிழ்ச்சங்கத்தில் புலவருக்குப் படித்துக்கொண்டிருந்த காலத்திலேயே பிரகாஷுக்குப் பழக்கமானவர். அவர் 'பிரபஞ்ச கவி' என்ற பெயரில் அப்போது வானம்பாடியில் சில கவிதைகளை

எழுதியிருந்தார். தாமரையிலும் அதே புனைபெயரில் அவரது கவிதைகள் வெளிவந்தன என்று ஞாபகம். இந்தப் பிரபஞ்ச கவி வேறு யாருமல்ல, இந்நாளைய 'பிரபஞ்சன்' தான்.

பாண்டிச்சேரியில் ஃபீல்டு பப்ளிஸிட்டி அதிகாரியாக மத்திய அரசுப் பணியில் இருந்து வந்த சொக்கு சுப்பிரமணியம் என்ற நண்பரை பிரபஞ்சன் பிரகாஷுக்கு அறிமுகம் செய்து வைத்தார். சொக்கு சுப்பிரமணியத்துக்கு நல்ல தமிழார்வம் இருந்தது. கூடவே, ஒரு பத்திரிகை நடத்த வேண்டும் என்ற ஆசையும் இருந்தது.

பிரபஞ்சன், பிரகாஷ், சொக்கு சுப்பிரமணியம் மூவரும் பாண்டிச்சேரியில் கலந்து பேசி, ஒரு பத்திரிகை ஆரம்பிப்ப தென்று முடிவு செய்தனர். பத்திரிகையின் தயாரிப்புச் செலவை சொக்கு சுப்பிரமணியமே ஏற்றுக்கொண்டார். பத்திரிகைக்கு 'வண்ணங்கள்' என்று பெயரிட்டனர். 'வண்ணங்கள்' பத்திரிகைக்குக் கதை கேட்டு வண்ணதாசன், வல்லிக்கண்ணன், எனக்கும் பிரகாஷ் கடிதங்கள் எழுதினார்.

அந்தச் சமயத்தில், கிறிஸ்தவச் சூழலில் நடைபெறும் இரண்டு சிறுகதைகளை எழுதினேன். ஒன்று உருவகக் கதை போல் வந்திருந்தது. அதற்கு 'தயா' என்று தலைப்பு வைத்தேன். அந்தக் கதை மயானகாண்டம், யுகதர்மம் அளவுக்குக்கூட நன்றாக உருவாகவில்லை, பிரகாஷ் கதை கேட்டு எழுதி விட்டார் என்பதற்காக, அரைகுறை மனதோடு 'தயா' கதையை பிரகாஷுக்கு அனுப்பி வைத்தேன், பிரகாஷ் அந்தச் சிறுகதையைப் படித்துவிட்டு உற்சாகப்படுத்தி எழுதியிருந்தார். கதையை வண்ணங்களுக்கு அனுப்பிவிட்டதாகவும், அடுத்த இதழிலேயே கதை வெளியாகும் என்றும் கடிதம் எழுதியிருந்தார்.

அவர் எழுதியிருந்தது போலவே, அடுத்த இதழிலேயே வண்ணங்களில் 'தயா' கதை வெளிவந்தது. அந்தச் சிறுகதையை நான் எந்தத் தொகுப்பிலும் சேர்க்கவில்லை. அந்தச் சிறுகதையை எங்களில் யாருக்கும் பிடிக்கவில்லை. என்னைப் போலவே வண்ணதாசனும், விக்ரமாதித்யனும் 'கதை நல்லா இல்லை' என்று கருதினர். வெளிவந்த சிறுகதைகளின் எண்ணிக்கையில் ஒன்று கூடியது என்பதைத் தவிர சொல்லிக்கொள்ள எதுவுமில்லை.

வண்ணங்களில் அந்தச் சிறுகதை வெளிவந்த பிறகு ஒரு நாள் கி. ராஜநாராயணனைச் சந்திக்கப் போனேன். வழக்கம்போல் அவர் என்னைப் பிரியத்தோடு வரவேற்று உபசரித்தார். அவருடைய ஈஸி சேரில் சாய்ந்துகொண்டே பேசினார். பிரகாஷ் வந்தது, வண்ணங்கள் பத்திரிகைக்குக் கதை கேட்டது பற்றியெல்லாம் சொன்னேன்.

பிரகாஷுக்கும் அவருக்கும் ஏற்கெனவே கடிதத் தொடர்பு இருந்திருக்கிறது. அவரிடமும் வண்ணங்களுக்குப் படைப்பு கேட்டிருந்தார் பிரகாஷ். அவருக்கு 'கிருத்திகா'வின் 'வாஸவேச்வரம்' என்ற நாவலை அனுப்பியிருந்தார். அன்று வெகுநேரம் என்னிடம் வாஸவேச்வரம் நாவலைப் பற்றிப் பேசினார் கி.ரா. நான் வாஸவேச்வரத்தைப் படித்ததில்லை. கல்யாணிகூட அதைப் படிக்கவில்லை. ராஜநாராயணனிடம், அதைப் படித்துவிட்டுத் தருகிறேன் என்று கேட்கலாமா என்று யோசித்துக்கொண்டிருந்தேன். அதற்குள் அந்த நாவலை எடுத்து என்னிடம் கொடுத்து, "நீங்கள் படிச்சிட்டு புஸ்தகத்தைப் பிரகாஷுக்கு அனுப்பி வைச்சிடுங்க..." என்று சொன்னார்.

ராஜநாராயணனுடைய மனமும், ரசனையும் ரொம்ப விசாலமானது. அவரைச் சந்தித்த போதெல்லாம், அவர் சமீபத்தில் படித்த சிறுகதையையோ, நாவலையோ பற்றிப் பேசாமலிருக்க மாட்டார். மற்றவர்களது படைப்புகளை மனம் திறந்து பாராட்டி சந்தோஷப்படுவார். தன்னிடம் அந்த நாவலோ, சிறுகதைத் தொகுப்போ இருந்தால் உடனே அதை எடுத்துக் கொடுத்துப் படிக்கச் சொல்லுவார். தான் ரசித்த படைப்பைக் கொண்டாடி மகிழ்வார். இந்த மனோபாவம் பிரகாஷிடமும் உண்டு.

அன்று மாலையே பாளையங்கோட்டை திரும்பிவிட்டேன். ராஜநாராயணனைச் சந்தித்துவிட்டு வந்தபிறகு சும்மா இருக்க முடியுமா? அந்த சந்தோஷத்தைக் கல்யாணியிடமும், ஜெயப்பிரகாசத்திடமும் பகிர்ந்துகொண்டேன். அன்று இடைச்செவலிலிருந்து பஸ்ஸில் ஊருக்குத் திரும்பிக்கொண் டிருந்தபோதே வாஸவேச்வரத்தைப் படிக்க ஆரம்பித்தேன். தங்கு தடையில்லாமல் நாவல் ஆற்றொழுக்காக ஓடிக்கொண் டிருந்தது. மீதமிருந்த பக்கங்களையும் பாளையங்கோட்டைக்கு வந்தபிறகு படித்து முடித்தேன். அதுவும் ஒரே மூச்சில், கையில் எடுத்த நாவலைக் கீழே வைக்காமல் படித்துவிட்டேன்.

வல்லிக்கண்ணன், வண்ணதாசன், ஜெயப்பிரகாசம் போன்றவர்களைச் சந்தித்த இந்த இரண்டு மூன்று வருடங்களில், தமிழின் முக்கியமான நாவல்களான டி. செல்வராஜின் மலரும் சருகும், தொ.மு.சி. ரகுநாதனின் பஞ்சும் பசியும், ஹெப்ஸிபா ஜேசுதாசனின் புத்தம் வீடு, நீல. பத்மநாபனின் தலைமுறைகள், நகுலனின் நினைவுப்பாதை, சுந்தர ராமசாமியின் ஒரு புளிய மரத்தின் கதை, அசோகமித்திரனின் கரைந்த நிழல்கள், சா. கந்தசாமியின் சாயாவனம், க. சுப்பிரமணியனின் வேரும் விழுதும், தி. ஜானகிராமனின் அம்மா வந்தாள், மோக முள்

என்று, தமிழின் முக்கியமான நவீன நாவல்களை எல்லாம் வாசித்திருந்தேன்.

ஆனால், மனதைக் கிறங்கடிக்கும் எளிமையான உரைநடையும், சலசலவென்று ஓடும் ஆற்றுநீரின் ஓட்டமும் கொண்ட ஒரே நவீனத் தமிழ் நாவல் 'வாஸவேச்வரம்' ஒன்றுதான். இதற்குச் சமமான நடையழகுடன் கூடிய நாவலைச் சொல்ல வேண்டுமானால் தி. ஜானகிராமனின் அம்மா வந்தாளை மட்டுமே சொல்ல முடியும். வாஸவேச்வரத்தில் பிரமாதமான கதை என்று எதுவுமில்லை. ஒரு கிராமத்து அக்ரஹாரத்தில் நடக்கிற சாதாரணக் கதைதான். ஒரு உபன்யாசகரையும், சில பிராமணக் குடும்பங்களையும் சுற்றிக் கதை ஓடுகிறது. அவ்வளவு தான். ஆனால், படிக்கப் படிக்கத் திகட்டாத நாவல் அது.

கிருத்திகாவின் புகை நடுவில், புதிய கோணங்கி முதலான நாவல்களையும் பின்னர் வாசித்திருக்கிறேன். ஆனால், வாஸவேச்வரத்தின் லகரி அவரது வேறு எந்த நாவல்களிலும் இல்லை. சங்கீதத்தில் மனோதர்ம சங்கீதம் என்று கூறுவார்கள். அதைப் போன்ற மனோமயமான எழுத்து வாஸவேச்வரத்தின் எழுத்து. அதை ஜெ.பி., கல்யாணி, கலாப்ரியா எல்லோருமே படித்தார்கள். படித்துவிட்டு 'நன்றாயிருக்கிறது' என்று கூறினார்கள். ஆனால், என்னளவுக்கு வாஸவேச்வரத்தில் திளைத்துக் கிடந்தார்களா என்று தெரியவில்லை. இதை நான் அவர்களுடைய ரசனைக் குறைவாகச் சொல்லவில்லை.

ஒருநாள் ஜெ.பி. என்னிடம், "நாம எல்லோருமே கி.ரா.வைப் போய்ப் பார்த்துவிட்டு வரலாமே" என்றார். இதற்குக் கல்யாணியும் சம்மதித்தார். ஒரு ஞாயிற்றுக் கிழமை, ஜெ.பி.யின் அலுவலக ஜீப்பில் ஜெ.பி., கல்யாணியுடன் நானும் இடைச்செவலுக்குச் சென்றேன். அன்று கலாப்ரியா எங்களுடன் ஜீப்பில் வந்தாரா என்று நினைவில்லை. நான் ஏற்கெனவே இரண்டு முறை இடைசெவலுக்குச் சென்றிருந்ததால், அவர்களுக்கு நான் வழிகாட்டி போல் ஆனேன்.

தன்னுடைய உற்சாகத்திலும், உபசரிப்பிலும் சிறிதும் குறை வைக்காமல் கி.ரா. எங்களிடம் அன்பு பாராட்டினார். மாலை வரை ராஜநாராயணனுடன் பேசிக்கொண்டிருந்து விட்டுத் திரும்பினோம்.

16

மதுரையில் இப்ராஹிம் என்பவர் நல்ல இலக்கிய வாசகர். தனது பெயரை தேவ. சித்ரபாரதி என்று வைத்துக்கொண்டார். அவர் ஜெயகாந்தனின் அபிமானியும் கூட. அவர் ஜெயகாந்தனை ஆசிரியராக நியமித்து ஒரு இலக்கிய இதழைக் கொண்டு வர விரும்பினார். தனது பெயரிலேயே பாரதியின் பெயரை இணைத்துக் கொண்ட தேவ. சித்ரபாரதி, பாரதியின் அபாரமான சொல்லாட்சியில் பிறந்த 'ஞானரதம்' என்பதையே எடுத்துக்கொண்டார். தனது பத்திரிகைக்கு 'ஞானரதம்' என்று பெயரிட்டார். தண்டபாணி ஜெயகாந்தன் என்ற த. ஜெயகாந்தனை ஆசிரியராகக் கொண்டு ஞானரதம் கிரௌன் சைஸில் மாத இதழாக வெளிவர ஆரம்பித்தது.

ஜெயகாந்தன், அப்போது புகழின் உச்சத்திலிருந்தார். லட்சக்கணக்கான வாசகர்கள் அவருக்கு இருந்தனர் பல அற்புதமான சிறுகதைகளை ஆனந்த விகடனில் தொடர்ந்து எழுதியிருந்தார். 'பிரளயம்' போன்ற அருமையான குறுநாவல்களும் வெளிவந்திருந்தன. 'உன்னைப் போல் ஒருவன்' என்ற தனது சிறுகதையை அவரே திரைப்படமாக இயக்கியிருந்தார். காங்கிரஸ் கட்சி மேடைகளில் அவர் பேசுவதைக் கேட்கப் பெரும் கூட்டம் திரண்டது. அவருக்காக 'ஜெய பேரிகை' என்ற காங்கிரஸ் தினசரிகூட துவங்கப்பட்டது.

கண்ணதாசனும், ஜெயகாந்தனும் தொடர்ந்து காங்கிரஸ் கட்சியின் மேடைகளில் தி.மு.க.வைக் கடுமையாக விமர்சித்துப் பேசி வந்தனர். தேவ. சித்ரபாரதி என்ற இப்ராஹிமும் காங்கிரஸ்காரர் தான். இந்தச் சூழலில்தான் ஞானரதம் வெளிவர ஆரம்பித்தது.

எழுபதுகளில் ஜெயகாந்தன், கண்ணதாசன், சோ, கே. பாலசந்தர் இந்த நால்வரும் தமிழ்ச் சூழலில் ஏற்படுத்திய தாக்கம் மிகப் பெரியது.

ஜெயகாந்தன் தனது சிறுகதை, குறுநாவல்களினாலும், கண்ணதாசன் தனது அற்புதமான சினிமா பாடல்களினாலும், கே. பாலசந்தரும் – சோவும் தங்களது அறிவுபூர்வமான நாடகங்களினாலும் தமிழ்நாட்டில் ஒரு பெரிய மாற்றத்தை, புதுமையை ஏற்படுத்தியிருந்தனர். ஜெயகாந்தன் எழுத ஆரம்பித்ததும், தனக்கு முன்பு எழுதிக்கொண்டிருந்த அகிலன், நா. பார்த்தசாரதி என்ற இருபெரும் தொடர் கதை யாசிரியர்களைப் பின்னுக்குத் தள்ளிவிட்டார். வெகுஜன வாசகர்களுக்காக ஜெயகாந்தன் எழுதினாலும், அவரது எழுத்தில் இலக்கிய அம்சங்களும் இருந்தன.

அவரது விவரிப்பு பாணி, புதுமைப்பித்தனுடைய விமர்சன பூர்வமான எழுத்தைப் போன்றது. புதுமைப்பித்தனிடம் எள்ளல் இருக்கும். ஜெயகாந்தனிடம் சிறிது கூடக் கேலி, எள்ளல் கிடையாது. வாழ்க்கையையும், மனிதர்களையும் விமர்சனபூர்வ மாக ஜெயகாந்தன் அணுகியதை அவரது படைப்புகள் காட்டு கின்றன. இவ்வளவு புகழ்பெற்ற எழுத்தாளரை ஞானரதத்தின் ஆசிரியராகப் போட்டது இலக்கிய வாசகர்களிடையே பெரும் எதிர்பார்ப்பை ஏற்படுத்தியிருந்தது. ஞானரதத்தின் ஒரு இதழை வல்லிக்கண்ணன் தயாரித்தார். அதில்தான் வண்ணதாசனின் ‘பாடாத பாட்டெல்லாம்’ என்ற சிறுகதை வெளிவந்தது. ஞானரதம் திருநெல்வேலி ஜங்ஷன் பஸ் ஸ்டாண்டினுள் இருந்த ஒரு நியூஸ் பேப்பர் ஸ்டாலிலும், ரயில்வே ஸ்டேஷன் ஹிக்கின் பாதம்ஸ் ஸ்டாலிலும்தான் கிடைத்தன. மாதம் பிறந்துவிட்டால் போதும். தினசரி ஜங்ஷன் பஸ் ஸ்டாண்ட் கடைக்குச் சென்று ‘ஞானரதம் வந்து விட்டதா, ஞானரதம் வந்து விட்டதா’ என்று கேட்டுக்கொண்டிருந்தேன். இதுபோல் ஹிந்து ஹைஸ்கூல் எதிரிலிருந்த இளங்கோ ஸ்டோரில் தாமரையும், தீபமும் வந்து விட்டதா என்று விசாரிப்பேன்,

ஞானரதம் உள்பட தீபம், தாமரை, கணையாழி (கணையாழி ரயில்வே ஸ்டேஷன் ஹிக்கின்பாதம்ஸ் ஸ்டாலில் மட்டும்தான் கிடைக்கும்.) எல்லாமே மாத இதழ்கள்தான் என்றாலும் அவை, கலைமகள், அமுதசுரபியைப் போல் ஆங்கில மாதத்தின் முதல் தேதியன்றே கிடைக்காது. எட்டாம் தேதி, பத்தாம் தேதி, பதினைந்தாம் தேதி என்று இஷ்டத்துக்கு வெளிவரும். இவையாவது ஒரு சில கடைகளுக்கு வந்தன. கசடதபற, அஃக், வானம்பாடி, உதயம், பிரக்ஞை போன்ற அக்கால இலக்கியப் பத்திரிகைகளெல்லாம் சந்தாதாரர்களுக்கு மட்டுமே தபாலில் அனுப்பப்பட்டன.

எல்லா இலக்கியப் பத்திரிகைகளையும் போல ஞானரதமும் நாலாவது இதழிலோ, ஐந்தாவது இதழிலோ நிறுத்தப்பட்டு

விட்டது. ஜெயகாந்தன் என்ற புகழ்பெற்ற எழுத்தாளர் அதன் ஆசிரியராக இருந்தும், அவரது வாசகர்களில் சில நூறு பேர் கூட ஞானரதத்தை வாங்கவில்லை. விளம்பரமும் கிடையாது. வாசகர்களும் வாங்கவில்லை. ஞானரதத்துக்கு நானும் ஒரு சிறுகதை அனுப்பினேன். அது பிரசுரமாகவில்லை. பிறகு, அதே சிறுகதையை கணையாழிக்கு அனுப்பினேன். கணையாழியில் அது வெளியானது. அந்தச் சிறுகதையின் தலைப்பு: இண்டர்வியூ.

க.நா.சு. என்ற க.நா. சுப்ரமண்யம் தனது 'இலக்கிய விசாரம்' என்ற சிறு நூலில், எழுத்தாளன் சோதனை முயற்சிகளைச் செய்து பார்க்க வேண்டும் என்று கூறியிருப்பார். இதை என் மனது ஆழமாக வரித்துக்கொண்டது. க.நா.சு. கூறிய பரிசோதனை முயற்சிகளை நான் எழுத ஆரம்பித்த காலத்திலேயே தொடங்கிவிட்டேன். இந்த முயற்சியில்தான் 'வண்ணங்கள்' பத்திரிகையில் வெளிவந்த 'தயா' என்ற சிறுகதையை உருவகக் கதை போல் எழுதிப் பார்த்தேன். அது சரியாக வரவில்லை.

மீண்டும் ஒரு உருவகக் கதை ஒன்றை எழுதினேன். அது, ஒரு குழந்தை தன் தாயிடம் பேசுவதுபோல் அமைந்திருந்தது. அதற்கு 'அம்மா' என்று தலைப்பு வைத்தேன். அந்தக் காலத்தில், பட்டு நூல் நெசவாளர்களுக்காக, கும்பகோணத்திலிருந்து 'சௌராஷ்டிர மணி' என்ற மாத இதழ் வெளிவந்து கொண்டிருந்தது. வல்லிக்கண்ணன் மூலம்தான் சௌராஷ்டிர மணி பத்திரிகை அறிமுகமானது. வல்லிக்கண்ணன் சௌராஷ்டிர மணியில் தொடர்ந்து எழுதி வந்தார்கள். சௌராஷ்டிர மணியின் தீபாவளி மலர்கள் இலக்கியத் தரத்தோடு வெளிவந்தன. என்னுடைய 'அம்மா' கதையை சௌராஷ்டிரமணிக்கு அனுப்பி வைத்தேன். அடுத்த மாத சௌராஷ்டிர மணியிலேயே அந்த உருவகக் கதை வெளியானது.

கோவில்பட்டியிலிருந்து கௌரி சங்கர் என்ற வாசகர், எப்படியோ வண்ணதாசனின் முகவரியைக் கண்டுபிடித்துக் கடிதம் எழுதியிருந்தார். கௌரி சங்கர் கோவில்பட்டி செண்பக வல்லியம்மன் கோவிலருகே இருந்த மாதாங்கோவில் தெருவில் இருந்தார். எல்லா இளைஞர்களையும் போல வேலை தேடிக் கொண்டிருந்தார். கௌரி ஷங்கரின் நண்பர் ராமகிருஷ்ணன். இவர் அப்போதுதான் ஆசிரியர் வேலையில் சேர்ந்திருந்தார். கோவில்பட்டி பஸ் ஸ்டாண்ட் அருகே உள்ள ஆசிரமம் தெருவில் அறை எடுத்து ராமகிருஷ்ணன் தங்கியிருந்தார். கௌரி ஷங்கர், ராமகிருஷ்ணன் இரண்டு பேருடைய கையெழுத்தும் மணிமணியாக இருக்கும்.

ராமகிருஷ்ணனும் வண்ணதாசனுக்குக் கடிதங்கள் எழுதுவார். பின்னாட்களில் ராமகிருஷ்ணனை நாங்கள் வாத்தியார் ராம கிருஷ்ணன் என்றே அழைக்க ஆரம்பித்தோம். கல்யாணியிடம் அவர்களது முகவரியை வாங்கி நானும் அவர்களுடன் கடிதத் தொடர்பு கொண்டேன். கோவில்பட்டியில் அந்தக் காலத்தில் டாக்டர் துரைராஜ் அவர்கள் ரொம்பப் பிரபலமான டாக்டர். இந்த துரைராஜ்தான் எங்கள் வக்கீலய்யாவுடைய மாமனார், அதாவது, ஜானகி ஸ்ரீனிவாசகத்தின் தந்தை. வக்கீலய்யா வீட்டு வேலையாக டாக்டர் துரைராஜ் வீட்டுக்குச் செல்லும் போதெல்லாம் கௌரி ஷங்கரையும், ராமகிருஷ்ணனையும் பார்க்காமல் வர மாட்டேன். இந்த ராமகிருஷ்ணன்தான் இப்போது 'கிருஷி' என்ற பெயரில் சில சிறு பத்திரிகைகளில் எழுதுகிறார்.

கோவில்பட்டி பஜாரில் ஒரு நகைக் கடை. இந்தக் கடை அதிபரின் மகனுடைய பெயர் ஆறுமுகம். ஆறுமுகமும் கௌரி ஷங்கர், ராமகிருஷ்ணனும் நல்ல நண்பர்கள். ஆறுமுகம் நிறையப் படிக்கிறவர். எதையும் தர்க்கபூர்வமாக அலசுவார். ஆறுமுகமும் எனக்கு ஸ்நேகமானார். இந்த ஆறுமுகம்தான் பின்னாட்களில் 'தேவதச்சன்' என்ற புனைபெயரில் அபாரமான கவிதைகளை எழுதினார். இப்போதும் தேவதச்சன் எழுதுகிறார்.

பூமணியும் அப்போது கோவில்பட்டியில்தான் கூட்டுறவுச் சங்கங்களின் பதிவாளர் அலுவலகத்தில் வேலை பார்த்து வந்தார். பூமணி அப்போதே கோவில்பட்டி பாரதிநகரில் வீடு கட்டிக் குடியேறியிருந்தார். பாரதி நகர் சற்றுத் தொலைவில் இருந்தது. அதனால் அவரைச் சந்திக்க முடியவில்லை. இப்போது கோவில்பட்டியில் பைபாஸ் ரோடு வந்துவிட்டது. அந்தக் காலத்தில் அது இல்லை. கோவில்பட்டி பஸ் ஸ்டாண்டில் பஸ்ஸை விட்டு இறங்கினால், அருகிலேயே ராமகிருஷ்ணனின் ஆசிரமம் தெரு அறை, பஸ் ஸ்டாண்டை ஒட்டி மனோரமா ஸ்வீட்ஸ் கடை. இந்தக் கடையின் முதலாளிதான் 'நீலக்குயில்' என்ற பத்திரிகையின் ஆசிரியரான அண்ணாமலை. மனோரமா ஸ்வீட்ஸ் கடையைத் தாண்டி பஜாரில் சிறிது தூரம் நடந்தால் தேவதச்சனின் நகைக் கடை; மனோரமா ஸ்வீட்ஸுக்கும் தேவதச்சன் கடைக்கும் இடையேதான் கௌரி ஷங்கர் வீடு இருந்த மாதாங்கோவில் தெரு. இப்படி பூமணியைத் தவிர, எல்லா நண்பர்களுமே அருகருகே இருந்ததால் ராமகிருஷ்ணனில் ஆரம்பித்து தேவதச்சன் வரை சந்திப்பது எளிதாக இருந்தது.

மறைந்த கவிஞர் அப்பாஸ், கோணங்கி போன்றோரெல்லாம் அப்போது எழுதவே ஆரம்பிக்கவில்லை. தேவதச்சன் கூட

1972இல் எழுத ஆரம்பிக்கவில்லை என்றுதான் நினைவு. பூமணி ஒருத்தர்தான் கோவில்பட்டி நண்பர்களிலேயே சி.சு. செல்லப்பாவின் 'எழுத்து' பத்திரிகையிலேயே கவிதைகள் எழுதியவர். கி. ராஜநாராயணனுக்கு அடுத்து எழுத வந்தவர் பூமணிதான்.

ஒருநாள் பிற்பகல் மூன்று, மூன்றரை மணியிருக்கும். திடீரென்று பிரகாஷ் வந்து நின்றார். எனக்கு ஆச்சரியாக இருந்தது.

"என்ன திடுதிப்புன்னு?..." என்று கேட்டேன்.

"ஏன், திடுதிப்புன்னு வரக் கூடாதா" என்றார் பிரகாஷ். பிறகு சிறிது நேரம் பேசிக்கொண்டிருந்தோம். திடீரென்று, "கிளம்பு... இடைச்செவல் போகலாம்..." என்றார்.

"இப்பமா?..."

"ஆமா!... ராஜநாராயணனைப் பார்த்துட்டு வரலாம்... புறப்படு!..." என்றார்.

"உடனே கிளம்புன்னா எப்படி?... எனக்கு வேலைகள் இருக்கே..."

"நாளைக்கு வந்து பாத்துக்கிடலாம்டா...வக்கீல் கிட்டே சொல்லிட்டு வா..." என்றார்.

இந்த இலக்கிய உலகத் தொடர்புகள் எல்லாம் ஏற்பட்ட பிறகு, என் பேரில், நான் சரியாக வேலை செய்வதில்லை என்ற அதிருப்தி வக்கீலய்யாவுக்கும், அவர்கள் வீட்டாருக்கும் ஏற்பட்டிருந்தது. அந்த அதிருப்தியை என்னால் போக்கவே முடியவில்லை. இத்தனைக்கும் நான் எப்போதும் போல்தான் என்னுடைய வேலைகளைச் செய்து கொண்டிருந்தேன். எனக்கு வரும் எழுத்தாள நண்பர்களின் கடிதங்கள், நான் கதைகள் எழுதுவது இவையெல்லாம் அவர்களுக்குப் பிடிக்கவில்லையோ என்னவோ? இந்த நிலையில் என்னை வேறு பிரகாஷ், இடைச்செவலுக்கு வா என்று கூப்பிட்டுக் கொண்டிருந்தார்.

17

இடைச்செவலுக்குச் செல்லவேண்டு மென்பதில் பிரகாஷ் உறுதியாக இருந்தார். வக்கீலய்யா டிஸ்ட்டிரிக்ட் கிளப்புக்கு டென்னிஸ் விளையாடக் கிளம்பி விட்டால், திரும்பி வர இரவு ஏழரை எட்டாகி விடும். அதனால் அவர்கள் விளையாடக் கிளம்பும் முன்பே, "கோவில்பட்டி வரை பிரகாஷுடன் போகிறேன்" என்று சொன்னேன்.

"எப்போ வருவே?..."

"ராத்திரியே திரும்பிருவேன்."

"காலையிலே ஆபீஸுக்கு வந்திருவே இல்ல?"

"கண்டிப்பா வந்திருவேன்..."

"சரி!... போயிட்டு வா!..." என்று விடை கொடுத்தார்கள், என்னிடம் இரண்டு ரூபாயோ என்னவோ தான் இருந்தது. வக்கீலய்யா வீட்டில் வேறு சில சிறு வேலைகள் இருந்தன. அந்த வேலைகளை நான் முடித்து விட்டு வரும்வரை பிரகாஷ் எனக்காக ஆபீஸ் அறையிலேயே ஹிந்து பேப்பர் படித்துக்கொண்டு காத்திருந்தார், அவரது பிரயாணப்பை எல்லாம் சரஸ்வதி லாட்ஜில் இருந்தது.

ஆறரை மணி வாக்கில் நான் வேலைகளி லிருந்து விடுபட்டேன். தெரு விளக்குகள் எல்லாம் எரிய ஆரம்பித்துவிட்டன, முருகன் குறிச்சியில் டவுன் பஸ் பிடித்து ஜங்ஷன் பஸ் ஸ்டாண்டில் இறங்கினோம். வேலை நெருக்கடிகளிலிருந்து விடுபட்டு மனம் பிரயாணத்துக்குத் தயாராகிக் கொணடிருந்தது. ஜங்ஷன் பஸ் ஸ்டாண்டுக்கு எதிரேதான் சரஸ்வதி லாட்ஜ். பிரகாஷ் லாட்ஜுக்குக் கூடப் போகாமல் அப்படியே இடைச்செவலுக்குக் கிளம்பத் தயாராக இருந்தார்.

அவரிடம் எப்போதும் போல உற்சாகத்துக்குக் குறைவில்லை. ஜங்ஷன் பஸ் ஸ்டாண்டினுள்

உள்ள ஒரு ஜூஸ் கடையில் இரண்டு பேரும் மாம்பழ ஜூஸ் குடித்தோம். அந்தக் கடையில் பத்திரிகைகள் விற்பனையும் உண்டு. அங்குதான் வழக்கமாக நான் 'ஞானரதம்' வாங்குவேன்.

பஸ் ஸ்டாண்டின் கிழக்குப் புறத்தில்தான் கோவில்பட்டி செல்லுகிற பஸ்கள் நிற்கும். ஜூஸ் குடித்துவிட்டு கோவில்பட்டி பஸ் நிற்கிற இடத்துக்கு வந்தோம். லயன் கம்பெனி பஸ் ஒன்றில் கண்டக்டர் கோவில்பட்டிக்கு ஆட்களை ஏற்றிக் கொண்டிருந்தார். பிரகாஷ் கண்டக்டரிடம் இடைச்செவலுக்கு இரண்டு டிக்கெட்டுகள் எடுத்தார். பஸ்ஸில் முன்பக்கம் வசதியான இருக்கைகள் கிடைத்தன. பத்மினி என்ற ஓவியரைப் பற்றி வெங்கட் சுவாமிநாதன் எழுதியிருந்த கட்டுரையைப் பற்றிப் பேசினோம். இலக்கியப் பத்திரிகைகளில் வெளியான மாடர்ன் ஆர்ட் படங்களைப் பார்த்தது தவிர, எனக்கு மாடர்ன் ஆர்ட்டைப் பற்றி எதுவும் தெரியாது.

ஆனால், வெங்கட் சுவாமிநாதனின் அந்தக் கட்டுரை எங்கள் இரண்டு பேருக்குமே பிடித்திருந்தது. அவரது உரையில் ஒரு வேகம் இருக்கும். அது எல்லோரையும் ஆகர்ஷித்து விடும். பஸ் வெகு நிதானமாகச் சென்றுகொண்டிருந்தது. இருட்டில் வெளியே வேடிக்கை பார்க்கவும் முடியவில்லை. பிரகாஷ் பேசிக்கொண்டே வந்தார். இடைச்செவலில் கண்டக்டர் ஞாபகமாக இறக்கி விடுவாரா என்று எனக்குக் கவலையாக இருந்தது. இடைச்செவலில் இறங்குகிறவர்கள் எங்கள் இரண்டு பேரையும் தவிர யாருமில்லை. என்னுடைய கவலையை அறியாமல் பிரகாஷ் உற்சாகமாகப் பேசிக்கொண்டே வந்தார். முடிந்தால், கடைசி பஸ்ஸிலாவது ஊருக்குத் திரும்பிவிட வேண்டும் என்று நினைத்தேன். என் கவலை எனக்கு.

இடைச்செவலை பஸ் நெருங்கிக் கொண்டிருந்தபோதே கண்டக்டர், "இடைச்செவல் யாரு?..." என்று குரல் கொடுத்தார். அவசர அவசரமாக இரண்டு பேரும் எழுந்தோம். பஸ் நின்றதும் இறங்கினோம். எங்களை இறக்கி விட்டு விட்டுப் பஸ் சென்று விட்டது.

பஸ் இஞ்ஜின் சத்தமும் தூரத்தில் தேய்ந்து மறைந்து விட்டது. ஏதேதோ பூச்சிகள், வண்டுகளின் ஒலிகள். 'இதுதான் ஊருக்குள் செல்கிற ரோடு' என்பது போல், ஊருக்குள் நுழையும் ரோடு துவங்குகிற இடத்தில் மட்டும் ஒரே ஒரு மின்விளக்கு மங்கலாக எரிந்துகொண்டிருந்தது. பிறகு ஒரே இருட்டுதான். ஆனால் நடக்க நடக்க மங்கலான வெளிச்சம் இருந்து கொண்டே இருந்தது. ரோடு தெளிவாகத் தெரியாவிட்டாலும், குத்து மதிப்பாகத் தெரிந்தது.

பிரதான சாலையிலிருந்து சிறிது தூரம் சென்றதும் ஊர்ச் சாவடி வந்துவிடும். அந்த இடத்தில் மட்டும் ஒரே ஒரு மங்கலான விளக்கு அழுது வடிந்துகொண்டிருந்தது. சாவடி ஓரத்தில் படுத்துக்கிடந்த நாய்கள் குரைத்தன. இந்த அகால நேரத்தில் இப்படி வந்து ராஜநாராயணனைத் தொந்தரவு செய்யப் போகிறோமே என்று எனக்கு உறுத்தலாக இருந்தது. மூன்று, நான்கு முறை வந்திருப்பதால் எனக்குக் கி.ரா.வின் வீடு தெரியும். ஆனால், இருட்டில் மேடுபள்ளம் தெரியாமல் நடப்பதுதான் சிரமமாக இருந்தது. பிரகாஷோ எந்தக் கவலையு மில்லாமல் உற்சாகமாகப் பேசிக்கொண்டே வந்தார்.

சந்து சந்தாக நுழைந்து, ராஜநாராயணன் வீட்டின் முன்னால் வந்து சேர்ந்துவிட்டோம். கதவைத் தட்டினேன். பிரகாஷ் தெருவிலேயே நின்றார். கதவுச் சந்தின் வழியே வெளிச்சம் தெரிந்தது. உருமால் அணிந்த ஒருவர் கதவைத் திறந்தார். “ராஜநாராயணன் இருக்காரா?...” என்று அவரிடம் கேட்டேன். “இல்லையே...” என்றார். அதற்குள் கணவதி அத்தையும், சின்னவனும் வந்து விட்டனர்.

“அட!... ராமச்சந்திரனா?... வாங்க...” என்று அத்தை அழைத்தார்கள்.

“அவங்க இல்லையா ?...”

“கோவில்பட்டிக்குப் போயிருக்காங்க... வந்திருவாங்க... வாங்க உள்ளே...” என்று அத்தை அழைத்தார்கள்.

எனக்குப் பின்னால் நின்ற பிரகாஷைக் காட்டி, “இவர் பிரகாஷ்!... தஞ்சாவூர்லேருந்து வந்திருக்கார்...” என்று அறிமுகப்படுத்தி வைத்தேன், பிரகாஷ் அத்தையிடம், “சரி... அப்போ கோயில்பட்டிக்கே போய்ப் பாத்துக்கிடுதோம்...” என்றார்.

“கோவில்பட்டியிலே மனோரமா ஸ்வீட்ஸ்லேதான் இருப்பாங்க...” என்று அத்தை கூறினார்கள்.

“சரி!... அங்கேயே போறோம்...” என்று புறப்பட்டார் பிரகாஷ். கணவதி அத்தை என்ன சொல்வதென்று புரியாமல் நின்றுகொண்டிருந்தார்கள். இருவரும் சொல்லிக்கொண்டு புறப்பட்டோம். மீண்டும் தேசிய நெடுஞ்சாலையை நோக்கி நடக்க ஆரம்பித்தோம். எனக்குக் கோவில்பட்டி வரை போய் ராஜநாராயணனைத் தேடிப் பார்க்க விருப்பமில்லை. அவரை இந்த இரவு நேரத்தில் வீணாகத் தொந்தரவு செய்கிறோம் என்று தான் தோன்றியது. ஆனால், பிரகாஷுக்கு இப்படி யெல்லாம் எந்த யோசனையும் ஓடவில்லை. நாம் விரும்பும்

எழுத்தாளரைச் சந்திக்க இரவானால் என்ன, பகலானால் என்ன என்றுதான் நினைத்தார்.

"மணி எட்டரைதானேடா ஆகிறது. கோவில்பட்டியில் மனோரமா ஸ்வீட்ஸில் அவரை எப்படியும் பிடிச்சிடலாம்டா..." என்றார் பிரகாஷ். மனோரமா ஸ்வீட்ஸ், 'நீலக்குயில்' ஆசிரியர் அண்ணாமலையுடைய கடை. கோவில்பட்டிக்கு அடுத்த பஸ் எப்போது என்று தெரியவில்லை. கோவில்பட்டி பஸ்ஸுக்காக நெடுஞ்சாலையில் காத்திருந்தோம். இப்படி இவரிடம் வசமாக மாட்டிக்கொண்டோமே என்றிருந்தது எனக்கு.

அந்தக் காலத்தில் இப்போது போல் தொலைதூரப் பஸ் களில் ஸ்டாண்டிங் போட மாட்டார்கள். ஸீட் இருந்தால்தான் கண்டக்டர் ஏற்றிக்கொள்வார். ஒருவழியாகக் கோவில்பட்டி பஸ் வந்தது. ஸீட்டும் இருந்தது. இரண்டு பேரும் ஏறி கோவில் பட்டி பஸ் ஸ்டாண்டில் இறங்கும் போதே மணி ஒன்பதரைக்கு மேலாகிவிட்டது. பிரகாஷை இழுக்காத குறையாக இழுத்துக் கொண்டு மனோரமா ஸ்வீட்ஸுக்குப் போனேன். அண்ணா மலையே இருந்தார். அவரிடம் பிரகாஷை அறிமுகப்படுத்தி வைத்துவிட்டு, ராஜநாராயணனைப் பற்றி விசாரித்தேன், அவர் அப்பொழுதே போய்விட்டாரே என்றார் அண்ணாமலை,

"நீங்க வேணுமானா திரும்ப இடைச்செவல் போய் கி.ரா.வைப் பார்த்துட்டு வாங்க... நான் ஊருக்குப் போகிறேன்..." என்றேன்.

"இருடா!... உன்னைக் காலையிலே முதல் பஸ்ஸிலே ஏத்தி விடறேன்... இங்கே வேற யாரைப் பார்க்கப் போயிருப்பார்?" என்று பிரகாஷ் கேட்டார்.

"நாம கோவில்பட்டி வரும்போது அவர் இடைச்செவ லுக்குப் போயிருக்கலாம்... கடைசி பஸ் பத்தரை மணிக்கு திருநெல்வேலிக்கு இருக்குது. நான் அதிலே திருநெல்வேலிக்குப் போறேன். உங்களுக்குத்தான் ராஜநாராயணன் வீட்டைக் காண்பிச்சிட்டேனே... நீங்க இடைச்செவல்லே இறங்கி அவரைப் பார்த்துப் பேசிட்டு காலையிலே வாங்க..." என்றேன்.

"இங்கே வேற யாரை எல்லாம் அவர் பார்ப்பாரோ அவங்க வீட்டுக்கெல்லாம் போயிட்டு, மறுபடி இடைச்செவலுக்கே போவோம்..." என்றார். எனக்கு எரிச்சலாக இருந்தது. வேண்டா வெறுப்பாக கௌரிஷங்கர் வீடு, வாத்தியார் ராமகிருஷ்ணனின் ஆசிரமம் தெரு அறை இங்கெல்லாம் போய் தேடினோம். பத்தே கால் பஸ்ஸைப் பிடித்து மீண்டும் இடைச்செவலுக்கே வந்தோம். இந்த முறை பிரகாஷ்தான் கி.ரா. வீட்டுக் கதவைத்

தட்டினார். ஊரே அந்தகாரத்தில் மூழ்கிக் கிடந்தது. முன்பு கதவைத் திறந்த அதே மனிதர்தான் தூக்கக் கலக்கத்துடன் வந்து கதவைத் திறந்தார்.

“இன்னும் வரலீங்களே...” என்றார். கணவதி அத்தையும் தூக்கக் கலக்கத்துடன் எழுந்து வந்தார்கள். எங்களை அங்கேயே படுத்துக்கொள்ளச் சொன்னார்கள். பிரகாஷுக்கு, அவ்வளவாக அறிமுகமில்லாத இடத்தில் இரவுப் பொழுதைக் கழிக்கச் சங்கோஜமாக இருந்தது. தயங்கினார். “நாங்க... காலையிலே வர்றோம்...” என்றார். கணவதி அத்தை மீண்டும் வற்புறுத்தினார்கள். பிரகாஷ் சமாளித்துவிட்டுப் புறப்பட்டார். நானும் வேறு வழியின்றி அவரைப் பின் தொடர்ந்தேன். பசி வயிற்றைக் கிள்ளியது. ராஜநாராயணன் வீட்டிலேயே தங்கியிருந்தால் அத்தை உப்புமா ஏதாவது கிண்டி சாப்பிடச் சொல்லியிருப்பார்கள்.

இனி கோவில்பட்டிக்கும் பஸ் இருக்காது, திருநெல்வேலிக்கும் பஸ் இருக்காது. மணி பத்தரைக்கு மேலாகியிருந்தது. பிரகாஷ் மெயின் ரோட்டில் அப்படியே உட்கார்ந்துவிட்டார். லாரி ஏதாவது வந்தால் நிறுத்தி கோவில்பட்டி போய், பூமணியைப் பார்க்கலாம் என்று, அடுத்த திட்டத்தைக் கூறினார். நான் ஒரேயடியாகச் சோர்ந்தே போய்விட்டேன். சாலையோரத்தில் இருந்த புளியமரத்தின் தூரில்(அடி) உட்கார்ந்துவிட்டேன், பிரகாஷ் கோவில்பட்டி போகிற லாரிகளைக் கை நீட்டி மறித்துக்கொண்டிருந்தார், எந்த லாரியும் நிற்கவில்லை.

ஒரு அரைமணி நேரப் போராட்டத்திற்குப் பின், ஒரு டிரைவர் லாரியை நிறுத்தி, எங்களை ஏற்றிக்கொண்டார். இடைச்செவலுக்கும் கோவில்பட்டிக்கும் மூன்று, நான்கு மைல்கள் இருக்கலாம். தன் முயற்சியில் சற்றும் மனம் தளராத விக்ரமாதித்தன் மாதிரி மீண்டும் கோவில்பட்டி பஸ் ஸ்டாண்டில் இறங்கிக் கொண்டோம்.

பஸ் ஸ்டாண்டுக்கு எதிரே இருந்த கிளப் (ஹோட்டல்) பில் இட்லி சாப்பிட்டோம். கோவில்பட்டி ஊரும் அடங்கி விட்டது. சாப்பிட்டதும் கொஞ்சம் தெம்பு வந்தது. பூமணி பாரதி நகரில் குடியிருக்கிறார் என்று கௌரி சங்கரோ, தேவதச்சனோ சொல்லிக் கேள்விப்பட்டிருந்தேன். முகவரி இல்லாமல், அதுவும் இந்த இரவில் எப்படி பூமணி வீட்டைக் கண்டுபிடிப்பது?

முதலில் அவர் வேலை பார்க்கிற கூட்டுறவுச் சங்கங்களின் பதிவாளர் அலுவலகத்தைத் தேடிக் கண்டுபிடித்தோம். அலுவலகத்தில் வாட்ச்மேன் இருப்பார், அவரிடம் பூமணி வீட்டைக் கேட்டு விசாரித்து விடலாம் என்ற நம்பிக்கை.

ரிக்ஷாக்காரர்கள், கடையை அடைத்துவிட்டு வீட்டுக்குச் சென்று கொண்டிருந்த வியாபாரிகள் என்று பலரிடமும் விசாரித்து அலுவலகத்தைக் கண்டுபிடித்து விட்டோம். அலுவலகத்தில் வாட்ச்மேன் என்று யாருமில்லை. கேட் பூட்டியிருந்தது.

கால் போன திக்கெல்லாம் அலைந்துகொண்டிருந்தோம். எதிரே ஆட்கள் தென்படுவதே அபூர்வமாக இருந்தது. அப்படியே யாராவது கிடைத்தாலும் பூமணி குடியிருக்கிற பாரதி நகருக்கு வழி சொல்வாரில்லை. கோவில்பட்டி ஊரின் நீள – அகலங்களை அந்த அர்த்த ராத்திரியில் அளந்து கொண்டிருந்தோம். இரண்டு மணிக்கு மேலாகிவிட்டது. பிரகாஷ் நம்பிக்கையுடனிருந்தார். ஒரு இடத்தில் பாரதி நகர் என்ற போர்டு கண்ணில் பட்டது. ஆஹா! பாரதி நகருக்கே வந்து விட்டோம் என்று பிரகாஷ் சந்தோஷப்பட்டார். திண்ணையில் தூங்கிக்கொண்டிருந்தவர்கள், வெளியே கட்டிலில் படுத்திருந்தவர்களை எல்லாம் எழுப்பி பூமணியின் பெயரான பூ. மாணிக்கவாசகம் என்ற பெயரையும், அவரது ஆபீஸ் பெயரையும் சொல்லி சளைக்காமல் விசாரித்தோம்.

இரண்டரை மணி சுமாருக்கு பூமணியின் வீட்டுக் கதவைத் தட்டினோம். பூமணியே எழுந்து வந்து கதவைத் திறந்தார். அந்த அகால வேளையிலும் எங்களை வரவேற்றார்.

வீட்டின் முன்னே நீளமான திண்ணை இருந்தது. நான் அப்படியே அதில் படுத்துவிட்டேன். பிரகாஷும், பூமணியும் பேசிக்கொண்டிருந்தார்கள். அவர்கள் தூங்கவே இல்லை. அதிகாலையில் எழுந்து கோவில்பட்டி பஸ் ஸ்டாண்டுக்கு வந்தோம். திருநெல்வேலி பஸ்ஸில் என்னை ஏற்றிவிட்டார் பிரகாஷ். "நீ ஊருக்குப் போ... நான் ராஜநாராயணனையும் பார்த்துட்டு வர்றேன்..." என்றார். தப்பித்தோம், பிழைத்தோம் என்று காலை எட்டு மணிக்கு பாளையங்கோட்டையில் வந்து விழுந்தேன்.

18

கோவில்பட்டி போய்விட்டு வந்த அன்றாவது, அடுத்த நாளாவது ராஜநாராயணனைப் பார்த்து விட்டு வந்த பிரகாஷ், மீண்டும் என்னை வந்து சந்திப்பார் என்று எதிர்பார்த்தேன். ஆனால், பிரகாஷ் வரவில்லை. ஒருவேளை, ராஜநாராயணனுடன் இடைச்செவலிலேயே தங்கி விட்டாரோ? மாற்றுத் துணிமணிகள் எதுவும் எடுத்துச் செல்ல வில்லையே, அவரது லக்கேஜ் ஜங்ஷன் சரஸ்வதி லாட்ஜில் அல்லவா கிடக்கிறது.

பிரகாஷிடமிருந்து எந்தத் தகவலும் இல்லாதது குழப்பமாக இருந்தது. அந்த நாட்களில் இப்போது உள்ளது போல் டெலிபோன், செல்போன் வசதி களெல்லாம் இல்லை. சரஸ்வதி லாட்ஜில் அவர் இருக்கிறாரா, இல்லை அறையைக் காலி செய்து விட்டாரா என்பதை, ஜங்ஷனுக்குப் போய்த்தான் விசாரிக்க வேண்டும். வக்கீலய்யா வீடு வசதியான பணக்கார வீடுதான். ஆனால், அங்கே கூட தொலைபேசி வசதி இல்லை.

மறுநாள் மதியமே கோர்ட் வேலைகள் முடிந்து விட்டன. வக்கீலய்யாவும் நானும் கோர்ட்டி லிருந்து மதியச் சாப்பாட்டிற்கு வீடு திரும்பினோம். சாயந்திரம் கோர்ட்டில் டைரி பார்க்கச் செல்ல வேண்டும். கொக்கிரகுளம் போய் கோர்ட்டில் டைரி பார்த்துவிட்டு, அப்படியே ஜங்ஷனுக்குப் போனேன். சரஸ்வதி லாட்ஜில் விசாரித்தேன். பிரகாஷ் முன்தினமே அறையைக் காலி செய்து விட்டுச் சென்றுவிட்டதாகக் கூறினார்கள். எனக்கு ஆச்சரியமாக இருந்தது. சொல்லாமல் கொள்ளாமல் சென்றுவிட்டாரே என்றிருந்தது. என்ன அவசரமோ என்று சமாதானப்படுத்திக் கொண்டேன்.

கல்யாணிக்கு பிரகாஷ் வந்து சென்றது தெரியாது என்று நினைத்துக்கொண்டு, கல்யாணி வீட்டுக்குச் சென்றேன். கல்யாணியிடம் “பிரகாஷ்

வந்திருந்தார்...” என்று சொல்ல ஆரம்பிக்கும் போதே அவர், “தெரியுமே... நேத்து ஆபீஸுக்கு வந்திருந்தார்” என்று சொன்னார். கல்யாணியையும் பார்த்துவிட்டுத்தான் பிரகாஷ் ஊரை விட்டுக் கிளம்பியிருக்கிறார். “என்ன... அன்னைக்கி ராத்திரி கோவில்பட்டி பூரா அலைஞ்சீங்க போலிருக்கே?...” என்று கல்யாணி விசாரித்தார். பிறகு பேசிக்கொண்டிருந்தோம். திடீரென்று எழுந்து சென்று, அந்தக் கால ‘பிளிட்ஸ்’ பத்திரிகையைப் போன்று டேபுளாய்ட் சைஸில் வெளி வந்திருந்த ஒரு சிறு பத்திரிகையை எடுத்து வந்து, “கடிதம் பார்த்தீங்களா?...” என்று கொடுத்தார். “கடிதமா?...” என்று அதை வாங்கினேன்.

“கண்ணதாசன் நடத்தறார்...” என்றார். கடிதம் பத்திரிகையை உணர்ச்சி பொங்கப் பிரித்தேன். “நேற்றுதான் வந்தது... நான் படிச்சிட்டேன்... நீங்க எடுத்துட்டுப் போயிப் படியுங்க...” என்றார் கல்யாணி. இன்னொரு இலக்கியப் பத்திரிகை என்றதும் சந்தோஷம் பிடிபடவில்லை. அதுவும் கண்ணதாசனே நடத்துகிற பத்திரிகை. எட்டுப் பக்கங்கள் இருந்தன. ‘இணையாசிரியர்: இராம. கண்ணப்பன்’ என்று இருந்தது.

வக்கீலய்யா வீட்டு 24 இஞ்ச் சைக்கிள் எப்போதும் என்னிடம்தான் இருக்கும். சில நேரங்களில் கல்யாணி வீட்டுக்கு சைக்கிளிலேயே போவேன். சில சமயங்களில் டவுன் பஸ்ஸில் போவேன். அன்று சைக்கிளை எடுத்து வரவில்லை. பஸ்ஸில் சென்று வருவது ஒரு தனி அனுபவம். முருகன்குறிச்சி ஸ்டாப்பிங்கில் ஏறும்போது சில சமயம் ஸீட் கிடைக்காதுதான். ஆனால், ஜங்ஷன் சென்றதும் உட்கார இடம் கிடைத்துவிடும். சென்ட்ரல் டாக்கீஸ், ரத்னா டாக்கீஸ், ஆர்ச், கோவில் வாசல் இருட்டு, பூதத்தார் முக்கு வழியாகப் பல்வேறு விதமான கடைகள், வாசனைகள், வெளிச்சம், நிழல்கள் இவற்றினூடே செல்வது மனதை எங்கோ அமானுஷ்யத்துக்குக் கொண்டு சென்றுவிடும்.

அதேபோல் கல்யாணியைப் பார்த்துவிட்டுத் திரும்பும் போதும், சந்திப்பிள்ளையார் கோவில் முக்கில் ஜன்னலோர ஸீட்டே கிடைத்துவிடும். தொண்டர் சன்னதிப் பாலம், நயினார் குளத்தங்கரை, ராயல் டாக்கீஸ் பின்புறம் வழியாகச் செல்வதும் ஒரு தனி அனுபவம்தான். நயினார் குளத்தங்கரையில் நடந்து செல்வது ஒரு மாதிரி என்றால், பஸ்ஸில் செல்வது வேறொரு மாதிரி. இப்போது நயினார் குளத்தங்கரை ரோடு களையிழந்து விட்டது. முன்பு அது தனக்கென்று ஒரு ஜீவனுடன் இருந்தது.

கடிதம் இதழை கல்யாணி என் கையில் கொடுத்த பிறகு அதிக நேரம் அவருடன் இருக்க முடியவில்லை. அதைப் படிக்க வேண்டும் என்ற ஆசை உந்தித் தள்ளியது. அதைக் கல்யாணியும்

புரிந்துகொண்டு விடை கொடுத்தார். அவர்கள் வீட்டைவிட்டு இறங்கித் தெருவில் நடக்கும்போது கடிதம் இதழைப் புரட்டிக் கொண்டே நடந்தேன். சந்திப் பிள்ளையார் முக்கில் பஸ்ஸில் ஏறி உட்கார்ந்து படிக்க ஆரம்பித்தேன். தொண்டர் சன்னதிக் கடைகளின் மளிகைச் சாமான்களின் காரநெடி, எனக்குப் பிடித்தமான நயினார் குளத்துக்கரை, ரத்னா டாக்கீஸ் ஸ்டாப்பிங், சென்ட்ரல் டாக்கீஸ் ஸ்டாப்பிங் வந்தது எதுவுமே தெரியாது. பத்திரிகையில் என்னை இழந்து மூழ்கிவிட்டேன்.

'கடிதம்' பத்திரிகை ஒன்றும் மிக உன்னதமான பத்திரிகை யல்ல. கண்ணதாசனின் 'செப்புமொழிகள்' என்ற அனுபவ மொழிகள், அவரது உரைநடையழகுடன் வெளிவந்திருந்தது. கண்ணதாசன் மீதான தீராத அபிமானத்தினால் 'கடிதம்' பத்திரிகை என்னை ஈர்த்தது என்று இப்போது தோன்றுகிறது. கண்ணதாசனுடைய கவிதைகளைப் போலவே அவரது உரைநடையிலும் அபூர்வமான இலக்கிய நயம் உண்டு. இந்த அம்சம் 'கடிதம்' பத்திரிகையின் பக்கங்களில் இருந்தன. அதன் பிறகு ஜங்ஷன் பக்கம் போனால், 'கடிதம் வந்துவிட்டதா, கடிதம் வந்து விட்டதா?' என்று விசாரிக்க ஆரம்பித்தேன்.

'கடிதம்' பத்திரிகை அப்போது வார இதழாக வந்ததென்று நினைவு. நான் வாசிக்கும் பத்திரிகைகளில் 'கடித'மும் சேர்ந்தது.

பிரகாஷ் என்னிடம் சொல்லாமல் கொள்ளாமல் ஊருக்குச் சென்றிருந்தாலும், தஞ்சாவூருக்குச் சென்ற பிறகு மிக நீண்ட கடிதம் ஒன்று எழுதியிருந்தார். அது அவருடைய மிக அருமையான கடிதங்களில் ஒன்று. பிரகாஷ் இடைச்செவலுக்கு வந்து விட்டுப் போனதைப் பற்றி கி. ராஜநாராயணனும் கடிதம் எழுதியிருந்தார். யாருக்காகவும், எதற்காகவும் காத்திருக்காமல் காலம் ஓடிக்கொண்டிருந்தது.

'தினமலர்' நாளிதழ் அப்போது நெல்லையிலிருந்து மட்டும்தான் வெளிவந்து கொண்டிருந்தது. வண்ணார்பேட்டை டி.வி.எஸ். லாரி ஒர்க் ஷாப்புக்கு அருகே அதன் அலுவலகம் இருந்தது. திருநெல்வேலி வக்கீல் குமாஸ்தாக்கள் சங்கத்தில் 'தினமலர்' தான் வாங்குவார்கள். ஒரு நாள் குமாஸ்தாக்கள் சங்கத்தில் ஓய்வாக உட்கார்ந்திருந்தேன். பக்கத்தில் கிடந்த தினமலரை எடுத்துப் புரட்டினேன்.

திருச்செந்தூர் அருகே உள்ள வீரபாண்டியன் பட்டினத்தில் மீன்பிடிக்கச் சென்ற விசைப் படகுக்காரர்களுக்கும், வல்லத்துக் (நாட்டுப்படகு, கட்டுமரம்) காரர்களுக்கும் மீன் பிடிப்பதில் ஏற்பட்ட தகராறினால், ஒருவரை ஒருவர் தாக்கிக் கொண்டதில் இரண்டு பேர் கொலை செய்யப்பட்டார்கள் என்ற செய்தி,

உடன்குடி, குலசேகரன்பட்டினத்து நாட்களை நினைவுபடுத்தியது. மணப் பாடு ஊர் மீனவ நண்பர்களின் ஞாபகம் வந்தது.

மனதில், கோட்டுச் சித்திரம் போல் சில கதாபாத்திரங்கள் உருவாகின. வல்லத்துக்காரர்களுக்கும், விசைப் படகுக்காரர் களுக்கும் ஏற்படும் போராட்டத்தை ஒரு கதையாக எழுத வேண்டும் என்ற ஆசை எழுந்தது. இதுதான் 'கடல்புரத்தில்' நாவலின் வித்து.

திருநெல்வேலி செஷன்ஸ் கோர்ட்டில் ஒரு வழக்கு நடந்தது. அது ஒரு கொலை வழக்கு. அந்த வழக்கில் கொலையுண்ட இளைஞனின் கண் தெரியாத தந்தையும் ஒரு குற்றவாளியாகச் சேர்க்கப்பட்டிருந்தார். இரண்டு கண் பார்வையும் இல்லாத அவரை கோர்ட்டில் ஆஜர்படுத்தும் போது, போலீஸ்காரர்கள் அவரது கையைப் பிடித்துத்தான் அழைத்து வந்தனர். அடிஷனல் செஷன்ஸ் ஜட்ஜாக இருந்த வெங்கட்ராமன், அரசு வக்கீலைப் பார்த்து, கண் தெரியாதவரை வழக்கில் சேர்த்ததற்காகக் கடிந்துகொண்டார். அந்தச் சமயம் நான் கோர்ட்டில் இருந்தேன், அந்தச் சம்பவம் என் மனதைப் பாதித்தது. அன்று இரவே 'கிரிமினல்' என்ற சிறுகதையை எழுதினேன். அது ஒரு கிராமப்புறத்து இளைஞனின் காதலைப் பற்றிய கதை, அதை தி.க.சி.க்கு அனுப்பி வைத்தேன். அடுத்த மாத 'தாமரை'யிலேயே அந்தச் சிறுகதையை தி.க.சி. வெளியிட்டு விட்டார்கள். அது தாமரையில் வெளிவந்த மூன்றாவது சிறுகதை. ஆறேழு சிறுகதைகள் வெளிவந்திருந்தன. சிறுகதையின் உருவம் பிடிபட்டுவிட்டது.

அந்தச் சமயத்தில் வலது கம்யூனிஸ்ட் கட்சி 'நிலப்பறி இயக்கம்' என்ற போராட்டத்தை நடத்தியது. நிலமற்ற ஏழை களுக்கு, இருப்பவர்களிடமிருந்து நிலத்தைப் பறித்துக் கொடுக்கும் போராட்டம் அது, ஒரு நாள் திடீரென்று பாளையங்கோட்டை சென்ட்ரல் ஜெயிலிலிருந்து கி. ராஜநாராயணன் கடிதம் எழுதி யிருந்தார். நிலப்பறி இயக்கத்தில் தன்னையும் கைது செய்து விட்டதாகவும், பாளையங்கோட்டை சிறையில் இருப்பதாகவும் எழுதியிருந்தார்.

எனக்கு ஒரே ஆச்சரியம். நிலப்பறி இயக்கத்துக்கும், ராஜநாராயணனுக்கும் என்ன சம்பந்தம்? அந்தக் கடிதம் கிடைத்த மறுநாள், ராஜநாராயணனைப் பார்க்க சென்ட்ரல் ஜெயிலுக்குப் போனேன். அதற்குள், முன்தினமே ராஜநாராயணன் விடுதலை யாகியிருந்தார். அவரைப் பார்க்க முடியாமல் திரும்பினேன். சரி, எப்படியோ விடுதலை செய்துவிட்டார்களே என்று சந்தோஷமாக இருந்தது.

19

'கடல்புரத்தில்' நாவலின் தலைப்பு, நாவலை எழுத ஆரம்பிக்கும் முன்பே மனதில் தோன்றி விட்டது. மயான காண்டம், யுகதர்மம் போன்ற என் சிறுகதைகளின் தலைப்பு அந்தக் கதைகளை எழுதிக் கொண்டிருக்கும்போது தோன்றியது. பொருத்த மான, கவர்ச்சிகரமான தலைப்புகளும் ஒரு சிறுகதையையோ, நாவல் அல்லது கவிதையையோ வெற்றிகரமான படைப்புகளாக்க உதவுகின்றன. தலைப்பு ஒரு படைப்புக்கு முழுமையைத் தருகிறது.

நான் ஏற்கெனவே குறிப்பிட்டது போல், தினமலர் நாளிதழில், வீரபாண்டியன்பட்டினம் என்ற கடற்கரை ஊரில் வல்லத்தில் சென்று மீன்பிடிக்கிறவர்களுக்கும் விசைப்படகில் சென்று மீன் பிடிக்கிறவர்களுக்கும் ஏற்பட்ட தகராறு கொலைகளில் போய் முடிந்தது என்று வெளியாகி யிருந்த செய்திதான் கடல்புரத்தில் நாவலின் மையக் கரு. அதன் பின்னணி கிறிஸ்தவச் சூழல்.

1961இல் எனது குடும்பம் பாளையங் கோட்டைக்குக் குடிபெயர்ந்தது. 1961 முதல் 1973இல் சென்னைக்கு வருகிறவரை சுமார் 12 ஆண்டுகள் நான் கிறிஸ்தவ நண்பர்களுடன்தான் வாழ்ந்தேன். பைபிளைப் பலமுறை முழுவதுமாகப் படித்திருக்கிறேன், நான் படித்த பைபிள் தென்னிந்திய வேதாகமச் சங்கம் வெளியிட்டது. பைபிளைத் தமிழில் மொழிபெயர்த்தவரின் பெயர் அதில் இருக்காது. ஆனால், பிற்காலத்தில், அதை மொழிபெயர்த்தவர் யாழ்ப்பாணம் ஆறுமுகநாவலர் என்று தெரிந்துகொண்டேன்.

பைபிள் மொழி பெயர்ப்பு உரைநடை தமிழின் மிக உன்னதமான, முதல்தரமான, உவமை கூற

முடியாத உரைநடை. இசையொழுக்கான மொழிநடை அது. தமிழும் சமஸ்கிருதச் சொற்களும் விரவிக் கலந்த மணிப்பிரவாளத் தமிழ்நடை அது. மூல பாஷையான எபிரேயு மொழியிலிருந்து மொழிபெயர்க்கப்பட்டது என்ற குறிப்பு பைபிளின் தமிழ் மொழிபெயர்ப்பில் உள்ளது.

எபிரேயு பாஷையிலிருந்து ஆறுமுக நாவலர் நேரடியாகவே மொழிபெயர்த்தாரா, அல்லது ஆங்கிலத்திலிருந்து தமிழில் மொழிபெயர்த்தாரா என்று தெரியவில்லை. ஒவ்வொரு மொழியிலுமே அதன் உரைநடையோ, கவிதையோ எழுதப்படும் போது, ஆசிரியனின் மனோதர்மம், அல்லது மனோலயம், தனக்கென்று தனித்துவமான தொனியுடன் வெளிப்படும். இந்தத் தொனி ஆசிரியனுக்கு ஆசிரியன் வேறுபடும். தொனியானது மொழிக்கு அபூர்வமான சோபையைத் தருகிறது. வெளிப்படுத்தும் நடைக்கு ஒரு லகரியைத் தருகிறது.

அதனால்தான் ஜெயகாந்தன், மறைந்த கண்ணதாசன், தி. ஜானகிராமன், சுந்தர ராமசாமி ஆகியோரின் உரைநடைகள் தனித்தொனியுடன் வெளிப்பட்டு, அவர்களது எழுத்துக்கு அழகூட்டுகின்றன. இதைத்தான் தனித்துவமான உரைநடை என்கிறோம். இந்த நடையழகு பைபிளில் ஏராளமாக இருக்கிறது. பல இடங்களில் பைபிளின் நடை இசைக்குச் சமீபமாக வருகிறது. கவித்துவமான பல பகுதிகள் பைபிளில் இருக்கின்றன.

பைபிளை மொழிபெயர்த்த ஆறுமுகநாவலர், மூலமொழியின் நடையிலுள்ள தொனியை அப்படியே தமிழிலும் கொண்டு வந்துள்ளார். என்னுடைய கடல்புரத்தில் நாவலிலும், எஸ்தர் முதலான சில சிறுகதைகளிலும் பைபிளின் தாக்கம் இருக்கிறது. பைபிள் நடையை நான் கடல்புரத்தில் நாவலில் வலிந்து திணிக்க வில்லை,

நாகப்பட்டினத்துக்குத் தெற்கே குமரி மாவட்டம் வரையுள்ள கடற்கரையோர மீனவர்கள் 95 சதவீதம் ரோமன் கத்தோலிக்க கிறிஸ்தவர்களே. ஆனால் நான் பழகிய கிறிஸ்தவச் சூழல் சி.எஸ்.ஐ. எனப்படும் தென்னிந்தியத் திருச்சபை சார்ந்தது. ரோமன் கத்தோலிக்கமும், சி.எஸ்.ஐ.யும் வேறு வேறான வழிபாட்டு முறைகளைக் கொண்டிருந்தாலும், உணவுப் பழக்க வழக்கங்கள், திருமணம் முதலான சடங்குகளில் அதிக வித்தியாச மில்லை. இவையெல்லாம் எனக்குக் கடல்புரத்தில் நாவலை எழுத உதவியாக இருந்தன.

ஒரு ஞாயிற்றுக் கிழமை பிற்பகலில் நாவலை எழுத ஆரம்பித்தேன். தினசரி இத்தனை பக்கங்கள் என்று கணக்கு எதுவும் வைத்துக்கொண்டு எழுதவில்லை. ஓய்வும், விருப்பமும்

இருக்கிற போதெல்லாம் கொஞ்சம் கொஞ்சமாக எழுதினேன். இருபத்தியிரண்டு, அல்லது இருபத்து நாலே நாளில் முழு நாவலையும் எழுதி முடித்துவிட்டேன். அதை முதல்முதலில் கல்யாணியிடம்தான் படிக்கக் கொடுத்தேன். கல்யாணி படித்துவிட்டு கலாப்ரியாவிடம் படிக்கக் கொடுத்தார். இருவருமே நன்றாக இருக்கிறது என்றார்கள்.

நாம் சிறுகதையோ, நாவலோ எழுதி முடித்ததும் நம் மனதில் ஒரு சந்தோஷம் எழும். கடல்புரத்தில் எழுதி முடித்ததும் அந்தச் சந்தோஷம் எழுந்தது. பிறகு நாவலை கோவில்பட்டிக்கு கௌரிஷங்கருக்கு அனுப்பி வைத்தேன். கோவில்பட்டி நண்பர்கள் யாரெல்லாம் கடல்புரத்தில் நாவலைக் கையெழுத்துப் பிரதியில் படித்தார்கள் என்று தெரியவில்லை. நாவலை ராஜநாராயணனிடம் கொடுத்துப் படிக்கச் சொல்லுமாறு கௌரிசங்கருக்கு எழுதினேன். நாவல் ராஜநாராயணனிடம் சென்றது. சில தினங்களிலேயே அவர் நாவலைப் படித்து விட்டு, கௌரிஷங்கரிடமே திருப்பிக் கொடுத்துவிட்டார்.

ஒருநாள் ராஜநாராயணனைப் பார்க்க அவர் வீட்டுக்குச் சென்றேன். வழக்கம்போல் நீண்ட நேரம் பேசிக்கொண் டிருந்தோம். நாவலைப் பற்றியும் பேச்சு வந்தது. “இந்த நாவலை மீனவர்கள் படித்தால் என்ன நினைப்பார்கள்” என்று சொன்னார். நானும் துருவித் துருவி நாவலைப் பற்றி அவரிடம் கேட்க வில்லை. என்னுடைய எந்தச் சிறுகதைகளையும், பிறகு எழுதிய நாவல்களையும் யாரிடமும் படிக்கக் கொடுத்து அபிப்பிராயம் கேட்டதில்லை. கல்யாணியிடம் அவ்வளவு நெருக்கமாகப் பழகியும்கூட இன்று வரை கடல்புரத்தில் நாவலைத் தவிர வேறு எதையும் படித்துப் பார்க்கச் சொன்னதில்லை.

நம்பிராஜன் சென்னையில் இருந்த எழுபதுகளில், அவரிடம் மட்டும் சில சிறுகதைகளைப் படிக்கக் கொடுத்ததுண்டு, எழுதிய பிறகு அதைப் பற்றிப் பிறர் கூறும் அபிப்பிராயங்களைக் கேட்பதில் பெரிய ஆர்வமில்லை. அவர்களாக அபிப்பிராயம் சொன்னால் கேட்டுக்கொள்வதோடு சரி. ஆனால் எனக்குப் பிடித்த பிறருடைய படைப்புகளைப் பற்றி, கல்யாணி, நம்பிராஜன் போன்ற வெகு சில நண்பர்களுடன் பகிர்ந்து கொண்டதுண்டு. கேட்டுக்கொண்டால் கட்டுரைகளிலும் என்னுடைய அபிப்பிராயங்களை எழுதியிருக்கிறேன். நிர்த்தாட்சண்ய மில்லாமல் படைப்புகளைப் பற்றி பல சிறு கட்டுரைகளில் என்னுடைய அபிப்பிராயங்களைச் சொல்லி வந்திருக்கிறேன்.

என்னுடைய சிறுகதைகள், நாவல்களைப் பற்றியே எனக்குக் கறாரான விமர்சனங்கள் உண்டு. எந்தக் கதை சரியாக

வந்திருக்கிறது, எவையெல்லாம் சரியாக வரவில்லை என்று எனக்கு சுய மதிப்பீடுகள் உண்டு. எனது கடல்புரத்தில் நாவலையும், எஸ்தர் சிறுகதையையும் எல்லோரும் பாராட்டுகிறார்கள். என்னுடைய அபிப்பிராயப்படி கடல்புரத்திலும், எஸ்தரும் சாதாரணமான கதைகளே.

வல்லிக்கண்ணன் அப்போது சென்னையில், அவர்களுடைய அண்ணாச்சி கோமதி நாயகம் வீட்டில் இருந்தார்கள். நம்பிராஜனும் சென்னையில்தான் இருந்தார். இருவருக்குமே நாவலை எழுதி முடித்திருப்பதைப் பற்றித் தெரிவித்துக் கடிதம் எழுதினேன். நம்பிராஜன் தனது நண்பரும் விமர்சகருமான எம்.எஸ். தியாகராஜனிடம் இதைத் தெரிவித்திருக்கிறார். எம்.எஸ். தியாகராஜன் பெருங்கவிக்கோ வா.மு. சேதுராமன் நடத்திவந்த 'தமிழ்ப் பணி' என்ற பத்திரிகையில், கடல்புரத்தில் நாவலைப் பற்றி, அதைப் படிக்காமலேயே குறிப்பு ஒன்று எழுதிவிட்டார். இதுதான் அந்த நாவலைப் பற்றி வெளியுலகத் திற்குத் தெரியவந்த முதல் தகவல்.

கடல்புரத்தில் எழுதிய பிறகு இண்டர்வியூ, அண்டை வீட்டார் என்ற இரண்டு சிறுகதைகளை எழுதினேன். இண்டர்வியூவை கணையாழிக்கும், அண்டை வீட்டாரை தீபத்திற்கும் அனுப்பி வைத்தேன். இண்டர்வியூ அடுத்த மாத கணையாழி இதழிலேயே வெளிவந்தது. அண்டை வீட்டார் வெகு நாட்கள் கழித்து தீபத்தில் வெளிவந்தது. சேலத்திலிருந்து வெளிவந்த 'நடை' காலாண்டிதழ் நிறுத்தப்பட்டு விட்டது இந்தச் சமயத்தில்தான். மாத இதழாக ஆரம்பிக்கப்பட்ட 'கசடதபற', நினைத்தபோது வெளிவர ஆரம்பித்தது. கணையாழி, தாமரை, தீபம் இந்த மூன்று மட்டும் சற்று முன்னே பின்னே, மாதத்தின் முதல் வாரம் அல்லது இரண்டாவது மூன்றாவது வாரங்களிலாவது வெளிவந்து, 'மாத இதழ்' என்ற அடைமொழியைத் தக்கவைத்துக் கொண்டிருந்தன.

நம்பிராஜனுக்கு நான் மகத்தான கலைஞன் என்று நினைப்பு. நான் கஷ்டப்பட்ட குடும்பத்துப் பையன், திருநெல்வேலிக்காரன் என்பதால், என் மீது அவருக்குத் தனிப்பட்ட பிரியமும் இரக்கமும் இருந்தது. நான் கல்யாணி யிடம் பழகியதற்கும், நம்பிராஜனிடம் பழகியதற்கும் நிறைய வித்தியாசம் இருந்தது. இருவர் மீதும் எனக்கு அன்பும் மரியாதை யும் உண்டு என்றாலும், இந்த நாற்பது வருட ஸ்நேகிதத்தில் கல்யாணியை 'நீங்க, வாங்க, போங்க' என்று மரியாதையுடன்தான் அழைத்துப் பழகி வருகிறேன். ஆனால், நம்பிராஜனை ஆரம்பத்தி லிருந்தே இன்று வரை 'யோவ்... என்னய்யா...' என்று சற்று

கூடுதல் நெருக்கத்துடன் பழகிவருகிறேன். இந்த வித்தியாசம் இயல்பாகவே அமைந்துவிட்டது.

கல்யாணி என்னுடைய கதைகளைப் பற்றி அவ்வளவாக அபிப்பிராயங்களைச் சொன்னதில்லை. ஒன்றிரண்டு சந்தர்ப்பங்களில் பாராட்டியிருக்கிறார். கடிதங்களில் விஷயத்தோடு விஷயமாக அவற்றைப் பற்றி அபூர்வமாக எழுதுவதுண்டு. ஆனால், நம்பிராஜன் அளவுக்கு என்னையும், என்னுடைய கதைகளையும் கொண்டாடியதில்லை. என்னைப் பற்றி என்றில்லை, மற்ற எழுத்தாளர்கள், கவிஞர்களைப் பற்றியும் கூட நம்பிராஜன் மாதிரி விழுந்து விழுந்து பேசிப் பாராட்டியதில்லை கல்யாணி. நம்பிராஜன் தனக்குப் பிடித்த சாப்பாடானாலும் சரி, சினிமா, நாவல், சிறுகதையானாலும் சரி, கொண்டாடித் தீர்த்துவிடுவார். அதே மாதிரி மோசமான படைப்பைக் கடுமையாக விமர்சிக்கவும் செய்வார்.

கல்யாணி எல்லாவற்றிலுமே மிதமானவர். நம்பிராஜன் எல்லை கடந்து செல்லக் கூடியவர். அதீதமான உணர்வுகளைக் கொண்டவர்.

20

நான் கதைகளெல்லாம் எழுதுகிறேன் என்ற விஷயம் எங்கள் வக்கீலாபீசுக்கு வரும் கட்சிக் காரர்கள் ஒன்றிரண்டு பேருக்கும் தெரிந்துவிட்டது. அவர்களில் ஒருவர் சேர்வைக்காரன் சுப்பையா என்ற இஞ்ஜீனியர். அவரது வீடு தெற்குபஜார் பக்கமிருந்தது. ஜங்ஷனில் பூர்ணகலா தியேட்டருக்கு எதிரே மாடியில் அவரது அலுவலகம் இருந்தது. சேர்வைக்காரன் சுப்பையா எங்கள் வக்கீலின் குடும்ப நண்பர். அவர் ஒரு காங்கிரஸ்காரர். கதர் சட்டையும், கதர் பேண்ட்டும்தான் அணிவார். நீலநிற சைக்கிள் ஒன்று வைத்திருந்தார். அந்த சைக்கிளில்தான் எல்லா இடங்களுக்கும் போவார்.

அவருக்கும் அவருடைய மாமனாருக்கும் ஒரு சிவில் வழக்கு நடந்தது. நாங்கள் அவருடைய மாமனாருக்காக வக்காலத்து தாக்கல் செய்திருந் தோம். எங்கள் வக்கீல் அந்த வழக்கையே விரும்பவில்லை. மாமனாரையும் மருமகனையும் சமாதானமாகப் போகும்படி எவ்வளவோ கேட்டுக்கொண்டார். இரண்டு பேரிடமும் பலமுறை பேசிப் பார்த்தார். எதுவும் பலிக்கவில்லை. அந்த வழக்கில் ஆஜராவது எங்கள் வக்கீலுக்கு மிகவும் தர்மசங்கடமாக இருந்தது. மாமா, மருமகன் இரண்டு பேருமே அவருக்கு வேண்டியவர்கள்.

சேர்வைக்காரன் சுப்பையா என்னிடம் மிகவும் பிரியமாக இருப்பார். அவர் தனது கட்சிக்காக ஒரு பத்திரிகை நடத்த விரும்பினார். அந்தப் பத்திரிகையின் முதல் இதழில் என்னுடைய கதை ஒன்றை வெளியிட வேண்டும் என்று ஆசைப்பட்டார். என்னிடம், “என்ன கொமஸ்தாப் பிள்ளை. நீங்க கதையெல்லாம் எழுதுறீங்க. நம்ம பத்திரிகைக்கும் ஒரு கதை கொடுங்களேன்...” என்று கேட்டார்.

1972 நவம்பர் வாக்கில் முதல் இதழைக் கொண்டு வருவதாக இருந்தார். என்னிடம் அந்தச் சமயம் கைவசம் கதை ஒன்றுமில்லை. வயதான மனிதர் ஒருவர் சைக்கிளில் சென்று வீடுவீடாகப் பேப்பர் போடுவதை அடிக்கடி பார்த்திருக்கிறேன். அவரைக் கதாபாத்திரமாக்கிப் 'பேப்பர் தாத்தா' என்ற தலைப்பில் ஒரு சிறுகதை எழுதி சேர்வைக்காரன் சுப்பையாவிடம் கொடுத்தேன். அவர் தனது பத்திரிகையில் அதைப் பிரசுரித்தார். எனது முதல் தொகுப்பான 'எஸ்தர்' வெளிவரும் போது, அதில் இண்டர்வியூ, அண்டை வீட்டார் முதலான பல சிறுகதைகள் சேர்க்கப்படவில்லை. அவற்றில் இந்த 'பேப்பர் தாத்தா' கதையும் ஒன்று. சாந்தியில் வெளிவந்த எனது முதல் சிறுகதையான 'மண்ணில் மலர்கள்', 'வைதேகி செத்துக் கிடந்தாள்', தாமரையில் வெளியான 'கிரிமினல்' போன்ற பல சிறுகதைகள்கூட முதல் தொகுப்பில் இடம் பெறவில்லை.

அந்த 'எஸ்தர்' சிறுகதைத் தொகுப்பைத் தயாரிப்பதில் முக்கியப் பங்கு வகித்தவர்கள் விக்ரமாதித்யன், வண்ணதாசன், கலாப்ரியா. சிறுகதைகளைத் தொகுத்ததும் அவர்களே. என்னுடைய எந்தப் புஸ்தகத் தயாரிப்பிலும் நான் சிறிது கூடத் தலையிட்டதில்லை. இது 'எஸ்தர்' தொகுப்பிலிருந்தே நான் மேற்கொண்டு வந்த நடைமுறை.

எங்களுடைய இன்னொரு கட்சிக்காரரின் பெயர் செண்பகம். அவர் ஒரு பள்ளி ஆசிரியர். அவருடைய மாமியாருக்கு ஒரு சிவில் வழக்கு இருந்தது. அந்த வழக்கில் செண்பகத்தின் மாமியாருக்காக நாங்கள் வழக்குத் தாக்கல் செய்திருந்தோம். வழக்கு சம்பந்தமாக செண்பகம் அடிக்கடி எங்கள் அலுவலகத்துக்கும், கோர்ட்டுக்கும் வருவார். அவருக்கும் எப்படியோ நான் கதைகள் எழுதுவேன் என்ற தகவல் தெரிந்திருந்தது. ஒருநாள் என்னை உற்சாகப்படுத்துவதற்காகவோ என்னவோ, "ஒரு கதை எழுதித் தாங்க குமாஸ்தாப் பிள்ளை... என்னோட நண்பர் பாண்டியராஜன் ரேடியோவிலே நாடகம் எல்லாம் எழுதுறார். அவரோட கதை தினமலர்லே கூட வருது..., அவர் மூலமா முயற்சி பண்ணிப் பார்க்கலாம்..." என்றார்.

வழக்கு விஷயமாக என்னைப் பார்க்கும் போதெல்லாம் கதையை ஞாபகப்படுத்திக் கொண்டிருந்தார். கதை எழுதினால்தானே கொடுப்பதற்கு? அவருடைய நண்பர் பாண்டியராஜன் ரேடியோவில் நாடகமெல்லாம் எழுதுகிறார் என்று அவர் சொல்லியிருந்தது ஞாபகத்துக்கு வந்தது. ஆசிரியர் செண்பகத்திடம் ஒரு ரேடியோ நாடகம் எழுதிக் கொடுக்கலாம் என நினைத்தேன். இதற்காக மாவட்ட மைய நூலகம், கரையாளர்

பின்னகர்ந்த காலம்

நூலகம் இங்கெல்லாம் ரேடியோ நாடகம் எதையாவது புஸ்தகமாகப் போட்டிருக்கிறார்களா என்று தேடினேன்.

டி.என். சுகி சுப்பிரமணியத்தின் ‘காப்புக்கட்டிச் சத்திரம்’, திருச்சி ரேடியோவில் அடிக்கடி ஒலிபரப்பாகும் தென்னூர் கிருஷ்ணமூர்த்தியின் நாடகங்கள், அகில பாரத நாடகங்களை எல்லாம் என் நண்பன் ரவி வீட்டு ரேடியோவில் நிறையவே கேட்டிருக்கிறேன். அவனுடைய அப்பா, தங்கைமார்கள் எல்லோருமே ரேடியோ நேயர்கள். அவர்களுடைய வீட்டில் ஒரு அருமையான ஹெச்.எம்.வி. ரேடியோ இருந்தது. அது ஓய்வு ஒழிச்சல் இல்லாமல் பாடிக்கொண்டே இருக்கும். ரேடியோ நாடகங்களைக் கேட்கிறவனாக இருந்த நான், ரேடியோ நாடகங்களை எழுதுகிறவனாக எப்படி மாறுவது என்று தெரியவில்லை.

எப்படி ரேடியோ நாடகம் எழுதுவதென்று சில நாட்கள் மூளையைப் போட்டுக் கசக்கிக்கொண்டிருந்தேன். முடியவில்லை. ‘விட்டதடி ஆசை விளாம்பழத்து ஓட்டோடு’ என்பது போல், ரேடியோ நாடகம் எழுதுகிற ஆசையை மூட்டை கட்டி வைத்துவிட்டேன். எழுத்தாளர் ப. கர்ணன் அந்த நாட்களில் தொடர்ந்து விகடனில் எழுதி வந்தார். அவர் ஒரு காந்தியவாதி. அவருடைய சிறுகதைகள் விகடனில் முத்திரைக் கதைகளாகக் கூட வெளிவந்திருக்கின்றன.

பத்திரிகைகள், நூல்களைப் படிப்பது, அவற்றை நண்பர்களுடன் பகிர்ந்துகொள்வது இவைதான் அந்த நாட்களில் எனது முக்கியமான செயல்பாடாக இருந்தன. கர்ணனைப் பற்றி அடிக்கடி வல்லிக்கண்ணனுடன் பேசுவேன். வ.க.விடம் கர்ணனின் முகவரியைக் கேட்டு வாங்கி கர்ணனுக்குக் கடிதம் எழுதினேன். கர்ணன் மதுரை செல்லூரில் குடியிருந்தார். இருவரும் தொடர்ந்து பல கடிதங்களை எழுதிக்கொண்டோம். கர்ணனுடைய நண்பர் ஹனீபா என்பவர் மதுரை மாலை முரசிலிருந்து நெல்லை மாலை முரசுக்கு மாற்றலாகி வந்தார். கர்ணன் மூலமாக ஹனீபாவின் தொடர்பு கிடைத்தது. நெல்லை மாலைமுரசில் ஹனீபா என்னுடைய சிறுகதை ஒன்றை வாங்கிப் போட்டார். முதன்முதலாக 25 ரூபாய் சன்மானத்தைப் பெற்றேன்.

இதே போல் சென்னை மாலை முரசில் ஜேம்ஸ் வேலை பார்த்து வந்தார். ஜேம்ஸ் பாளையங்கோட்டைக்காரர். ஜேம்ஸை தி.க.சி.க்கும், தி.க.சி.யின் மூத்த மகன் கணபதி அண்ணாச்சிக்கும் நல்ல பழக்கம். சென்னை மாலை முரசுக்குக் கொடுப்பதற்காக

தி.க.சி. என்னிடமும், நம்பிராஜனிடமும் கதை கேட்டு எழுதி யிருந்தார்கள். அந்த நாட்களில் மாலை முரசு, ஞாயிறு மலர்களில் ஜேம்ஸ், ஹனீபா போன்ற நண்பர்களினால் சராசரியை விடத் தரமான சிறுகதைகள் வெளியாகின. தி.க.சி., கணபதி அண்ணாச்சி மூலமாக ஜேம்ஸின் அறிமுகமும் கிடைத்தது.

அகிலன், நா. பார்த்தசாரதி, ஜெயகாந்தன் போன்ற அந்நாளைய பிரபலமான எழுத்தாளர்களைப் போல் என்னையும் நான் கற்பனை செய்துகொண்டேன். என்னுடைய கதைகள் விகடனிலும், கல்கியிலும் வெளிவந்தால் எப்படியிருக்கும் என்று கற்பனை செய்து பார்ப்பேன்.

ஆனால், நான் ஜெயகாந்தனை விரும்பிப் படித்த அளவுக்கு அகிலனையோ, நா.பா.வையோ படிக்கவில்லை. நா.பா.வின் குறிஞ்சி மலரை என் பள்ளி நாட்களில் படித்திருக்கிறேன். அகிலனுடைய படைப்புகள் எதையும் படித்ததில்லை. படிக்க வேண்டுமென்று தோன்றவில்லை. இம்மூவரிலும் ஜெயகாந்தனே இலக்கியபூர்வமாகச் சாதித்தவர். சென்னைக்கு வந்த பிறகு நா.பா.வின் நட்பு எனக்குக் கிடைத்தது. என்றாலும், அவரது படைப்புகள் என்னை அவ்வளவாகக் கவரவில்லை. இவர்களது பிரபல்யம் எல்லா வாசகர்களையும் போல் என்னையும் கவர்ந்திருந்தது. அவ்வளவுதான். அன்றைய மீடியாவில் குறிப்பாக வாரப் பத்திரிகைகளில் அகிலன், நா.பா., சாண்டில்யன் போன்றோர் திரும்பத் திரும்ப சளைக்காமல் எழுதித் தள்ளி, தங்கள் பெயர்களை வாசகர்கள் மறந்து போகாமல் செய்திருந்தனர்.

வெகுஜனப் பத்திரிகைகளில் எழுதினாலும் ஒரு இலக்கியத் தரத்தோடு எழுதியவர்களில் ஜெயகாந்தனோடு கட்டாயம் தி. ஜானகிராமனையும் சேர்த்துக்கொள்ள வேண்டும். ஜானகி ராமனது 'மோகமுள்' (சுதேசமித்திரன்), 'அன்பே ஆரமுதே' (கல்கி), 'செம்பருத்தி' (ஆனந்த விகடன்), 'உயிர்த்தேன்' (தினமணி கதிர்) போன்றவை வெகுஜன இதழ்களில்தான் வெளிவந்தன. ஆனால், இவை தரமான இலக்கிய நாவல்களாகவும் உள்ளன. ஜெயகாந்தனுக்குச் சற்றும் சளைக்காமல் இலக்கியத் தரத்தோடு வெகுஜன வாரப் பத்திரிகைகளில் எழுதியவர் தி. ஜானகிராமன். இவரது சிறுகதைகள், நாவல்களில் அபாரமான பாத்திரச் சித்திரிப்பு, தனித்துவமான நடை, உருவ அமைதி இவை மூன்றுமே சிறப்பாக இருக்கும்.

தி. ஜானகிராமன் தனது ஆரம்ப காலத்தில் தன் நண்பரான எம்.வி. வெங்கட்ராமனின் தேனீ பத்திரிகையிலும், சுதேசமித்திரன் வாரமலர்களிலும், கலாமோகினி, கலைமகள், அமுதசுரபி

முதலான பத்திரிகைகளிலும் எழுதினார். ஜெயகாந்தனின் எழுத்துப் பயணம் சரஸ்வதி, சமரன் முதலான பத்திரிகைகளிலிருந்து வெகுஜனப் பத்திரிகைகளுக்கு நகர்ந்தது.

தி. ஜானகிராமனையும், ஜெயகாந்தனையும் வெகுஜன இதழ்களின் வாசகர்களைப் போலவே இலக்கியப் பத்திரிகை களின் வாசகர்களும் விரும்பிப் படித்தனர். இவர்கள் இருவரையும் கல்யாணி, கலாப்ரியா, விக்ரமாதித்யன் எல்லோருக்கும் பிடிக்கும். என்னுடைய நண்பரும், ரவியின் அண்ணனுமான செல்வக்குமார் பாளையங்கோட்டைக்கே மாற்றலாகி வந்து விட்டார். இருவரும் சேர்ந்து, இடையே சிறிது காலம் நின்று போயிருந்த 'பொருநை' கையெழுத்துப் பத்திரிகையை மீண்டும் கொண்டு வர நினைத்தோம். ஆனால் முடியவில்லை.

செல்வக்குமார் லோக்கல் பண்ட் அக்கவுண்ட்ஸ் அலுவலகத்தில் பணிபுரிந்து வந்தார். அவருக்கு வேலைப் பளு அதிகமாக இருந்தது. மேலும், அவருக்குத் திருமணம் செய்து வைக்க வீட்டில் ஏற்பாடுகள் நடந்து வந்தன. எனக்கு வழக்கம் போல காலையுணவும் இரவுப் படுக்கையும் அவர்கள் வீட்டில்தான். ரவி பெங்களூரில் பாரத் எலெக்ட்ரானிக்ஸில் வேலை பார்த்து வந்தான். எப்போதாவது ஊருக்கு வந்து செல்வான். நானும் செல்வக்குமாரும் தினசரி காலையில் ஆற்றுக்குக் குளிக்கச் செல்வது முதல் இரவில் உறங்குவது வரை ஒன்றாகவே இருந்தோம். என்றாலும் 'பொருநை'யைத் திரும்பக் கொண்டுவர முடியவில்லை.

ரவியும் சரி, செல்வக்குமாரும் சரி கதைகளெல்லாம் அவ்வளவாகப் படிக்க மாட்டார்கள். குமார் எப்போதாவது படிப்பார். ஆரம்ப காலத்தில் அவருக்கு ஓரளவு கதை படிக்கிற ஆர்வம் இருந்தது. போகப் போக அவரது அலுவலக வேலைச் சுமையினால் அந்த ஆர்வம் குன்றிப் போய்விட்டது. ஆனால், அவர் நல்ல ரசிகர். அவருடைய அப்பாவைப் போல வெற்றிலை பாக்கு, புகையிலை போடுவார். சிறு வயதிலேயே அவருக்கு இந்தப் பழக்கம் ஏற்பட்டிருந்தது. அவருக்கு அம்பாசமுத்திரத்தி லிருந்து ஒரு வரன் வந்தது.

21

தாமிரவருணி ஆற்றின் தென்கரையில் பாளையங்கோட்டையும் வடகரையில் திருநெல்வேலியும் அமைந்திருக்கிற மாதிரி, ஆற்றின் வடகரையில் அம்பாசமுத்திரமும் தென்கரையில் கல்லிடைக்குறிச்சியும் அமைந்திருக்கின்றன. அம்பாசமுத்திரம் தாலுகா தலைநகர். அம்பா சமுத்திரம் முன்சீப் கோர்ட்டுக்கு வழக்கு சம்பந்தமாகச் சென்று வருவேன். நிலக் குத்தகை சம்பந்தமான இரண்டு வழக்குகள் எங்கள் வக்கீலுக்கு அம்பாசமுத்திரம் கோர்ட்டில் இருந்தன. அந்த வழக்குகளின் வாய்தாக்களுக்கு மாதம்தோறும் செல்ல வேண்டியதிருந்தது.

எல்லோருக்குமே அவரவர்களுடைய சொந்த ஊரை ரொம்பவும் பிடிக்கும். அது தவிர வேறு சில ஊர்களையும் அந்த ஊரிலுள்ள நமக்குத் தெரிந்த மனிதர்களினாலோ, அந்த ஊரின் அமைப்பினாலோ நமக்கு மிகவும் பிடித்துப் போய்விடும். அந்த மாதிரி எனக்கு மிகவும் பிடித்தமான ஊர்களில் ஒன்று அம்பாசமுத்திரம்.

கல்லிடைக்குறிச்சி ஊருக்குள் பஸ் நுழையும் போதே மனம் பரவசத்திலாழ்ந்து விடும். மருத மரங்கள் நிற்கும் சாலை, ஆற்றுப் பாலம், சாலை யின் இருபுறமும் உள்ள பரந்த வயல்வெளிகள், அம்பாசமுத்திரம் ஊருக்குள் நுழைகிற இடத்தி லுள்ள ஆர்ச், பழைய கோர்ட், தாலுகா ஆபீஸ் கட்டிடங்கள் இவை எல்லாம் நம் மனதை எங்கோ மதுரமான இடத்துக்கு அழைத்துச் சென்றுவிடும். அம்பாசமுத்திரம் வருகிற வரை மனம் தாங்க முடியாத பரவசத்திலாழ்ந்து கிடக்கும். அப்படி என்ன அம்பாசமுத்திரத்தில் இருக்கிறதென்று தெரியவில்லை.

அம்பாசமுத்திரத்தில்தான் ‘அம்பை பாலன்’ என்ற எஸ். பாலசுப்பிரமணியன் இருக்கிறார்.

விக்ரமாதித்யன் என்ற நம்பிராஜனின் மூலம் கிடைத்த ஸ்நேகிதர் அம்பை பாலன். அவருடைய வீடு திருமஞ்சன வீதியிலிருக்கிறது. அவர்களுடையது நெசவாளர் குடும்பம். அவருடைய அப்பாவுக்குச் சொந்தமாகத் தறிகள் இருந்தன. துணி விற்பனையை அப்பாவுடனிருந்து பாலன் கவனித்து வந்தார். நான் அவரைச் சந்திக்கும் போதே அவருக்குத் திருமணமாகி யிருந்தது. கணையாழியிலெல்லாம் அவருடைய சிறுகதை வெளிவந்திருக்கிறது. நா.பா.வின் விசிறி, தீபத்தின் சந்தாதாரர். நல்ல இலக்கிய ரசிகர். எப்போதும் சிரித்த முகமாகவே இருப்பார்.

அம்பாசமுத்திரத்துக்கு கோர்ட் வேலையாகச் செல்லுகிற போதெல்லாம் பாலனைத் தேடிப் போய்ப் பார்ப்பேன். திரு மஞ்சன வீதியின் கடைசியில் அவருடைய வீடு இருந்தது. இரட்டைத் திண்ணை போட்ட மிகப் பெரிய வீடு. எந்தக் கோடையிலும் குளுகுளுவென்றிருக்கும். என் பேரில் மிகுந்த அபிமானம் கொண்டவர்.

அவருடைய தெருவுக்கருகில்தான் என் நண்பரும், பொருநை ஆசிரியர் குழுவில் ஒருவருமான செல்வக்குமாருக்குப் பார்த்த பெண்ணின் வீடும் இருந்தது. பெண்ணின் பெயர் பியூலா. அப்பா இல்லை. அம்மா ஆசிரியை. உடன்பிறந்தவர் ராஜன் என்ற தம்பி. செல்வக்குமாரும் பெண்ணைப் போய்ப் பார்த்தார். பியூலாவை அவருக்குப் பிடித்துவிட்டது. ஜூனில் திருமணத்தை வைத்துக்கொள்ளலாம் என்று நிச்சயித்து விட்டனர். அம்பை பாலனுக்கும் பியூலாவின் குடும்பத்தைத் தெரியும்.

நம்பிராஜனுக்கு செல்வக்குமாருக்குத் திருமணம் நிச்சயமாகி இருப்பதைப் பற்றி எழுதினேன். அப்போது நம்பி சென்னை தேனாம்பேட்டையில் அவருடைய பெரியம்மா மகன் முருகன் என்பவரின் வீட்டில் தங்கியிருந்து வேலை தேடிக்கொண்டிருந்தார். நம்பியின் அப்பா அழகுசுந்தரம் பிள்ளைக்கு தலைவன் கோட்டை ஜமீனில் செக்ரட்டரி வேலை. நம்பியின் அம்மாவும், தம்பிமார்களும் வாசுதேவநல்லூரில் இருந்தார்கள், அக்கா, கணவருடன் கல்கத்தாவில் இருந்தார்கள்.

பாளையங்கோட்டை திருவனந்தபுரம் ரோட்டில் என் வக்கீலய்யா வீட்டுக்கு எதிரேதான் கண் டாக்டர் போத்திலிங்கத் தின் கண் மருத்துவமனை இருந்தது. தலைவன் கோட்டை ஜமீன்தார் குடும்பத்தினருடன் போத்திலிங்கத்தைப் பார்க்க நம்பியின் அப்பாவும் வந்திருந்தார். நம்பிராஜன் என்னைப் பற்றி எழுதியிருந்திருக்கிறார். அந்தக் கடிதத்தில் என் வக்கீலய்யா வீட்டு முகவரியையும் கொடுத்திருந்திருக்கிறார். டாக்டர் போத்திலிங்கம் கிளினிக்குக்கு வந்த நம்பியின் அப்பா என்னைத் தேடி வந்து விட்டார்.

என்னிடம் பேசிக்கொண்டிருந்தார். “திருநெல்வேலியில் கிடைக்காத வேலையாய்யா?… மெட்ராஸ்லே போய் வேலை தேடுதேன்னு அலைஞ்சுக்கிட்டு இருக்கானே?… ஒங்களை மாதிரி ஃப்ரண்ட்ஸுங்க சொல்லக் கூடாதா?…” என்று நம்பியைப் பற்றி வருத்தப்பட்டார். சிறிது நேரம் பேசிக்கொண்டிருந்து விட்டுப் புறப்பட்டார். அவருடைய தோற்றம், உடை, பேச்சு எல்லாமே கம்பீரமாக இருந்தன. அவரது தோற்றமே பார்க்கிறவரின் மனதில் ஒரு மரியாதையைத் தோற்றுவித்து விடும்.

எல்லா தந்தைமாருக்கும் உள்ள வருத்தம்தான் அவருடையதும். ஆனால், நம்பிராஜன் சிறிது காலம் திருநெல்வேலி அம்மன் சன்னதி கோவில் வாசலில் இருந்த அவருடைய உறவினர் ஒருவரின் கட்பீஸ் ஜவுளிக் கடையில் வேலையும் பார்த்தார். அவருடைய தந்தை அவரைக் கல்லூரி வரை படிக்க வைக்கத் தயாராக இருந்தார். பாபநாசம் திருவள்ளுவர் கல்லூரியில் புதுமுக வகுப்பில் (பி.யூ.சி. அப்போது கல்லூரிகளில் இளங்கலைக் கல்விக்கு முன் ப்ரி யுனிவர்ஸிட்டி கோர்ஸ் என்ற பி.யூ.சி. வகுப்பு இருந்தது. தமிழில் இதைப் புதுமுக வகுப்பு என்றார்கள்.) சேர்ந்து சில மாதங்கள் சென்றார். பிறகு படிப்பில் நாட்டமில்லாததாலோ என்னவோ கல்லூரியை விட்டு வெளியே வந்துவிட்டார். அப்போதுதான் அவரும் அவரது நண்பரான சுப்பு அரங்கநாதனும் முதல்முதலாக என்னைச் சந்தித்தனர்.

அம்மன்கோவில் வாசல் ரமணி கட்பீஸ் சென்டரில் நம்பிராஜன் வேலை பார்த்து வந்தபோது அவரும் நானும் அடிக்கடி சந்திப்போம். சமயங்களில் கல்யாணியும் வருவார், மூன்று பேரும் ஒரு ஞாயிற்றுக் கிழமை டவுனிலிருந்து குறுக்குத்துறை ஆற்றுக்கு நடந்தே போய்த் திரும்பினோம். கீழப் புதுத்தெரு (பாரதியார் தெரு) வழியாக வந்து கல்லத்தி முடுக்கில் நுழைந்தோம். கருக்கல் நேரம். ஒரு வீட்டினுள்ளிருந்து புது மணப்பெண் முளைப்பாரியுடன் தன் உறவினர்கள் சூழ நடையிறங்கிக் கொண்டிருந்தது, ஏதோ சரத்சந்திரர், தாகூர் நாவல்களில் வருகிற காட்சியைப் போலிருந்தது.

மறுநாள் எனக்கு எழுதியிருந்த கடிதத்தில் கல்யாணி அந்தக் கருக்கல் நேர அழகில் மனதைப் பறிகொடுத்து விவரித்திருந்தார். அந்தக் கடிதம் அன்று முழுவதும் என் மனதை ஆக்கிரமித்திருந்தது. பல முறை கல்யாணியின் கடிதத்தை எடுத்துப் படித்தேன். ஏதாவது சினிமாவுக்குப் போக வேண்டும் போலிருந்தது. பாலஸ்–டி–வேல்ஸில் ‘கிராஸ்பெல்ட்’ என்ற மலையாளப்படம் ஓடிக்கொண்டிருந்தது. அன்று ‘செகண்ட் ஷோ’(இரவு பத்தரை மணிக் காட்சி)வுக்கு அந்தப் படத்துக்குப் போனேன்.

அது சாதாரணப் படம்தான். ஆனால், மலையாளப் படமாயிற்றே. பாடல்களும், வசனமும் மனதைத் தொட்டன. படத்தின் இடைவேளையில் டீ குடித்தேன். ஒருவர் பக்கத்தில் அருமையான ஆங்கிலத்தில் யாருடனோ பேசிக்கொண் டிருந்தது காதில் விழுந்தது. திரும்பிப் பார்த்தேன். பேசிக் கொண்டிருந்தவர் நம்பிராஜனின் அப்பா. சற்றுத் தள்ளிப் போய் நின்றுகொண்டு அவருடைய ஆங்கில உரையாடலை ரசித்தேன். அதற்குள் படம் ஆரம்பமாகிவிட்டது.

வல்லிக்கண்ணன் சென்னையிலிருந்து ராஜவல்லிபுரம் வந்து ஒரு வாரமாகியிருந்தது. ஒரு ஞாயிற்றுக் கிழமை அவர்களைப் பார்க்கச் சென்றேன். என்னைப் பற்றி, என்னுடைய வேலையைப் பற்றி அக்கறையுடன் விசாரித்தார்கள். எனக்கு வேலையில் திருப்தியில்லை என்பது அவர்களுக்கு ஏற்கெனவே தெரியும். செல்வக்குமாருக்குத் திருமணம் நிச்சயமாகியிருப் பதைச் சொன்னேன். ரொம்பச் சந்தோஷப்பட்டார்கள்.

மறுநாள் ராஜபாளையத்துக்குப் புறப்படுவதாக இருந்தார்கள். கோதையூர் மணியன், அழ. கிருஷ்ணமூர்த்தி, கொ.மா. கோதண்டம் போன்ற ராஜபாளையம், ஸ்ரீவில்லிபுத்தூர் எழுத்தாள நண்பர்கள் வ.க.வை அழைத்திருந்தார்கள். என்னை யும் அழைத்தார்கள். என்னால் செல்ல முடியவில்லை. வ.க. ராஜபாளையம், ஸ்ரீவில்லிப்புத்தூர் எல்லாம் சென்று பத்து நாட்கள் தங்கிவிட்டு வந்தார்கள்.

அந்தச் சமயத்தில் தினமணி கதிரில் புஷ்பாதங்கதுரை எழுதி வந்த 'சிவப்பு விளக்குக் கதைகள்' என்ற தொடர் ரொம்பப் பரபரப்பாக வாசகர்களால் பேசப்பட்டது. அந்தத் தொடரால் தினமணி கதிரின் சர்க்குலேஷனும் ஏறியது. அது பம்பாய் விபச்சாரிகளைப் பற்றிய தொடர். இந்தத் தொடர் தினமணி கதிரில் வெளிவர ஆரம்பித்த சில வாரங்களில் ஆனந்த விகடனில் 'பிரேமா ராமசாமி' என்ற பெயரில் ஒருவர் தொடர் ஒன்றை எழுத ஆரம்பித்தார். அதுவும் புஷ்பா தங்கதுரையின் சிவப்பு விளக்குக் கதைகளைப் போல் பரபரப்பாகப் பேசப்பட்டது. இந்தப் பிரேமா ராமசாமி, தீபத்தில் பல அருமையான சிறுகதை களை எழுதிய கே. ராமசாமிதான் என்று இலக்கிய உலகில் பேசிக்கொண்டார்கள்.

கே. ராமசாமிக்கும் கல்யாணிக்கும் கடிதத் தொடர்பு உண்டு. கே. ராமசாமி சிவகாசியில் இருந்தார். இதைப் பற்றிக் கல்யாணியிடம் கேட்டேன். கல்யாணியும், கே. ராமசாமிதான் விகடனில் பிரேமா ராமசாமி என்ற பெயரில் எழுதுகிறார் போல என்று சந்தேகப்பட்டார். விகடனில் அந்தப் பரபரப்பான

கிளுகிளுப்புத் தொடரை எழுதிய பிரேமா ராமசாமி யாரென்று நிச்சயமாகத் தெரியவில்லை.

ஆனால் புஷ்பா தங்கதுரையின் தினமணிகதிர் தொடரும் சரி, அதற்குப் போட்டியாக விகடனில் வெளிவந்த பிரேமா ராமசாமியின் தொடரும் சரி, சர்க்குலேஷனுக்காகச் செய்யப் பட்ட பத்திரிகை உலக யுக்திகள்தான் என்பது வாசகர்களுக்குத் தெரிந்தே இருந்தது.

ஒருநாள் கல்யாணியைப் பார்க்கச் சென்றபோது, சென்னை யிலிருந்து 'கண்ணதாசன்' என்ற பத்திரிகை வரப் போவதாக அப்பா எழுதியிருக்கிறார்கள் என்று சொன்னார். கண்ணதாசன் ஏற்கெனவே 1970—லோ 71—லோ வெளிவந்து நின்று போயிருந்தது. 'மீண்டும் கண்ணதாசன்' வெளிவரப் போகிறது. 'இராம. கண்ணப்பன்தான் ஆசிரியர்' (அதாவது 'துணையாசிரியர்') என்று தி.க.சி. எழுதியிருந்தார்கள்.

செல்வக்குமாருடைய திருமணம் 1973 ஜூன் 16ஆம் தேதி என்று நிச்சயமாகியிருந்தது. 18ஆம் தேதி மணமக்களுக்குப் பாளையங்கோட்டையில் வரவேற்பு இருந்தது. குமாருடைய திருமணம் முடிந்ததும் ஏதாவது வேறு வேலை தேட வேண்டும் என்று முடிவு செய்திருந்தேன். இது பற்றி நம்பிராஜனுக்கும் எழுதியிருந்தேன். நம்பி அப்போதுதான் கவிஞர் நா. காமராஜன் நடத்த ஆரம்பித்திருந்த 'சோதனை' என்ற பத்திரிகையில் உதவி ஆசிரியராகச் சேர்ந்திருந்தார்.

நம்பிராஜன் எவ்வளவு கஷ்டப்பட்டாலும் அதைப் பெரிதாக நினைக்க மாட்டார். என்னை விட வாழ்க்கையில் மிகுந்த நம்பிக்கையும், பிடிப்பும் கொண்டவர். வக்கீல் குமாஸ்தா வேலையை நான் விட்டுவிட நினைப்பது சரியானதுதான் என்று எழுதியிருந்தார். வேலை கிடைப்பது ஒன்றும் பெரிய விஷய மில்லை, முயன்றால் வேறு வேலை கிடைக்கும் என்றும் உற்சாகப்படுத்தி கடிதம் எழுதியிருந்தார்.

அவருடைய கடிதத்தைப் படித்த பிறகு, வேலை தேடி ஏன் சென்னைக்கே செல்லக் கூடாது என்று தோன்றிற்று.

22

கண்ணதாசன் புகழ்பெற்ற சினிமா பாடலாசிரியர். அவரது சம காலத்திலோ அல்லது அவருக்கு முன்போ சினிமா பாடலாசிரியர்கள் யாரும் பத்திரிகை நடத்தியதில்லை. எம்.கே.டி. பாகவதர் காலத்தில் சினிமாவுக்குப் பாடல்கள் எழுதிப் புகழ் பெற்றிருந்த பாபநாசம் சிவன் கூடப் பத்திரிகை நடத்தியதாகத் தெரியவில்லை.

ஆனால் கண்ணதாசன் மற்ற சினிமா கவிஞர் களைப் போன்றவரல்ல. அவர் சினிமாவுக்குப் பாட்டெழுதுவதற்கு முன்பு தனது சினிமா உலகப் பயணத்தை ஒரு பத்திரிகையாளராகத்தான் தொடங்கினார். ஆரம்ப நாட்களில் சேலம் மாடர்ன் தியேட்டர்ஸ் நிறுவனம் நடத்தி வந்த 'சண்டமாருதம்' என்ற பத்திரிகையில்தான் முதல்முதலாக வேலை பார்த்தார்.

அப்போது தி.மு.கழகம் தமிழ்நாட்டில் வேகமாக வளர்ந்து வந்த ஒரு கட்சி. கண்ணதாசனுக்கு ஆரம்பம் முதலே அரசியல் தொடர்பும் இருந்து வந்தது. தி.மு.க.வில் சேர்ந்து கட்சியின் கூட்டங்களில் பேசி வந்தார். அந்நாளைய தி.மு.கழகத் தலைவர்கள் பலரும் காங்கிரஸ்காரர்களைப் போல் சொந்த மாக வாரப் பத்திரிகைகளை நடத்தி வந்தனர். அண்ணாதுரை, நெடுஞ்செழியன், கருணாநிதி, சி.பி.சிற்றரசு போன்ற பல தி.மு.கழகத் தலைவர் களுக்குச் சொந்தமாகப் பத்திரிகைகளும் இருந்தன. எழுத்தும், பேச்சும் அவர்களுக்கு ஆயுதமாக இருந்தன.

சுதந்திரப் போராட்டக் காலத்தில் காங்கிரஸ் காரர்கள் பேச்சாற்றலையும், எழுத்தாற்றலையும் பயன்படுத்தியது போல், தி.மு.கழகத்தினரும் இரண்டையும் சகஜமாகக் கையாண்டனர். தி.மு.க. பாரம்பரியத்தில் வந்த கண்ணதாசனும் இந்த

வழியைத்தான் கடைப்பிடித்தார். அவர் சினிமாவில் வெறும் பாடலாசிரியராக மட்டுமில்லை, சினிமாவுக்குக் கதை–வசனமும் எழுதினார். எம்.ஜி.ஆர். நடித்துப் பெரும் வெற்றி பெற்ற மதுரைவீரன் படத்தின் கதை–வசனகர்த்தா கண்ணதாசன்தான்.

அண்ணாதுரையின் திராவிடநாடு, இரா. நெடுஞ்செழியனின் மன்றம் போன்ற வாரப் பத்திரிகைகள் தி.மு.க.வின் அரசியலை மட்டும் எழுதின. கருணாநிதி நடத்திய ‘முத்தாரம்’ என்ற பத்திரிகை கலை–இலக்கியத்திலும் ஈடுபாடு காட்டியது. இன்று இலக்கிய எழுத்தாளராக அறியப்படுகிற ஆ.மாதவனின் சிறுகதைகள் கூட அந்நாளைய முத்தாரத்தில் வெளிவந்திருக்கின்றன.

இந்த வழியில்தான் கண்ணதாசன் ‘தென்றல்’ என்ற பத்திரிகையை 50களில் நடத்தினார். அவரது தென்றல் பத்திரிகையில், பிறகு தி.மு.க.வின் மாவட்டச் செயலாளராக ஆன எஸ்.எஸ். தென்னரசுவும் பணிபுரிந்தார். ஒரு கட்டத்தில் எஸ்.எஸ். தென்னரசு தென்றலை விட்டு, கருணாநிதியின் முரசொலியில் உதவி ஆசிரியராகச் சேர்ந்தார்.

50களிலேயே கண்ணதாசனின் பெயர் தமிழகம் முழுவதும் தெரிந்துவிட்டது. சினிமா பாடலாசிரியர், கதை–வசனகர்த்தா, தி.மு.க.வின் முன்னணிப் பேச்சாளர் என்று கண்ணதாசன் அரசியல், சினிமா இரண்டு துறைகளிலுமே ஈடுபட்டார். ‘மாலையிட்ட மங்கை’ என்ற படத்தைச் சொந்தமாகத் தயாரித்தார். கதை–வசனம், பாடல்கள்: கண்ணதாசன். தனது கட்சியான தி.மு.கழகத்தின் கொள்கையை வலியுறுத்தி மாலையிட்ட மங்கைக்காக ‘எங்கள் திராவிடப் பொன்னாடே’ என்ற பாடலை எழுதினார். (ஆனால், இப்பாடல் படத்தில் இடம் பெறவில்லை என்று நினைக்கிறேன்.)

தி.மு.க.வின் முன்னணித் தலைவர்களில் ஒருவராக கண்ணதாசன் இருந்தார். தி.மு.க. தலைவர்களும் சரி, தொண்டர்களும் சரி அந்தக் காலத்தில் நாத்திகவாதிகளாகவே இருந்தனர். ‘ஒன்றே குலம் ஒருவனே தேவன்’ என்று அண்ணாதுரை கூறினாலும், பெரியாரின் திராவிடர் கழகத்திலிருந்து பிரிந்து வந்தவர்கள் என்பதால் தி.மு.க.வினரால் நாத்திகத்தைக் கைவிட முடியவில்லை.

ஆனால், கண்ணதாசனுக்குக் கடவுள் நம்பிக்கை இருந்தது. கட்சிக்காகத் தனது ஆன்மீகத்தை மறைத்துக்கொண்டார். இதை அவர் மூடி மறைக்கவில்லை. தனது ‘வனவாசம்’ என்ற நூலில் குறிப்பிட்டிருக்கிறார். அறுபதுகளின் தொடக்கத்தில் தி.மு.க.வின் முக்கியத் தலைவர்களில் ஒருவரான ஈ.வெ.கி. சம்பத் தி.மு.க.வை

விட்டு விலகியபோது, அவருடன் சேர்ந்து கண்ணதாசனும் தி.மு.க.விலிருந்து விலகினார். சம்பத் ஆரம்பித்த தமிழ் தேசியக் கட்சியில் கண்ணதாசனும் சேர்ந்தார். சம்பத் தனது கட்சியைக் கலைத்துவிட்டு காங்கிரஸில் சேர்ந்தபோது கண்ணதாசனும் சம்பத்துடன் காங்கிரஸுக்குப் போனார். அதன் பிறகு, இறுதி வரை காங்கிரஸ்காரராகவே கண்ணதாசன் இருந்தார்.

கண்ணதாசனிடம் பலர் உதவியாளர்களாக இருந்தனர். பஞ்சு அருணாசலத்துக்குப் பின் உதவியாளரானவர் இராம. கண்ணப்பன். கண்ணதாசனின் சிற்றப்பா மகன். கண்ணப்பனின் இன்னொரு சகோதரர் கண்ணதாசனின் கார் டிரைவராக இருந்தார்.

இராம. கண்ணப்பனுக்கும் தமிழ்நாடு முற்போக்கு எழுத்தாளர் சங்கத்தில் ஈடுபாடு கொண்டிருந்த கார்க்கி என்ற சண்முகத்திற்கும், கந்தர்வனுக்கும் நல்ல தொடர்பு இருந்தது. கார்க்கி ரஷ்ய எழுத்தாளர் மாக்ஸிம் கார்க்கியைப் போலவே பெரிய மீசை வைத்திருந்தார். அதனால் அவருக்கு மீசை கார்க்கி என்றே பெயர். கார்க்கி ஒரு பத்திரிகையாளர். 1968, 69 வாக்கில் வெளி வந்த கண்ணதாசனில் கார்க்கியும் பணிபுரிந்தார்.

கந்தர்வன் தமிழக அரசுத் துறை ஊழியர். இடதுசாரிச் சிந்தனைகளால் கவரப்பட்டவர். தொழிற்சங்கத்தில் ஈடுபாடு கொண்டவர். கார்க்கியும் இடதுசாரிச் சிந்தனைகளால் ஈர்க்கப்பட்டவர்தான். கார்க்கி நல்ல விமர்சகரும் கூட. கந்தர்வன் நல்ல சிறுகதையாசிரியர். அந்த நாட்களில் தாமரையில் வெளிவந்த ‘சனிப் பிணம்’ என்ற அவரது சிறுகதை, இலக்கிய உலகில் பெரிதும் பேசப்பட்டது. 80, 90களில் ஆனந்த விகடனில் பல சிறுகதைகளை கந்தர்வன் எழுதினார்.

கண்ணதாசன் மாத இதழில் கார்க்கி பணிபுரிந்தபோது, வண்ணதாசனின் ‘கங்கா’ என்ற சிறுகதை வெளிவந்தது. அந்தக் கதையைப் பாராட்டி வண்ணதாசனுக்கு கார்க்கி ஒரு கடிதம் எழுதியிருந்தார். அது ஒரு அருமையான கடிதம். இராம. கண்ணப்பன், கார்க்கி, கந்தர்வன் மூவருமே நல்ல நண்பர்கள்.

மாத இதழாக வெளிவந்த கண்ணதாசன் அவரது தென்றல் பத்திரிகையைப் போலவே சிறிது காலத்தில் நின்றுவிட்டது. பிறகுதான் ‘கடிதம்’ வெளிவந்தது. கண்ணதாசன், கடிதம் இரண்டிலும் அவரது செப்பு மொழிகள், புஷ்பாஞ்சலி போன்ற பகுதிகள் வெளிவந்தன. ஆனால், கண்ணதாசனோ, கடிதமோ தீவிரமான இலக்கிய வாசகர்களால் இலக்கியப் பத்திரிகைகளாகக் கருதப்படவில்லை. கசடதபற, நடை, அஃக்

போன்ற இலக்கியப் பத்திரிகைகளில் இருந்த இலக்கியத் தீவிரம் தீபம், தாமரை, கணையாழி போன்ற இலக்கிய இதழ்களில் இல்லாததைப் போலவே, கண்ணதாசனிலும், கடிதம் இதழிலும் இல்லை என்பது உண்மைதான். இது போல சி.சு. செல்லப்பாவின் 'எழுத்து' பத்திரிகையிலிருந்த கறாரான இலக்கியப் போக்கு கசடதபற, நடை, அஃக்கில் கூட இல்லை. சமரசம் செய்து கொள்ளாத முழுமையான நவீன இலக்கியப் பத்திரிகை என்பது 'எழுத்து' மட்டும்தான்.

வேலை தேடி சென்னைக்குச் செல்வது என்று முடிவு செய்தவுடன் நம்பிராஜனுக்குக் கடிதம் எழுதியதைப் போல் என்னுடைய பெரியப்பா மகனான பாப்பையா அண்ணாச்சிக் கும் கடிதம் எழுதினேன். பாப்பையா அண்ணாச்சி அப்போது சென்னை தொலைபேசியில் ஏ.இ. ஆக இருந்தார்கள். அவர்களது தம்பியான சின்னப் பாப்பையா அண்ணாச்சியும் சென்னை தொலைபேசியிலேயே பொறியாளராகப் பணிபுரிந்தார்கள். இருவருக்கும் திருமணமாகியிருந்தது. ராயப்பேட்டை டெலிபோன் குவார்ட்டர்ஸில் ஒரே வீட்டில் கூட்டுக் குடும்பமாக இருவரும் வசித்து வந்தனர்.

பெரிய அண்ணாச்சி நல்ல வாசகர். நான் சிறுகதைகள் எல்லாம் எழுதுகிறேன் என்றதும் என் பேரில் அண்ணாச்சிக்குத் தனிப் பிரியம், என்னுடைய கடிதத்தைப் பார்த்ததும் அண்ணாச்சியும் 'சென்னைக்கு வா' என்று பதில் எழுதி யிருந்தார்கள். அண்ணாச்சியுடைய கையெழுத்து குண்டு குண்டாகப் பார்க்க அழகாக இருக்கும்.

செல்வக்குமாருடைய திருமணத்துக்கு ஒரு மாதத்திற்கு முன்பே வக்கீல் குமாஸ்தா வேலையை விட்டு விடுவதென்று முடிவு செய்துவிட்டேன். ஆனால் இதை அவரிடமோ, வக்கீலய்யா விடமோ தெரிவிக்கவில்லை. புறப்படும்போது சொல்லிக் கொள்ளலாம் என்று நினைத்திருந்தேன். முன்பே வேலையை விட்டு விடுவதாகச் சொன்னால் குமாரும் விடமாட்டார். வக்கீலய்யாவும் விடமாட்டார்கள். ஆனால், நான் வேலையை விடப் போவதை இலக்கிய நண்பர்கள் எல்லோருக்கும் தெரியப்படுத்தி விட்டேன். யாரும் வேலையை விடவேண்டாம் என்று சொல்லவில்லை.

செல்வக்குமாருடைய திருமணத்தன்று அணிவதற்கு என்னிடம் வெளுத்த வேட்டி, சட்டை கூட இல்லை. இருந்ததே இரண்டே இரண்டு செட் உடைகள்தான். அவையும் ரொம்பப் பழசு. பழசோ, புதுசோ கொடுத்து வைத்தது அவ்வளவுதான். வெறும் 30 ரூபாய் சம்பளத்தில் துணிமணிகளுக்கு ஏது இடம்?

செல்வக்குமாருடைய திருமணம் அம்பாசமுத்திரத்தில் பெண் வீட்டார் சார்பில் எளிமையாகவே நடந்தது. திருமணத்துக்கு வண்ணதாசனும், அம்பை பாலனும் வந்திருந்தார்கள். மதிய உணவு முடிந்ததுமே மூன்று மணி ரயிலில் ஜங்ஷனுக்கு ரயிலேறி விட்டேன். கையிலிருந்த பணம் ரயில் சார்ஜுக்குத்தான் வந்தது. மணமக்களுக்குப் பரிசு போன்ற எதுவும் நான் கொடுக்க வில்லை. பணமிருந்தால்தானே பரிசுப் பொருள் வாங்கலாம்? போக்குவரத்துச் செலவுக்கே பணமில்லாமல் போய் நின்றவன் பரிசுப் பொருளுக்கு எங்கே போவேன்?

குமாரோ, அவரது குடும்பத்தாரோ இதைப் பெரிதுபடுத்த மாட்டார்கள் என்றாலும், எனக்கு மனதுக்குச் சங்கடமாகத்தான் இருந்தது. வீசின கையும், வெறும் கையுமாக குமாருடைய திருமணத்துக்குச் சென்று வந்தது என்னவோ போலிருந்தது.

23

குமாருடைய திருமண வரவேற்பு பாளையங்கோட்டை மேரி ஆர்டன் பள்ளியில் 1973 ஜூன் 18ஆம் தேதி மாலை நடந்தது. ரிஸப்ஷனில் நானும் கூடமாட உதவி செய்தேன். இரவு எட்டரை மணி சுமாருக்கு குமாரிடமும் அவருடைய வீட்டாரிடமும் சொல்லிக்கொண்டு விடை பெற்றேன். அவர்களுக்கு என்ன சொல்வதென்று தெரியவில்லை. மேரி ஆர்டன் பள்ளியருகேதான் எங்கள் வீடும் இருந்தது. வீட்டில் அப்பா இல்லை. அம்மா இருந்தாள். அம்மாவிடம் "மெட்ராஸுக்கு வேலை தேடிப் போகப் போகிறேன்..." என்றேன். அம்மா ஒரு ரூபாய் நாணயம் ஒன்றைக் கொடுத்தாள்.

நேரே வக்கீலய்யா வீட்டுக்கு வந்தேன். வக்கீல், சின்னம்மா, பெரியம்மா எல்லோரிடமும் சொல்லிக்கொண்டேன். அவர்களுக்க்கு என்னை அனுப்பிவைக்கவே விருப்பமில்லை. 1969 ஜனவரி முதல் வேலை பார்த்த இடம். "நீ மெட்ராஸ்லே போய் என்ன பண்ணுவே" என்று வக்கீலய்யாவும், அவர்களது மனைவியான சின்னம்மாவும் கேட்டார்கள். "ஏதாவது வேலை பார்க்கணும். ரெண்டு மூணு பேருக்கு லெட்டர் போட்டுருக்கேன்..."

நான் இந்த நான்கு வருடமாகப் பயன்படுத்தி வந்த அவர்கள் வீட்டு 21 இஞ்ச் ஹெர்குலஸ் வண்டியை வீட்டுக் காம்பவுண்டுச் சுவரோரம் இருந்த பூவரச மரத்தினடியில் சாற்றி வைத்திருந்தேன். அத்தனை வருஷமும் எனது இன்ப துன்பங்களில் பங்கெடுத்துக் கொண்ட ஒரு பழைய சைக்கிள் அது. அம்பாசமுத்திரத்தில் குமாருடைய கல்யாணத்துக்கு வநதிருநத கலயாணியிடமும், அம்பை பாலனிடமும் அன்றே சென்னைக்குப் போவதைப் பற்றிச் சொல்லியிருந்தேன். அதனால் கல்யாணியிடம் விடை பெற வேண்டியதில்லை. மேலும் அப்போது அதற்கு நேரமும் இல்லை. 10.30–க்கு மதுரைக்கு பாஸஞ்சர் வண்டி.

இப்போதே மணி ஒன்பதுக்கு மேலாகிவிட்டது. ஜங்ஷன் போய், ஸ்டேஷனுக்குப் போக வேண்டும். நேரம் சரியாக இருக்கும். கல்யாணி கொடுத்திருந்த டெரிலின், டெரிகாட்டன் சட்டைகள் மூன்று இருந்தன. அவற்றைத்தான் உபயோகித்து வந்தேன். இரண்டே இரண்டு வேஷ்டிகள். அவைதான் என் உடைமைகள். நான் அணிந்திருந்த சட்டையில் முப்பத்தோரு ரூபாய் பணம் இருந்தது. நெல்லையிலிருந்து சென்னைக்குச் செல்ல அந்தப் பணம் தாராளமாகப் போதும். நெல்லையி லிருந்து சென்னைக்கு பதினாறு ரூபாய்தான் டிக்கெட். ஆனால், மெட்ராஸ் வண்டி நாளை மாலை 3 மணிக்குத்தான்.

எனக்கு மதுரையில் சித்தப்பா வீட்டுக்குப் போக வேண்டுமென்று ஆசை. மதுரை சித்தப்பா எனக்குத் தூரத்து உறவுதான். ஆனால்,என் பேரில் ரொம்பப் பிரியம் கொண்டவர்கள். சித்தி, சித்தியின் தங்கைகள் எல்லோரும் என்னிடம் ரொம்பப் பிரியமாக இருப்பார்கள். சித்தப்பாதான் எனக்கு எஸ்.எஸ். எல்.சி. தேர்வு எழுதப் பணம் அனுப்பி உதவினார்கள். மதுரை ஜவுளிக் கடையில் வேலை பார்த்தபோது மேலமாசி வீதியிலுள்ள அவர்கள் வீட்டிலும், மாமா வீட்டிலுமாகத்தான் இருந்தேன். அவர்களையெல்லாம் பார்த்துச் சொல்லிவிட்டுப் போக வேண்டும் என்று முடிவு செய்துதான் இரவு 10.30 பாஸஞ்சரைத் தேர்ந்தெடுத்திருந்தேன். அந்தப் பத்தரை மணி வண்டி அதிகாலை நாலு மணிக்கெல்லாம் மதுரைக்குப் போய் விடும்.

அதே பத்தரை மணிக்கு மதுரையிலிருந்து திருநெல்வேலிக் கும் ஒரு பாசஞ்சர் உண்டு. அதில் பலமுறை ஊருக்கு வந்திருக்கிறேன், மூன்றே மூன்று ரூபாய்தான் கட்டணம். அதிகாலை நாலு மணிக்கெல்லாம் திருநெல்வேலி ஜங்ஷனில் இறக்கி விட்டுவிடும். ஜங்ஷனில் காபி குடித்துவிட்டு, ஆற்றுக்குப் போய்க் குளித்துவிட்டு வீட்டுக்குப் போவேன். அதே பத்தரை மணி வண்டியில்தான் எப்போதும் மதுரைக்குப் போவேன். கூட்டமும் இருக்காது,

ஒரு நாளைக்கு எத்தனையோ தடவை திறந்து, மூடிய வக்கீலய்யா வீட்டுத் தெரு கேட்டை அன்று கடைசி முறையாக மூடினேன். இனிமேல் எப்போது வரப் போகிறோமோ? திருவனந்தபுரம் சாலை ஒன்பது மணிக்கே வெறிச்சோடி விடும். இனி 26, திருவனந்தபுரம் ரோடு என்று முகவரியிட்டு கல்யாணியோ, நம்பியோ, வ.க.வோ, பிரகாஷோ கடிதம் எழுத மாட்டார்கள். அந்த முகவரிக்கும் எனக்குமான நாலு வருட பந்தம் முடிந்துவிட்டது. கைப்பையுடன் திருவனந்தபுரம் ரோட்டைக் கடந்தேன். காந்தையா டாக்டர் வீட்டு முன்னால் பஸ் ஸ்டாப்.

பஸ் ஸ்டாப்பிங்கில் என்னைத் தவிர யாருமே இல்லை. முனிசிபல் விளக்குகள் மங்கலாக எரிந்துகொண்டிருந்தன. காளி மார்க் கடை, தாஸ் பேக்கரி எல்லாம் மூடி விட்டார்கள். 11ஆம் நம்பர் பஸ் வந்தது. பஸ்ஸிலும் கூட்டமில்லை. ஜங்ஷன் பஸ் ஸ்டாண்டில் இறங்கி, ஒரு கடையில் மணி பார்த்தேன். ஒன்பதே முக்கால்தான் ஆகியிருந்தது. சாவதானமாக நடந்தாலும் ஐந்து நிமிஷத்துக்குள் ஸ்டேஷனுக்குப் போய்விடலாம். பாளையங்கோட்டையைப் போல் ஜங்ஷன் ஓய்ந்துவிடவில்லை. பெரும்பாலான கடைகள் இன்னமும் திறந்தே இருந்தன.

சந்திரவிலாஸ் ஹோட்டலுக்கு எதிரே இருந்த லாலா கடையில் சித்தப்பா வீட்டுக்கு அல்வா வாங்க வேண்டும். அந்த லாலா கடையைப் பற்றி மீ.ப. சோமு கூட கல்கியில் வெளிவந்த அவரது தொடர்கதையில் எழுதியிருப்பார். செகண்ட் ஷோ பார்க்க டவுனுக்குச் செல்லும் போதெல்லாம் அந்த லாலா கடையில் நாலணாவுக்கு அல்வாவும், மிக்ஸரும் வாங்கிச் சாப்பிடுவேன். வேகமாக நடந்து சாலைக்குமார சுவாமி கோவில் வழியாக லாலா கடைக்குப் போய் தாராளமாகவே அல்வாவும், மிக்ஸரும் வாங்கினேன். அதைத் துணிப் பையில் வைத்துக்கொண்டேன். கோவில்பட்டி கௌரி சங்கரிடம் 'கடல்புரத்தில்' நாவலை ஸ்டேஷனுக்குக் கொண்டு வந்து தரமுடியுமா என்று கேட்டு எழுதியிருந்தேன்.

கோவில்பட்டிக்கு ரயில் எத்தனை மணிக்குப் போகுமோ? எப்படியும் பனிரெண்டு மணிக்கு மேலாகிவிடும். அந்த அகால நேரத்தில் கௌரி சங்கரால் கோவில்பட்டி ஸ்டேஷனுக்கு வர முடியுமோ என்னவோ? யோசித்துக்கொண்டே ஜங்ஷனுக்குள் நுழைந்து டிக்கெட் எடுத்துக்கொண்டு, இரண்டாவது பிளாட் பாரத்தில் நின்றிருந்த மதுரை பாசஞ்சரில் சௌகரியமான இடத்தைப் பார்த்து உட்கார்ந்தேன்.

அந்தக் காலத்தில் டீசல் இஞ்ஜின்களெல்லாம் வரவில்லை. நிலக்கரியில் ஓடும் நீராவி இஞ்ஜின்கள்தான் இருந்தன. ரயிலில் ஜன்னல் ஓரத்தில் உட்கார்ந்திருந்தால் கண்களில் கரித்தூள் படாமலிருக்காது. உடுத்தியிருக்கிற உடைகளெல்லாம் கரியாகி விடும். தலைமுடி நிலக்கரிப் புகையினால் பிசுபிசுத்து சிக்குப் பிடிததுவிடும். அவற்றையெல்லாம் சகித்துக் கொண்டுதான் அந்நாட்களில் ரயில் பயணம் செய்ய வேண்டும்.

ரயில் தாழையூத்தைத் தாண்டியதுமே தூக்கம் வந்தது. குளிர்ந்த காற்று வீசியது. அதனால் தூக்கம் கண்களைச் சுழற்றியது. ஆனால், கோவில்பட்டி வருகிற வரை தூங்கிவிடக் கூடாது என்பதால் மல்லுக்கட்டி தூக்கத்தை விரட்டிக் கொண்டிருந்தேன்.

பாஸஞ்சர் வண்டி என்பதால் ஒவ்வொரு ஸ்டேஷனிலும் நின்று நின்றுதான் சென்றது. எப்படியோ கோவில்பட்டி வருகிற வரை தூங்காமலிருந்தேன். கோவில்பட்டி வந்ததும் அவசர அவசரமாக ரயிலை விட்டு இறங்கினேன். தூரத்தில் கௌரி சங்கர் ஒவ்வொரு பெட்டியாகத் தேடிக்கொண்டே வந்துகொண்டிருந்தார். ஒன்றிரண்டு பிரயாணிகள் இறங்கினார்கள். "கௌரி சங்கர்" என்று கூப்பிட்டேன். என்னைப் பார்த்ததும் ஓடி வந்தார்.

குசலம் விசாரித்தார். அவருடன் அவருடைய நண்பர் ஒருவரும் வந்திருந்தார். கடல்புரத்தில் நாவலை என் கையில் கொடுத்தார்.

"ரொம்ப சாரி கௌரி சங்கர்! உங்களை ரொம்பத் தொந்தரவு படுத்திட்டேன்..."

"என்ன தொந்தரவு?... அதெல்லாம் ஒண்ணுமில்லை. மெட்ராஸ் போனதும் நாவலை பப்ளிஷ் பண்ணப் பாருங்க. நாவல் ரொம்ப நல்லா வந்திருக்கு..." என்று சொல்லிக்கொண்டே தன்னுடன் வந்திருந்த நண்பரை அறிமுகம் செய்து வைத்தார். அந்தக் காலத்து ரயில்வே பிளாட்பாரங்களில் சரளைக் கற்களைப் பரப்பியிருப்பார்கள். அந்தச் சரளைக் கற்கள் பிளாட்பாரங் களுக்கு ஒரு அழகைக் கொடுத்தன.

"நீங்க நாவலை எடுத்துக்கிட்டு இத்தனை நேரங் கழிச்சு ஸ்டேஷனுக்கு வருவீங்களோ, வர மாட்டீங்களோன்னு நெனைச்சேன்..." என்றேன்.

"அதுதான் நீங்க லெட்டர்லே எழுதியிருந்தீங்களே... அது எப்படி வராம இருப்பேன்..." என்றார் கௌரி சங்கர். மூன்று பேரும் சிறிது நேரம் பேசிக்கொண்டிருந்தோம். வேப்பமரக் காற்று மெதுவாக வீசிக்கொண்டிருந்தது. மணியாச்சி ஸ்டேஷனை விட அன்று கோவில்பட்டி ஸ்டேஷனில் ரயில் அதிக நேரம் நின்றது. பேசிக்கொண்டிருந்ததால் வெகுநேரமாக ரயில் நிற்பது போலிருந்தது.

மதுரை ஸ்டேஷனுக்கு எதிரே இருந்த டீக்கடையில் அந்த அதிகாலை நேரத்திலும் கூட்டத்திற்குக் குறைவில்லை. 15 பைசாதான் டீ. அந்தக் காலை நேரத்தில் அந்த டீ ரொம்ப இனிமையாக இருந்தது. மேலப் பெருமாள் மேஸ்திரி வீதி, தங்கம் தியேட்டர் சந்து வழியே மேலமாசி வீதிக்குச் சென்றேன். ஸ்வீட் லேண்ட் ஹோட்டலுக்கு எதிரேதான் சித்தப்பா வீடு. (இப்போது அந்த இடத்தில் ஹார்டுவேர் கடை இருக்கிறது.) மேலமாசி வீதி என்றில்லை. நான்கு மாசி வீதிகளிலும், ஆவணிமூல வீதிகள், சித்திரை வீதிகளிலெல்லாம் கூட அகலமான பிளாட்பாரங்கள் இருந்தன.

சித்தப்பா வீடும், சமையல் பாத்திரக் கடையும் ஒன்றாக இருந்தன. கீழே கடை. மாடியில் குடித்தனம். வீட்டின் முன்னால் வழக்கம் போல பிளாட்பாரத்தில் வரிசையாக ஆட்கள் படுத்திருந்தார்கள். கடையினுள்ளே விளக்கு எரிந்தது. வாசலில் இரட்டை அழிக் கதவுகள் இருந்தன. ஒரு கதவு மட்டும் திறந்திருந்தது. தெருவை ஒட்டிச் சிறு வராந்தா. வராந்தாவைத் தாண்டினால் நீளமான ஹால். வலதுபுறம் நீளமான பெரிய அறை. அதில்தான் வாடகைக்கு விடும் சமையல்பாத்திரங்களை அடுக்கியிருக்கும்.

நான் சென்றபோது, சித்தப்பா குளித்து திருநீறு இட்டுச் சுவரில் வரிசையாக மாட்டியிருந்த படங்களுக்கு, முன்தினம் வாங்கி தண்ணீரில் நனைத்து துணியில் சுற்றி வைத்திருந்த விளக்குச் சரத்தை நறுக்கிப் போட்டுக்கொண்டிருந்தார்கள். தினசரி காலையும் மாலையும் ஹாலில் உள்ள படங்களுக்கெல்லாம் அரளிச் சரத்தைப் போடுவது வாடிக்கை. என்னைப் பார்த்ததும் சித்தப்பாவுக்கு ஒரே ஆச்சரியம். சுவரையொட்டிக் கிடந்த பெஞ்சில் உட்காரச் சொல்லி, என்னுடன் பேசிக்கொண்டே படங்களுக்குப் பூச்சரத்தை நறுக்கிப் போட்டுக் கொண்டிருந்தார்கள்.

மணி ஐந்தானது. ஸ்டூலைப் போட்டு ஏறி ரேடியோவை ஆன் செய்தார்கள். டெல்லியிலிருந்து ஒலிபரப்பாகும் தென்கிழக்கு ஆசிய நேயர்களுக்கான தமிழ் ஒலிபரப்பை தினசரி வைத்துக் கேட்பார்கள். அந்தக் காலத்தில் ரேடியோ பெட்டி இருந்த வீடுகளிலெல்லாம் இந்தக் காலை ஒலிபரப்பை எல்லோரும் விரும்பிக் கேட்பார்கள். ஆறு மணிக்கு மேல் ஸிலோன் ரேடியோ கேட்க ஆரம்பித்துவிடுவார்கள்.

அந்த நாட்களில் ரேடியோ கலாசாரம் என்ற ஒன்று தமிழகம் பூராவும் இருந்தது. ஸிலோன் ரேடியோ கேட்காத தமிழர்களே அன்று கிடையாது. காலையிலும், இரவிலும் 7.15–க்கு டெல்லியிலிருந்து ஒலிபரப்பாகும் தமிழ்ச் செய்தியைக் குடும்பத்தோடு எல்லோரும் கேட்பார்கள். 'செய்திகள் வாசிப்பது சரோஜ் நாராயணசாமி' என்ற குரலைக் கேட்காதவர்களே இருக்க மாட்டார்கள்.

அதே போல், இலங்கை வானொலியில் 'மயில்வாகனன்' மிகப் பிரபலமான அறிவிப்பாளர். அவரது குரலின் மதுரம் இன்றும் கூடக் கேட்பது போலுள்ளது.

24

மதுரையில் மூன்று நாட்கள் சித்தப்பா வீட்டில்தான் தங்கியிருந்தேன். ஒருநாள் செல்லூர் சென்று எழுத்தாளர் கர்ணனைப் பார்த்தேன். அவர், திருநெல்வேலியிலேயே இருந்திருக்கலாமே என்று அபிப்பிராயப் பட்டார். 'சென்னை நம்மை மாதிரி ஆட்களுக்கெல்லாம் ஒத்து வராது...' என்றார். 'மதுரையிலேயே ஏதாவது வேலை தேடுவோமா?...' என்று கேட்டார். நான் மெட்ராஸுக்குச் செல்ல இருப்பதில் உறுதியாக இருக்கிறேன் என்பது தெரிந்ததும், வேறு விஷயங்களைப் பற்றிப் பேச ஆரம்பித்தார்.

சித்தப்பா வீட்டில் மீனாட்சி, இம்பீரியல், கல்பனா தியேட்டர்களின் விளம்பரத் தட்டிகள் தெருப் பக்கம் மாட்டப்பட்டிருக்கும். அந்தத் தியேட்டர்களில் படங்கள் மாறும்போது புது போஸ்டர்களை ஒட்டி விட்டுப் போவார்கள். அந்தத் தட்டி விளம்பரங்களுக்கு இலவச பாஸ்கள் உண்டு. இம்பீரியல் தியேட்டரில் பழைய படங்கள்தான் பெரும்பாலும் போடுவார்கள்.

அந்த மூன்று நாளும் மூன்று தியேட்டர்களின் பாஸ்களையும் எடுத்துச் சென்று படங்களைப் பார்த்தேன். இம்பீரியலில் கொங்கு நாட்டுத் தங்கமும், கல்பனாவில் மூன்றெழுத்தும், மீனாட்சியில் 'பீஸ்ஸால் பாத்' என்ற ஹிந்திப் படத்தையும் பார்த்தேன். பீஸ்ஸால் பாத்தை ஏற்கெனவே பார்த்திருந்தேன். என்றாலும், அந்தப் படத்தில் வரும் இனிமையான பாடல்களுக்காக மறுபடியும் மீனாட்சி தியேட்டரில் பார்த்தேன். ஹிந்திப் படங்களில் உள்ள இனிமையான பாடல்களைப் பற்றிக் காலமெல்லாம் பேசிக்கொண்டே இருக்கலாம்.

நமக்கு அந்தப் பாடலின் ஒரு சொல்லுக்குக் கூட அர்த்தம் தெரியாது. ஆனால், ஹிந்திப் பாடல்களைத் தமிழர்கள் எல்லோரும் விரும்பினர்.

அந்தப் பாடல்களின் மனதை மயக்கும் இனிமையில் மனதைப் பறிகொடுத்தனர். ஆவாரா, ஸ்ரீ420, தோ ஆங்கேன் பாரா ஹாத், மதுமதி, மதர் இந்தியா, கைட், மொகலே ஆஜம், சங்கம், பீஸ்ஸால் பாத், ஆராதனா என்று நூற்றுக்கணக்கான ஹிந்திப் படங்கள் தமிழகத் திரையரங்குகளில் 50 நாள், 100 நாள் என்று ஓடின. பல படங்கள் மீண்டும் மீண்டும் திரையிடப்பட்டன.

இத்தனைக்கும் தமிழ்நாட்டில் பெரியார் காலத்திலிருந்தே ஹிந்தி எதிர்ப்புக் கிளர்ச்சி மும்முரமாக நடத்தப்பட்டு வந்தது. பெரியாருக்குப் பிறகு தி.மு.க.வும் ஹிந்தி எதிர்ப்பைத் தனது அரசியல் போராட்டங்களில் ஒன்றாக முன்னிறுத்தியது. 1965 வரை தமிழ்நாட்டுப் பள்ளிகளில் கட்டாயப் பாடமாக ஹிந்தி இருந்தது. 1965 ஜனவரி வாக்கில் தி.மு.க. ஆரம்பித்த ஹிந்தி எதிர்ப்புப் போராட்டம் தமிழகம் பூராவும் பெரிய அளவில் நடந்தது. இதனால் ஹிந்தி மொழி தமிழகப் பள்ளிகளை விட்டு அகன்றது. ஆனால், இதே தமிழ்நாட்டில்தான் நூற்றுக்கணக்கான ஹிந்திப் படங்களை நூறு நாட்கள் வரை எல்லா ஊர்களிலும் தமிழ் ரசிகர்கள் பார்த்து ரசித்தார்கள். இன்றும் தமிழ்நாட்டில் ஹிந்திப் படங்களை மொழி தெரியாமலேயே தமிழர்கள் பார்த்து ரசிக்கிறார்கள்.

சித்தப்பா வீட்டில் யாருக்கும் நான் சென்னைக்குச் செல்வதில் விருப்பமில்லை. 21ஆம் தேதி மதியம் மதுரை சித்தப்பாவிடம் 'இன்று இரவு பாண்டியன் எக்ஸ்பிரஸில் சென்னைக்குச் செல்லலாம் என்றிருக்கிறேன்...' என்றதும், சித்தப்பா 15 ரூபாயைக் கொடுத்து, "செலவுக்கு வச்சுக்கோ... போய்ச் சேர்ந்ததும் ஞாபகமா லெட்டர் போடு..." என்றார்கள். அந்தக் காலத்தில் 15 ரூபாய் என்பது பெரிய தொகை. அப்போது மதுரையிலிருந்து சென்னைக்குச் செல்லும் பாண்டியன் எக்ஸ்பிரஸ் இரவு ஏழு மணிக்கோ, ஏழரை மணிக்கோ புறப்பட்டது.

மாலை ஆறு மணிக்கெல்லாம் சித்தப்பா வீட்டில் எல்லோரிடமும் சொல்லிக்கொண்டு ஸ்டேஷனுக்கு நடந்தேன். பாளையங்கோட்டையில் வாங்கிய சம்பளப் பணம் முப்பது ரூபாயும் ஏற்கெனவே செலவாகியிருந்தது. மதுரையில் சித்தப்பா கொடுத்த 15 ரூபாயில்தான் சென்னை போய்ச் சேர வேண்டும்.

துணிப் பையைத் தூக்கிக்கொண்டு காலேஸ் ஹவுஸ் பக்கம் நடந்து வந்துகொண்டிருந்தேன். பையில் பெரிதாக ஒன்றுமில்லை. கல்யாணி கொடுத்த மூன்று பழைய சட்டைகள், ஒரு வேட்டி, கடல்புரத்தில் நாவலின் கையெழுத்துப் பிரதி இவைதான் இருந்தன. காலேஜ் ஹவுஸ் டாக்ஸி ஸ்டாண்ட் பக்கமிருந்து, "வண்ணநிலவன்" என்று யாரோ கூப்பிடுவது

கேட்டது. சுற்றுமுற்றும் பார்த்தேன். வலதுகைப் பக்கமிருந்து ஒருவர் சிரித்துக்கொண்டே வந்துகொண்டிருந்தார்.

அவரை எங்கோ பார்த்தது போலிருந்தது. சட்டென்று ஞாபகத்துக்கு வரவில்லை. அவர் பக்கத்தில் வந்து என் கையைப் பிடித்துக் கொண்டு, "தெரியலியா?..." என்றார். சட்டென்று பொறி தட்டியது.

"நீங்க பரிணாமன்தானே?..."

"ஆமா... நல்லா ஞாபகம் வச்சிருக்கீங்களே..."

"அன்னைக்கி புதிய முளைகள் தொகுப்பு வெளியீட்டு விழாவில் காலேஜ் ஹவுஸ் ஹால்லே வச்சுப் பார்த்தது... நீங்களும் மறக்காம ஞாபகம் வச்சிருக்கீங்களே..." என்றேன்.

"எங்கே இந்தப் பக்கம்?... வாங்க, டீ சாப்பிடுவோம்..." என்று அழைத்துக் கொண்டு போனார். பரிணாமன் பேராசிரியர் நா. வானமாமலையின் குழுவில் ஒருவர். புதிய முளைகள் தொகுதியில் அவர் சிறுகதை எதுவும் இடம்பெறவில்லை. அவர் ஒரு கவிஞர். என்றாலும், மதுரை முற்போக்கு எழுத்தாளர் சங்கத்தில் முக்கியமானவர். அந்த வகையில் நா.வா. என்னை அவருக்கு அறிமுகப்படுத்தி வைத்திருந்தார். அவருடைய கவிதைகள் ஒன்றிரண்டை தாமரையில் படித்திருக்கிறேன். அவர் கவிஞராக என்னைக் கவரவில்லை. ஆனால் நல்ல மனிதர், உண்மையான மனிதாபிமானி, பிழைப்புக்காக அப்போது கொத்தனார் வேலை பார்த்து வந்தார். எனக்காக அவர் செலவிடுவதில் விருப்பமில்லை. அவரே கஷ்டப்படுகிறார், "டீ இப்போதான் குடிச்சேன்..." என்று சொல்லி சமாளித்துப் பார்த்தேன்.

அவர் விடுவதாக இல்லை. வலுக்கட்டாயமாகக் கையைப் பிடித்து இழுத்துச் சென்றார். மதுரை ஸ்டேஷனுக்கு எதிரே மங்கம்மாள் சத்திரத்தின் கோடியில் இருந்த டீக்கடைக்கு அழைத்துச் சென்று டீக்கு ஆர்டர் செய்தார். சென்னைக்குப் போகிற விபரத்தை எல்லாம் கேட்டுக்கொண்டார்.

"ஜெயகாந்தன் மாதிரி பெரிய ஆளா வாங்க..." என்று வாழ்த்தினார்.

"நான் எழுத்தாளனாகிறதுக்காக மெட்ராஸுக்குப் போகலை... ஏதாவது வேலை பாக்கலாம்ன்னுதான் போறேன்..."

"மெட்ராஸ் பெரிய ஊர்... உங்களுக்கு ஏதாவது வேலை கெடைக்காமப் போயிராது..." என்று ஊக்கம் கொடுத்தார்.

ஸ்டேஷனுக்குள் வந்து சென்னைக்கு டிக்கெட் வாங்கினேன். பாண்டியன் எக்ஸ்பிரஸ் பிளாட்பாரத்தில் நின்றிருந்தது. முன்பதிவு இல்லாத பெட்டிகள் அப்போதே நிரம்பி வழிந்தன. கடும் கூட்டம். ஒரு பெட்டியில் ஏறிக்கொண்டேன். ஏறிக் கொண்டேன் என்பதை விடத் தொற்றிக்கொண்டேன் என்று சொல்ல வேண்டும். கழிவறைக்குச் செல்லும் வழியில் நின்றுகொள்வதற்குத்தான் இடம் கிடைத்தது. இனம் புரியாத துக்கம் தொண்டையை அடைத்தது.

சென்னையில் உண்மையாகவே வேலை கிடைக்குமா? வேலை கிடைக்காவிட்டால் என்ன செய்வது? ஊருக்குத் திரும்ப வேண்டுமென்றால் கூட யாரிடமாவது உதவி கேட்டால்தானே முடியும்? சென்னைக்குப் போய் இறங்கியதும் அடுத்த வேளைச் சாப்பாட்டுக்குக் கூட கையிலுள்ள பணம் போதாதே? நம்பிராஜன் இல்லாவிட்டாலும், பாப்பையா அண்ணாச்சி வீட்டில் ஒன்றிரண்டு நாட்கள் தங்கிச் சாப்பிட்டுக் கொள்ளலாம். அதற்குப் பிறகு என்ன செய்வது? எஸ்.எஸ்.எல்.சி. சர்ட்டிபிகேட்டைக்கூட எடுத்து வரவில்லையே? இந்தக் கடல்புரத்தில் நாவலை விற்றால் ஏதாவது பணம் கிடைக்கும். ஆனால், இந்த நாவலை யார் வாங்குவார்கள்? ஏதோவொரு உணர்ச்சி வேகத்தில் கிளம்பி வந்துவிட்டோமோ என்று தோன்றியது.

ரயிலில் ஒரே நெருக்கடி. புழுக்கம். காற்று வருவதற்கு இம்மியளவு இடம்கூட இல்லை, எப்படியோ ரயில் கிளம்பியது. சோழவந்தானில் மேலும் சிலர் ஏறினார்கள். அடுத்தது கொடை ரோடு, திண்டுக்கல் என்று ரயில் நிற்கிற ஸ்டேஷன்களிலெல் லாம் பிரயாணிகள் புளிமூட்டை மாதிரி ஏறிக்கொண்டே இருந்தார்கள். புழுக்க மிகுதியில் வாந்தி வருவது போலிருந்தது, திருச்சி தாண்டியதும் என்னையுமறியாமல் உடல் அசதியில் நின்றுகொண்டே தூங்க ஆரம்பித்தேன். அப்படி ஒரு ரயில் பயணத்தை நான் அதுவரை அனுபவித்ததே இல்லை.

உடம்பு, சட்டை, வேட்டி எல்லாம் ஒரே அழுக்கு, வியர்வை வாடை. இருந்ததே இரண்டு வேட்டிகள்தான். மறுநாள் காலை எட்டரை மணிக்கு மேலிருக்கும். சென்னை எக்மோர் ஸ்டேஷனில் தனது சுமைகளை எல்லாம் ரயில் இறக்கியது.

கசங்கிய துணியும், அழுக்குமாக எக்மோர் ஸ்டேஷனில் இறங்கினேன். ஸ்டேஷனுக்கு எதிரே இருந்த ஒரு ஹோட்டலில் வாயைக் கொப்பளித்துவிட்டு டீயைக் குடித்தேன். அங்கே கல்லாவில் இருந்தவரிடம் நம்பிராஜனுடைய அட்ரஸை மனதில் வைத்துக்கொண்டு ராயப்பேட்டை, லாயிட்ஸ் ரோட்டுக்கு

எப்படிப் போக வேண்டும் என்று கேட்டேன். அவருக்குச் சொல்லத் தெரியவில்லை.

சிறிது தூரத்தில் வரிசையாக டவுன் பஸ்களைப் போல் தோற்றமளித்த சில பஸ்கள் நின்றிருந்தன. அங்கே சென்றேன். அங்கே நின்றுகொண்டிருந்த ஒரு கண்டக்டரிடம் லாயிட்ஸ் ரோடு போக வழி கேட்டேன். "23-B-யிலே ஏறிப் போ..." என்று சொன்னார். பக்கத்தில் நின்றிருந்தவர் இங்கேயே 23-B வரும் என்று சொன்னார். சிறிதுநேரம் கழித்து 23-B வந்தது. கூட்டமே இல்லை. ஏறி உட்கார்ந்துகொண்டேன். டிரைவரும் கண்டக்டரும் டீ குடித்துவிட்டுப் பேசிக்கொண்டிருந்தனர். எனக்கு பஸ் எப்போது புறப்படும், நம்பிராஜனை எப்போது பார்ப்போம் என்றிருந்தது. பஸ் ஒரு வழியாகப் புறப்பட்டது.

"லாயிட்ஸ் ரோடு..." என்று டிக்கெட் கேட்டு வாங்கிக் கொண்டேன். மீதம் ஒரு ரூபாய் முப்பது பைசாதான் இருந்தது. இதுதான் என்னிடமுள்ள செல்வம். இந்த ஒரு ரூபாய் முப்பது பைசாவை வைத்துக்கொண்டுதான் இங்கே பிழைப்பைத் தொடங்க வேண்டும். அதுவும் காலியானால் என்ன செய்வது? பஸ் ஒவ்வொரு நிறுத்தமாக சாவதானமாக நின்று நின்று சென்று கொண்டிருந்தது.

லாயிட்ஸ் ரோடு நிறுத்தம் வந்ததும் சொன்னார். இறங்கினேன். பக்கத்திலிருந்தவரிடம் சொல்லி வைத்திருந்தேன். கடைகளின் பெயர்ப் பலகைகளில் லாயிட்ஸ் ரோடு என்று இருந்தது, நம்பிராஜன் வேலை பார்த்த 'சோதனை' பத்திரிகை அலுவலக முகவரியை எடுத்துப் பார்த்தேன், 92, லாயிட்ஸ் ரோடு என்றிருந்தது. கதவு இலக்கங்களைப் பார்த்துக்கொண்டே நடந்தேன். 92, லாயிட்ஸ் ரோடு, லாயிட்ஸ் காலனிக்குச் சற்று எதிரே இருந்தது.

கேட்டைத் திறந்து அந்தப் பெரிய பங்களா வீட்டின் முன்னே போய் நின்று கூப்பிட்டேன். ஒரு வயதான மெலிந்த பெண் வந்தார். அவரிடம் 'சோதனை அலுவலகம் இதுதானே' என்று கேட்டேன். அவர் மாடியைக் கை காட்டினார். பக்கத்திலேயே மாடிக்குச் செல்லும் படிக்கட்டுகள் இருந்தன. படியேறினேன். எதிரே ஒரு இளைஞர் படியிறங்கி வந்துகொண்டிருந்தார்.

25

அந்த இளைஞர் நடுத்தர உயரம். சற்று நீளமாகத் தலைமுடி வளர்த்திருந்தார். வேட்டி, சட்டை அணிந்திருந்தார். நான் மேலே படியேறி வருவதைப் பார்த்ததும் நின்றார். "எங்கே போறீங்க?" என்று கேட்டார். "சோதனை பத்திரிகை ஆபீஸ் இதுதானே?... நம்பிராஜனைப் பார்க்கணும்..." என்றேன். மேலே இருந்து அவர் இறங்கி வந்து கொண்டிருந்ததால், இவர் சோதனையில் வேலை பார்ப்பவராக இருக்கலாம் என்று நினைத்தேன்.

அவர் லேசான இளநகையுடன் "வீடு பூட்டி யிருக்கு... நீங்க யாரு?..." என்றார். இயற்பெயரைச் சொல்லலாமா, புனைபெயரைச் சொல்லலாமா என்று ஒரு க்ஷணம் தயங்கினேன். தட்டுத் தடுமாறி "வண்ணநிலவன்" என்றேன்.

"ஓ!... வண்ணநிலவனா?... வாங்கோ... வீட்டுக்குப் போகலாம்... வீடு பக்கத்திலேதான்..." என்று என் தோளில் கையை வைத்து அழைத்தார். பிறகு "நான் பால குமாரன்..." என்றார். படியிறங்கி, காம்பவுண்டைத் தாண்டி தெருவில் இறங்கி நடந்தோம்.

"நான் உங்க கவிதைகளை கசடதபறவிலும், கணையாழியிலும் படிச்சிருக்கேன்..." என்றேன். அதை ஆமோதிப்பது போல், லேசாகச் சிரித்தார். முன்பின் அறிமுகமில்லாத என்னை அவர் வெகு நாட்கள் பழகியவர் போல் உரிமையுடன் வீட்டுக்கு அழைத்தது அவருடைய உயர்ந்த குணத்தைக் காட்டியது. அவர் இடது கைப் பக்கம் வெங்கடாஜல முதலி தெருவில் திரும்பினார். (அப்போது தெருப் பெயர்களில் இருந்த ஜாதிகள் அகற்றப்படவில்லை. வெங்கடாஜல முதலி தெருதான் சுருக்கமாக 'வி.எம்.ஸ்டிரீட்' என்று அழைக்கப்படுகிறது.) இரண்டு

வீடுகள் தாண்டியதும் மீண்டும் இடது பக்கம் ஒரு தெரு திரும்பியது. அதுதான் டீச்சர்ஸ் காலனி.

கோபாலுக்கு (கலாப்ரியா) பாலகுமாரன், சுப்பிரமணிய ராஜு, ஜெயபாரதி (இயக்குனர்) இவர்களுடனெல்லாம் அப்போதே கடிதத் தொடர்பு இருந்தது. பாலகுமாரன் கோபாலுக்கு எழுதிய கடிதங்களை எனக்கும் காட்டுவார். அதில் 'பாலகுமாரன், 7, டீச்சர்ஸ் காலனி, ராயப்பேட்டை, சென்னை–14' என்று முகவரி எழுதியிருந்தது ஞாபகத்துக்கு வந்தது.

ஏழாம் நம்பர் வீட்டின் மாடியில் பாலகுமாரனின் வீடு இருந்தது. மிக அமைதியான தெரு அது. என்னை அழைத்துக் கொண்டு பாலா முன்னே படியேறினார். உள்ளே நுழைந்ததும் வலதுபுறம் ஒரு சதுரமான அறை. அதில், நடுவே வெறும் தரையில் ஒருவர் படுத்துக்கிடந்தார். "இதுதான் அப்பா..." என்று அறிமுகப்படுத்தினார். பிறகு தன் தம்பி, தங்கை, அம்மாவையெல்லாம் அறிமுகம் செய்து வைத்தார். பாத்ரூமுக்கு அழைத்துச் சென்று காட்டினார். "குளிச்சிட்டு வாரும்... சாப்பிடுவோம்..." என்றார்.

அவரும், அவருடைய குடும்பத்தினரும் என்னிடம் காட்டிய சகஜ பாவமும், நெருக்கமும் மனதில் இனம் புரியாத கூச்சத்தை ஏற்படுத்தியது. மணி ஒன்பதை நெருங்கிக்கொண் டிருந்தது. பாலாவின் அம்மா என்னையும் பாலாவையும் ஒன்றாக உட்கார வைத்து சாப்பாடே பரிமாறினார். நல்ல பசி. சாம்பாரும், ரசமும், மோரும் அமிர்தமாக இருந்தன.

பாலகுமாரனுடைய வீடு சாதாரண மத்தியதர வர்க்கத்தின் போர்ஷன் வீடுதான். மூன்று சிறு அறைகளும் சமையலறையும் கொண்ட சிறு வீடுதான். ஆனால், பாலகுமாரனைப் போலவே, அவரது வீட்டாருக்கும் விசாலமான மனமிருந்தது.

பாலகுமாரன் அப்போது 'டஃபே' கம்பெனியில் வேலை பார்த்து வந்தார். அவர் அலுவலகம் செல்ல வேண்டும். அவர் ஆபீஸுக்குப் புறப்பட்டார். "நீரு வேணும்னா 'சோதனை' ஆஃபீஸுக்குப் போயிப் பாரும்... வெளியே காபி, டீ சாப்பிடப் போயிருப்பா... இப்போ திரும்பியிருக்கலாம்... ஒம்ம பை எல்லாம் இங்கேயே இருக்கட்டும்..." என்றார் பாலகுமாரன். அவரும் நானும் அவர் பெற்றோர்களிடம் விடைபெற்றுக் கொண்டு கீழே இறங்கினோம். மாடிப் படிக்கட்டுக்குக் கீழே அவருடைய சைக்கிளை நிறுத்தியிருந்தார். அதை எடுத்துக் கொண்டு பாலா புறப்பட்டார். புறப்படும் போது "மத்தியானச் சாப்பாட்டுக்கு வீட்டுக்கே வந்துரும்... சாயந்தரம் பாக்கலாம்..." என்றார்.

பாலகுமாரனுடைய அம்மாவுக்கு வெஸ்லி ஹைஸ்கூலில் தமிழாசிரியை வேலை. அவரும் எங்களுடன் கீழே வந்தார். என்னிடம் "வெளியே போயிட்டு வந்துடு... டிபன் இங்கியே வச்சுக்கலாம்..." என்றார். அவர் மதியச் சாப்பாட்டைக் குறிப்பிட்டார். நான் என்ன சொல்வதென்று தெரியாமல், தர்மசங்கடத்துடன் ஏதோ தலையை ஆட்டி வைத்தேன். தெருமுனை வரை பாலகுமாரனுடைய அம்மா பேசிக்கொண்டே வந்தார்கள். நான் லாயிட்ஸ் ரோட்டைப் பார்த்து நடந்தேன்.

மீண்டும் 'சோதனை' ஆபீஸின் படியேறினேன். இப்போது கதவு திறந்திருந்தது. உள்ளே சென்றேன். நம்பிராஜனே மேலே துண்டைப் போர்த்திக்கொண்டு நின்றிருந்தார். ஏகத் தடபுடலாக "வாரும்... வாரும்..." என்று வரவேற்றார். அங்கே மெலிந்த உடம்புடன் பனியன், வேட்டியில் இன்னொருவர் இருந்தார். அவரை "இது ராம. சுப்பையா..." என்று எனக்கு அறிமுகப்படுத்தி வைத்தார். நம்பிராஜனைப் பார்த்தது ஆசுவாசமாக இருந்தது. நம்பிராஜனைப் போலவே ராம.சுப்பையாவும் ரொம்ப கலகலப்பாகப் பேசினார்.

ராம. சுப்பையா மைலாப்பூர், நல்லியில் வேலை பார்த்து வந்தார். 'சோதனை' பத்திரிகையின் ஆசிரியர், முதலாளி எல்லாம் கவிஞர் நா. காமராஜன்தான். ஆனால், ராம. சுப்பையாவும், நம்பிராஜனும்தான் 'சோதனை'யின் வேலைகளைக் கவனித்து வந்தார்கள். அந்த மாடி போர்ஷன் நா. காமராஜனுடைய குடியிருப்புதான். நாலைந்து அறைகளுள்ள விசாலமான மாடி போர்ஷன் அது. நா.கா.வின் குடும்பம் கோடை விடுமுறையை யொட்டி அவருடைய சொந்த ஊருக்குச் சென்றிருந்தது. ரோட்டைப் பார்க்க இருந்த முன்னறையையும் பால்கனியையும் நா.கா. தனது 'சோதனை' பத்திரிகைக்காக ஒதுக்கியிருந்தார். அந்த அறையிலேயேதான் நம்பிராஜனும், ராம. சுப்பையாவும் இருந்து வந்தனர். நா.கா. முழு வீட்டையுமே அவர்கள் வசம் ஒப்படைத்துவிட்டுக் குடும்பத்துடன் ஊருக்குச் சென்றிருந்தார். 'சோதனை' மூன்றாவது இதழ் தயாராகிக் கொண்டிருந்தது.

சென்னையில் போய் என்ன செய்யப் போகிறோம் என்று உள்ளூரப் பயந்துகொண்டிருந்த எனக்கு பாலகுமாரன், நம்பிராஜன், ராம. சுப்பையா இவர்களைப் பார்த்தது, பேசியது எல்லாம் ரொம்பத் தெம்பாக இருந்தது. ஏதாவது வேலை செய்து பிழைத்துவிடலாம் என்ற நம்பிக்கை ஏற்பட்டது.

சிறிது நேரம் என்னைப் பற்றி நம்பிராஜனும், ராம. சுப்பையாவும் விசாரித்தார்கள். இருவரும் என்னை தி.க.சி. யிடம் அழைத்துச் செல்ல வேண்டும் என்று முடிவு செய்தனர்.

ராம.சுப்பையா கடைக்குச் (நல்லி) செல்வதென்றும், நம்பிராஜன் என்னை அழைத்துக் கொண்டு தி.க.சி.யைச் சந்திப்பது என்றும் முடிவு செய்தார்கள்.

கவிஞர் நா.காமராஜன் 65இல் நடந்த மாணவர்களின் ஹிந்தி எதிர்ப்புக் கிளர்ச்சியில் தீவிரமாகப் பங்கு பெற்றவர். மதுரை தியாகராஜர் கல்லூரி மாணவர்களான நா. காமராஜனும், பா. ஜெயப்பிரகாசமும் அரசியல் சட்டத்தை எரித்ததற்காகக் கைதானவர்கள். 1967இல் தி.மு.க. ஆட்சி அமைத்தபோது, 1965 ஹிந்தி எதிர்ப்புக் கிளர்ச்சியில் பங்கு பெற்ற நா. காமராஜனுக்கு மொழிபெயர்ப்புத் துறையிலும், பா. ஜெயப்பிரகாசத்துக்கு செய்தி மக்கள் தொடர்புத் துறையிலும் தி.மு.க. அரசு வேலை போட்டுக் கொடுத்தது.

நா. காமராஜன், பா. ஜெயப்பிரகாசம் இருவருமே கோயமுத்தூர் 'வானம்பாடி' கவிஞர்களுடன் தொடர்பு கொண்டிருந்தனர். நா. காமராஜனுடைய சில கவிதைகள் வானம்பாடியில் பிரசுரமாகியிருந்தன. நா.கா., சூரியகாந்தி, கறுப்பு மலர்கள் என்ற இரு கவிதைத் தொகுதிகளையும் வெளியிட்டிருந்தார். 1972இல் தி.மு.க.விலிருந்து எம்.ஜி.ஆர். பிரிந்த சமயம், எம்.ஜி.ஆரின் சினிமா படங்களுக்குப் பாடல்கள் எழுதிக்கொண்டிருந்த கவிஞர் நா. காமராஜன், எம்.ஜி.ஆருடைய அண்ணா திராவிட முன்னேற்றக் கழகத்தில் இணைந்தார்.

அவருடைய 'சோதனை' பத்திரிகையின் முதல் இதழை எம்.ஜி.ஆர்.தான் வெளியிட்டார். 'சோதனை' என்ற தலைப்பு புதுமைப்பித்தனுடையது. புதுமைப்பித்தனுக்கு 'சோதனை' என்ற பேரில் பத்திரிகை நடத்த வேண்டுமென்ற ஆசை இருந்தது. புதுமைப்பித்தன் ஆசைப்பட்டதை நா.கா. நிறைவேற்றினார்.

தி.க.சி. என்ற திருநெல்வேலி கணபதி சிவசங்கரன், தி.நகர் தியாகராயர் சாலையிலிருந்த சோவியத் நாடு அலுவலகத்தில் மொழிபெயர்ப்பாளராகப் பணியாற்றி வந்தார்கள். ரஷ்யத் தூதரகத்தின் சார்பில் சோவியத் நாடு பத்திரிகை மாத இதழாகப் பல மொழிகளில் வெளிவந்து கொண்டிருந்தது. சென்னை யிலிருந்த சோவியத் நாடு அலுவலகம் தி.க.சி.யைப் போலவே தொ.மு.சி. ரகுநாதன், மாஜினி, சரஸ்வதி பத்திரிகையை நடத்திய விஜயபாஸ்கரன், கவிஞர் கே.சி.எஸ். அருணாசலம் போன்ற பல எழுத்தாளர்களுக்கும், கவிஞர்களுக்கும் வேலையளித்துக் கௌரவித்திருந்தது. கு. அழகிரிசாமிக்கும் சோவியத் நாட்டில் வேலை கிடைத்தது. ஆனால், வேலையில் சேருவதற்கு முன்பே அழகிரிசாமி காலமாகி விட்டார்.

ராம. சுப்பையா என்னை சோதனை அலுவலகத்திலேயே தங்கிக்கொள்ளலாம் என்று சொன்னார். அவர்தான் 'சோதனை'யின் மேனேஜர் மாதிரி. லாயிட்ஸ் ரோடு, டீச்சர்ஸ் காலனியைத் தாண்டி அஜந்தா ஹோட்டலுக்கு வந்தோம். ராம. சுப்பையாவும், நம்பிராஜனும் டிபன் சாப்பிட்டார்கள். நான் பாலகுமாரன் வீட்டிலேயே சாப்பிட்டு விட்டதால் அவர்களுடன் சாப்பிடவில்லை. ராம. சுப்பையா அஜந்தா ஹோட்டல் வாசலிலேயே பஸ் ஏறி நல்லிக்குப் போய்விட்டார். நம்பிராஜன் என்னை அழைத்துக்கொண்டு வி.எம்.ஸ்டிரீட் பஸ் ஸ்டாப்பிங்கிற்கு வந்தார். 12ஆம் நம்பர் பஸ்ஸில் இருவரும் ஏறினோம். 'பாண்டி பஜார்' என்று நம்பி டிக்கெட் எடுத்தார். போக் ரோடு நிறுத்தத்தில் இறங்கி சோவியத்நாடு அலுவலகத்துக்குச் சென்றோம்.

26

சோவியத்நாடு அலுவலகம், இப்போது வடக்கு போக் ரோடும் தியாகராய ரோடும் (பாண்டி பஜாரின் கிழக்குப் பகுதி) சந்திக்கும் இடத்தில் உள்ள ரெஸிடென்ஸி டவர் ஹோட்டல் இருக்கும் இடத்தில் இருந்தது. யாரோ பெரிய பணக்காரரின் பங்களா அது. பெரிய விசாலமான பங்களாவில் சோவியத்நாடு அலுவலகம் செயல்பட்டு வந்தது. சோவியத் ரஷ்யாவின் பல்வேறு தகவல் செய்திப் பத்திரிகைகளும், ஆங்கிலம் உள்பட பல வட இந்திய, தென்னிந்திய மொழிகளில் அச்சிடப் பட்டன. சென்னை சோவியத்நாடு அலுவலகத்தில் தமிழுடன், தெலுங்கு, கன்னடம், மலையாள மொழிகளின் பிரிவுகளும் இயங்கி வந்தன.

அதனால் பல மொழிகளைப் பேசுகிறவர்களும் அங்கு பணியாற்றி வந்தனர். தி.க.சி., மூர்த்தி, தொ.மு.சி. ரகுநாதன், விஜயபாஸ்கரன், மாஜினி, கே.சி.எஸ். அருணாசலம் போன்ற பல தமிழின் முக்கியமான விமர்சகர்களும், எழுத்தாளர்களும் சோவியத்நாடு தமிழ்ப் பிரிவில் பணிபுரிந்தனர். வாசலில் உள்ள செக்யூரிட்டியிடம் சொல்லி விட்டு உள்ளே ரிஸப்ஷனுக்குச் செல்ல வேண்டும். ரிஸப்ஷன் ஹால் மிக விசாலமானது, ரிஸப்ஷனிஸ்ட் ஒரு மலையாளி, அவரிடம் நம்பிராஜன், தி.க.சி.யைப் பார்க்க வேண்டும் என்றார். ரிஸப்ஷனிஸ்ட் இண்டர்காமில் தி.க.சி.யுடன் தொடர்பு கொண்டு தகவல் சொன்னார். சிறிது நேரத்தில் உள்ளேயிருந்து தி.க.சி. வந்துவிட்டார்கள்.

தி.க.சி. எங்களைப் பிரியத்துடன் வரவேற்று கட்டிடத்தின் பின்புறமிருந்த அலுவலக கேண்டீனுக்கு அழைத்துச் சென்று வாங்கிக் கொடுத்தார்கள். ரிஸப்ஷனுக்கு வந்து பேசிக் கொண்டிருந்தோம்.

“கண்ணதாசன் பத்திரிகையிலே வேலை இருக்கான்னு கேட்டுப் பார்க்கலாம். கந்தர்வன்

சொன்னா ராம. கண்ணப்பன் கேப்பாரு. நான் கந்தர்வனுக்கு லெட்டர் தர்றேன்..." என்று சொன்னார்கள். சொன்னதுபோல் கந்தர்வனுக்கு ஒரு கடிதமும் எழுதிக் கொடுத்து கந்தர்வனைப் பார்க்கச் சொன்னார்கள். லெட்டர் கொடுத்ததோடு "இந்தாங்க... இதை செலவுக்கு வச்சுக்கிடுங்க..." என்று பத்து ரூபாய் கொடுத்தார்கள். அந்தக் காலத்தில் பத்து ரூபாய் என்பது இன்றைய நூறு ரூபாய்க்குச் சமம். முழுச் சாப்பாடு ஒன்றரை ரூபாய்தான். மாம்பலத்திலிருந்து கோட்டைக்கு முப்பது பைசாதான் டிக்கெட்.

கந்தர்வன் செக்ரட்டேரியட்டில் பணிபுரிந்துவந்தார். நம்பிராஜன் என்னை அழைத்துக்கொண்டு செக்ரட்டேரியட் வந்தார். கந்தர்வனின் இயற்பெயர் நாகலிங்கம். தேடி அலைந்து ஒருவழியாகக் கந்தர்வனைக் கண்டுபிடித்தோம். அப்போது மதியம் சுமார் ஒரு மணி இருக்கும். எங்களை சாப்பிடச் சொன்னார். நாங்கள் சங்கோஜத்தினால் மறுத்துவிட்டோம். தி.க.சி. கொடுத்த கடிதத்தைப் படித்துவிட்டு, உடனே கண்ண தாசன் அலுவலகத்துக்குப் போன் செய்து, கண்ணப்பனிடம் பேசினார். கண்ணப்பன், தன்னை மாலையில் கவிஞர் (கண்ணதாசன்) வீட்டில் வந்து சந்திக்குமாறு கூறினார். கந்தர்வன் எங்களைக் கேண்டீனுக்கு அழைத்துச் சென்று, கட்டாயப்படுத்தி வடையும், காபியும் வாங்கிக் கொடுத்தார்.

மாலைவரை அங்கே இங்கே சுற்றிவிட்டு தி.நகர் நடேசன் பூங்கா அருகிலிருந்த கவிஞரின் வீட்டுக்குச் சென்றோம். கவிஞரின் ஹென்ஸ்மன் ரோடு வீட்டுக்குச் சென்றபோது நான்கு மணியிருக்கும். கவிஞர் வீட்டில்தான் இருந்தார். கவிஞரின் உதவியாளர் வசந்தன் எங்களை விசாரித்தார். ராம. கண்ணப்பன் வரச் சொன்னதால் வந்தோம் என்று நம்பிராஜன் வசந்தனிடம் கூறினார். எங்களை முன் வராந்தாவில் உட்கார வைத்துவிட்டு வசந்தன் உள்ளே சென்றார்.

சிறிது நேரத்தில், கழுத்தில், கழுத்து வலிக்காகக் கழுத்துப் பட்டை அணிந்த, நடுத்தர உயரமுள்ள, கதர் சட்டை அணிந்த ஒருவர் உள்ளேயிருந்து வெளியே வந்தார். "கந்தர்வன் சொன்னது உங்களைத்தானா?..." என்று கேட்டார். நம்பிராஜன் என்னைச் சுட்டிக்காட்டி "இவர்தான் வண்ணநிலவன்... கந்தர்வன் இவருக்காகத்தான் உங்களிடம் பேசினார்..." என்றார்.

"கவிஞர் கிட்டே பேசிட்டேன். நீங்க நாளைக்கே வேலைக்கு வந்திரலாம்... அதுக்கு முன்னாலே சோமசுந்தரம் தெருவிலே பத்திரிகையோட ஓனர் ராமச்சந்திர ரெட்டியார் இருக்கார். அவரையும் போய்ப் பார்த்துப் பேசிடுங்க... அவர் எட்டு மணிக்கு

பின்னகர்ந்த காலம்

மேலேதான் வீட்டுக்கு வருவார்... இப்போ உங்களுக்கு ஏதாவது வேற வேலை இருக்கா?...” என்று கேட்டார். பேசியதிலிருந்து அவர்தான் ராம. கண்ணப்பன் என்று யூகித்துக் கொண்டோம்.

“வேற ஒண்ணும் வேலை இல்லை.” என்றார் நம்பிராஜன்.

“அப்போ கொஞ்சம் உட்காருங்க... போகலாம்...” என்று சொல்லிவிட்டு கண்ணப்பன் உள்ளே சென்றார். நாங்கள் மீண்டும் அங்கே கிடந்த மர பெஞ்சில் உட்கார்ந்து கொண்டோம். கண்ணதாசனின் மகன்கள் கமாலும், சுப்புவும் பக்கத்திலிருந்த கார் ஷெட் போன்ற இடத்தில் விளையாடிக் கொண்டிருந்தனர். காலையிலிருந்தே வெறும் வடையும், டீயுமாகச் சாப்பிட்டுக் கொண்டிருந்ததால் பசித்தது. என்னிடமோ பைசா காசுகூடக் கிடையாது. நம்பிராஜன் ஏதாவது வாங்கித் தந்தால்தான் உண்டு. அவரிடம் எவ்வளவு பணம் இருக்கிறதென்று தெரியவில்லை.

என்னை மாதிரியே நம்பிராஜனும் கண்ணதாசனின் வாசகர், அபிமானிதான். இந்த ராம. கண்ணப்பன் எங்களை அழைத்துச் சென்று கண்ணதாசனிடத்தில் அறிமுகப்படுத்தி வைத்தால் என்ன? அறிமுகப்படுத்தி வைக்காவிட்டாலும் போகிறது, உள்ளே சென்றவரை இத்தனை நேரமாகியும் காண வில்லையே. இடையே இரண்டொரு முறை வசந்தன்தான் வெளியே வந்து சென்றார். எங்கள் இருவரிடமும் வாட்ச் இல்லை. ஆனால், நேரம் வினாடி வினாடியாக நகர்ந்துகொண்டே இருந்தது நன்றாகவே தெரிந்தது. ஒருவழியாக கண்ணப்பன் வந்தார். “காக்க வச்சுட்டேனோ?...” என்று கேட்டார். இருவரும் அசடு வழிந்தோம், “வாங்க... போகலாம்...” என்று அழைத்துக் கொண்டு கீழே படியிறங்கினார். நாங்களும் அவரைப் பின் தொடர்ந்தோம். மெதுவாகப் பேசிக்கொண்டே நடந்தோம். தெரு விளக்குகளெல்லாம் எரியத் தொடங்கியிருந்தன.

பாண்டி பஜார் அருகே இருந்த ஆந்திரா கில்லி ஷாப்புக்கு கண்ணப்பன் எங்களை அழைத்துச் சென்றார். அவரைப் பார்த்ததுமே ஒருத்தன் இரண்டு மூன்று ஸ்டூல்களைக் கொண்டு வந்து போட்டான். (இந்த ஆந்திரா கில்லி ஷாப் இன்றும் இருக்கிறது.) வெற்றிலை, பாக்கு வியாபாரத்துடன் மது வியாபாரமும் நடந்தது அங்கே. பாட்டிலும் கிளாஸ்களும் வந்தன. பிளாட்பாரத்தில் ஸ்டூலில் உட்கார்ந்துகொண்டே கண்ணப்பன் குடிக்க ஆரம்பித்தார். என்னிடமும் நம்பிராஜனிடமும் கேட்டார். நான் பலமாக மறுத்துவிட்டேன். நம்பிராஜனுக்குச் சபலம்தான். ஆனால், என்னைப் பத்திரமாக சோதனை அலுவலகத்துக்கு அழைத்துச் செல்ல வேண்டுமே என்பதற்காகக் குடிப்பதைத் தவிர்த்தார். எட்டு மணியானதும்

கண்ணப்பன் நம்பிராஜனிடம் சோமசுந்தரம் தெருவுக்கு வழி சொல்லி, "ரெட்டியாரைப் பார்த்துட்டு வாங்க..." என்று அனுப்பி வைத்தார். புறப்படுவதற்கு முன் பக்கத்து டீக்கடையில் டீயும், பஜ்ஜியும் வாங்கிக் கொடுத்தார். "பார்த்துட்டு இங்கேயே வாங்க..." என்று சொன்னார்.

பாண்டிபஜாரின் வடக்குப் பக்கம் இருந்த தெருக்களில் தெரு விளக்குகள் சரியாக எரியவில்லை. அந்தத் தெருக்களும், அந்தத் தெருக்களிலிருந்த இருட்டும் அசோகமித்திரனின் சிறுகதைகளை ஞாபகப்படுத்தின. ராகவையா ரோட்டில் சென்று சோமசுந்தரம் தெருவைக் கண்டுபிடித்து விட்டோம். தெருவின் கோடியில் கண்ணதாசன் பத்திரிகை முதலாளியின் வீடு இருந்தது. நம்பிராஜன் உடன் வரவில்லையென்றால் அந்த ராத்திரியில் என்னால் ராமச்சந்திர ரெட்டியார் வீட்டைக் கண்டுபிடித்தே இருக்க முடியாது. தி.க.சி., கந்தர்வன், கண்ணப்பன் என்று யாரையுமே இவ்வளவு எளிதாகச் சென்று சந்தித்திருக்க முடியாது. என் அதிர்ஷ்டம் அவர் சென்னையில் இருந்தது.

அந்த வீட்டுக் கதவை ஒரு ஸ்தூலமான பெண்மணி திறந்தார். நம்பிராஜன் பெயரைச் சொல்லிக் கேட்டார். கண்ணப்பன் அனுப்பியதாகச் சொன்னார். அந்த அம்மாள் உள்ளே சென்ற சிறிது நேரத்தில் பனியனுடன் ஒருவர் வந்தார். தெலுங்கு உச்சரிப்புடன், "நீங்கதானா அது?... கண்ணப்பன் சார் சொன்னாருங்கோ... நாளைக்கே வேலைக்கி வந்திருங்கோ... பிராட்வேயிலே பிரான்ஸிஸ் ஜோசப் ஸ்டிரீட்லேதான் ஆபீஸ்... பிலிமாலயா ஆபீஸ்னா யாரும் சொல்வாங்க... ராமகிருஷ்ணா லஞ்ச் ஹோம் இருக்குதில்லாங்க... அதுக்குப் பக்கத்துத் தெருதான் பிரான்ஸிஸ் ஜோசப் தெருவுங்கோ..."

அவரிடம் விடை பெற்றுக்கொண்டு மீண்டும் கண்ணப்பனைப் பார்க்கச் சென்றோம். கண்ணப்பன் ரொம்ப சந்தோஷப்பட்டார். நம்பிராஜனிடம், "குடிக்கிறியாடா?..." என்று கேட்டார். நம்பி தலையை ஆட்டினார். அவருக்கும் ஊற்றினார் கண்ணப்பன். நம்பிராஜன் குடிக்க உட்கார்ந்ததும் எனக்குப் பயமாகி விட்டது. ஒழுங்காக சோதனை ஆபீஸுக்குப் போக வேண்டுமே என்ற கவலை என்னைப் பிடித்துக் கொண்டது. நம்பிராஜன் வாங்கி வாங்கிக் குடித்துக்கொண்டே இருந்தார். உட்கார முடியவில்லை அவரால். ஒரு கட்டத்தில், கண்ணப்பனே, போதும் என்று சொல்லி நிறுத்தினார். நிறையக் குடித்திருந்தாலும் கண்ணப்பன் நிலைகுலையாமலிருந்தார். சிறிது கூடப் பேச்சில் உளறலில்லை.

ஒரு ரிக்ஷாவைக் கூப்பிட்டார். நம்பிராஜனையும், என்னையும் அதில் ஏற்றி உட்கார வைத்தார். ரிக்ஷாக்காரரிடம் போக

வேண்டிய இடத்தைச் சொல்லி வாடகையையும் கொடுத்து, "இரண்டு பேரையும் பத்திரமா இறக்கி விட்டுரு... இவரு ஊருக்குப் புதுசு. அவன் மயங்கிட்டான். நீதான் பத்திரமா கொண்டு போயி இறக்கிவிடணும். நாளைக்கிக் காலையிலே பத்திரமா இறக்கினியா இல்லையான்னு கேப்பேன்..." என்றார் கண்ணப்பன்.

"அதெல்லாம் பத்ரமா உட்டுர்றேன் சார்..." என்றார் ரிக்ஷாக்காரர். கண்ணப்பனுக்குப் பழக்கமான ரிக்ஷாக்காரர் போல. அந்தச் சூழ்நிலையிலும் கண்ணப்பன் பொறுப்பாக நடந்துகொண்டது அவர் மீதான மதிப்பை உயர்த்தியது. ரிக்ஷா புறப்பட்டது. நம்பிராஜன் உளறிக்கொண்டே வந்தார். ரிக்ஷாக்காரர் அவ்வப்போது அவரைச் சத்தம் போட்டு அடக்கிக் கொண்டே வந்தார்.

மறுநாள் காலை குளித்துவிட்டுத் தயாராக இருந்தேன். நம்பிராஜனும் முன்தினம் இரவு குடித்த சுவடே இல்லாமல் குளித்து ரெடியாகி விட்டார். ராம. சுப்பையா எங்களை அழைத்துக்கொண்டு அஜந்தா ஹோட்டலுக்கு வந்தார். மூவருக்கும் டிபன் ஆர்டர் செய்தார். சாப்பிட்டோம். என்னிடம் "செலவுக்கு வைத்துக் கொள்ளுங்கள்..." என்று ஐந்து ரூபாயைக் கொடுத்தார். ராம.சுப்பையா, என்னை கண்ணதாசன் அலுவலகத்தில் விட்டுவிட்டு வரும்படி நம்பிராஜனிடம் சொன்னார். அவர் நல்லிக்குப் புறப்பட்டுவிட்டார்.

அஜந்தா ஸ்டாப்பிங்கில் நின்றுகொண்டிருந்த ஸ்டாண்டு கண்டக்டரிடம் நம்பி பாரீஸ் கார்னருக்கு இரண்டு டிக்கெட்டுகள் வாங்கினார். (அப்போது முக்கியமான பஸ் நிறுத்தங்களில் ஸ்டாண்ட் கண்டக்டர்கள் இருப்பார்கள். அவர்களிடமே நாம் போக வேண்டிய இடத்துக்கு டிக்கெட் வாங்கிக்கொள்ள லாம்.) 21–சி பஸ்ஸில் ஏறி பாரீஸ் கார்னர் வந்தோம்.

முன் தினம், ராமச்சந்திர ரெட்டியார், ஆபீஸுக்கு வர வேண்டிய வழியைத் தெளிவாகச் சொல்லியிருந்ததால் சிரமம் இல்லாமல் பிலிமாலயா ஆபீஸைக் கண்டுபிடித்து உள்ளே நுழைந்தோம். பிரான்ஸிஸ் ஜோசப் தெருவின் கடைசியில்தான் பிலிமாலயா அலுவலகம் இருந்தது. அங்குதான் கண்ணதாசனும் அச்சானது. பிலிமாலயா, கண்ணதாசன் தவிர வேறு ஒரு தெலுங்கு சினிமா பத்திரிகையையும், தெலுங்கு சிறுவர் பத்திரிகையை யும் அவர் நடத்தி வந்தார். எல்லாவற்றுக்கும் ராமச்சந்திர ரெட்டியார்தான் முதலாளி.

27

பிரான்ஸிஸ் ஜோசப் தெரு ஒன்றும் மிக நீளமான தெருவல்ல. பிராட்வே, தம்புச்செட்டித்தெரு இவற்றுடன் ஒப்பிடும்போது பிரான்ஸிஸ் ஜோசப் தெரு மிகமிகச் சிறிய தெருதான். 'கண்ணதாசன்' என்ற போர்டெல்லாம் தொங்கிக்கொண்டிருக்கும் என்று எதிர்பார்த்துச் சென்ற எங்களுக்கு போர்டு எதுவும் இல்லாதது ஏமாற்றத்தை அளித்தது. வீட்டு எண்ணை வைத்துத்தான் கண்டுபிடிக்க வேண்டிய திருந்தது.

அது ஒரு பழைய வீடு. முன்புறம் ஏதோ ஏஜென்ஸி ஒன்று இருந்தது. வீட்டினுள்ளேயே இடதுபுறம் சிறு சந்து போன்ற குறுகலான பாதை உள்ளே சென்றது. நாலைந்து தப்படி எடுத்து வைத்ததும் சிறு முற்றம் ஒன்று வந்தது. முற்றத்தின் ஒரு பக்கம் நீளமான தாழ்வாரம். தாழ்வாரத்தில் டைப் (அச்சு) கேஸ்களின் வரிசை. அவற்றின் நடுவே ஒரு வாசல். வாசலினுள்ளே சதுரமான அறை. அந்த அறையில் நெருக்கியடித்து ஐந்து மேஜைகளும், நாற்காலிகளும் போடப்பட்டிருந்தன.

வாசலுக்கு எதிரே இடதுபுறம் இருந்த மேஜைக்குப் பின்னால் கண்ணாடி அணிந்த ஒரு ஓவியர் கையில் பிரஷ்ஷுடன் கர்ம சிரத்தை யாகக் குனிந்து வரைந்து கொண்டிருந்தார். அவருக்கு எதிரே ஒரு இள வயதுப் பெண் ஏகப்பட்ட பேரேடு களுக்கு நடுவே உட்கார்ந்திருந்தார். ஓவியரின் அருகிலிருந்த ஒரு மேஜை, நாற்காலி காலியாக இருந்தது. வாசலின் இருபுறமும், இரண்டு இருக்கைகள் மேஜைகளுடன் இருந்தன.

நானும் நம்பிராஜனும் தயங்கி நின்றோம். கம்போஸிங் செய்துகொண்டிருந்த ஒரு பெண் "யார் வேணும்?" என்று கேட்டாள். "இதுதானே கண்ணதாசன் ஆபீஸ்...?" என்று நம்பிராஜன் கேட்டார். "ஆமா... உள்ளே போங்க... ஆர்ட்டிஸ்ட்

இருப்பார்...” என்றாள். கதவருகே சென்று “அண்ணன் அனுப்பினார்...” என்று வரைந்துகொண்டிருந்த ஓவியரிடம் அறிமுகப்படுத்திக் கொண்டார் நம்பிராஜன்.

ஓவியர், முகத்தில் எந்தவித உணர்ச்சியும் இன்றி தன் எதிரே இருந்த பெண்ணைக் கை காட்டி, “ரீட்டா... கண்ணப்பனைத் தேடி வந்திருக்காங்க...” என்று கூறினார். ரீட்டா “கண்ணப்பன் சார் மத்தியானம்தான் வருவார். அங்கே உட்காருங்க. அதுதான் கண்ணப்பன் சார் ஸீட்...” என்று வலது கைப்பக்கம் இருந்த ஸீட்டைக் காண்பித்தார்.

அந்த மேஜையின் மீது ஏராளமான பைல்கள் அம்பாரமாக இருந்தன. அவற்றின் மீது நீளமான கேலி புரூப்கள் திருத்துவதற் காகக் காத்திருந்தன. ஓவியர் தன் கருமமே கண்ணாகக் குனிந்து ஓவியம் வரைந்துகொண்டிருந்தார். ரீட்டா உள்புறம் தலையை நீட்டி, “மோகன்... ஒரு சேர் கொண்டுவந்து போடுங்க...” என்றார். சிவப்பாக, உயரமாக இருந்த ஒரு இளைஞர், உள்ளேயிருந்து வந்து ஒரு ஸ்டூல் சேரை மீதமிருந்த சிறு இடத்தில் போட்டார். ரீட்டாவும், மோகனும் ஒரே சமயத்தில் எங்கள் இருவரையும் காலியாகக் கிடந்த நாற்காலிகளில் உட்காரச் சொன்னார்கள். மோகன் நம்பிராஜனிடம் விசாரித்தார். நான்தான் வேலைக்குச் சேர்ந்திருக்கிற புது ஆள் என்றதும் எங்களிடம், “மேலே இருக்கற கேலியை வேணும்னா திருத்துங்க...” என்றார் மோகன்.

எனக்கு முறையாகப் புரூப் திருத்தத் தெரியாது. நா. வானமாமலையின் ஆராய்ச்சி அச்சகத்தில் அச்சான கொடிக்கால் செல்லப்பாவின் புதுமைத்தாய் பத்திரிகையில் எனக்குத் தெரிந்த அளவில் பிழைகளைத் திருத்தியிருக்கிறேன். ஆனால், நான் தொழில் முறை புரூப் ரீடர் அல்ல, நம்பிராஜன் அந்த புரூப் கேலிகளை எடுத்து புரூப் ரீடிங்கில் உள்ள குறியீடுகளைச் சொல்லித்தந்தார். இரண்டு பேரும் சேர்ந்து அந்த புரூப்களைத் திருத்தினோம். அதற்குள் மதியமாகிவிட்டது. இராம. கண்ணப்பன் இரண்டு மணிக்கு மேல்தான் வருவார் என்று ரீட்டாவும், ஓவியர் முகிலும் கூறினார்கள். கம்போஸிங் செக்‌ஷனில் இருந்தவர்கள் சாப்பிட ஆரம்பித்திருந்தார்கள்.

நம்பிராஜன் என்னை பிராட்வேயில், மாடியில் இயங்கி வந்த ‘சுவாமீஸ் கபே’ என்ற ஹோட்டலுக்கு அழைத்துச் சென்றார். சாப்பாட்டுக்கு டோக்கன்கள் வாங்கினார். ஒரு அளவு சாப்பாட்டு டோக்கனின் விலை ரூ. 1.25 பைசா. இரண்டு பேரும் சாப்பிட்டோம். என்னிடம் “தினசரி நீங்க இங்கே வந்தே சாப்பிட்டுக்கிடலாம்யா...” என்று கூறினார். என்னை கண்ணதாசன் அலுவலகத்தில் கொண்டு வந்து விட்டுவிட்டு

அவர் லாயிட்ஸ் ரோட்டுக்குப் புறப்பட்டார். இப்படித்தான் சென்னையில் என்னுடைய முதல்நாள் பணி ஆரம்பமானது.

தினசரி அலுவலகத்துக்குச் சென்று வர ஆரம்பித்தேன். ஒன்பது மணி சுமாருக்கு அஜந்தா பஸ் நிறுத்தத்தில் 21–சி பஸ்ஸில் ஏறி பாரிஸ் கார்னர் செல்வேன். மதிய உணவு சுவாமீஸ் கபேயில். மாலை அனேகமாக கண்ணப்பனுடன்தான் பஸ் ஏறுவேன்.

அலுவலக நடைமுறை, அலுவலகத்தில் உடன் பணி புரிகிறவர்களின் அறிமுகம் எல்லாம் முடிந்துவிட்டது. பிலிமாலயா பத்திரிகையின் ஆசிரியர் 'பஞ்சு அருணாசலம்' என்று இருந்தாலும், அதைக் கவனித்துக் கொண்டவர் பஞ்சுவின் தம்பியான லெட்சுமணன்தான். ரீட்டாதான் அலுவலக மேனேஜர், கணக்காளர், கேஷியர் எல்லாம். முகிலுக்கு தெலுங்கு குழந்தைகள் பத்திரிகைக்குப் படம் வரைவதற்கே நாளெல்லாம் சரியாக இருந்தது. இவை தவிர பிலிமாலயாவைப் போல் தெலுங்கிலும் ஒரு சினிமா பத்திரிகையை ரெட்டியார் நடத்தி வந்தார்.

முகில், நான், ரீட்டா மற்றும் கம்போஸிங் செக்ஷன் ஊழியர்களெல்லாம் காலையிலேயே வந்துவிடுவோம். ரெட்டி யார், கண்ணப்பன், லெட்சுமணன் மூவரும் மத்தியானம் 2 மணிக்கு மேல்தான் வருவார்கள். ரெட்டியார் சொந்தமாக அம்பாஸிடர் கார் வைத்திருந்தார். லெட்சுமணனும், கண்ணப்பனும் முன்னே பின்னே ஆட்டோவில் வந்து இறங்குவார்கள். கண்ணப்பன் சமயங்களில் மாம்பலத்திலிருந்து பஸ்ஸில் கூட வருவார். லெட்சுமணன் வாரத்தில் இரண்டு நாட்கள் வந்தாலே அதிகம். வந்ததுமே எழுத உட்கார்ந்துவிடுவார். பிலிமாலயாவின் கட்டுரைகள், கேள்விக்கான பதில்கள், புரூப் ரீடிங் எல்லாமே அவர் ஒருவர்தான். கண்ணதாசனைப் போல் பிலிமாலயாவும் மாத இதழ்தான். கண்ணதாசன் 10,000 பிரதிகள் அச்சானது. பிலிமாலயா 60,000 பிரதிகள் அச்சானது.

கண்ணப்பன் வருகிறவரை நான் மர நாற்காலியில் உட்கார்ந்து வேலைகளைக் கவனிப்பேன். கண்ணப்பன் வந்ததும் ஸ்டூல் மடக்கு நாற்காலியைப் போட்டு பக்கத்தில் உட்கார்ந்துகொள்வேன். வருகிற கையெழுத்துப் பிரதிகளை வைக்க எந்த வசதியும் கிடையாது. எல்லாவற்றையும் மேஜை மீதும், மேஜைக்குக் கீழும்தான் போட்டு வைக்க வேண்டும். அந்தச் சிறு அறையில் நான்கைந்து டேபிள்களைப் போட்டு நெருக்கியடித்து உட்கார்ந்திருந்தோம். அந்த அறையே ஒரு ஸ்டோர்ரூம் மாதிரிதான் இருக்கும். பின்னாலுள்ள கம்போஸிங் அறையிலும் பத்துப் பனிரெண்டு பேர் நெருக்கியடித்துதான்

நின்றுகொண்டிருப்பார்கள். பத்திரிகைகள் எல்லாம் வெளியே அச்சாகின. வட சென்னை, பிராட்வே பகுதியிலுள்ள அழுக்கும், நெருக்கடியும் எங்கள் அலுவலகத்திலும் இருந்தன.

வேலை ஒன்றும் கடினமாக இல்லை. சில தினங்களிலேயே புரூப் ரீடிங் பழகிவிட்டது. தினசரி தபாலில் ஏராளமான கதை, கட்டுரைகள், வாசகர் கடிதங்கள் வரும். அவற்றைப் படித்துத் தேர்வு செய்வதுதான் பெரிய வேலை. கண்ணப்பன் மிக மென்மையானவர். உரத்த குரலில் பேசக்கூட மாட்டார். என்னை நம்பி எல்லா வேலைகளையும் ஒப்படைத்துவிட்டார். நான் தேர்ந்தெடுத்த சிறுகதைகள், கவிதைகளை அவர் அனேகமாக அங்கீகரித்துவிடுவார். நானும் அவரது அபிமானத்துக்குரிய தபஸ்வி, பேரையூர் சுப்பிரமணியன் போன்றோரின் சிறுகதைகளையும், தராசு போன்றோரின் வழக்கமான கட்டுரைகளையும் அவரது பார்வைக்கு வைத்துவிடுவேன்.

நான் கண்ணதாசனில் பணியாற்றிய போதுதான் பிரபஞ்சனின் ‘மீன்’ என்ற சிறுகதை, எம்.வி.வி.யின் பேட்டி எல்லாம் வெளிவந்தன. நான் கண்ணதாசனில் எனது சிறுகதைகள் எதுவும் அதில் இடம் பெற்றுவிடக் கூடாது என்பதில் கவனமாக இருந்தேன். நானே அங்கே பணிபுரிந்து கொண்டு கதையையும் பிரசுரித்துக்கொள்வது அநாகரிகமானது என்று நினைத்தேன். கண்ணப்பனும் என்னை எழுதச் சொல்லவில்லை.

தபஸ்வி, பேரையூர் சுப்பிரமணியன் போன்றவர்களெல்லாம் வெகுஜனப் பத்திரிகைகளில் அக்காலத்தில் பிரசுரிக்கப்பட்ட தரத்தில்தான் கதைகளை எழுதினார்கள். கண்ணப்பனும் கண்ணதாசனை வெகுஜனப் பத்திரிகையாக நடத்துவதாகத்தான் நினைத்துக்கொண்டிருந்தார். பக்கத்துக்குப் பக்கம் ஏதாவது ஓவியம் இருக்க வேண்டும் என்று கண்ணப்பன் நினைத்தார். ஓவியர் அமுதோன்தான் கண்ணதாசனுக்கான ஓவியங்களை வரைந்து கொடுத்தார்.

எம்.வி.வி., ஜி. நாகராஜன், தஞ்சை ப்ரகாஷ் போன்றோரின் சிறுகதைகளும் கண்ணதாசனில் வெளிவந்திருக்கின்றன. ஆனால், பெரும்பாலான சிறுகதைகள் அவ்வளவாக ஆழமின்றி இருந்தன. ஓவியர் அமுதோன் 1973இல் திருவல்லிக்கேணி ஐஸ்ஹவுஸ் பேருந்து நிறுத்தத்தின் அருகே குடியிருந்து வந்தார். 15, 16 தேதி வாக்கிலேயே அவரிடம் அடுத்த மாத இதழுக்கான படங்களைக் கேட்டு நச்சரிக்கத் தொடங்க வேண்டும். இந்தப் பொறுப்பும் என்னிடம் தரப்பட்டிருந்தது. “நாளைக் காலையில் தந்துவிடுகிறேன்” என்பார். காலையில் சென்றால் “நாளைக்கு வாருங்களேன்” என்பார்.

சமயங்களில் இருவரும் மாலை கடற்கரைக்குச் சென்று பேசிக்கொண்டிருப்போம். ஆனால், படங்களை மட்டும் கேட்டதும் கொடுத்துவிட மாட்டார். தவிர, ஒரு இதழுக்கு நூற்றுக்கு மேற்பட்ட படங்கள் வேறு போட வேண்டியதிருந்தது. எப்படியோ ஒருவழியாக அமுதோனிடம் படங்களைப் போட்டு வாங்கி வந்துவிடுவேன். உரிய காலத்தில் படங்கள் வந்து சேராததற்காக ராமச்சந்திர ரெட்டியார் பலமுறை வருத்தப்பட்டிருக்கிறார். ஆனாலும், என்ன செய்வது?

நான் கண்ணதாசனில் வேலைக்குச் சேர்ந்து இரண்டு மூன்று நாட்கள்தான் ஆகியிருக்கும். தஞ்சாவூரிலிருந்து பிரகாஷ் சென்னைக்கு வந்து சேர்ந்தார். முதலில் திருவல்லிக்கேணியில் தங்கியிருந்தவர், நான் 'சோதனை' அலுவலகத்தில் தங்கி யிருப்பதைப் பார்த்து என்னுடனே தங்குவதற்கு ஆரம்பித்தார். நல்லவேளையாக நா. காமராஜன் இன்னும் ஊரிலிருந்து திரும்ப வில்லை. நானே ராம. சுப்பையா, நம்பிராஜன் இவர்களுடன் ஒட்டுக் குடித்தனம் நடத்துகிறேன். இவர் வேறு இங்கிதமில்லாமல் வந்துவிட்டாரே என்று எனக்கு வருத்தம், ஆனால் ராம. சுப்பையாவோ, நம்பிராஜனோ எதுவும் சொல்லவில்லை.

பிரகாஷ் சென்னைக்கு வந்த காரணம் வாரப் பத்திரிகை தொடங்க வேண்டுமென்பது. பத்திரிகையின் பெயர் 'எரியீட்டி' என்று வைத்துவிட்டார். அரசியல் பத்திரிகையாகக் கொண்டு வர நினைத்தார். டிக்ளரேஷனுக்கும் விண்ணப்பித்துவிட்டார். திருவல்லிக்கேணி மேன்ஷன் ஒன்றில் ஒரு அறையை மாத வாடகைக்குப் பிடித்து, அந்த அறை முகவரியையே பத்திரிகை முகவரியாகக் கொடுத்தும் விட்டார். என்னை அந்த அறைக்கே வந்து தன்னுடன் தங்கிக்கொள்ளச் சொன்னார். நான் "நாளை வருகிறேன், நாளை வருகிறேன்" என்று சொல்லி நாட்களைக் கடத்திக்கொண்டிருந்தேன்.

கண்ணதாசன் அலுவலகத்தில் 50 ரூபாய் முன்பணம் வாங்கியிருந்தேன். அந்தப் பணம்தான் என் பஸ் செலவுக்கும், சாப்பாட்டுக்கும் பயன்பட்டது. ஒருநாள் மாலை திடீரென்று கண்ணதாசன் அலுவலகத்துக்கு பிரகாஷ் வந்தார். அன்று கண்ணப்பன் வரவில்லை. அலுவலகம் முடிந்ததும் என்னை அழைத்துக்கொண்டு ராஜா அண்ணாமலை மன்றம் வந்தார். அன்று ராஜா அண்ணாமலை மன்றத்தில மேஜர் சுந்தர்ராஜனின் நாடகக் குழு 'டைகர் வரதாச்சாரியார்' என்ற நாடகத்தைப் போட்டது. சுந்தர்ராஜனுடன், சிவகுமாரும் நடித்தார். அங்குள்ள கேண்டீனில் சாப்பிட்டோம். நாடகம் பார்த்துவிட்டு இரவு பத்து மணிக்கு 'சோதனை' அலுவலகத்துக்கு வந்து படுத்தோம்.

28

லாயிட்ஸ் ரோட்டில் 'சோதனை' பத்திரிகை அலுவலகத்திற்கு அருகிலேயே வி.எம். தெருவில் பி. அண்ட்.டி. குவாட்டர்ஸ் இருந்தது. தமிழில், தபால்தந்தி ஊழியர் குடியிருப்பு. இங்கு என்னுடைய ஒன்று விட்ட பெரியப்பாவின் புதல்வர்களும், எனக்கு அண்ணாச்சி முறையுமான பெரிய பாப்பையா அண்ணாச்சி, சின்னப் பாப்பையா அண்ணாச்சி இரண்டு பேரும் ஒரே வீட்டில் கூட்டுக் குடும்பமாக குடியிருந்து வந்தனர். இரண்டு அண்ணாச்சிகளும் சென்னைத் தொலைபேசியில் உதவிப் பொறியாளர்களாகப் பணியாற்றி வந்தனர்.

பெரிய அண்ணாச்சிக்கு வளர்மதி, பார்வதி என்று இரண்டு பெண் குழந்தைகள். சின்ன அண்ணாச்சிக்கு அப்போது கயல்விழி மட்டும் பிறந்திருந்தாள். பெரிய அண்ணாச்சி பாரீஸ் கார்னர் தொலைபேசி அலுவலகத்திலும், சின்ன அண்ணாச்சி புரசைவாக்கம் தொலைபேசி அலுவலகத்திலும் பணிபுரிந்து வந்தனர்.

பெரிய அண்ணாச்சி நல்ல இலக்கிய ரசிகர். நான் பாளையங்கோட்டையிலிருந்த போதே எனது சிறுகதைகளைப் படித்துவிட்டு உற்சாகப் படுத்திக் கடிதங்கள் எழுதுவார்கள். சாமர்செட் மாம், ஆல்டாஸ் ஹக்ஸ்லி போன்ற பிரிட்டீஷ் எழுத்தாளர்களின் படைப்புகளை எல்லாம் அறிமுகப்படுத்தி வைத்தது இந்த அண்ணாச்சிதான். நான் சென்னைக்கு வந்த மறு தினமே நம்பிராஜ னுடன் அண்ணாச்சி வீட்டுக்குப் போனேன். "இங்கேயே வந்துவிடு. வீட்டிலேயே தங்கிக் கொள்ளலாம்..." என்று இரண்டு அண்ணாச்சி களும் சொன்னார்கள். 'சோதனை' அலுவலகத்தில் தங்கிக்கொள்வதில் எந்தப் பிரச்னையும் இல்லை. பிரகாஷ் தனியே திருவல்லிக்கேணியில் அறை வாடகைக்கு எடுத்திருந்தாலும், பெரும்பாலும் அவர்

'சோதனை' அலுவலகத்திலேயேதான் இருந்து வந்தார். அவரால் தனியே இருக்க முடியாது. எப்போதும் நண்பர்கள் புடைசூழ இருக்க வேண்டும்.

அண்ணாச்சி வீடு சோதனை அலுவலகத்தின் அருகிலேயே இருந்ததால் நான் சில நாட்கள் அண்ணாச்சி வீட்டிலும், சில நாட்கள் 'சோதனை' அலுவலகத்திலுமாகத் தங்கிக்கொண்டேன். திடீரென்று ஒருநாள் பிரகாஷ் "நான் ஊருக்குப் போறேன்..." என்று சொன்னார். "திருவல்லிக்கேணியிலே ரூம் எல்லாம் போட்டிருக்கீங்களே?..." என்று கேட்டேன். "அதனாலே என்னடா?... நீயும் அந்த ரூம்லே தங்கமாட்டேங்கிறே... டெக்ளரேஷன் வர்றதுக்கு நாளாகும் போலிருக்குது..." என்றார் பிரகாஷ்.

அன்று மாலையே தஞ்சாவூருக்குக் கிளம்பிவிட்டார். பஸ் ஸ்டாண்டுக்குப் போய் அவரை ஏற்றிவிட்டேன். போய்விட்டு ஒரு வாரத்தில் வந்துவிடுகிறேன் என்று சொல்லிவிட்டுச் சென்றார்.

ஒருநாள் மாலை கண்ணதாசன் அலுவலகத்திலிருந்து நானும், கண்ணப்பனும் வெளியே வந்தோம். பேசிக்கொண்டே பாரீஸ் கார்னர் பஸ் நிலையத்துக்கு வந்தோம். "எங்கே தங்கியிருக்கீங்க?..." என்று விசாரித்தார் கண்ணப்பன். ஏற்கெனவே நான் தங்கியிருக்கும் இடத்தைப் பற்றி அவரிடம் கூறியிருக்கி றேன். ஆனால், அவர் மறந்துவிட்டார்.

"என் அண்ணாச்சி வீட்டிலும் சோதனை ஆபீஸிலுமாக மாறி மாறித் தங்கியிருக்கிறேன்..." என்றேன்.

"எதுக்கு இவ்வளவு கஷ்டப்படறீங்க?... நம்ம புரொடக்ஷன் ஆபீஸ் இருக்கு... அங்கேயே நீங்க தங்கிக்கிடலாமே... இப்பிடியே என்கூட கவிஞர் வீட்டுக்கு வாங்க... கவிஞர் கிட்டே ஒரு வார்த்தை சொல்லிட்டாப் போதும்..." என்றார் கண்ணப்பன்.

கண்ணப்பனுடன் 11–A பஸ்ஸில் பாண்டி பஜாரில் வந்து இறங்கி இருவரும் கவிஞர் வீட்டுக்குப் போனோம். என்னை வெளியே இருக்கச் சொல்லிவிட்டு கண்ணப்பன் கவிஞரின் அறைக்குள் போனார். சிறிது நேரத்தில் வெளியே வந்து என்னை கவிஞரின் அறைக்குள் அழைத்துச் சென்றார்.

உள்ளே ஏ.சி. ஓடிக்கொண்டிருந்தது. கவிஞரின் உதவியாளர் வசந்தன் யாருடனோ போனில் மெதுவாகப் பேசிக்கொண்டிருந்தார். ஒரு பக்கம் பெரிய மெத்தையுடன் ஒரு கட்டில் கிடந்தது. கவிஞர் அந்த மெத்தையில் சாய்ந்த நிலையில் படுத்திருந்தார். கண்ணப்பன் என்னைக் கவிஞரிடம் அறிமுகப்படுத்தினார்.

"எந்த ஊரு நீங்க?..." என்று கேட்டார்.

"திருநெல்வேலி..." என்றேன்.

"எங்கே தங்கியிருக்கீங்க?..."

"ராயப்பேட்டையிலே நண்பர்களோட தங்கி இருக்கிறேன்..."

கண்ணப்பன் குறுக்கிட்டு, "அதான்... நம்ம புரொடக்ஷன் ஆபீஸ்லே தங்கிக்கிடலாமான்னு ஒங்ககிட்டே ஒரு வார்த்தை கேட்டுரலாம்னுதான் அழைச்சிட்டு வந்தேன்..."

உடனே, "இதுலே என்னப்பா என்கிட்டே கேட்கணும்?... அழகாத் தங்கிக்கிடட்டும்... மணி கிட்டே சொல்லி தம்பியை ஆபீஸிலே கொண்டு போய் விட்டுரு..." என்றார் கவிஞர். பிறகு தன் உதவியாளர் வசந்தனிடம், "ஆபீஸுக்குப் போடு..." என்றார். வசந்தன் டயல் செய்தார். லயனில் ஆள் வந்ததும் போனைக் கவிஞரிடம் கொடுத்தார். கவிஞர் போனை வாங்கிப் பேசினார்.

"நான் கண்ணதாசன் பேசறேன்... யாரு?..." என்று கேட்டார்.

பிறகு, "நம்ம பத்திரிகையிலே புதுசா ஒருத்தர் சேந்திருக்கார். அவர் நம்ம ஆபீஸ்லேயே தங்கிக்குவாரு..." என்று சொல்லி விட்டு போனை வசந்தனிடம் கொடுத்தார். நானும் கண்ணப்பனும் விடைபெற்றுக் கொண்டு வெளியே வந்தோம்.

கண்ணதாசன் புரொடக்ஷன் அலுவலகத்தில் தங்க இடம் கிடைத்ததை நம்பிராஜன், பாலகுமாரன், ராம. சுப்பையா, அண்ணாச்சி குடும்பத்தினர் எல்லோரிடமும் சொன்னேன். பெரிய அண்ணாச்சி திருமணமாவதற்கு முன்பு மைலாப்பூர் ஆடம் தெருவிலிருந்த ஒரு மெஸ்ஸில் சாப்பிட்டு வந்தார்கள். அந்த மெஸ் ஐயர் அண்ணாச்சிக்கு ரொம்பப் பழக்கம். என்னை அந்த மெஸ்ஸுக்கு அழைத்துச் சென்று அதன் உரிமையாளரிடம் என்னை அறிமுகப்படுத்தி மெஸ்ஸில் சேர்த்துவிட்டார்கள். காலையும், இரவும் முழுச் சாப்பாடு. மதியத்துக்கான டிபனை கையிலேயே கட்டிக் கொடுத்து விடுவார்கள். மூன்று வேளைச் சாப்பாட்டுக்கும் எண்பது ரூபாயோ, தொண்ணூறு ரூபாயோதான் கட்டணம். அந்த மெஸ்ஸில் ஒரே ஒரு நிபந்தனை. தண்ணீர் டம்ளரை உதடுகளில் வைத்து அருந்தக் கூடாது. அண்ணாந்துதான் தண்ணீர் குடிக்க வேண்டும்.

கண்ணதாசன் புரொடக்ஷன்ஸ் அலுவலகம் ஆழ்வார் பேட்டை ராணி சின்னம்மா ரோட்டில் இருந்தது. அந்த வீடு இன்னமும் அப்படியே இருக்கிறது. எல்டாம்ஸ் ரோட்டிலிருந்து பிரிகிற ஒரு சிறு ரோடு அது. ஒரு ஞாயிற்றுக் கிழமை காலை

சின்ன அண்ணாச்சி என்னை அழைத்துக்கொண்டு அந்த ராணி சின்னம்மா ரோட்டில் கொண்டு வந்து விட்டுவிட்டுச் சென்றார்கள். அன்று முதல் அதுதான் உறைவிடமாயிற்று.

கண்ணதாசன் புரொடக்ஷன்ஸ் அலுவலகம் மாடியில் இருந்தது. மிக விசாலமான வீடு. நான்கு பெரிய அறைகள். எல்லாமே பாத்ரூம்களுடன் இணைந்த அறைகள். விசாலமான ஒரு ஹால். அங்கே மணி, ஐயப்பன் என்ற இரண்டு புரொடக்ஷன் ஊழியர்களுடன் 'விஜி' என்ற 'விஜயன்' என்ற இளைஞரும் தங்கியிருந்தார். அவர்களுடன் ஐந்தாவது நபராக நானும் போய்ச் சேர்ந்துகொண்டேன். அங்கே இருந்த 'விஜி' என்ற விஜயன்தான் இப்போது தமிழ்த் திரையுலகின் பிரபலமான எடிட்டரான வி.டி. விஜயன்.

விஜி அப்போது வேலை தேடுகிறவராகத்தான் அங்கே தங்கியிருந்தார். அவரது அண்ணன் கருணாநிதியின் பூம்புகார் புரொடக்ஷனில் டிரைவராக இருந்தார். அவர்களது சொந்த மாநிலம் கேரளம். வி.டி. விஜயன் இப்போது எப்படிப் பேசுகிறார் என்று தெரியாது. ஆனால், அந்தக் காலத்தில் அவர் மலையாளம் கலந்த தமிழில்தான் பேசினார். அது ஒருவிதமான பாலக்காட்டுத் தமிழைப் போல், கேட்பதற்கு இனிமையாக இருக்கும். விஜி என்னை "ராமச்சந்திரன் சார்..." என்று ரொம்ப மரியாதை யாகத்தான் குறிப்பிடுவார்.

காலையில் ஒன்பது மணிக்கு ராணி சின்னம்மா ரோட்டிலிருந்து கிளம்புவேன். மைலாப்பூர் மெஸ்ஸுக்குப் போய் சாப்பிட்டு விட்டு மதியத்துக்கான டிபனையும் (உப்புமா, இட்லி அல்லது கொழுக்கட்டை) கையில் எடுத்துக்கொண்டு மைலாப்பூரில் 21–சி–யில் ஏறி பிராட்வேயில் போய் இறங்குவேன். மாலை அலுவலகம் முடிந்து ராணி சின்னம்மா ரோட்டுக்கு வந்து சேருவேன். எட்டு, எட்டரை மணிக்குப் பிறகு மெஸ்ஸுக்குச் சென்று இரவுச் சாப்பாட்டை முடித்துவிட்டு, மீண்டும் ஆழ்வார்பேட்டைக்கு வருவேன். இதுதான் தினசரி வழக்கமாக இருந்தது. நாட்கள் ஓடிக்கொண்டிருந்தன.

ஒரு வாரத்தில் வருகிறேன் என்று சொன்ன பிரகாஷ் வரவே யில்லை. ஆனால், அவர் 'எம்.வி.வி.' என்ற எம்.வி. வெங்கட்ராமைப் பேட்டி கண்டு, அந்தப் பேட்டியைக் கண்ணதாசனுக்கு அனுப்பி யிருந்தார். அதை அடுத்த இதழிலேயே கண்ணப்பன் பிரசுரித்தார். அந்தப் பேட்டிக்கு நல்ல வரவேற்பு.

பிராட்வேயில்தான் ஜனசக்தி அச்சகம் இருந்தது. ஜனசக்தி அச்சகத்தில் ஜனசக்தியைத் தவிர 'தாமரை' மாத இதழும்

அச்சானது. அச்சகமும், ஜனசக்தி அலுவலகமும் எதிரெதிர் கட்டிடங்களில் இயங்கி வந்தன. தி.க.சி.தான் 'தாமரை'யின் பொறுப்பைக் கவனித்து வந்தார்கள் என்பதைப் பற்றி ஏற்கெனவே குறிப்பிட்டிருக்கிறேன். தாமரை பணிகளுக்காக தி.க.சி. வாரத்துக்கு இரண்டு முறையாவது ஜனசக்தி அலுவலகத்திற்குச் செல்ல வேண்டியதிருந்தது. அப்போது கண்ணதாசன் அலுவலகத்திற்கும் தி.க.சி. வருவார்கள். சிறிது நேரம் அலுவலகத்திலேயே பேசிக்கொண்டிருப்போம். பிறகு தி.க.சி.யும் நானும் ஜனசக்தி அச்சகத்திற்கு வருவோம்.

ஜனசக்தி அச்சகத்தில் 'முனுசாமி' என்ற ஃபோர்மேன் இருந்தார். நாங்கள் சென்றதுமே முனுசாமி தாமரை கேலி ஃப்ரூப்களைக் கொண்டுவந்து விடுவார். அங்கேயே அந்த மிஷின்களுக்கு நடுவே உட்கார்ந்து புரூப்பைத் திருத்திக் கொடுப்போம். அச்சகத்துக்கு எதிர் மாடியில் ஜனசக்தி ஆசிரியர் குழு செயல்பட்டது. இரண்டுமே பிரிட்டீஷ் காலத்துப் பழைய கட்டிடங்கள். ஜனசக்தி அச்சகம், ஆசிரியர் குழு இருந்த இடம் இரண்டிலும் பழைய மர நாற்காலிகளும், மேஜைகளும் தாராளமாகக் கிடந்தன. ஜனசக்தி ஆசிரியர் குழுவில் இருந்த அறந்தை நாராயணனும், 'எம்.கே.ஆர்.' என்ற எம்.கே. ராமசாமியும்தான் அனேகமாக அலுவலகத்தில் இருப்பார்கள். அறந்தையைவிட எம்.கே. ஆர்., தி.க.சி.-க்கு மிக நெருக்கம். தி.க.சி. மூலமாக அறந்தை, எம்.கே. ஆர். இருவருடைய நட்பும் எனக்குக் கிடைத்தது.

அறந்தை அப்போது ஜனசக்தியில் கடைசிப் பக்கத்தை மிக உணர்ச்சிகரமான நடையில் எழுதுவார். அதற்கு நிறைய வாசகர்கள். நானும் அதன் வாசகன்தான். அரசியல் சார்பு இல்லாத என் போன்ற வாசகர்கள் அதன் நடையழகுக்காகப் படித்து வந்தார்கள். எம்.கே.ஆர். ரொம்ப எளிமையான மனிதர். பழகுவதற்கு இனியவர். அறந்தையின் தோற்றமே, எளிதில் இவருடன் பழக முடியாதோ என்ற சந்தேகத்தை எழுப்பிவிடும்.

நான் கண்ணதாசனில் சேர்ந்து இரண்டு மாதங்கள் ஆகியிருக்கும். திடீரென்று, சி.பி.ஐ.யில் முக்கியத் தலைவரான கே. பாலதண்டாயுதம் இறந்துவிட்டார் என்ற தகவல் வந்தது. பாலதண்டாயுதம் இறந்த ஒரு சில தினங்கள் கழித்து ஜெயகாந்தன் கண்ணப்பனைத் தொடர்புகொண்டு, பாலதண்டாயுதத்தைப் பற்றிய தொடர் ஒன்றை எழுதலாமா என்று கேட்டிருக்கிறார். கண்ணப்பன் மிகுந்த சந்தோஷத்தோடு அதற்கு அனுமதித்தார். அந்த நாட்களில் ஒரு பத்திரிகையில் ஜெயகாந்தன் எழுதப் போகிறார் என்றால் அது சாதாரண விஷயமல்ல. ஜெயகாந்தன் புகழின் உச்சத்தில் இருந்த காலம் அது.

‘தோழர் பாலன்’ என்ற தலைப்பில் ஜெயகாந்தன் தொடர் எழுத ஆரம்பித்தார். அவருக்கும் பாலதண்டாயுதத்துக்கும் இருந்தநட்பிலிருந்துஎழுதத்தொடங்கினார்.ஜெயகாந்தனிடமிருந்து கண்ணப்பன்தான் மேட்டரை வாங்கிக்கொண்டு வருவார். ஜெயகாந்தன் தன்னுடைய படைப்புகளுக்கு, தானே புரூப் திருத்துவார். அது எவ்வளவு பெரிய பத்திரிகையாக இருந்தாலும் அவரது பார்வைக்கு புரூப்பை அனுப்பி வைத்தாக வேண்டும்.

அதன்படி ‘தோழர் பாலன்’ கட்டுரைத் தொடரின் புரூப்பையும் கண்ணப்பனே வாங்கிச் சென்று காட்டித் திருத்திக் கொண்டு வந்தார். ஒரு மாதம் அவரால் புரூப்பைக் கொண்டு செல்ல முடியவில்லை. என்னிடம், புரூப்பைக் காட்டித் திருத்தி வாங்கி வாருங்கள் என்று சொன்னார் கண்ணப்பன்.

எங்கள் அலுவலகத்தில் ஜெயகாந்தனுடைய மெக்னிக்கல்ஸ் ரோடு வீட்டு முகவரிதான் இருந்தது. அன்று மாலை ஆபீஸ் முடிந்ததும், மெக்னிக்கல்ஸ் ரோடு எங்கே இருக்கிறது என்று கஷ்டப்பட்டு விசாரித்து, பஸ்ஸைப் பிடித்துப் போய் இறங்கி னேன். இரவு ஏழு மணியாகிவிட்டது. அந்த முகவரி சேத்துப்பட்டு மேம்பாலத்தினருகே இருந்தது. வீட்டுக்குச் சென்று அழைப்பு மணியை அழுத்தினேன். கொஞ்சம் ஸ்தூல உடம்புடன் கூடிய சிவந்த ஒரு பெண்மணி கதவைத் திறந்தார். நான் விஷயத்தைச் சொன்னதும் “இங்கே எல்லாம் புரூப் கொண்டு வராதீங்க... ஆழ்வார்பேட்டையிலே போய்ப் பாருங்க...” என்று சொல்லிவிட்டு உடனே கதவைச் சாத்திக் கொண்டு போய்விட்டார். ஆழ்வார்பேட்டையில் எந்த முகவரி என்று கேட்பதற்குள் வேகமாகச் சென்றுவிட்டார். எனக்கோ சென்னை நகரம் இன்னும் பழகவில்லை. ஆழ்வார்பேட்டையில் எங்கே போய் ஜெயகாந்தனைக் கண்டுபிடிப்பது?

கண்ணப்பன் என்ன சொல்வாரோ என்று பயந்து கொண்டே நான் தங்கியிருந்த கண்ணதாசன் புரொடக்ஷன் ஆபீஸுக்கு வந்து சேர்ந்தேன். மறுநாள் திருத்தப்படாத ‘தோழர் பாலன்’ புரூப் கேலியுடன் ஆபீஸ் சென்றேன். எப்போதும் போல மதியம் மூன்று மணி சுமாருக்கு கண்ணப்பன் வந்தார்.

“என்ன ஜே.கே.யைப் பார்த்தீங்களா?...” என்று கேட்டார். நான் விஷயத்தைச் சொன்னேன்.

“அடடா... அந்த வீட்டுக்கு ஏன் போனீங்க?... அது ஜெயஜனனியோட வீடுல்லா...” என்றார் கண்ணப்பன். பிறகுதான் ஜெயஜனனி ஜெயகாந்தனின் இன்னொரு மனைவி என்பது தெரிந்தது. பிறகு, அன்று போகும்போது கண்ணப்பன்

என்னையும் அழைத்துக்கொண்டு 'மடம்' என்று அழைக்கப் படும் ஜெயகாந்தனின் மாடிக்குச் சென்றார். அங்கே பெரும் நண்பர்கள் குழாத்துடன் ஜெயகாந்தன் பேசிக்கொண்டிருந்தார்.

அந்த 'மடம்' என்பது நண்பர்கள் சந்திப்பு, பத்திரிகைகள் சம்பந்தப்பட்ட வேலைகளைச் செய்வதற்காக ஜெயகாந்தன் வாடகைக்குப் பிடித்துப் போட்டிருந்த ஒரு மாடி போர்ஷன். டி.டி.கே. ரோட்டில் பாரதிதாசன் சாலை சந்திக்கும் இடத்தில் தென்பக்கம் ஒரு பிள்ளையார் கோவில் இருக்கிறது. அந்தப் பிள்ளையார் கோவிலை ஒட்டி ஒரு வீடு. அந்த வீட்டின் மாடி தான் ஜெயகாந்தனுடைய மடம். இன்றும் அந்த மாடி அப்படியே இருக்கிறது, ஆனால், அங்கே ஜெயகாந்தன்தான் வருவதில்லை.

29

‘சோதனை’ நான் சென்னைக்கு வருவதற்கு முன்பு மே, ஜூன் மாதங்களில் இரண்டே இரண்டு இதழ்கள் வெளிவந்ததுதான். மூன்றாவது இதழ் வெளி வரவே இல்லை. நான் கண்ணதாசனில் வேலைக்குச் சேர்ந்த சில தினங்களிலேயே ‘சோதனை’ வெளிவருவது சந்தேகம் என்ற நிலை ஏற்பட்டு விட்டது. நா. காமராசன் தன் குடும்பத்தினரோடு சொந்த ஊரிலிருந்து திரும்பியதும் சோதனையை நிறுத்தச் சொல்லி விட்டார். சோதனையில் பணியாற்றிய ராம. சுப்பையாவுக்காவது நல்லி சில்க்ஸ் வேலை இருந்தது. ஆனால், நம்பிராஜன் அதை நம்பித்தான் இருந்தார்.

அவரது தூரத்து உறவினரான முருகன் என்பவர் வீடு தேனாம்பேட்டை பாரதிதாசன் சாலையருகே இருந்தது. தனது ஜாகையை நம்பிராஜன் அங்கே மாற்றிக்கெண்டு வேலை தேடுவதில் மும்முரமாக இறங்கினார். என்னை வேலையில் அமர வைத்துவிட்டு அவர் வேலை யில்லாமல் திண்டாடியது என்னை மிகவும் பாதித்தது. திருவல்லிக்கேணியில் ஒரு ஹோட்டலில் சப்ளையர் வேலை கிடைத்தது. அவர் அதைப் பற்றிக் கவலைப்படவில்லை. ஆனால், எனக்குத்தான் அவர் சப்ளையராக வேலை பார்க்க நேர்ந்தது உறுத்தலாக இருந்தது.

அவரிடம் ஒரு பழக்கமிருந்தது. அவர் சென்னையிலிருக்கிற காலங்களில், எந்த வேலை பார்த்தாலும் இலக்கியக் கூட்டங்களுக்குத் தவறாமல் வந்துவிடுவார். நான் தங்கியிருந்த ராணி சின்னம்மா ரோட்டினருகேதான் எல்டாம்ஸ் ரோட்டில் கிறிஸ்தவக் கலைத் தொடர்பு நிலையம் இருந்தது. (இன்றும் அதே இடத்தில்தான் இயங்கி வருகிறது.) இந்தக் கிறிஸ்தவக் கலைத் தொடர்பு நிலைய அரங்கில்தான் ‘இலக்கியச் சிந்தனை’யின்

மாதாந்திரக் கூட்டங்கள் நடைபெற்று வந்தன. அன்று சென்னையில் மிகப் பிரபலமான அமைப்பு இலக்கியச் சிந்தனை அமைப்பு.

இலக்கியச் சிந்தனையை இன்றும் நடத்தி வருகிறவர்கள் ப. லெட்சுமணனும், பாரதியும்தான். மத்திய அமைச்சர் ப. சிதம்பரம் இலக்கியச் சிந்தனை ப. லெட்சுமணின் தம்பி. முன்பு இலக்கியச் சிந்தனையின் மாதாந்திரக் கூட்டம் பற்றிய அறிவிப்புக் கார்டில் கூட ப. லெட்சுமணன், பாரதி என்ற பெயர்களுடன் ப. சிதம்பரத்தின் பெயரும் இடம் பெற்றிருந்தது.

இலக்கியச் சிந்தனை மாதாந்திரக் கூட்டத்துக்கு அந்த நாட்களில் பிரபலமாக இருந்த அகிலன், நா. பார்த்தசாரதி போன்ற எழுத்தாளர்கள் எல்லாம்கூட வருவார்கள். அரங்கம் நிரம்பி வழியும். இருக்கைகளெல்லாம் நிரம்பி, அரங்கின் உள்ளே நின்றுகொண்டே பலர் நிகழ்ச்சிகளைக் கவனிப்பார்கள். அவ்வளவு பிரபலமாக இருந்தது இலக்கியச் சிந்தனையின் மாதாந்திரக் கூட்டம். தி.க.சி., சிட்டி, கலைஞன் பதிப்பகம் மாசிலாமணி, இந்துமதி, சுப்பிரமணியராஜு, பாலகுமாரன், அசோகமித்திரன், அகிலன் கண்ணன், தேன்மழை நடேசன், உதயம் சண்முகம் போன்ற பல நண்பர்கள் தவறாமல் அக்கூட்டங்களுக்கு வந்து விடுவார்கள்.

இலக்கியச் சிந்தனைக் கூட்டங்களுக்கு வரும் தி.க.சி. அன்று இரவு கூட்டம் முடிந்ததும் எல்டாம்ஸ் ஹோட்டலில் சாப்பிட்டுவிட்டு, என்னுடனே ராணி சின்னம்மா ரோட்டில் தங்கிக்கொள்வார்கள். சில சமயங்களில் இலக்கியச் சிந்தனைக் கூட்டத்துக்கு ராம. கண்ணப்பனும் வருவார். அந்த நாட்களில், ஒரு சிறுகதை இலக்கியச் சிந்தனையால் தேர்ந்தெடுக்கப்படுவது பெருமதிப்பிற்குரிய ஒன்றாகக் கருதப்பட்டது. தேர்ந்தெடுக்கப்பட்ட சிறுகதையும் அவ்வளவு தரமாக இருக்கும்.

லாயிட்ஸ் ரோட்டில் 'சோதனை' அலுவலகத்தில் தங்கியிருந்த போதே, அதே லாயிட்ஸ் ரோட்டில் நல்வாழ்வு கல்யாண மண்டபத்துக்கு எதிரே இருந்த வீட்டில்தான் எழுத்தாளர் அகிலன் குடியிருந்து வந்தார். அவரது மகன்தான் கண்ணன். அப்போது அவர் அகிலன் கண்ணனல்ல. சாதாரணக் கண்ணன்தான். கண்ணனை எனக்குப் பாலகுமாரன்தான் அறிமுகப்படுத்தி வைத்தார். கண்ணன் மிக இனிமையானவர். அப்போது அவர் லயோலா கல்லூரியில் படித்து வந்தார்.

லயோலா கல்லூரி மாணவர்கள் 'தேன்மழை' என்ற தரமான மாத இதழை நடத்தி வந்தனர். அதன் ஆசிரியராக நடேசன் என்ற மாணவர் இருந்து வந்தார். கண்ணனும் நடேசனும் நல்ல நண்பர்கள். 'தேன்மழை' ஆசிரியர் குழுவில் கண்ணனும் இடம்

பெற்றிருந்தார். கண்ணன், நான், பாலகுமாரன் மூன்று பேரும் மணிக்கணக்காக கண்ணனின் வீட்டின் முன்னால் நின்று பல நாட்கள் பேசிக்கொண்டிருந்திருக்கிறோம். கண்ணனுடைய அப்பா ஜன்னல் வழியாக "கண்ணா" என்று கூப்பிடுகிற வரை எங்கள் உரையாடல்கள் தொடரும்.

கண்ணனின் வீட்டருகே ஒரு சிறு சந்து உண்டு. அந்தச் சந்தில்தான் 'வாசகன்' என்ற பத்திரிகையின் ஆசிரியரும், மாலனின் நண்பருமான அக்ரீஷின் வீடு இருந்தது. சோதனை அலுவலகத்தை ஒட்டி லாயிட்ஸ் ரோட்டிலிருந்து பிரிந்து சென்ற ஜட்ஜ் ஜம்புலிங்க முதலியார் சாலையில் இந்துமதியின் வீடு இருந்தது. இந்துமதி, மாலன், சுப்பிரமணியராஜு, கண்ணன், பாலகுமாரன், நான் எல்லோரும் அடிக்கடி சந்தித்துக்கொள்வோம். எங்களில் யாருக்குமே திருமணமாகியிருக்கவில்லை.

ஒருநாள் எனது 'கடல்புரத்தில்' நாவலை எடுத்துக்கொண்டு, அந்நாளில் மிகப் பிரபலமாகவும், தரமாகவும் நூல்களை வெளியிட்டு வந்த வாசகர் வட்டத்துக்குச் சென்றேன். வாசகர் வட்டத்தின் முகவரி இப்போதுகூட நினைவிலிருக்கிறது. எண்: 9, தணிகாசலம் செட்டித் தெரு, தி.நகர். இந்த இடம் தி.நகர் ஹிந்தி பிரச்சார சபாவினருகே இருந்தது.

அது காலை நேரம். பத்துமணி இருக்கும். அந்தக் காலத்து பிரிட்டீஷ் பாணி பங்களா. முன்னால் சிறு தோட்டம். உள்ளே சென்றேன். தலையெல்லாம் தும்பைப் பூவாக நரை விழுந்த சிவந்த நிறமுள்ள முதியவர் என்னை வரவேற்று, சோபாவில் உட்காரச் சொன்னார். நான் வந்த விஷயத்தைக் கூறி 'கடல்புரத்தில்' கையெழுத்துப் பிரதியை அவரிடம் கொடுத்தேன்.

அவர் "லெக்ஷ்மி" என்று அழைத்தார். சரி, 'இவர்தான் கிருஷ்ணமூர்த்தி போலிருக்கிறது' என்று நினைத்துக்கொண்டேன். உள்ளேயிருந்து, மெலிந்து, சிவந்திருந்த லெட்சுமி கிருஷ்ணமூர்த்தி வந்தார். என்னைக் காண்பித்து தன் மனைவியிடம், "இவர் வண்ணநிலவனாம். நாவல் எழுதியிருக்கிறார்..." என்று நாவல் பிரதியை லெட்சுமியிடம் கொடுத்தார். லெட்சுமி கிருஷ்ணமூர்த்தி சிரித்துக்கொண்டே வாங்கிக் கொண்டார். "படிச்சுப் பாக்கறேன். சிட்டியும் படிப்பார். அப்புறமா லெட்டர் வரும்" என்றார் லெட்சுமி. நான் விடைபெற்றுக்கொண்டேன். நாவலை வாசகர் வட்டத்தில் ஒப்படைத்ததே மிகுந்த சந்தோஷமாக இருந்தது.

ஒரு நாள் மாலை நான்கு மணியிருக்கும். கண்ணதாசன் அலுவலகத்துக்கு ஒரு போன் வந்தது. மேலாளரும், கணக்காளருமான ரீட்டா போனில் பேசிவிட்டு என்னிடம், "சார்... உங்களுக்குத்தான் போன்... தி.க.சி. பேசறாங்க..." என்றார்.

பின்னகர்ந்த காலம்

திருத்திக்கொண்டிருந்த கேலியை ஒதுக்கி வைத்துவிட்டுப் போனுக்குச் சென்றேன். தி.க.சி. பேசினார்கள். "ராமச்சந்திரன்... நாளைக்குக் காலையிலே சோவியத் கல்ச்சுரல் சென்டர்லே அடூர் கோபாலகிருஷ்ணனோட 'சுயம்வரம்' படம் ப்ரிவியூ இருக்குது. கண்டிப்பா வந்துடுங்க..." என்றார்கள்.

"எத்தனை மணிக்கு?..."

"பத்து மணிக்கு... சீக்கிரமாவே வந்துடுங்க... நாளைக்கிப் பாப்போம்..."

மறுநாள் ஞாயிற்றுக் கிழமைதான். அலுவலகம் கிடையாது. நம்பிராஜனுக்குத் தகவல் சொல்லலாமா என்று யோசித்தேன். அவருக்கு சினிமாவிலெல்லாம் அவ்வளவாக ஆர்வம் கிடையாது. அதனால் சொல்லவில்லை. ஞாயிற்றுக்கிழமையன்று காலை நான் மட்டுமே புறப்பட்டேன். ராணி சின்னம்மா ரோட்டி லிருந்து நடந்தே சென்றேன். அருகில்தான் சோவியத் கல்ச்சுரல் சென்டர். சிறிது நேரத்தில் தி.க.சி.யும் வந்து சேர்ந்தார்கள். அவர்கள் ஆதம்பாக்கத்திலிருந்து வர வேண்டியதிருந்தது.

காட்சிக்கு அடூரும் வந்திருந்தார். பார்வையாளர்களிடையே அவரும் பேசினார். படம் திரையிடப்பட்டது. மிக அருமை யான அனுபவம். எனக்கு நான் சிறு வயதில் பார்த்த 'போர்ட்டர் கந்தன்' படம் நினைவுக்கு வந்தது. படம் முடிந்ததும் இருவரும் படத்தைப் பற்றிப் பேசிக்கொண்டே ஆழ்வார்பேட்டை சந்திப்புக்கு வந்தோம். தி.க.சி.யை 12ஆம் நம்பர் பஸ்ஸில் ஏற்றி மாம்பலத்துக்கு அனுப்பி வைத்தேன். இதமான வெயில், அன்று முழுவதும் சுயம்வரம் படத்தை மனதில் அசை போட்டுக் கொண்டே இருந்தேன்.

'தோழர் பாலன்' கட்டுரையைத் திருத்தி வாங்குவதற்கு ஜெயகாந்தனின் ஆழ்வார்பேட்டை மடத்துக்கு ஒன்றிரண்டு முறைதான் அதன்பின்பு சென்றிருப்பேன். பெரும்பாலும் கண்ணப்பனே ஜெயகாந்தனிடம் காண்பித்து ஒப்புதல் வாங்கி வந்துவிடுவார்.

அந்த ஆழ்வார்பேட்டை மாடியில் எப்போதும் ஜெயகாந்தனைச் சுற்றி ஒரு கூட்டம் இருந்தது. காலை முதல் இரவு ஒன்பது பத்து மணி வரை அந்தக் கூட்டம் இருந்து கொண்டே இருந்தது. எழுத்தாளர் தேவபாரதி அந்த மடத்திலேயே குடியிருந்து வந்தார். பாண்டி பஜார் பகுதியில் காணப்படும் காவியுடை அணிந்த சாமியார் நடராஜன் என்பவரும் ஜெயகாந்தனின் சத்சங்கத்தில் கலந்துகொள்வார். அவர் ஜெயகாந்த னுடன் சிலுப்பி (கஞ்சா) அடிப்பதைப் பார்த்திருக்கிறேன்.

கலைஞன் மாசிலாமணியும் தினசரி வந்துவிடுவார். எல்லோரும் கூட்டமாகச் சேர்ந்து கஞ்சா புகைப்பார்கள்.

ஜெயகாந்தனின் சிறுகதைகள், குறுநாவல்கள், அவரது தொடர் கதைகள் மீது எனக்கு இன்றும் மதிப்பிருக்கிறது. ஆனால், எனக்கு ஏனோ அவரது மடத்தைப் பிடிக்கவில்லை. அது வெட்டி அரட்டை அடிக்கிற இடமாகவே பட்டது. அவரது மேடைப் பேச்சுகளைக் கேட்டிருக்கிறேன். அவை உணர்ச்சிகரமாகவும், கவித்துவத்தோடும் இருக்கும். ஆனால், அவர் நாளெல்லாம் மடத்தில் பேசியவை அலுப்பூட்டுகிறவைகளாக இருந்தன. அதனால் அதன்பிறகு ஒருபோதும் அங்கே சென்றதில்லை.

ஒருநாள் கண்ணப்பன் என்னிடம் “நீங்களும் கண்ணதாசனுக்குக் கதை கொடுக்கலாம்...” என்றார். ஆனால், நான் கண்ணதாசனில் இருந்த அந்த ஏழு மாத காலமும் ஒரு சிறுகதைகூட எழுதிக் கொடுக்கவில்லை. கணையாழி, தீபம், தாமரை, கசடதபற போன்ற பத்திரிகைகளுடன் ஒப்பிடும்போது கண்ணதாசனின் தரம் சற்றுக் குறைவுதான். நான் ஏழு மாதங்கள் கண்ணதாசனில் வேலை பார்த்தாலும், கண்ணதாசன் பத்திரிகையின் மீது ஏனோ எனக்கு மதிப்பு வரவில்லை.

1974 ஜனவரி மாத பொங்கல் மலர் பொங்கல் முடிந்த பின்னரே வந்தது. அந்த ஜனவரி பொங்கல் மலருடன் கண்ணதாசன் நின்றுவிட்டது. ஜனவரி இதழை முடிக்கிற அன்று மாலை ராமச்சந்திர ரெட்டியார் என்னிடம், “இந்த மாசத்தோடு சம்பளத்தை வாங்கிக்கிட்டு நின்னுக்கிடுங்க... பத்திரிகையை நிறுத்திடலாம்னு முடிவு செஞ்சுட்டேன். எத்தனை நாளைக்கிங்க நஷ்டத்துக்கு தொழில் நடத்தறது?...” என்று கூறினார். பத்தாயிரம் பிரதிகள் அச்சடிக்கப்பட்ட கண்ணதாசன் நாலாயிரம் பிரதிகள் கூட விற்பனையாகவில்லை.

இலக்கியத்துக்குத் தமிழ்நாட்டில் இருந்த மதிப்பு அன்றும் சரி, இன்றும் சரி, போதுமான அளவு இல்லை என்றுதான் சொல்ல வேண்டும். தாமரை, தீபம், கணையாழி போன்ற பத்திரிகைகள் இரண்டாயிரம் மூவாயிரம் பிரதிகள் கூட அப்போது விற்பனையாகவில்லை. ஆனாலும் அவற்றை நடத்திய பதிப்பாளர்களின் பிடிவாதத்தினால் தொடர்ந்து பொருள் இழப்பைச் சந்தித்துக்கொண்டு அவை நடத்தப் பட்டன. ஆனால் ரெட்டியார் ஒரு வியாபாரி. அவர் லாப–நஷ்டக் கணக்குப் பார்க்காமலிருக்க முடியாது. அதனால் கண்ண தாசனை நிறுத்திவிட்டார். கண்ணதாசனுக்கு இருந்த புகழுக்கும், செல்வாக்குக்கும் அவர் பேரில் வெளிவந்த பத்திரிகையின் விற்பனைக்கும் சம்பந்தமே இல்லை.

30

கண்ணதாசன் புரொடக்‌ஷன்ஸ் அலுவலகத்தைக் காலி செய்யப் போவதாக மணி அண்ணாச்சி சொன்னார். மணி அண்ணாச்சிதான் கண்ணதாசன் புரொடக்‌ஷன்ஸ் அலுவலகத்தைக் கவனித்து வந்தவர். அண்ணாச்சிக்கு செட்டிநாடு. அவருக்கு உதவியாளராக இருந்த ஐயப்பனுக்கு செங்கோட்டை. மணி அண்ணாச்சி, ஐயப்பன், விஜி என்ற விஜயன், நான் ஆகிய நால்வரும்தான் புரொடக்‌ஷன் அலுவலகத்தில் நிரந்தரமாகத் தங்கியிருந்தவர்கள்.

பல ஆண்டுகளாகவே கவிஞர் சொந்தத்தில் படமெடுக்கவில்லை. அவர் கடைசியாக எடுத்த படம் 'கருப்புப் பணம்' என்று நினைவு. அதனால் வீணாக மாதாமாதம் வாடகை கொடுத்து 'அலுவலகம்' என்ற பேரில் அதை நடத்தி வர வேண்டுமா என்று அவர் யோசித்திருக்கலாம். வேலையும் இந்த 73 ஜனவரியோடு முடிந்துவிடும். தங்கியிருக்கிற இடமும் போய்விடும் போலிருந்தது.

மணி அண்ணாச்சி கவிஞரிடம் சொல்லி பிழைப்புக்கு ஒரு ஏற்பாடு செய்துகொண்டார். ஆழ்வார்பேட்டை நான்கு முனைச் சந்திப்பினருகேதான் கவிதா ஹோட்டல். கவிஞருடைய நண்பருக்குச் சொந்த மானது. தினசரி மாலை கவிஞர் இந்த ஹோட்டலுக்கு வந்துவிடுவார். ஹோட்டலை மேற்பார்வையிட்டு வந்தவர் மக்களன்பன். மலைக்கள்ளன் படத்துக்கு வசனம் எழுதியவர் மக்களன்பன், பல சமயங்களில் அங்கு இருந்த தேவர் ஹால் என்ற திருமண மண்டபத்தில் அமர்ந்து கவிஞர் பாடல்களையும் எழுதியிருக்கிறார்.

மிக விஸ்தீரணமான நிலத்தில் கவிதா ஹோட்டல் அமைந்திருந்தது. யாரோ பெரிய தனவந்தரின் வீடாக அது இருந்திருக்க வேண்டும். அதை அப்படியே ஹோட்டலாக மாற்றியிருந்தார்கள். இந்த ஹோட்டலின்

நுழைவாயிலில் சிறு பெட்டிக் கடை வைத்து வியாபாரம் செய்துகொள்ள மணி அண்ணாச்சி அனுமதி வாங்கிவிட்டார். ஐயப்பன் எம்.ஜி.ஆர்.நகரில் தன் நண்பருடன் தங்கிக்கொள்ளலாம் என்று முடிவு செய்திருந்தார். நானும் விஜியும் வேறு இடம் தேடியாக வேண்டிய நிலையில் இருந்தோம்.

கண்ணதாசன் புரொடக்‌ஷன்ஸ் அலுவலகத்துக்குத் தென்காசியைச் சேர்ந்த ராமச்சந்திரன் என்ற நண்பர் அடிக்கடி வந்து போவார். இவரும் பிரம்மச்சாரிதான். மாம்பலத்தில் எங்கோ இருந்தார். எனக்கும் விஜிக்கும் இனிமேல் தங்குமிடம் இல்லை என்றதும், மூவரும் சேர்ந்து வாடகைக்கு வீடு பார்க்கலாம் என்றார். என்னிடமும், விஜியிடமும் முடிந்த வாடகையைக் கொடுங்கள், வாடகையே தர முடியவில்லை என்றாலும் பரவாயில்லை என்றார். எல்டாம்ஸ் ரோடு சுப்பிரமணியசாமி கோவிலுக்கு எதிர்ப்புறமிருந்த தெருவிலேயே ஒரு போர்ஷனை வாடகைக்கு அமர்த்திவிட்டார்.

அந்த வீட்டுக்காரர் பால் வியாபாரம் செய்து வந்தார். வீட்டின் முன்புறம் மாடுகளைக் கட்டியிருந்தார். தனது பக்கத்துப் போர்ஷனைத்தான் எங்களுக்கு வாடகைக்கு விட்டார். நான், விஜி, ராமச்சந்திரன் மூவரும் அந்த போர்ஷனில் குடியேறினோம். பெரிய பெரிய மாட்டு ஈக்கள் வீடெங்கும். காற்று வெளிச்சம் என்பது மருந்துக்கும் கிடையாது.

நான் சாப்பிட்டு வந்த ஆடம் தெரு மெஸ்ஸில் கணக்கை முடித்துக்கொண்டேன். வேலையே போய்விட்ட பிறகு மெஸ் சாப்பாட்டுக்கு எங்கே செல்வது? மெஸ்ஸுக்குக் கொடுத்தது, மணி அண்ணாச்சியிடம் வாங்கியிருந்த சில்லறைக் கடனை கொடுத்தது எல்லாம் போக கையில் பத்து ரூபாயோ, பதினைந்து ரூபாயோ தான் இருந்தது. பாப்பையா அண்ணாச்சியிடமும், தி.க.சி.யிடமும் கண்ணதாசன் பத்திரிகை நிறுத்தப்பட்டு விட்டதைச் சொன்னேன்.

பாப்பையா அண்ணாச்சி 'வீட்டிலேயே தங்கிக்கொள். வேலை தேடும்வரை இங்கேயே இரு' என்றார்கள். தி.க.சி. 'வேறு ஏதாவது முயற்சிப்போம்' என்றார்கள். வாடகை கொடுக்க முடியாத நிலையில் நண்பர்களுடன் இருப்பது தர்மசங்கடமாக இருந்தது. அதனால் பாப்பையா அண்ணாச்சி வீட்டுக்கே சென்றுவிட்டேன். பாப்பையா அண்ணாச்சியுடைய தபால் தந்தி ஊழியர் குடியிருப்பு வீடு ஒன்றும் பெரிய மாளிகை அல்ல. சாதாரண சிங்கிள் பெட்ரூம் வீடுதான். அந்த வீட்டில்தான் இரண்டு அண்ணாச்சிமாரும் தங்கள் மனைவி, குழந்தைகளுடன் வசித்து வந்தனர்.

பின்னகர்ந்த காலம்

ஆனால், அவர்களுடைய மனங்கள் விசாலமானவை. "வேலை கிடைக்கும் வரை இங்கேயே இரு..." என்று கூறி விட்டார்கள். சாப்பாடும் போட்டு, தங்குவதற்கும் இடமளித்தார்கள். எனக்கு எந்தக் கெட்ட பழக்கமும் இல்லை. என்றாலும், வேலை தேட, வெளியே சென்று வரப் பணம் தேவைப்பட்டது. அதற்கும் அண்ணாச்சியைத் தொந்தரவு செய்ய விருப்பமில்லை.

மாலை முரசில் உதவியாசிரியராக இருந்த ஜேம்ஸுடைய ஞாபகம் வந்தது. நான் பாளையங்கோட்டையிலிருந்த போதே தி.க.சி. மூலமாக ஜேம்ஸ் எனக்கு அறிமுகமாகியிருந்தார். அவரிடம் சென்று அங்கே மாலைமுரசில் ஏதாவது வேலை கேட்டுப் பார்க்கலாம் என்று நினைத்தேன். அப்போது மாலைமுரசு அலுவலகம் மவுண்ட் ரோடு காஸ்மாபாலிட்டன் கிளப்புக்கு அடுத்த கட்டிடத்தில் இயங்கி வந்தது.

ஜேம்ஸ், தற்போது பத்திரிகையில் வேலை காலியில்லை என்றார். என்றாலும், தனது பொறுப்பில் உள்ள ஞாயிறு மலர் பகுதியில் மாதத்துக்கு இரண்டு சிறுகதைகளைப் பிரசுரித்து உதவ முடியும் என்றார். தவிர, மாலை முரசுக்காக ஒரு தொடர்கதை எழுதித் தந்தால் அதையும் நிர்வாகத்திடம் கேட்டு ஏற்பாடு செய்யலாம் என்றார்.

அவருடைய வீடு மாலை முரசு அலுவலகத்திற்கு அருகில் சித்ரா தியேட்டர் பக்கம் இருந்தது. என்னை அவர் தன் வீட்டுக்கு அழைத்துச் சென்றார். அவருடன் மதியச் சாப்பாடு சாப்பிடச் சொன்னார். அதன் பிறகு பலமுறை அவர் வீட்டில் சாப்பிட்டிருக்கிறேன், உடனே அன்று வீட்டுக்கு வந்ததும் ஒரு சிறுகதை எழுதினேன். அதை மாலைமுரசு அலுவலகத்துக்கு எடுத்துச் சென்று ஜேம்ஸிடம் மறுநாள் காலை கொடுத்தேன். மாலை முரசின் ஞாயிறு மலர், சனிக்கிழமை மாலை பேப்பருடன் இணைப்பாக வெளிவரும். அந்த வாரம் சனிக்கிழமையே என்னுடைய சிறுகதை மாலை முரசில் வெளிவந்தது.

"திங்கள் கிழமை மதியம் வந்து ரெமுனரேஷனை வாங்கிக்கிடுங்க ..." என்று சொன்னார் ஜேம்ஸ். அதன் பிறகு பல சிறுகதைகள் மாலைமுரசில் வெளிவந்திருக்கின்றன. ஒரு சிறுகதைக்கு முப்பது ரூபாய் சன்மானம் கொடுத்தார்கள். முதல் சிறுகதைக்கு ஜேம்ஸ் வாங்கிக் கொடுத்த சன்மானத்தில் மூன்று கொயர் வெள்ளைப் பேப்பர் வாங்கினேன். அண்ணாச்சி வீட்டில் அண்ணாச்சிமாரும், பெரிய அண்ணாச்சியின் மூத்த மகள் வளர்மதியும் அலுவலகம், பள்ளிக் கூடத்துக்குச் சென்றபிறகு, தினசரி உட்கார்ந்து, ஜேம்ஸ் கேட்ட நாவலை எழுதினேன். இரண்டே வாரத்தில் அந்த நாவலை எழுதி முடித்து விட்டேன்.

அது ஒரு முக்கோணக் காதல்கதை. 'நேசம் மறப்பதில்லை நெஞ்சம்' என்று தலைப்பு வைத்தேன். சுமார் 118 பக்கங்களுக்கு அந்த நாவல் இருந்தது. நாவலை ஜேம்ஸ் வாங்கி வைத்துக்கொண்டார்.

ஒருநாள் லாயிட்ஸ் ரோட்டில் கண்ணனைச் சந்தித்துப் பேசிக்கொண்டிருந்தபோது அவர் "ஒரு சிறுகதை எழுதிக் கொடுங்கள்..." என்று கேட்டார். அன்றும் சரி, இன்றும் சரி சிறுகதை எழுத எனக்கு இரண்டு, இரண்டரை மணிநேரம் போதும். கதைக்குக் கருதான் வேண்டும். எழுதுவது என்பது சுலபமாகவே வந்தது. என்னுடைய வேலை தேடிக் கொண்டிருக்கும் நிலையையே ஒரு சிறுகதையாக எழுதிக் கண்ணனிடம் கொடுத்தேன். அந்தக் கதைக்கு நான் தலைப்பிடவில்லை. "நீங்கள் தலைப்பு வைத்துக்கொள்ளுங்கள் கண்ணன்..." என்றேன்.

அவர் படித்துவிட்டு 'கரையும் உருவங்கள்' என்று தலைப்பிட்டு தீபத்தில் கொடுத்தார். அடுத்த மாத தீபம் இதழிலேயே 'கரையும் உருவங்கள்' வெளிவந்தது. பின்னர் இந்தச் சிறுகதை இலக்கியச் சிந்தனையின் சிறந்த மாதச் சிறுகதையாக சோ. சிவபாதசுந்தரத்தால் தேர்ந்தெடுக்கப்பட்டது. இலக்கியச் சிந்தனை அந்தச் சிறுகதைக்கு 50 ரூபாய் சன்மானம் தந்தது. இலக்கியச் சிந்தனை தேர்ந்தெடுத்த எனது இரண்டாவது சிறுகதை இது, (முதல் கதை மயான காண்டம்; என்.ஆர். தாசன் தேர்ந்தெடுத்திருந்தார்.)

நம்பிராஜன் ஹோட்டலில் வேலை பார்த்தாலும் அவரும் நல்ல வேலையைத் தேடிக்கொண்டிருந்தார். அப்போது அசோகமித்திரனின் வீடு தி.நகர் பஸ்ஸ்டாண்ட் அருகே தாமோதர ரெட்டித் தெருவில் இருந்தது. நேரம் கிடைக்கும் போதெல்லாம் நானும் நம்பிராஜனும் அசோகமித்திரன் வீட்டுக்குச் சென்று பேசிக்கொண்டிருப்போம். அசோகமித்திரன் நம்பிராஜன் வேலை பார்த்த 'சோதனை' பத்திரிகைக்கு ஒரு சிறுகதை கொடுத்திருந்தார். நம்பிராஜன்தான் அ.மி.யிடம் கேட்டு வாங்கியிருந்தார். ஆனால், அந்தச் சிறுகதை காணாமல் போய்விட்டது. நம்பிராஜனும் 'சோதனை' நின்ற பிறகு கதையைத் திருப்பிக் கொடுக்க எவ்வளவோ முயற்சித்தார். கதை கிடைக்கவேயில்லை.

அசோகமித்திரன் ஒன்றும் பெரிய பணக்காரரல்ல. எப்போது போனாலும் ஏதாவது கொடுத்து எங்களை உபசரிப்பார். எங்கள் இருவர் பேரிலும் அவருக்கு மிகுந்த அன்பும் இரக்கமும் இருந்தது. நான் கண்ணதாசனில் சேர்ந்த புதிதில், அவருக்கு அமெரிக்காவில் அயோவா பல்கலைக்கழகத்தில் விருந்தினராகத் தங்கியிருந்து கதை எழுத அழைப்பு வந்தது.

அவர் அந்த அழைப்பை ஏற்றுக்கொண்டார். அவர் அமெரிக்கா செல்லப் போகிற விஷயம் தெரிந்ததும், தி.க.சி., அ.மி.க்கு தி.நகர் கிரீன்லேண்ட் ஹோட்டலில் சிறு விருந்து கொடுத்தார்கள். அதற்கு நானும் சென்றிருந்தேன். அவர் அயோவாவுக்குப் புறப்பட்ட அன்று அவரை வழியனுப்ப விமான நிலையத்துக்கு நான், நம்பிராஜன், இந்துமதி, சுப்பிரமணிய ராஜு நால்வரும் சென்றிருந்தோம்.

ஆறு மாதங்களோ என்னவோ அவர் அமெரிக்காவில் இருந்தார். அவர் திரும்பி வந்த பிறகும் தி.க.சி., அ.மி.க்கு விருந்து கொடுத்தார்கள். வழக்கம் போல் நானும் சென்றிருந்தேன். தனது அமெரிக்கப் பயண அனுபவங்களை அ.மி. கணையாழியில் எழுதினார்.

கணையாழி இடையே சிறிது காலம் சுதேசமித்திரன் அச்சகத்தில் அச்சிடப்பட்டு, ப. லெட்சுமணன் – ப. சிதம்பரத்தின் பொறுப்பில் வெளிவந்தது. பண வரவு செலவுகளை லெட்சுமணன், சிதம்பரம் சகோதரர்கள் கவனித்துக் கொண்டார்கள். என்றாலும், புரூப் திருத்துவது முதல், கணையாழிக்கான விஷயங்களைத் தேர்வு செய்வது வரை சென்னையில் எல்லாவற்றையும் கவனித்துக்கொண்டது அசோகமித்திரன்தான். ஆறேழு மாதங்களுக்குப் பின்னர் மீண்டும் கஸ்தூரிரங்கனிடமே பத்திரிகை வந்துவிட்டது.

அந்தக் காலத்தில் அசோகமித்திரனிடம் ஒரு பழைய சைக்கிள் இருந்தது. எங்கே சென்றாலும் அந்தச் சைக்கிளில்தான் செல்வார். சென்னையில் பல இடங்களில் அவர் சைக்கிளில் செல்வதைப் பார்த்திருக்கிறேன்.

கு.ப.ரா.வுக்குப் பிறகு, மிக மென்மையான தொனியில், எளிமையான சொற்களைக் கொண்டு கலாபூர்வமாக எழுத முடியும் என்பதை நிரூபித்தவர் அசோகமித்திரன். அற்புதமான எழுத்துக் கலைஞர் அசோகமித்திரன்.

விமர்சகர் வெங்கட்சுவாமிநாதன் தமிழின் மிக முக்கியமான விமர்சகர்தான். ஆனால், அவரது கணிப்பு பல விஷயங்களில் தவறாகியிருக்கிறது. என்றாலும். வெ.சா.வின் உரைநடையில் ஒரு வேகம் உண்டு. அது கவர்ச்சிகரமானது. ஆனால், வெ.சா. அசோகமித்திரனை ‘கதைத் தொழிலாளி’ என்று இழிவாகப் பேசியதை என்னால் அன்றும் ஏற்றுக்கொள்ள முடியவில்லை, இன்றும் ஏற்றுக்கொள்ள முடியவில்லை. வெங்கட் சுவாமிநாதனின் கணிப்புகளை மீறித் தமிழின் மிக முக்கியமான எழுத்துக் கலைஞராக அசோகமித்திரன் உருவாகியுள்ளார்.

31

நம்பிராஜன் தனது ஊரான வாசுதேவ நல்லூருக்கே சென்றுவிடலாமா என்று யோசித்துக் கொண்டிருந்தார். திருவல்லிக்கேணியில் அவர் பார்த்து வந்த சப்ளையர் வேலையில் ஓய்வு என்பதே இல்லை. தவிர, அவருக்குச் சென்னையில் நடைபெறும் இலக்கியக் கூட்டங்களுக்குச் செல்ல வேண்டும் என்ற ஆசை உண்டு. அந்த நாட்களில் சென்னை எல்.எல்.ஏ. பில்டிங்கில், தினசரி நவீன இலக்கியம் பற்றி ஏதாவது ஒரு கூட்டம் நடக்கும். ஞாயிற்றுக் கிழமைகளில் இரண்டு, மூன்று இலக்கியக் கூட்டங்கள் கூட நடைபெறும்.

சப்ளையர் வேலை பார்த்துக்கொண்டு இலக்கியக் கூட்டங்களுக்குச் செல்ல முடியாதது அவருக்குப் பெரிய குறையாகவே இருந்தது. என்னாலும் அவரை ஹோட்டலில் சென்று அடிக்கடி சந்திக்க முடியவில்லை. ராயப்பேட்டையில் பாப்பையா அண்ணாச்சி வீட்டிலிருந்து திருவல்லிக்கேணி ஒன்றும் அதிகத் தூரமில்லை. என்றாலும், நான் அவரைச் சந்திப்பது அவருடைய வேலைக்குத் தொந்தரவாகி விடக் கூடாதே என்று நினைத்தேன்.

ஆனால், நான் தினசரி திருவல்லிக்கேணி வழியாகத்தான் மாலைமுரசில் ஜேம்ஸைப் பார்க்கவோ, நல்லதம்பி செட்டித் தெரு தீபம் அலுவலகத்திற்கோ சென்று வந்தேன். அனேகமாக ஜேம்ஸைப் பார்க்கச் செல்லும் போதெல்லாம் 'தீபம்' அலுவலகத்துக்கும் சென்று வருவேன்.

ஒரு பழைய பிரிட்டீஷ் காலக் கட்டிடத்தின் மாடியில் உள்ளடங்கி 'தீபம்' அலுவலகம் இருந்தது. சென்னையிலிருந்தால் தினசரி நா.பா. அலுவலகத்துக்கு வந்துவிடுவார். எதிரும் புதிருமாக நான்கே அறைகளைக் கொண்டது

'தீபம்' அலுவலகம். இரண்டு அறைகள் கம்போஸிங்கிற்காக ஒதுக்கப்பட்டிருந்தன. ஒரு அறை நா.பா.வுடையது. நா.பா.வின் மைத்துனரும், தீபத்தின் மேலாளருமான திருமலை காலையிலேயே அலுவலகத்துக்கு வந்துவிடுவார்.

அப்போது கைலாசம் என்ற இளைஞரும் அடிக்கடி தீபம் அலுவலகத்தில் தென்பட்டார். ஒரு காலகட்டத்தில் கைலாசம் தீபம் அலுவலகத்திலேயே தங்கிக்கொண்டார். அவர்தான் பிற்காலத்தில் 'கௌதம நீலாம்பரன்' என்ற புனைபெயரில் எழுதினார்.

எல்லோரும் என்னை 'வண்ணநிலவன்' என்றுதான் கூப்பிடுவார்கள். ஆனால், நா.பா. என் பெயரைச் சொல்லி 'ராமச்சந்திரன்' என்றுதான் எப்போதும் கூப்பிடுவார். மணிக்கணக்காக அவருடன் பேசிக்கொண்டிருப்பேன். சமயங்களில் மதியம் டிபன் சாப்பிட அண்ணா சிலையருகே இருந்த உடுப்பி ஹோட்டலுக்கு அவர் செல்லும்போது என்னையும் அழைத்துச் செல்வார். சில நாட்கள், பக்கத்திலிருந்த சுதேசமித்திரன் அலுவலகத்திலிருந்து ஸ்ரீனிவாசனும் வருவார்.

எனக்கு எப்படியாவது ஒரு வேலை வாங்கிக் கொடுத்து விட வேண்டுமென்று நா.பா. முயற்சி செய்தார். அந்தக் காலத்தில் சந்தமாமா பப்ளிகேஷன்ஸிலிருந்து பொம்மை, மங்கை, புகழ்பெற்ற அம்புலிமாமா என்ற சிறுவர் பத்திரிகைகளெல்லாம் வெளிவந்தன. பொம்மை சினிமா பத்திரிகை. மங்கை பெண்கள் பத்திரிகை, இரண்டு பத்திரிகைகளையும் 'சாரதி' என்பவர் கவனித்து வந்தார். நா.பா., சாரதிக்குக் கடிதம் கொடுத்து வேலைக்காக என்னைச் சிபாரிசு செய்தார்,

திருவல்லிக்கேணி காவல் நிலையத்துக்கு எதிரே செல்லும் நீண்ட தெருவின் பெயர் ஜானிஜான்கான் தெரு, இந்தத் தெருவின் மறுமுனை ராயப்பேட்டை மீர்சாகிப்பேட்டை மார்க்கெட் முனையில் போய்ச் சேருகிறது. ஜானிஜான்கான் தெருவின் திருவல்லிக்கேணி முனையில் நாலைந்து கட்டிடங்கள் தாண்டி ஒரு அச்சகம் இருந்தது. இந்த அச்சகத்தின் உரிமையாளர் நாரா. நாச்சியப்பன். இவர் பாரதிதாசன் பரம்பரையில் வந்த ஒரு கவிஞரும் கூட.

நாரா. நாச்சியப்பனின் அச்சகத்தில்தான் சி.சு. செல்லப்பா தன்னுடைய 'எழுத்து' பத்திரிகையை அச்சிட்டு வந்தார். தனது எழுத்து பிரசுர நூல்களையும் செல்லப்பா அங்கேதான் அச்சிட்டார். நாரா. நாச்சியப்பனின் அச்சகத்தில் நிறையப் புத்தக வேலைகள் நடந்து வந்தன. அவரே பிழை திருத்தமெல்லாம் பார்ப்பார். என்றாலும், அவருக்குப் பிழை

திருத்துவதில் உதவி செய்ய ஒரு ஆள் தேவைப்பட்டது. ஒரு நாள் நம்பிராஜன் அவரிடம் வேலை கேட்டிருக்கிறார். நாச்சியப்பன் 'நாளையிலிருந்தே வேலைக்கு வந்துவிடுங்கள்' என்று சொல்லி விட்டார். எப்படியோ ஹோட்டல் சப்ளையர் வேலையிலிருந்து நம்பி ராஜனுக்கு விடுதலை கிடைத்தது.

நா.பா. கொடுத்த கடிதத்தோடு பொம்மை பத்திரிகை யின் இணை ஆசிரியர் சாரதியைச் சென்று சந்தித்தேன். சாரதி வேலை காலியில்லை என்று சொல்லிவிட்டார். மாலை முரசில் அதிகபட்சம் ஜேம்ஸினால் இரண்டு சிறுகதைகள்தான் மாதத்துக்குப் பிரசுரித்து உதவ முடிந்தது. ஜேம்ஸிடம் கொடுத் திருந்த 'நேசம் மறப்பதில்லை நெஞ்சம்' நாவலாவது மாலை முரசில் பிரசுரத்திற்குத் தேர்ந்தெடுக்கப்படும் என்ற நம்பிக்கை யில் இருந்தேன். ஆனால், ஒரு நாள் ஜேம்ஸைச் சந்திக்கச் சென்றபோது, நாவலின் கையெழுத்துப் பிரதியைத் திருப்பிக் கொடுத்துவிட்டார். அவரால் எதுவும் செய்ய முடியவில்லை.

பாப்பையா அண்ணாச்சி வீட்டில் வெறுமனே தங்கியிருந்து, சாப்பிட்டுக்கொண்டிருப்பது சங்கடமாக இருந்தது. செலவுக்குக் கையில் பைசாவே இல்லை. பஸ் சார்ஜுக்குச் செலவழிப்ப தற்குக் கூடப் பணமில்லை. அண்ணாச்சியிடம் கேட்டிருந்தால் பணம் கொடுத்திருப்பார்கள். ஆனால், கேட்க விருப்பமில்லை. தி.க.சி.யிடம் பணம் கைமாற்றுக் கேட்கவும் முயற்சிக்கவில்லை.

ராயப்பேட்டையில் அண்ணாச்சி வீட்டிலிருந்து தீபம் அலுவலகம், மாலைமுரசு அலுவலகம், நம்பிராஜன் வேலை பார்த்த பிரஸ் இங்கெல்லாம் நடந்தேதான் சென்று வந்து கொண்டிருந்தேன். எல்லா இடங்களுமே அருகருகேதான் இருந்தன. என்றாலும் அந்த வருஷம் மார்ச் முதல் வாரத்தி லேயே வெயில் அதிகமாக இருந்தது. வெயிலில் அலைவதைத் தவிர வேறு வழியில்லாமல் போயிற்று.

நாரா. நாச்சியப்பன் ஒழுங்கு, கட்டுப்பாடு இவற்றுக்கு மிகுந்த முக்கியத்துவம் அளிப்பவர். அவருடைய மனோபாவத்தை அனுசரித்துதான் நம்பிராஜனும் நடந்துகொண்டார். என்றாலும் நான் அவரைத் தேடிச் சென்றுவிட்டால், நாச்சியப்பனிடம் சொல்லிவிட்டு வெளியே வந்துவிடுவார். எனக்கு டீ வாங்கித் தருவார். டீ குடித்ததும் அவருக்கு வில்ஸ் பில்டர் சிகரெட் குடிக்க வேண்டும். சிகரெட் முடியும் வரை என்னுடன் பேசிக் கொண்டிருப்பார்.

ஒன்றிரண்டு ஆண்டுகளுக்கு முன்பு வெளிவந்த கலைஞரின் 'உளியின் ஓசை' திரைப்படத்தின் இயக்குனரான இளவேனில் 1972–73இல் 'கார்க்கி' என்ற பத்திரிகையை நடத்தி

வந்தார். திருவல்லிக்கேணி பிள்ளையார் கோவில் தெருவில் சி.சு. செல்லப்பாவின் வீட்டருகே இருந்த மேன்ஷனில்தான் தங்கியிருந்தார். அப்போது இளவேனில் தீவிரமான இடதுசாரி. இளவேனிலும் நம்பிராஜனும் ஏற்கெனவே நல்ல நண்பர்கள். ஒருநாள் நம்பிராஜன் இளவேனில் அறைக்கு என்னை அழைத்துச் சென்று அறிமுகப்படுத்தி வைத்தார்.

500 பிரதிகளோ என்னவோதான் 'கார்க்கி' பத்திரிகையை இளவேனில் அச்சிட்டார். அதையும் மாதாமாதம் கொண்டு வரமுடியாமல் மிகுந்த சிரமப்பட்டார். 'சோதனை' பத்திரிகை அலுவலகத்தில் இருந்தபோது நம்பிராஜனும், ராம. சுப்பையாவும் காலையில் மணியார்டர் கொண்டுவரும் தபால்காரரை எதிர்பார்த்துக் காத்திருப்பார்கள். தினசரி ஒன்றிரண்டு சந்தாக்களாவது மணியார்டரில் வரும். அந்தப் பணம்தான் அன்று முழுவதும் எல்லோருக்கும் சாப்பாட்டுச் செலவுக்கு உதவும்.

அந்த மாதிரி இளவேனிலும் தினசரி மணியார்டரை எதிர் பார்த்து அறையில் காத்திருப்பார். பல நாட்கள் மணியார்டரே வராது. வெறும் டீயையே குடித்துக்கொண்டு பல நாட்களைக் கடத்தியிருக்கிறார் இளவேனில். சமயங்களில் அவரிடம் டீக்குக் கூட காசிருக்காது. அறை வாடகை பல மாதங்களாகப் பாக்கியிருக்கும். என்றாலும், விடாப்பிடியாக எப்படியாவது பணத்தைப் புரட்டி, இரண்டு மாதத்துக்கு ஒரு முறையாவது 'கார்க்கி' பத்திரிகையைக் கொண்டு வந்துவிடுவார். இன்று பெரும் கவிஞராக அறியப்படுகிற இன்குலாபின் பல கவிதைகள் ஆரம்ப காலத்தில் கார்க்கியில்தான் வெளிவந்தன.

இளவேனிலிடம் நகைச்சுவையுணர்வு உண்டு. எவ்வளவு கஷ்டப்பட்டாலும் அதற்காக மன வருத்தப்பட்டதில்லை. அவர் முகம் சோர்வுற்று ஒரு நாளும் பார்த்ததில்லை. இந்த விஷயத்தில் நம்பிராஜனும் அப்படித்தான். சோர்வறியாத மனிதர்கள்.

ஒருநாள் மாலைமுரசு அலுவலகத்துக்கு ஜேம்ஸைப் பார்க்கச் சென்றிருந்தேன். அவர் என்னை அவருடைய வீட்டுக்கு அழைத்துச் சென்றார். சாப்பிடச் சொன்னார். இரண்டு பேரும் சாப்பிட்டுக் கொண்டிருந்தபோது ஜேம்ஸ் என்னிடம், "ஏன் அந்த நாவலை நீங்க யாராவது பப்ளிஷரைப் பார்த்துக் கொடுத்துப் போடச் சொல்லக் கூடாது?..." என்று கேட்டார். அவர் குறிப்பிட்டது 'நேசம் மறப்பதில்லை நெஞ்சம்' நாவலை. எனக்கும் அது சரியென்று பட்டது. ஜேம்ஸிடமே ஐந்து ரூபாய் கேட்டு வாங்கினேன்.

மறுநாள் காலை அண்ணாச்சி வீட்டில் காலைப் பலகாரம் ஆன பிறகு, நேசம் மறப்பதில்லை நெஞ்சம் நாவலை எடுத்துக்

கொண்டு தி. நகருக்குச் சென்றேன். அந்தக் காலத்தில் பாண்டி பஜாரில்தான் வானதி, கலைஞன், குயிலன் முதலான பதிப்பகங்கள் இயங்கி வந்தன. மூன்று பதிப்பகங்களும் ஒரே கட்டிடத்தில்தான் இருந்தன. மூன்றுமே சிறு அறைகளில் இருந்தன.

கலைஞன் பதிப்பகம் மாசிலாமணியை ஏற்கெனவே தெரியும். அதனால் அவரிடமே கொடுக்கலாம் என்று நினைத்தேன். அன்று கலைஞன் பதிப்பகம் பூட்டிக் கிடந்தது. பக்கத்து அறையில்தான் குயிலன் பதிப்பகம் இருந்தது. குயிலன் அக்கால சினிமாக் கவிஞர். டப்பிங் படங்களுக்கும் வசனம் எழுதி வந்தார். கருத்த, கனத்த உருவம் குயிலனுக்கு. அனேகமாக வெறும் வேட்டியுடனும் திறந்த வெற்று மார்புடனும்தான் குயிலன் இருப்பார்.

என்னைப் பார்த்ததும் குயிலன், "கலைஞன்லே இன்னும் யாரும் வரலை" என்றார். "கையிலே என்னது? ஸ்கிரிப்டா?..." என்று கேட்டார். "ஆமாம்" என்றேன். "கலைஞன்லேதான் கொடுக்கணும்னு வந்தீங்களா?..." "அப்படியில்லை... கலைஞன் போட்டாலும சரி, வேற யாராவது போட்டாலும் சரி..." என்றேன்.

நாவலைக் கையில் வாங்கிப் பார்த்தார். "என் மச்சினன் நச்சினார்க்கினியன் புதுசா பப்ளிகேஷன்ஸ் தொடங்கியிருக்கான். அவன்கிட்டே கொடுங்களேன்..." என்று எதிர்வரிசையில் இருந்த கவிதா பதிப்பகத்தைக் காண்பித்தார். என்னை அங்கே அழைத்துச் சென்றார். நச்சினார்க்கினியனை இரண்டொரு முறை சந்தித்திருக்கிறேன். நச்சினார்க்கினியன் என்னை வரவேற்று பெஞ்சில் உட்காரச் சொன்னார். "இவர் ஒரு நாவல் வச்சிருக்கார். பாரு..." என்று மைத்துனனிடம் கூறிவிட்டு குயிலன் தன் அறைக்குச் சென்றுவிட்டார்.

நச்சினார்க்கினியனின் கவிதா பதிப்பகம் அப்போதுதான் டி. செல்வராஜின் 'தேநீர்' என்ற பெரிய நாவலை வெளியிட்டிருந்தது. என்னுடைய நாவலை நச்சினார்க்கினியன் வாங்கி வைத்துக்கொண்டார். "கண்டிப்பா போடறேன்..." என்றார். ஏதாவது முன்பணம் கேட்கலாமா என்று நினைத்தேன். தயக்கமாகவும், கூச்சமாகவும் இருந்தது. நான் ஏதோ தயங்குவதைப் பார்த்து, "என்ன யோசிக்கிறீங்க?..." என்றார். என் நெருக்கடி என்னைப் பேச வைத்தது.

"செலவுக்கு ஏதாவது கொடுத்தீங்கன்னா..." என்று இழுத்தேன். தன் சட்டைப் பையிலிருந்து பத்து ரூபாயை எடுத்துக்கொடுத்தார். சிறிது நேரம் அவரிடம் பேசிக்கொண்டிருந்து விட்டுப் புறப்பட்டேன்.

32

தி.க.சி. தன்னுடைய மூத்தமகன் கணபதியின் வீட்டில்தான் இருந்து வந்தார்கள். கணபதி அண்ணாச்சியுடைய வீடு ஆதம்பாக்கத்தில் இருக்கிறது. கணபதி அண்ணாச்சிக்கு அடுத்தவர்தான் வண்ணதாசன் என்ற கல்யாணசுந்தரம். கணபதி அண்ணாச்சி சமீபத்தில் சில மாதங்களுக்கு முன்புதான் மாரடைப்பினால் காலமானார். அவர் 'கணநாதன்' என்ற புனை பெயரில் கவிதைகள் எழுதி இருக்கிறார்.

அப்பொழுது 1973–74இல், ஆதம்பாக்கத்தில் தான் சுப்ரமணியராஜு, ஜெயபாரதியுடைய வீடுகளெல்லாம் இருந்தன. செயின்ட் தாமஸ் மவுண்ட் ரயில் நிலையத்தின் வடப்புறம் இருப்பது ஆலந்தூர். தென்புறம் உள்ளதுதான் ஆதம்பாக்கம். அப்போது ஸ்டேஷன் அருகே 'சப் வே' இல்லை. ஆலந்தூரில் இருந்து வரும் சாலை செயின்ட் தாமஸ் மவுண்ட் ஸ்டேஷனைக் கடந்து ஆதம்பாக்கதிற்குள் நுழையும்போது அது கருணீகர் தெருவாகி விடுகிறது.

கருணீகர் தெருவின் முதல் வீடு ஜெயபாரதி யுடைய வீடு. நாலைந்து வீடுகள் தள்ளி சுப்ரமணிய ராஜுவுடைய வீடு இருந்தது. ஜெயபாரதியும், ராஜுவும் நல்ல நண்பர்கள். ஜெயபாரதிக்கு ஒரு அண்ணன், ஒரு தங்கை, ஒரு தம்பி. அப்பா து. ராமமூர்த்தி மத்திய அரசு அதிகாரியாகப் பணிபுரிந்து ஓய்வு பெற்றவர். ஜெயபாரதியுடைய அம்மா சரோஜா ராமமூர்த்தி அக்காலத்தில் புகழ்பெற்ற பெண் எழுத்தாளர்,

து. ராமமூர்த்தியும் 'குடிசை' என்ற அற்புத மான நாவலையும், பல அருமையான சிறுகதை களையும் எழுதியிருக்கிறார்.

அப்பா து. ராமமூர்த்தியுடைய 'குடிசை' நாவலைத்தான் ஜெயபாரதி தனது முதல் திரைப்படமாக இயக்கினார். தி.க.சி.யைப் பார்க்க ஆதம்பாக்கத்திற்குச் செல்லும் போதெல்லாம் ஜெயபாரதியையும் சந்திப்பேன். நான் அவரை 1973இல் முதல் முதலாகச் சந்தித்த காலத்தில் ஜெயபாரதி தினமணி கதிரில் (ஆசிரியர்: சாவி) உதவி ஆசிரியராகப் பணிபுரிந்து வந்தார். தினமணி கதிரில் 'இரண்டு பேர் வானத்தைப் பார்க்கிறார்கள்' என்ற சிறுகதையை எழுதியிருந்தார். அந்தச் சிறுகதைக்கு திரைக்கதை, வசனம் எழுதி, மத்திய அரசு அமைப்பான என்.எஃப். டி.சி.க்கு அனுப்பி வைத்திருந்தார்.

ஜெயபாரதியும், நானும் செயின்ட் தாமஸ் மவுண்ட் ரயில் நிலையத்தருகே நின்று, மணிக்கணக்காக, நேரமே போவது தெரியாமல் பல நாட்கள் பேசிக்கொண்டிருந்திருக்கிறோம். சினிமா, இலக்கியம், அரசியல் என்று சகல விஷயங்களையும் பேசித் தீர்ப்போம்.

ஜெயபாரதியுடைய அண்ணன் பெயர் ரவீந்திரன். அவர் 'பிரக்ஞை' என்ற இலக்கிய இதழின் ஆசிரியராக இருந்தார். ரவீந்திரனுடனும் அவர்கள் வீட்டின் முன்னறையில் பல நாட்கள் பேசிக்கொண்டு இருந்திருக்கிறேன். ரவீந்திரன் 1996இல் அகால மரணமடைந்து விட்டார். மிக அழுத்தமான கருத்துக்களைக் கொண்டவர் ரவீந்திரன். என் மீது ஜெயபாரதியைப் போலவே பிரியமும், அபிமானமும் கொண்டவர். இவர்களது தங்கையைத்தான் சுப்ரமணியராஜு திருமணம் செய்து கொண்டார்.

இப்போதும் ஆதம்பாக்கம் செல்லும்போது ஜெயபாரதி யுடைய வீட்டைத் தாண்டி பழைய நினைவுகளுடன்தான் கடந்து செல்கிறேன். து. ராமமூர்த்தி, சரோஜா ராமமூர்த்தி, ரவீந்திரன், சுப்ரமணியராஜு எல்லோருமே இறந்துவிட்டார்கள். யாருக்குமே சாகக்கூடிய வயதில்லை.

கணபதி அண்ணாச்சியுடைய வீடு லட்சுமி ஹயக்ரீவ நகரில் இருக்கிறது. இப்போது அண்ணாச்சி இல்லாமல் மதினி மட்டும் தனியே இருக்கிறார்கள். கணபதி அண்ணாச்சியுடைய வீட்டுக்கு அருகில்தான் எழுத்தாளர் விட்டல் ராவின் வீடு இருந்தது. இரண்டு வருடங்களுக்கு முன்புதான், விட்டல் ராவ் தன்னுடைய வீட்டை விற்றுவிட்டுப் பெங்களூர் சென்றார். இப்படி ஆதம்பாக்கத்தில் அந்தக் காலத்தில் எழுத்தாளர்கள், பத்திரிகையாளர்கள் பலர் குடியிருந்து வந்தனர்.

ஒரு நாள் காலை நான் பாப்பையா அண்ணாச்சி வீட்டிலிருந்தபோது, தி.க.சி.யிடமிருந்து போன் வந்தது. "வாசகர் வட்டத்திலிருந்து உங்களுடைய கடல்புரத்தில் நாவலைத் திரும்பப் பெற்றுச் செல்லுமாறு கடிதம் வந்திருக்கிறது ராமச்சந்திரன்..." என்று தி.க.சி. கூறினார்கள். வாசகர் வட்டத்தில் நாவலைக் கொடுக்கும்போது தொடர்புக்காக தி.க.சி.யின் முகவரியைத்தான் கொடுத்திருந்தேன்.

"சரி... இன்றே வாசகர் வட்டத்தில் போய் நாவலை வாங்கி வந்துவிடுகிறேன்..." என்றேன்.

"வேறே யாராவது பப்ளிஷர்கிட்ட கேட்டுப் பார்க்க லாம்..." என்று தி.க.சி. யோசனை சொன்னார்கள்.

அன்று காலையே தி. நகர் தணிகாசலம் செட்டித் தெருவுக்குச் சென்று வாசகர் வட்டத்திலிருந்து கடல்புரத்தில் நாவலைத் திரும்பப் பெற்றுக்கொண்டேன். பக்கத்தில்தான் பாண்டி பஜார். 'நேசம் மறப்பதில்லை நெஞ்சம்' நாவலை வெளியிடக் கொடுத்துவிட்டு வந்த கவிதா பதிப்பகம் நச்சினார்க்கினிய னிடமே இதையும் கொடுத்து வெளியிடச் சொல்லலாம் என்று முடிவு செய்தேன். நேரே பாண்டி பஜார் சென்றேன், நல்ல வேளையாக நச்சினார்க்கினியன் பதிப்பகத்தில்தான் இருந்தார். மிகுந்த சந்தோஷத்துடன் நாவலை வாங்கி வைத்துக் கொண்டார். இரண்டு நாவல்களையுமே ஒரே சமயத்தில் வெளியிட்டு விடலாம் என்று நம்பிக்கை அளித்தார். அவரிடம் பணம்தான் இல்லையே தவிர, ரொம்ப விசாலமான மனது அவருக்கு.

கண்ணதாசன் பத்திரிகை நிறுத்தப்பட்டு இரண்டு மாதங்களாகிவிட்டன. இந்த இரண்டு மாதங்களும் பாப்பையா அண்ணாச்சி, ஜேம்ஸ், தி.க.சி. போன்ற நண்பர்களின் உதவியால் எப்படியோ நாட்களைக் கடத்திவந்தேன். பாப்பையா அண்ணாச்சி, இந்த இரண்டு மாதமும் தன்னுடைய வீட்டில் வைத்திருந்து, எனக்குச் சாப்பாடும் போட்டுத் தங்குவதற்கு இடமும் கொடுக்கவில்லை என்றால் திருநெல்வேலிக்கே திரும்பிச் சென்றிருப்பேன்.

நச்சினார்க்கினியனிடம் நாவலைக் கொடுத்துவிட்டு ராயப்பேட்டை வரும்போது மதியம் இரண்டு மணியாகி விட்டது. வி.எம். தெரு வழியாக வந்து லாயிட்ஸ் ரோட்டைக் கடக்கும் போது அகிலன் வீட்டுக்குப் போய்க் கண்ணனைப் பார்போமே என்று தோன்றியது. இடதுகைப் பக்கம் திரும்பி கண்ணன் வீட்டுக்குப் போனேன். கண்ணனின் தம்பி இருந்தான்.

'உட்காருங்க' என்று சொல்லி என்னை உட்கார வைத்துவிட்டு வீட்டினுள் சென்று கண்ணனை அழைத்து வந்தான்.

"நானே உங்களைப் பார்க்கணும்னு நினைச்சுக்கிட் டிருந்தேன்... நல்ல வேளை நீங்களே வந்துட்டீங்க..." என்று சந்தோஷத்தோடு என்னை வரவேற்றார்.

"கணையாழியிலே உங்களுக்கு வேலை கேட்டு கஸ்தூரி ரங்கனுக்குக் கடிதம் போட்டு இருந்தேன். அடுத்த வாரம் மெட்ராஸ் வர்றேன், அப்போ நாம சந்திப்போம்னு எனக்கு லெட்டர் போட்டு இருக்கார்..." என்றார் கண்ணன். சிறு நம்பிக்கை ஒளி தெரிந்தது.

கணையாழி அலுவலகம் சேப்பாக்கம் ஸ்டேடியத்துக்கு எதிரே பெல்ஸ் ரோட்டில் இருந்தது. கஸ்தூரி ரங்கனின் உறவினர் ஒருவர் 'கலா கார்ட்டன்ஸ்' என்ற பேரில் அச்சகம் ஒன்றை பெல்ஸ் ரோட்டில் நடத்தி வந்தார். கீழே அச்சகமும், மாடியில் அவருடைய வீடும் இருந்தது. ஒரு பழைய காலத்து வீடு அது. வீட்டினுள் நுழைந்ததும் இரு புறமும் இரண்டு அறைகள் இருந்தன. அதில் ஒரு அறை கணையாழிக்காக ஒதுக்கப்பட்டு இருந்தது. அசோகமித்திரன்தான் கணையாழியைக் கவனித்துக்கொண்டிருந்தார். அசோகமித்திரன் தினசரி கணையாழி அலுவலகத்துக்கு வந்து செல்லமாட்டார். வேலை இருக்கும் பொழுது வந்துவிட்டுச் சென்றுவிடுவார். அவர் சம்பளம் இல்லாமல்தான் இதைச் செய்து வந்தார். கணையாழியில் வேலை கிடைத்தால் என்னுடைய பிரச்னை தீர்ந்துவிடும். எப்படியாவது காலத்தை ஓட்டிவிடலாம்.

ஏதேதோ கற்பனைகளில் மூழ்கியவனாக அன்றைய பொழுதை ஓட்டினேன். இரவு பெரிய அண்ணாச்சியிடமும் சின்ன அண்ணாச்சியிடமும், கணையாழியில் வேலை கிடைத்தாலும் கிடைக்கும் என்று சொல்லி வைத்தேன். இருவருக்குமே மிகுந்த சந்தோஷம்.

மறுநாள் ஞாயிற்றுக்கிழமை. அண்ணாச்சி வீட்டில் காலை காபி குடித்துவிட்டு 'ஹிந்து' பார்த்துக்கொண்டு இருந்தேன். அன்று காலை பத்தரை மணிக் காட்சியில் பத்மநாபா தியேட்டரில் சத்தியஜித் ராயின் 'பதேர் பாஞ்சாலி' திரையிடப்படுவதாகச் செய்தி வெளியாகி இருந்தது, எனக்குத் தலைகால் புரிய வில்லை. எப்பேர்ப்பட்ட வாய்ப்பு. அப்போது ஏழரை மணிதான் ஆகியிருந்தது. குளித்துச் சாப்பிட்டுவிட்டே படத்துக்குப் போகலாம். முன் தினம், 'செலவுக்கு வைத்துக்கொள்ளுங்கள்' என்று கண்ணன் கொடுத்திருந்த பத்து ரூபாய் இருந்தது.

பின்னகர்ந்த காலம்

அவசர அவசரமாகக் குளித்தேன். பெரிய அண்ணாச்சிக்கு இதிலெல்லாம் ஆர்வம் உண்டு. ஆனால் அன்று காலை அவர் களுக்கு வேறு ஏதோ வேலை இருந்தது. "நீ போய்விட்டு வா. இன்னொரு தடவை போடும்போது பார்த்துக்கொள்ள லாம்..." என்றார்கள்.

பத்மநாபா தியேட்டர் இப்போது இருக்கிறதா இல்லையா என்று தெரியவில்லை. பெரிய மேட்டில் இப்போது நேரு விளையாட்டு அரங்கம் உள்ள இடத்திற்கு எதிர் வரிசையில் அது இருந்தது. சாலையில் இருந்து பார்ப்பதற்கு, அது தியேட்டரைப் போலவே தெரியாது. வீடுகளோடு வீடாக இருந்தது. பத்தரை மணிக் காட்சிக்கு ஒன்பதரை மணிகெல்லாம் சென்று விட்டேன். அந்த நேரத்தில் நான் ஒருவன் மட்டும்தான் அங்கே நின்றுகொண்டு இருந்தேன். நான் சென்ற பிறகுதான் தியேட்டர் ஊழியர்களே சர்வ சாதாரணமாக வந்தனர்.

நல்ல புத்தகம் அல்லது மனதுக்குப் பிடித்தமான திரைப்படத்தைக் காணும்போது ஏற்படும் பரவசம் என்னைப் பீடித்திருந்தது. காட்சி ஆரம்பிக்கிற நேரம் வரை ஆறேழு பேர்தான் பார்வையாளர்களாகச் சேர்ந்து இருந்தனர். போதுமான கூட்டம் இல்லாததினால் பதேர் பாஞ்சாலியை திரையிடமாட்டார்களோ என்று பயந்தேன். ஆனால், சரியான நேரத்தில் பொறுப்புடன் படத்தைத் திரையிட்டனர்.

அதன் பிறகு பதேர் பாஞ்சாலியை எத்தனையோ முறை பார்த்துவிட்டேன் என்றாலும், அன்று பத்மநாபா தியேட்டரில் அப்படத்தை முதன்முதலாகப் பார்த்தது இன்னும் பசுமையாக இருக்கிறது.

33

எனக்குக் 'கணையாழி' பத்திரிகையில் வேலை கிடைக்குமென்ற நம்பிக்கை அவ்வளவாக இல்லை. பத்தாயிரம் பிரதிகள் அச்சடிக்கப்பட்ட 'கண்ணதாசன்' இதழே 1600 பிரதிகள்தான் விற்பனை யானது. கசடதபற, அஃக், ஞானரதம், பிரக்ஞை, தாமரை, தீபம் உள்பட அக்காலத்திய இலக்கியப் பத்திரிகைகள் எல்லாமே 500 முதல் ஆயிரம் பிரதிகளே அதிகபட்சமாக விற்பனை ஆகின. (இந்த நிலை 1993இல் நான் பணி புரிந்த சுபமங்களாவிலும் இருந்தது, சுபமங்களா 5000 பிரதிகள் அச்சடிக்கப் பட்டு 1200 பிரதிகளே விற்பனை ஆகின.)

அக்காலத்தில் கணையாழி அதிகபட்சமாக 1000 பிரதிகள் அச்சாகியது. ஆயிரம் பிரதிகளும் விற்பனையாகி விடாது. சந்தாதாரர்களுக்கு 200 முதல் 300 பிரதிகள் வரை அனுப்பப்பட்டாலே அதிகம். இது போக கடைகளில் நூறு நூற்றைம்பது பிரதிகள் விற்றிருந்தால் அதுவே அதிகம்தான். வெகுஜனப் பத்திரிகைகளை வாசிக்கும் வாசகர்கள் மத்தியில், இலக்கியப் பத்திரிகைகளின் பெயர்கள் கூட அறிமுக மாகவில்லை. இன்றும் இதுதான் பிரத்யட்சமான நிலை.

கணையாழிக்கு வருமானமே கிடையாது. கஸ்தூரிரங்கன் தன் சொந்தக் கைக் காசை மாதா மாதம் இழந்துதான் அதை நடத்திக்கொண்டிருந்தார். எந்தச் சம்பளமும் வாங்காமல், கணையாழிக்கு வரும் விஷயங்களைத் தேர்வு செய்து அச்சுக்குக் கொடுப்பது, பிழைத்திருத்தம் செய்வது, தானும் இதழ்தோறும் ஏதாவது எழுதுவது என்ற நடைமுறையை அசோகமித்திரன் கடைப்பிடித்து வந்தார். கணையாழியின் வேலைகளைக் கவனிக்க அசோகமித்திரனே போதும். இன்னொரு ஆளை, அதுவும் சம்பளத்துக்குக் கஸ்தூரிரங்கன் நியமிப்பார்

என்பதை நம்ப என் மனம் இடம் கொடுக்கவில்லை. ஆனால், கண்ணன் நம்பினார். அதற்காக முயற்சியும் செய்தார்.

1974 பிப்ரவரி மாதம் முடிந்து மார்ச் மாதம் ஆரம்பித்து இரண்டு தினங்கள் முடிந்துவிட்டன. கண்ணனிடமிருந்து பாப்பையா அண்ணாச்சி வீட்டுக்கு போன் வந்தது. அண்ணாச்சி தான் எடுத்தார்கள் "ராமச்சந்திரா! உனக்குத்தான் போன்... கண்ணன் பேசறார்..." என்று போனைக் கையில் கொடுத்தார்கள்.

"ஹலோ... வண்ணநிலவனா?..."

"ஆமா... சொல்லுங்க கண்ணன். எப்படி இருக்கீங்க?..."

"நான் நல்லா இருக்கேன்... ஒரு குட் நியூஸ்... கொஞ்சம் முன்னாலேதான் கஸ்தூரிரங்கன் பேசினார். உங்களுக்குக் கணையாழியிலே வேலை குடுத்துட்டார். நேரே நீங்க திருவல்லிக்கேணி பெல்ஸ் ரோட்டிலே இருக்கிற கணையாழி ஆபீஸுக்குப் போங்க. அங்கே சுந்தர்ராஜன்னு ஒருத்தர் இருப்பாராம். அவர் ரங்கனோட சொந்தக்காரர். அவர் கிட்டே ரங்கன் பேசிட்டாராம். அதனாலே உடனே இன்னைக்கே அந்த சுந்தர்ராஜனைப் போய்ப் பாருங்க..." என்றார் கண்ணன்.

"ரொம்பத் தேங்க்ஸ் கண்ணன்..."

"இதுக்கு எதுக்கு தேங்க்ஸ் எல்லாம்... உடனே போங்க..." என்று முடுக்கிவிட்டார்.

"சரி! இப்போவே போறேன்..." என்றேன்.

அண்ணாச்சியிடம் விஷயத்தைச் சொல்லிவிட்டு கணையாழி அலுவலகத்துக்குச் சென்றேன். உள்ளே நுழைந்ததும் வலதுபுற அறையில் ஒல்லியாக ஒருவர் நெற்றியில் ஸ்ரீசூரணம் இட்டுக் கொண்டு ஜிப்பா, வேஷ்டியில் இருந்தார். நான் வாசலில் தயங்கி நிற்பதை அவர் கவனிக்கவே இல்லை. குனிந்து ஏதோ பேப்பரைப் பார்த்துக்கொண்டிருந்தார். பிறகு நானே "சார்!..." என்று அழைத்தேன். நிமிர்ந்து பார்த்து "என்ன வேணும்?" என்று கேட்டார். "இங்கே சுந்தர்ராஜன்னு..." என்று இழுத்தேன். "வாங்க... நான்தான்." "நான் வண்ணநிலவன். கஸ்தூரிரங்கன் சார் சொல்லி அனுப்பிச்சு வர்றேன்" என்றேன். "ஓஹோ... நீங்கதான் வண்ணநிலவனா?... ரங்கன் பேசினார். "எங்கே ஜாகை?..."

"ராயப்பேட்டையிலே இருக்கேன்."

"கணையாழி புரூப்பைத்தான் பாத்துண்டு இருக்கேன். ஒங்களுக்குப் புரூப் பார்க்கிறதெல்லாம் தெரியுமா?"

"தெரியும் சார்."

“இன்னியிலேர்ந்தே சேர்ந்துடறேளா? நாள் நல்லாத்தான் இருக்கு...”

“சரி...” என்றேன்.

“வாங்கோ” என்று என்னை எதிர்ப்புறம் இருந்த அறைக்கு அழைத்துச் சென்றார். வீட்டின் உள்ளே டிரெடில் ஓடிக் கொண்டிருந்தது.

“கணையாழிக்குன்னு இந்த அறையை ஒதுக்கியிருக்கேன். இங்கேயே நீங்க இருந்துண்டு வேலையைக் கவனிக்கலாம். இன்னிக்கு அசோகமித்திரன் வந்தாலும் வருவார். ஒங்களுக்கு அசோகமித்திரனைத் தெரியுமா?...”

“தெரியும் சார்...”

“ரொம்ப நல்லதாப் போச்சு... சேர்லே உக்காருங்கோ...” என்று என்னை உட்கார வைத்துவிட்டுப் போய்விட்டார். அது ரோட்டை ஒட்டிய அறை. ஸிட்டி பஸ் போகிற சத்தம் அடிக்கடி கேட்டுக்கொண்டே இருக்கும்.

திருவல்லிக்கேணியில் மெஸ்களுக்குப் பஞ்சமில்லை. மதியம் சைடோஜி மெஸ்ஸில் 1.30 கொடுத்து மீல்ஸ் சாப்பிட்டேன். அந்த மெஸ் இருந்த தெருவில்தான் கவிஞர் ஞானக்கூத்தன் குடியிருந்து வந்தார். அன்று முழுவதும் சிறுகதை புரூப் ஒன்றுதான் வந்தது. அசோகமித்திரனும் வரவில்லை. அச்சகத்தில் நான்குபேர் வேலை பார்த்தனர். மிஷின் மேன் ஒருவருக்குக் காது கேட்காது. சாயந்திரம் சரியாக ஐந்து மணிக்கெல்லாம் எல்லோரும் கிளம்பிவிட்டனர். நானும் சுந்தர்ராஜனிடம் சொல்லிக்கொண்டு கிளம்பினேன்.

நேரே பிள்ளையார் கோவில் தெருவுக்கு நடந்தேன். அங்கே இளவேனிலைப் பார்த்து கணையாழியில் வேலைக்குச் சேர்ந்துவிட்ட விபரத்தைச் சொன்னேன். சிறிது நேரம் அவருடன் பேசிக்கொண்டிருந்துவிட்டு ஜானி ஜான்கான் தெருவுக்குப் போனேன். நம்பிராஜனிடம் சொல்ல வேண்டாமா? நம்பிராஜன் ரொம்ப சந்தோஷப்பட்டார். அங்கிருந்து நேரே மீர்சாகிப் பேட்டை வழியாக லாயிட்ஸ் ரோட்டுக்கு வந்தேன். கண்ணன் வீட்டுக்குச் சென்று வேலைக்குச் சேர்ந்துவிட்டதைச் சொன்னேன்.

கணையாழியில் சேர்ந்த பிறகு இரண்டு மூன்று தினங்கள் ராயப்பேட்டை போஸ்டல் காலனி அண்ணாச்சி வீட்டிலிருந்து தான் வேலைக்குச் சென்று வந்தேன். வேலை கிடைத்து விட்டதால் தனியே ஏதாவது அறை பார்க்கலாமா என்று யோசித்தேன். ஆனால், அறைக்கு அட்வான்ஸ் கொடுப்பதற்குப் பணம்

வேண்டும். நல்ல வேளையாக பெரிய அண்ணாச்சியே ஸ்டார் தியேட்டருக்கு எதிரே இருந்த லாட்ஜில் 50 ரூபாய் வாடகையில் ஒரு அறையைப் பிடித்துக் கொடுத்தார்கள். மிகச் சிறிய அறைதான் அது. ஆனால், அது போதும்.

நம்பிராஜனுடைய யோசனைப்படி, ஆலங்காத்தா பிள்ளை தெருவிலிருந்த மெஸ்ஸில் முப்பது ரூபாய் கொடுத்து மாதாந்திர மெஸ் டிக்கெட் புக் ஒன்றை வாங்கிக்கொண்டேன். தினசரி மதியம் கணையாழி அலுவலகத்திலிருந்து நடந்து சென்று அந்த மெஸ்ஸில் சாப்பிட்டு வந்தேன். காலையும் மாலையும் வெளியே ஏதாவது பார்த்துக்கொள்வேன். கண்ணதாசனில் கொடுத்தது போலவே சுந்தர்ராஜனும் மாதம் 150 ரூபாய் சம்பளம் கொடுத்தார்.

நான் வேலைக்குச் சேர்ந்ததால் அசோகமித்திரனுக்கு வேலை சுலபமாயிற்று. புரூப் பார்ப்பது, கவிதை, கதைகளைத் தேர்வு செய்வது, புதிய சந்தாதாரர்களைப் பதிவு செய்வது, இதழ் ரெடியானதும் எக்மோர் ஸ்டேஷனுக்குச் சென்று பார்ஸல் களை அனுப்பிவைப்பது உள்பட பல வேலைகளையும் நானே செய்தேன்.

ஏப்ரல் 14ஆம் தேதி இலக்கியச் சிந்தனை அமைப்பின் வருடாந்திரக் கூட்டமும் வருஷத்தின் சிறந்த சிறுகதைகளுக்குப் பரிசளிக்கும் விழாவும் வந்தது. அவ்விழாவில் கலந்துகொண்டு பேசுவதற்காக டெல்லியிலிருந்து இந்திரா பார்த்தசாரதி வந்திருந்தார். உட்லேண்ட்ஸ் காட்டேஜில் அவர் தங்கியிருந்தார், அவரைப் பார்ப்பதற்காகச் சென்றிருந்தேன். அப்போது, நான் நாவல் எழுதிப் பிரசுரிக்கக் கொடுத்திருப்பதைப் பற்றிச் சொன்னேன்.

புஸ்தகமாக வருவதற்கு முன்பு கணையாழியில் தொடராக வெளிவந்தால் நன்றாக இருக்குமே என்று இ.பா. அபிப்பிராயப் பட்டார். எனக்கும் அது நல்ல யோசனையாகப் பட்டது. அவர் மறுநாள் டெல்லிக்குத் திரும்புவதாக இருந்தார். அன்றே நச்சினார்க்கினியனைச் சந்தித்து ‘கடல்புரத்தில்’ நாவலை கணையாழியில் தொடராக வெளியிடலாம் என்று இ.பா. கூறியதை அவரிடம் தெரிவித்து, நாவலின் கையெழுத்துப் பிரதியைக் கேட்டேன். அவருக்கும் அது நல்ல யோசனையாகத் தான் பட்டது. ‘கடல்புரத்தில்’ நாவலை வாங்கிக்கொண்டு இ.பா. டெல்லி சென்றார். இ.பா. டெல்லி சென்ற சில தினங்களிலேயே கஸ்தூரிரங்கன் போனில் பேசும்போது “கடல்புரத்தில் நாவலை கணையாழியிலேயே தொடராக வெளியிடலாம். இ.பா.விடமிருந்து நாவலை வாங்கி ஆதவனிடம்

கொடுத்திருக்கிறேன். அவர் படித்தபிறகு அதை வெளியிடலாம்" என்று கூறினார்.

150 ரூபாய்க்குள் மூன்று நேரமும் சாப்பிட்டு, அறை வாடகையும் கொடுத்துக் காலம் கழிப்பது என்பது கயிற்றின்மீது நடப்பது போல்தான் இருந்தது. இருக்கிற இரண்டு வேஷ்டி இரண்டு சட்டைகளையே மாற்றி மாற்றி தினசரி துவைத்துக் காயப்போட்டு உடுத்தி வந்தேன். இளவேனிலைத் தினசரி எப்படியும் சந்தித்துவிடுவேன். அவர் என் மனம் தளர்ந்து போகாமல் உற்சாகமூட்டி வந்தார். பல நாட்கள் அனேகமாகக் காலையில் எதுவும் சாப்பிடமாட்டேன். சுந்தர்ராஜன் ரொம்பக் கண்டிப்பானவர். அட்வான்ஸ் கேட்டால் "அட்வான்ஸாப் பணம் வாங்கிவிட்டால் பின்னாடி சம்பளம் குறையுமே. அதனாலே உங்களுக்குத்தான் சங்கடம். எப்படியாவது அட்ஜஸ்ட் பண்ணிக்கோங்க" என்பார். இளவேனிலுக்குப் பிள்ளையார் கோவில் தெருமுனைக் கடையில் அக்கவுண்ட் இருந்தது. அங்கே எனக்கு எப்போதும் டீயும் பிஸ்கெட்டும் தன் கணக்கில் வாங்கித் தந்துவிடுவார்.

அவருக்கே அந்தக் கடையில் முந்நூறு, நானூறு ரூபாய் வரை கூட பாக்கி ஏறும். இதில் என்னை மாதிரி ஆட்களுக்கு டீ, பிஸ்கட் என்று வேறு கடனுக்கு வாங்கிக் கொடுப்பார். ஆனால், எப்போதும் சிரித்த முகமாகவே இளவேனில் இருப்பார். அவர் சாப்பாடு சாப்பிட்டே மூன்று நான்கு நாட்கள் ஆகியிருக்கும். என்றாலும் அவரிடம் சோர்வோ, கவலையோ அண்டாது. சந்தோஷமாக இருப்பார். அறை வாடகை பல மாதங்கள் பாக்கி இருக்கும். இத்தனை சிரமங்களுக்கு நடுவே அவர் தனது 'கார்க்கி' பத்திரிகையை நடத்தி வந்தார்.

ஞாயிற்றுக் கிழமை ஒரு நாள்தான் விடுமுறை. அதனால் யாரையும் பார்த்துக் கடன் கேட்கக் கூடப் போக முடியாது. மாலைமுரசு வார மலருக்கும் எழுத முடியவில்லை. அப்போது ராஜ்கபூரின் 'பாபி' என்ற படம் பிரபலமாகி ஓடிக்கொண் டிருந்தது. ஒருநாள் தி.க.சி. என்னையும் அழைத்துக்கொண்டு பாபி படம் பார்த்தார்கள். அன்று இரவு படம் முடிந்து மவுண்ட் ரோடு உடுப்பியில் சாப்பிட்டுவிட்டு என் அறைக்கு வந்து படுத்துக்கொண்டோம். மறுநாள் கிளம்பிப் போகும்போது என்னிடம் செலவுக்கு வைத்துக்கொள்ளுங்கள் என்று பத்து ரூபாய் கொடுத்தார்கள். அந்தப் பத்து ரூபாய் ஆயிரம் ரூபாய் மாதிரி தெரிந்தது.

பின்னகர்ந்த காலம்

34

கணையாழியில் வேலைக்குச் சேர்ந்து இரண்டு மாதங்களாகிவிட்டன. கண்ணதாசனிலும் சரி, கணையாழியிலும் சரி பெரிய அளவில் வேலைப் பளு என்று எதுவுமில்லை. அதுவும் மாத இதழ் என்பதால் பெரிதாக வெட்டி முறிக்கிற வேலை எதுவும் கிடையாது. ஆனால் 150 ரூபாய் சம்பளத்தில் காலத்தை ஓட்டுவதுதான் கஷ்டமாக இருந்தது. கண்ணதாசனில் வேலை பார்த்தபோது அறை வாடகை கிடையாது. இப்போது அறை வாடகையும் கொடுத்து, சாப்பாடு, இதர செலவுகளையும் கவனித்துக்கொள்வது என்பது அறவே கட்டுப்படியாகவில்லை.

பெரும்பாலான நாட்கள் காலையிலோ, அல்லது இரவிலோ சாப்பாடு இல்லாமல்தான் கழிந்தன. சரி, இனிமேல் இந்த வேலையில் தாக்குப் பிடிக்க முடியாது என்று தோன்றிவிட்டது. 200 ரூபாய் மாதம் கிடைத்தால் கூட ஒரு மாதிரி வண்டியை ஓட்டிவிடலாம். 150 ரூபாய் என்பது திரிசங்கு சொர்க்கத்தில் வாழ்வது போன்ற நிலை.

பேசாமல் திருநெல்வேலிக்கே திரும்பிச் சென்று விடலாமா என்று யோசித்தேன். அங்கே போய் என்ன செய்வது? இருந்த குமாஸ்தா வேலையையும் விட்டு விட்டு வந்தாயிற்று. எந்த வக்கீலிடம் குமாஸ்தாவாக வேலைக்குச் சேர்ந்தாலும் 50 ரூபாய்க்கு மேல் சம்பளம் பெயராது. ஜவுளிக்கடை, பாத்திரக்கடை என்று ஏதாவது கடைகளில்தான் போய் உட்கார வேண்டும். இதிலும் அதிகபட்சமாக போனால் 100 ரூபாய் சம்பளம் கிடைத்தாலே அதிகம்.

பெங்களூர் பாரத் எலக்ட்ரானிக் லிமிடெட்டில் என் நண்பன் ரவி வேலை பார்க்கிறான் என்பதை ஏற்கெனவே கூறியிருக்கிறேன். பெங்களூர் போனால்

வேறு ஏதாவது வேலை தேடலாம் என்று தோன்றியது. பெங்களூர் கிறிஸ்து கல்லூரியில்தான் கார்லோஸும் (தமிழவன்) வேலை பார்க்கிறார். கார்லோஸை பாளையங்கோட்டையில் வைத்தே அறிமுகம் உண்டு. நா. வானமாமலையின 'ஆராய்ச்சி' கூட்டத்தில் வைத்து அறிமுகம். அவர் மூலமாகக் கூட பெங்களூரில் ஏதாவது வேலைக்கு முயற்சி செய்து பார்க்கலாம் என்று தோன்றியது.

கணையாழியில் சுந்தர்ராஜன் 5ஆம் தேதி சம்பளம் கொடுப்பார். இந்த மாதச் சம்பளத்தை வாங்கிக்கொண்டு பெங்களூருக்குப் புறப்பட்டுவிட வேண்டியதுதான் என்று முடிவு செய்தேன். இளவேனில், கண்ணன், பாப்பையா அண்ணாச்சி எல்லோரிடமும் சொல்லிக்கொண்டேன். யாரும் எதுவும் சொல்லவில்லை. நம்பிராஜன் ஏற்கெனவே தனது புரூப் ரீடிங் வேலையை விட்டுவிட்டு ஊருக்கே கிளம்பிப் போயிருந்தார். அவருக்கும் சம்பளம் போதாத நிலைமைதான். வெறுமனே எஸ்.எஸ்.எல்.சி. மட்டுமே படித்தவர்களுக்கு 150, 200 ரூபாய்க்கு மேல் சம்பளம் வருகிற வேலை எதுவுமே இல்லை என்பதுதான் அன்றைய யதார்த்தம். தி.க.சி.யும் "சரி, போயிட்டு வாங்க" என்றுதான் சொன்னார்கள்.

இப்படியாக கணையாழியில் நான் செய்து வந்த 'இலக்கிய சேவை' 1974 மே 5ஆம் தேதியுடன் முடிவுக்கு வந்தது. எழுத்து, இலக்கியம் என்பதெல்லாம் வெறும் கானல்நீர் என்பது தெரிந்துவிட்டது. முழுநேர எழுத்தாளனாகவோ, பத்திரிகையாள னாகவோ வாழ்வது என்பது சாத்தியமில்லை. பசி, பட்டினி, வறுமை இவைதான் இலக்கியம் தந்த பரிசு. பிரபலமான பத்திரிகைகளில் வேலை கிடைத்தால் ஏதோ ஒருமாதிரியாகத் தப்பிக்கலாம். இல்லை ஏதாவது நல்ல வேலையிலிருந்து கொண்டு கதை, கவிதை என்று ஓய்வு நேரத்தில் எழுதிப் புஸ்தகம் போடலாம். இலக்கியப் பத்திரிகைகளில் வேலை பார்ப்பது அல்லது முழுநேர எழுத்தாளனாக வாழ்வது என்பது, தன் தலையைத் தானே கொய்து கொள்வதற்குத்தான் சமம்.

ஜெயகாந்தன், அகிலன் போன்றோரெல்லாம் எழுத்தை மட்டுமே நம்பியிருக்கவில்லை. அகிலன் அகில இந்திய வானொலியில் வேலை பார்த்தார். தி. ஜானகிராமன் கூட அகில இந்திய ரேடியோவில்தான் வேலை பார்த்தார். ஜெயகாந்தனின் மனைவி பள்ளி ஆசிரியை. அதனால் ஜெயகாந்தனின் சம்பாத்தியத்தை நம்பி அவர் குடும்பம் இல்லை. இந்திரா பார்த்தசாரதி தில்லியில் பேராசிரியராக வேலை பார்த்தார். சுஜாதா பாரத் எலக்ட்ரானிக்ஸில் வேலை பார்த்தார்.

ஒரு சிறுகதையோ, ஒரு நாவலோ வெளிவந்தால் அதைப் பாராட்ட நிறையப் பேர் இருப்பார்கள். ஆனால், அதை எழுதிய எழுத்தாளன் முழுநேர எழுத்தாளனாக இருந்தால், அவனுடைய ஜீவனோபாயத்துக்கு எந்த உத்திரவாதமும் இல்லை. சிறிது புகழ் இருக்கும்; ஆனால், பணமிருக்காது. இதுதான் எழுத்துலகம். இதுதான் இலக்கியம்.

எப்போது 5ஆம் தேதி வரும், சம்பளத்தை வாங்கிக் கொண்டு பெங்களூர் போகலாம் என்று நாட்களை எண்ணிக் கொண்டிருந்தேன். இரண்டு தினங்களுக்கு முன்பே சுந்தர் ராஜனிடம் சொல்லிவிட்டேன். இரவு பத்தரை மணிக்கு சென்னையிலிருந்து பெங்களூருக்கு ஒரு மெயில் செல்கிறது. சம்பளம் வாங்கிய அன்று இரவே அறையைக் காலி செய்து விட்டுப் பெங்களூர் புறப்பட்டேன்.

அறையில் என்னுடைய சொத்து என்று பிரமாதமாக எதுவுமில்லை. அதே இரண்டு வேஷ்டிகள், இரண்டு சட்டைகள், ஒரு துண்டு, இவற்றை வைத்துக்கொள்ள ஒரு துணிப்பை இவை தான் என்னுடைய ஆஸ்திகள். அதனால் உடனே அறையைக் காலி செய்துவிட்டுக் கிளம்பத் தோதாக இருந்தது.

அதற்கு முன் பெங்களூர் சென்றதே இல்லை. பெங்களூரில் இறங்கியதும் ஸ்டேஷனுக்கு எதிரே இருந்த பஸ் ஸ்டாண்டுக்குப் போனேன். ரவியின் அறை முகவரி என்னிடமிருந்தது. அவனது தொழிற்சாலையும், தங்கியிருந்த இடமும் ஜலஹள்ளியில் இருந்தன. ஜலஹள்ளி செல்லும் பஸ்ஸில் ஏறினேன். காலை ஏழரை, எட்டு மணி சுமாருக்கு ஜலஹள்ளி போய்ச் சேர்ந்தேன். அவனது அறை மெயின் ரோட்டின் மீதே இருந்தது. அது பாரத் எலக்ட்ரானிக்ஸின் குவார்ட்டர்ஸ்.

பஸ்ஸை விட்டு இறங்கியதுமே பின்புறம் அவனது அறை தான், அது ஒரு மூன்று மாடிக்கட்டிடம். இரண்டாவது மாடியில் ரவி தங்கியிருந்தான். அவனுடன் வேறு இரண்டு ஊழியர்களும் தங்கியிருந்தனர். ரவி என்னை எதிர்பார்க்கவில்லை. ‘குளித்து விட்டு வா... சாப்பிடலாம்...’ என்றான். அவனுக்கு 9.30க்கு அலுவலகம். அவர்களது குவாட்டர்ஸ்ஸுக்கு அருகில் இரண்டு கட்டிடம் தள்ளி ஒரு கேண்டீன் இருந்தது. அங்கே போய்ச் சாப்பிட்டோம். மதியச் சாப்பாட்டுக்கு அந்தக் கேண்டீனிலயே சொல்லி ஏற்பாடு செய்துவிட்டு வேலைக்குப் போனான்.

அவனும், அவனது அறை நண்பர்களும் சிலநாட்கள் தங்கள் அறையிலேயே சமையல் செய்துகொண்டனர். சில சமயங்களில் வெளியே கேண்டீனில் சாப்பிட்டுக்கொண்டனர். ரவிக்கு அந்தக் கேண்டீனில் கணக்கு இருந்தது.

ரவியுடைய அறைக்குப் போனபிறகு கார்லோஸுக்கு (தமிழவன்) அவரது கல்லூரி முகவரிக்குக் கடிதம் எழுதினேன். அவர் மறுநாளே பதில் எழுதினார். ஏதாவது வேலை பார்த்துத் தரும்படி கார்லோஸுக்கு எழுதினேன். அவரும் முயற்சிப்பதாகப் பதில் எழுதினார். ரவியின் அறையில் எந்தப் பிரச்னையுமில்லை. அவன், நல்ல வேலை கிடைக்கிற வரை இங்கேயே இரு என்று சொல்லிவிட்டான். வேளா வேளைக்குச் சாப்பாடு, தூக்கம் என்று நாட்கள் நகர்ந்துகொண்டிருந்தன.

பாரத் எலக்ட்ரானிக்ஸ் நிறுவனத்தைச் சுருக்கமாக 'பெல்' என்று அழைத்தனர். பல நூற்றுக்கணக்கான ஏக்கர் பரப்பில் பெல் நிறுவனமும், அதன் குடியிருப்புப் பகுதிகளும் பரந்து விரிந்து கிடந்தன. பெல் எஸ்டேட்டை அடுத்து ஹிந்துஸ்தான் டெலிபோன்ஸ் நிறுவனம் இருந்தது. அதுவும் மிகப்பெரிய பொது நிறுவனம்.

9, பாரத் எலக்ட்ரானிக்ஸ் குடியிருப்பு என்ற முகவரியில் தான் சுஜாதா இருந்து வந்தார். ஒருநாள் அவர் வீட்டுக்குச் சென்றேன். அவர் இல்லை. ரவியின் அறையருகேதான் சுஜாதாவின் வீடும் இருந்தது. ஆனால், அதன் பிறகு அவரைப் பார்க்க முயற்சிக்கவில்லை. சென்னையில் தி.க.சி., திருநெல்வேலியில் கல்யாணி, பாண்டிச்சேரியில் பிரபஞ்சன் என்று எல்லோருடனும் என் கடிதத் தொடர்புகள் தொடர்ந்து கொண்டிருந்தன.

பெங்களூர் வந்து இரண்டு மாதங்கள் ஆகிவிட்டன. வேலை கிடைக்கிற மாதிரி தெரியவில்லை. திருநெல்வேலிக்கே போய்விடலாமா என்று நினைத்தேன். ரவி என்னை வற்புறுத்தி அங்கேயே இருக்கச் சொல்லிவிட்டான். என்க்கோ வெட்டித் தீனி தின்றுகொண்டு நாட்களைக் கடத்துவது முள்ளின் மீது இருப்பதைப் போலிருந்தது.

ஒருநாள் பாண்டிச்சேரியிலிருந்து பிரபஞ்சன் ஒரு இன் லேண்ட் எழுதியிருந்தார். உடனே பாண்டிச்சேரி புறப்பட்டு வரும்படியும் 'வண்ணங்கள்' ஆசிரியர் சொக்கு சுப்பிரமணியத் தின் நண்பர் ஒருவர் பத்திரிகை ஆரம்பித்திருப்பதாகவும், அதில் வேலைக்குச் சேர்ந்துவிடலாம் என்றும் பிரபஞ்சன் எழுதியிருந்தார்.

மறுநாள் காலையில் பெங்களூரிலிருந்து பாண்டிச்சேரி செல்கிற பஸ்ஸில் பாண்டிச்சேரிக்குப் புறப்பட்டுவிட்டேன். ரவி பஸ் ஸ்டாண்டுக்கே வந்து பஸ் ஏற்றிவிட்டான். கையில் செலவுக்கு 100 ரூபாய் கொடுத்தான். பாண்டிச்சேரி பஸ் சாதாரண லோக்கல் பஸ். ஹோசூர், கிருஷ்ணகிரி, திருவண்ணாமலை, திருக்கோவிலூர், விழுப்புரம் என்று ஒவ்வொரு ஊராக நின்று நின்று பாண்டிச்சேரி வந்து சேர இரவாகி விட்டது.

விழுப்புரத்திலேயே மழை பிடித்துக்கொண்டது. பாண்டிச்சேரி பஸ் ஸ்டாண்டில் ஏழரை மணி சுமாருக்கு வந்து இறங்கும் போது மழை சற்று ஓய்ந்திருந்தது. பாண்டிச்சேரிக்கு அதற்கு முன்பு வந்ததில்லை. பிரபஞ்சனுடைய பாரதி வீதி முகவரியைத் தேடிக் கண்டுபிடித்தேன். பிரபஞ்சன் வீட்டிலிருந்தார். சிறிது நேரம் பேசிக்கொண்டிருந்தோம். பிரபஞ்சனுடைய அம்மா எங்களுக்கு உப்புமா பரிமாறினார்கள். உப்புமாவைச் சாப்பிட்டு விட்டு பிரபஞ்சன் வீட்டிலேயே படுத்துக்கொண்டேன்.

பிரபஞ்சனுடைய இரண்டாவது மகன் கௌரி சங்கர் அப்போதுதான் பிறந்திருந்தான். குழந்தை தொட்டிலில் கிடந்தது. காலையில் சொக்கு சுப்பிரமணியத்தைப் பார்ப்போம் என்று பிரபஞ்சன் சொன்னார். பிரபஞ்சன் வீட்டிலேயே காலையில் குளித்துவிட்டு இட்லி சாப்பிட்டேன். பக்கத்தில்தான் சொக்கு சுப்பிரமணியனின் வீடு. சொக்கு சுப்பிரமணியன் மத்திய அரசில் பணியாற்றி வந்தார். ஃபீல்ட் பப்ளிஸிட்டி ஆபீஸராக வேலை பார்த்து வந்தார்.

என்னையும் பிரபஞ்சனையும் சொக்கு சந்தோஷத்தோடு வரவேற்றார். அவர் வீடு நேரு வீதியில் இருந்தது. பிரபஞ்சன் வீட்டை விடச் சற்றுப் பெரிய, வசதியான வீடாக அது இருந்தது. அவருக்கு ஒரே ஒரு மகன். அவரது மனைவியும், மகனும் அவர்களது சொந்த ஊருக்குச் சென்றிருந்தனர். வீட்டில் சொக்கு சுப்பிரமணியம் மட்டும்தான் தனியே இருந்துவந்தார். அவர் அதிகாரி என்பதால் அவருக்கு ஜீப், வீட்டில் வேலை பார்க்கும் உதவியாளர் என்று வசதிகள் இருந்தன.

சொக்கு சுப்பிரமணியம் செட்டிநாட்டுக்காரர். நகரத்தார். பரம்பரையாகவே செல்வந்தர். மிக இனிமையான சுபாவங்களைக் கொண்டவர். தன் சொந்தப் பணத்தைப் போட்டு, இலக்கியத்தின் மீதான ஆர்வத்தினால், 'வண்ணங்கள்' என்ற சிற்றிதழை நடத்தி வந்தார். என்னை, அவருடைய வீட்டு மாடியிலேயே தங்கிக்கொள்ளலாம் என்று சொன்னார்.

ஒன்பதரை மணி சுமாருக்கு என்னையும் பிரபஞ்சனையும் அவரது அலுவலக ஜீப்பில் ஏற்றிக்கொண்டு கவர்னர் மாளிகையருகே உள்ள கொம்பாஞ்ஜி தெருவுக்கு அழைத்துச் சென்றார். அங்குதான் 'புதுவைக்குரல்' என்ற தினசரியின் அலுவலகம் இருந்தது. மிகப்பெரிய வீடு அது. ஒரு புறம் அச்சகமும், இன்னொரு புறம் குடித்தனமும் இருந்தது. புதுவைக் குரலின் ஆசிரியர் எம்.பி. ஜான். ஒரு மலையாளி. அப்போதே அவருக்கு எழுபது வயதுக்கு மேலிருக்கும். அவர் ஆங்கிலத்தில் கவிதைகள் எழுதும் கவிஞரும் கூட. நல்ல சிவந்த மேனி. மிருதுவான

குரல். மெலிந்த திரேகம். என்னையும் பிரபஞ்சனையும் அவரிடம் சொக்கு சுப்பிரமணியம் அறிமுகப்படுத்தினார்.

டெலிபிரிண்டரில் வரும் செய்திகளை மொழிபெயர்க்க வேண்டும். உள்ளூர் செய்திகளையும் பிரசுரிக்க வேண்டும். பெயருக்குத்தான் ஜான் ஆசிரியர். எல்லாப் பொறுப்பையும் நான்தான் கவனித்துக்கொள்ள வேண்டும். 200 ரூபாய் சம்பளம் என்று ஜான் கூறினார். பரவாயில்லை என்று தோன்றியது. சம்மதம் தெரிவித்து அன்றே வேலையிலும் சேர்ந்துவிட்டேன்.

டேபுளாயிட் சைசில் மாலையில் வெளியாகும் தினசரி 'புதுவைக்குரல்.' அன்றுமுதல் அதில் பணியில் அமர்ந்தேன்.

35

'புதுவைக் குரல்' நான்கு பக்க தினசரி. நான்கு பக்கங்களையும் நானே எழுதி நிரப்ப வேண்டியதிருந்தது. டெலி பிரிண்டரில் வரும் செய்திகளை யந்திர கதியில் மொழிபெயர்த்துக் கம்போஸிங்கிற்குக் கொடுப்பேன். கையால்தான் அப்போது அச்சு கோர்க்க வேண்டும். ஆனால், அதிர்ஷ்டவசமாக ஆறேழு பேர் அச்சு கோர்ப்பதற்கு இருந்தனர். அதனால் வேகமாக வேலை நடந்தது.

உள்ளூர் செய்திகளைச் சேகரிப்பதற்கென்று ஆரம்பத்தில் ரிப்போர்ட்டர் யாருமில்லை. சொக்கு சுப்பிரமணியம்தான் தனது அலுவலகத் தொடர்புகளை வைத்து முக்கியமான உள்ளூர் செய்திகளை எழுதித் தந்து வந்தார். மாலை ஐந்து மணிக்குள் பேப்பர் தயாராகிவிடும். ஒரு பையன் அவற்றை சைக்கிளில் கட்டி எடுத்துக்கொண்டு கடைகளுக்கும், வீடுகளுக்கும் போட்டுவந்தான். விலை 25 பைசா.

எம்.பி.ஜான் அகில இந்திய அளவில் அறியப்பட்டிருந்த ஆங்கிலக் கவிஞராக இருந்தார். உள்ளூரில் சில கட்சிப் பிரமுகர்கள், அரசு உயர் அதிகாரிகள், இவர்களைத் தவிர அரவிந்த ஆசிரமத்திலும் கணிசமான செல்வாக்கு உள்ளவராக இருந்தார். அரசு விளம்பரங்கள் கிடைக்கும் என்ற எதிர் பார்ப்பில்தான் அவர் புதுவைக் குரலைத் துவக்கி யிருக்க வேண்டும். ஆனால், அரசு விளம்பரங்கள் கிடைக்கவில்லை.

அச்சகத்தில் இரண்டே இரண்டு டிரெடில் மிஷின்கள்தான் இருந்தன. ராஜேந்திரன் என்பவர் போர்மேனாக இருந்தார். அவரையும் இரண்டு மிஷின் மேன்களையும் தவிர ஏழு பெண்கள் கம்போஸிங் பிரிவில் வேலை பார்த்தனர். வெளி

வேலைகளையும் எடுத்துச் செய்து வந்தனர். எம்.பி. ஜானின் மகளும், மகனும் அச்சகத்தை நிர்வகித்து வந்தனர்.

நான் காலை ஒன்பது மணிக்குப் பிரஸ்ஸுக்குப் போய் விடுவேன். மாலை பத்திரிகை வெளியே போனதும் புறப்பட்டு விடுவேன். வேலைக்குச் சேர்ந்த முதல் வாரம் முழுவதும் சொக்கு சுப்பிரமணியத்தின் வீட்டில்தான் தங்கியிருந்தேன். அவர் மனைவியும், மகனும் ஊரிலிருந்து வந்த பிறகு சொக்கு என்னை அவரது அலுவலகத்தில் தங்கிக்கொள்ளச் சொன்னார். காலை ஏதாவது ஒரு ஹோட்டலில் சாப்பிடுவேன். மத்தியானச் சாப்பாட்டை பாண்டிச்சேரி சட்டமன்றக் கட்டிடத்துக்குப் பின்னாலிருந்த கேண்டீனில் சாப்பிட்டேன்.

பிரபஞ்சன் ஒரு பழைய டிரெடில் மிஷினை வைத்து, ஒரு ஆளைச் சம்பளத்துக்குப் போட்டு 'பாரதி அச்சகம்' என்ற சிறு அச்சகத்தை நடத்தி வந்தார். அலுவலகம் முடிந்ததும் நேரே பிரபஞ்சனுடைய அச்சாபீசுக்குச் சென்றுவிடுவேன். இரவு ஒன்பது மணிவரை பிரபஞ்சனும் நானும் எதிரெதிரே நாற்காலிகளைப் போட்டு இலக்கியத்தைப் பற்றிப் பேசிக் கொண்டிருப்போம். அப்போது எழுத்தைப் பற்றிப் பேசுவது பேசப் பேச திகட்டாததாக இருந்தது.

பிரபஞ்சனுடைய பாரதி அச்சகத்தில் எப்போதாவது திருமணப் பத்திரிகை அச்சடிக்கும் வேலை வரும். பூமணி தனது முதல் சிறுகதைத் தொகுப்பை (வயிறுகள்) பிரபஞ்சனிடம் கொடுத்து அச்சிட்டுத் தருமாறு கூறியிருந்தார். அவரது பிரஸ்ஸில் இருந்த எழுத்துக்கள் மிகமிகக் கொஞ்சம். கிரௌன் சைஸில் ஒரு பாரம் கம்போஸிங் செய்கிற அளவுக்குக்கூட பாரதி அச்சகத்தில் டைப்புகள் இல்லை. அதிகபட்சமாகப் போனால் இரண்டு பக்கங்களுக்கு டைப்புகள் இருந்தாலே அதிகம். அதை வைத்துக்கொண்டு எப்படிப் புஸ்தகத்தை அச்சிட முடியும். ஆனாலும் ஏதோ ஒரு நம்பிக்கையில் பூமணியிடம் அந்தப் புத்தக வேலையை வாங்கி வைத்திருந்தார் பிரபஞ்சன்.

புஸ்தக வேலை முடிந்துவிட்டதா, முடிந்துவிட்டதா என்று பூமணியிடமிருந்து அடிக்கடி கடிதம் வரும். நானும், பிரபஞ்சனும் சார்மினார் சிகரெட்களைக் காலி செய்து கொண்டு இலக்கியம் பேசிப் பொழுதைக் கழித்தோம். பிரபஞ்சன் வீட்டுக்கு அருகில் அவரது பால்ய கால நண்பரான இளங்கோவின் குடும்பம் இருந்தது. பிரபஞ்சனும் இளங்கோவும் தஞ்சை கரந்தைத் தமிழ்ச் சங்கத்தில் தமிழ் படித்தவர்கள். இளங்கோவுக்கு அபாரமான நகைச்சுவையுணர்வு உண்டு. அவர் கட்டிட கான்ட்ராக்ட் வேலைகளை எடுத்துச் செய்து வந்தார். பிரபஞ்சன்,

இளங்கோ, நான் மூவரும் வாரத்துக்கு இரண்டு, மூன்று திரைப்படங்களாவது பார்த்துவிடுவோம். எல்லாமே இரவு 10.30 மணிக் காட்சிகள்தான்.

பிரபஞ்சனுடைய அச்சகத்திற்கருகே, சில கட்டிடங்கள் தள்ளி தினத்தந்தியின் பாண்டிச்சேரி அலுவலகம் இருந்தது. செந்தூர்பாண்டி தினத்தந்தியின் பாண்டிச்சேரி கரஸ்பான் டெண்ட். செந்தூர்பாண்டி எனக்கு நல்ல நண்பராகிவிட்டார். பிறகு 80களில் அவர் வேலூர் தினத்தந்தி பதிப்பில் வேலை பார்த்தார்.

நான் புதுவைக்குரலில் வேலைக்குச் சேர்ந்த பிறகு இரண்டு வாரங்கள் கழித்து, ஜான் இரண்டு பேரைப் புதிதாக வேலைக்கு நியமித்தார். ஒரு பெண்ணைக் கணக்கு வழக்கு களைக் கவனித்துக்கொள்ளும் அக்கௌண்டெண்டாக நியமித்தார். கிருஷ்ணமூர்த்தி என்ற இளைஞரைப் புதுவைக்குரலின் ரிப்போர்ட்டராக நியமித்தார்.

கிருஷ்ணமூர்த்தி மிகத் துடிப்பானவர். பாண்டிச்சேரியில் ஒரு பிரஸ் மீட் விடாமல் தனது சைக்கிளிலேயே சென்று அட்டெண்ட் செய்துவிடுவார். அரசியல் செய்திகள், நீதிமன்றச் செய்திகள் என்று ஏராளமான செய்திகளைக் கிருஷ்ணமூர்த்தி கொண்டு வருவார். நாலு பக்கப் பத்திரிகையில் எவ்வளவுதான் பிரசுரிக்க முடியும்?

பிரபஞ்சன் பொருளாதாரரீதியாக மிகவும் சிரமப்பட்டுக் கொண்டுதான் இருந்தார். ஆனால் தனது கஷ்டங்களை வெளியே காட்டிக்கொள்ளமாட்டார். அந்த அச்சகத்தில் வருவாயே இல்லை, ஆனால், அதற்கு வாடகை, சம்பள ஆள் என்று செலவுக்கு மட்டும் குறைவில்லை. அந்தச் சமயத்தில் நிறைய சிறுகதைகள், கவிதைகளை பிரபஞ்சன் எழுதினார்.

கோயமுத்தூரிலிருந்து வெளிவந்து கொண்டிருந்த ‘வானம் பாடியில்’ நிறையக் கவிதைகள் வெளிவந்தன. வானம்பாடியில் பாண்டிச்சேரியிலிருந்து மகாபிரபு, ராஜரிஷி போன்றவர்களும் கவிதைகள் எழுதினர். இவர்களது கவிதைகள் அந்த நாட்களில் கணையாழி, கொல்லிப்பாவை, நீலக்குயில், சதங்கை போன்ற பத்திரிகைகளிலும் வெளிவந்ததாக ஒரு நினைவு.

இவர்களைத் தவிர ஆங்கில, பிரெஞ்சு இலக்கியங்களில் நல்ல பரிச்சயமுள்ள காரை சிபி என்ற கட்டுரையாசிரியரும் பாண்டிச்சேரியில் இருந்தார். காரை சிபியின் இயற்பெயர் சிசே. பிலோமிநாதன். பாண்டிச்சேரி சப் ரிஜிஸ்திரராகப் பணியாற்றி வந்தார். பிரபஞ்சன் என்னை இவரிடம் அறிமுகம்

செய்து வைத்தார். காரை சிபி மிகுந்த நெருக்கம் பாராட்டிப் பழகினார். பல நாட்கள் அவரது வீட்டில் பிரபஞ்சனும், நானும் மணிக்கணக்காகப் பேசிக்கொண்டிருந்திருக்கிறோம். காரை சிபி புதுவைக் குரல் வாசகரும்கூட. பணமுடை என்றால் அவசரத்துக்கு காரை சிபியிடம்தான் கடன் வாங்குவோம்.

1974 ஆகஸ்டில் பாண்டிச்சேரி சென்றேன். நவம்பர் இதழிலிருந்து கணையாழியில் எனது கடல்புரத்தில் நாவலின் சுருக்கம் தொடராக வெளிவர ஆரம்பித்தது. பாண்டிச்சேரிக்குக் கணையாழி 5 பிரதிகள்தான் வந்தன. அதனால் கணையாழியைத் தேடிப் படிப்பது கடினமாக இருந்தது. நண்பர்கள் சொல்லித்தான் கணையாழியில் அது வெளிவருவதே தெரியும்.

சொக்கு சுப்பிரமணியத்தின் அலுவலகத்தில் கிணறு இருந்தது. அதனால் குளிக்க வசதிதான். ஆனால் படுக்கை, விரிப்பு எதுவும் இல்லை. பணம் கொடுத்து அவற்றை வாங்கவும் வழியில்லை. அந்த அலுவலகத்தில் நீளமான மேஜை ஒன்று கிடந்தது. அதில்தான் தலையணைகூட இல்லாமல் வெறும் பலகைமீது படுத்துத் தூங்குவேன். இரவு கடுமையான கொசுக்கடி. பல இரவுகள் சிவராத்திரிதான். இதை யாரிடமும் சொல்லவு மில்லை.

அது மத்திய அரசின் தகவல் விளம்பரத்துறையின் அலுவலகம் என்பதால் அந்த அலுவலகத்தின் சார்பில் தினசரி எங்காவது கிராமத்தில் கலை நிகழ்ச்சிகள் நடைபெறும். அவற்றில் கலந்துகொண்டு பாட சென்னையிலிருந்து லம்போதர பாகவதர் என்பவர் பாண்டிச்சேரிக்கு வந்திருந்தார். அவரும் என்னுடன் அந்த அலுவலகத்தில்தான் தங்கினார். பத்துப் பதினைந்து நாட்கள் வரை அவருடன் தூக்கமற்ற இரவுகளைக் கழித்தேன். பாவம், கொசுக்கடியால் அவரும் ரொம்பக் கஷ்டப் பட்டார்.

பிரபஞ்சன் தனது வீட்டருகே அப்பளம் தயாரித்து விற்பனை செய்யும் பிரம்மச்சாரிகள் மூன்று நான்கு பேர் ஒரு மாடியை வாடகைக்கு எடுத்துத் தங்கியிருப்பதாகவும், அவர்களோடு நீங்களும் தங்கலாமே என்றும் யோசனை சொன்னார். ஒரு ஞாயிற்றுக்கிழமை எனது துணிமணி களை எடுத்துக் கொண்டு அந்த அப்பளமிடும் நண்பர்களுடன் போய்த் தங்க ஆரம்பித்தேன்.

அவர்கள் எல்லோரும் மலையாளிகள். என்னை அவர்கள் 'கவி' என்று அழைத்தனர். அவர்களே சமைத்துச் சாப்பிட்டு வந்தனர். அந்த மாடி எனக்கு வசதியாக இருந்தது. சொக்கு சுப்பிரமணியத்துக்கு அவரது அலுவலகத்தை விட்டு நான்

வேறு இடத்துக்குப் போனதில் கொஞ்சம் வருத்தம்தான். அந்த மலையாள நண்பர்களின் மாடியில் ஒரு பால்கனி இருந்தது. அந்தப் பால்கனியை எனக்கு மிகவும் பிடித்தது. பிரபஞ்சன் என்னைச் சந்திக்க வந்தாலும் அந்தப் பால்கனியில் போய் உட்கார்ந்துகொள்வார். என்னுடைய பங்காக 50 ரூபாய் வாடகை கொடுத்தால் போதும் என்று பிரபஞ்சன்தான் வாடகை பேசி முடித்தார்.

இடையே தீபாவளி வந்தது. தீபாவளி மலர் போடலாம் என்று முடிவானது. நான் கல்யாணி, விக்ரமாதித்யன், கலாப்ரியா, ஆர். சூடாமணி, பூமணி என்று பல எழுத்தாளர்களுக்கும், கவிஞர்களுக்கும் எழுதிக் கேட்டேன். விக்ரமாதித்யன் தன்னுடைய கவிதை ஒன்றையும், ஆர். சூடாமணி தன்னுடைய சிறுகதை ஒன்றையும் அனுப்பியிருந்தார்கள். வேறு யாரும் படைப்பு களை அனுப்பவில்லை. பத்துப் பக்கங்களுடன் தீபாவளிக்கு முன்தினம் புதுவைக்குரலின் தீபாவளி மலர் வெளிவந்தது.

பஞ்சாப் நேஷனல் வங்கியில் ஆர். நாகராஜன் என்பவர் பணிபுரிந்து வந்தார். ஆர். நாகராஜன் நல்ல ஓவியரும்கூட. பிரபஞ்சனுக்கு அவர் நல்ல நண்பர். நாகராஜன் பிரபஞ்சனிடம் என்னை அவர் வீட்டுக்கு ஒரு ஞாயிற்றுக்கிழமை அழைத்துக் கொண்டு வருமாறு கூறியிருந்தார். ஒரு ஞாயிற்றுக்கிழமை பிரபஞ்சன் என்னை அழைத்துக்கொண்டு நாகராஜன் வீட்டுக்குச் சென்றார். நாகராஜனுடைய வீடு குயில் தோப்பின் அருகே இருந்தது.

36

ஓவியர் ஆர். நாகராஜன் நவீன ஓவியர்களில் மிக முக்கியமானவர். அவர் வங்கியில் பணியாற்றி னாலும் அவருடைய மனம் பூராவும் ஓவியத்தில்தான் லயித்துக் கிடந்தது. கலாஷேத்திராவில் பயின்று, அதன் அங்கமாகவே ஆகிப்போன நடனக் கலைஞர் கிருஷ்ணவேணி நாகராஜனின் சகோதரி.

நாகராஜனின் வீட்டுக்கு நானும் பிரபஞ்சனும் சென்றபோது பதினோரு மணி இருக்கும். அவரது வீடு பாண்டிச்சேரியின் புறநகரில் பாரதியின் குயில் தோப்புக்கு அருகே இருந்தது. ஒரு மாடி போர்ஷனில் அவர் குடியிருந்தார். நாங்கள் நாகராஜன் வீட்டுக்குச் சென்றபோது, அங்கே ஏற்கெனவே, அவருடன் வங்கியில் பணியாற்றும் நண்பரும் அவரது மனைவியும் இருந்தனர். அவர்களும் நாகராஜன் குடும்பத்தாரைச் சந்திக்க வந்திருந்தனர்.

நாகராஜன் எங்களைத் தன் வங்கி நண்பருக்கும், அவரது மனைவிக்கும் அறிமுகம் செய்து வைத்தார். நாகராஜனின் நண்பர் உயரமாக, ஒல்லியாக இருந்தார். அந்த நண்பரின் மனைவி கணவரை விட அழகாக இருந்தார். பொதுவாகவே பெண்கள் அழகானவர்கள் தானே? அந்தத் தம்பதியைப் பார்த்ததுமே அந்த ஆணுக்கு இந்தப் பெண் ஏற்ற ஜோடியல்ல என்று தோன்றியது.

நாகராஜனின் மனைவிதான் இப்போது கவிஞராக அறியப்படுகிற 'க்ருஷாங்கினி'. க்ருஷாங்கிணி அப்போது எழுத ஆரம்பிக்க வில்லை. ஆனால், கணவரைப் போலவே அவருக்கு இலக்கியத்திலும் மிகுந்த ஈடுபாடு இருந்தது.

க்ருஷாங்கிணி எங்களையெல்லாம் பலமாக உபசரித்தார். பேசிக்கொண்டே காபி சாப்பிட்டோம். நாகராஜன் தன் வங்கி நண்பரிடம், "உங்க

ஒய்ஃப்தான் நல்லா பாடறவங்களாச்சே... அவங்களைப் பாடச் சொல்லுங்களேன்..." என்று கேட்டார். அந்தப் பெண் சிறிது சங்கோஜப்பட்டார். ஆனால், சமாளித்துக் கொண்டு பாட ஆரம்பித்தார். அவரது குரல் ரொம்ப இனிமையாக இருந்தது. அவர் தெலுங்குக் கீர்த்தனைதான் பாடினார் என்றாலும், அவரது சங்கீதம் மொழியைத் தாண்டி எல்லோரையும் ஈர்த்தது. மெய்மறந்து கேட்டுக்கொண்டிருந்தோம்.

அந்த அறையின், அந்த வீட்டின் சூழலையே அவரது இசை மாற்றிவிட்டது. பாடி முடித்ததும் எல்லோரும் பாராட்டினோம். சிறிது நேரம் பேசிக்கொண்டிருந்து விட்டு அந்தத் தம்பதியர் புறப்பட்டனர். அவர்கள் சென்ற பிறகு நாகராஜன், தனது ஓவியங்களை எங்களுக்குக் காண்பித்தார். ஒரு ஏழெட்டு கேன்வாஸ்களில் தென்னை மரத்தின் தோற்றங்களை விதவித மாக ஓவியமாக்கியிருந்தார். தென்னை ஓலைகளை நிழலும் வெளிச்சமும் கலந்து தீட்டியிருந்தார்.

அந்தப் பெண்ணின் மதுரமான பாட்டு, நாகராஜனின் அற்புதமான தென்னைமர ஓவியக் கேன்வாஸ்கள், நாகராஜன் மனைவியின் மதியச் சாப்பாடு எல்லாம் சேர்ந்து அந்த ஞாயிற்றுக் கிழமையை, மறக்க முடியாத கிழமையாக ஆக்கியிருந்தன. மூன்று மணி வரை அங்கே இருந்துவிட்டு நானும் பிரபஞ்சனும் புறப்பட்டோம். அந்தப் பெண்ணின் பாட்டும், நாகராஜனின் நவீன ஓவியங்களும் மனதில் ரீங்கரித்துக் கொண்டே இருந்தன. அவற்றிலிருந்து மீள்வது சிரமமாக இருந்தது. அந்த அமானுஷ்ய மான சங்கீத, ஓவிய அனுபவத்திலிருந்து மீண்டு, புதுவைக் குரலுக்காகச் செய்திகளை மொழிபெயர்ப்பது என்ற அன்றாட லௌகீகத்தில் இறங்குவதற்குப் படாத பாடு பட்டேன்.

இரண்டு மூன்று தினங்கள் கழித்து நாகராஜனின் ஓவியங்களைப் பற்றி ஒரு நீண்ட கட்டுரை எழுதினேன், அவர் வீட்டில் பாடிய அந்தப் பெண்ணின் நினைவை வைத்து 'ராஜநாகம்' என்ற சிறுகதையையும் எழுதினேன்.

அப்போது விருதுநகரிலிருந்து 'தெறிகள்' என்ற சிற்றிலக்கிய இதழ் வெளிவந்து கொண்டிருந்தது. உமாபதி ஆசிரியப் பொறுப்பேற்று நடத்தி வந்தார். நாகராஜனின் ஓவியங்களைப் பற்றிய கட்டுரையை 'தெறிகள்' பத்திரிகைக்கு அனுப்பி வைத்தேன். கட்டுரையைப் பெற்றுக்கொண்ட சில தினங்களிலேயே உமாபதி, அடுத்து வரும் இதழில் கட்டுரையைப் பிரசுரிப்பதாக எழுதி யிருந்தார். ஆனால், ஒன்றிரண்டு மாதங்களிலேயே உமாபதி, விருதுநகரிலிருந்து நாகர்கோவிலுக்குத் தனது வங்கிப் பணியின் நிமித்தம் மாற்றலாகிச் சென்றுவிட்டார்.

பாண்டிச்சேரி ரோமன் ரோலண்ட் நூலகம் நான் வேலை பார்த்து வந்த புதுவைக் குரல் அலுவலகத்தின் எதிரேதான் இருந்தது. ரோமன் ரோலண்ட் நூலகம் ஒரு புஸ்தகச் சுரங்கம். பேர்லாகர் க்விஸ்ட்டின் 'அன்புவழி' போன்ற மகத்தான உலக இலக்கியங்களை எல்லாம் அந்த நூலகத்திலிருந்து எடுத்துச் சென்று படித்தேன். காரை சிபி, சில பிரெஞ்சு நாவல்களின் ஆங்கில மொழிபெயர்ப்புகளைக் கொடுத்துப் படிக்கச் சொன்னார். பாண்டிச்சேரியில் இருந்த நாட்களில் உலக இலக்கியங்களில் திளைத்தேன். அவை என் இலக்கிய அறிவைப் பட்டை தீட்டின. இலக்கியக் கலையின் நுட்பமானதும், ஆழமானதுமான பகுதிகள் என்னைத் தூங்கவிடாமல் செய்தன.

பிரபஞ்சன் தனது வேறு மூன்று நெருங்கிய நண்பர்களையும் எனக்கு அறிமுகம் செய்துவைத்தார். ஒருவர் ஸிரில் ஆண்டனி. இவர் புதுவை அரசில் கல்வி, பண்பாட்டுத் துறைச் செயலராக இருந்தார். இன்னொருவர் ஆர். செல்வராஜ். செல்வராஜ் புதுவை வானொலியில் பணிபுரிந்து வந்தார். செல்வராஜ் அக்கால 'தாமரை' பத்திரிகையில் ஒன்றிரண்டு சிறுகதைகளும் எழுதியிருந்தார். மூன்றாவது அறிமுகமானவர் கண்ணன். கண்ணன் அப்போது பாண்டிச்சேரி இளைஞர் காங்கிரஸில் செயல்பட்டுவந்தார். பின்னர் 80களில் புதுவை அமைச்சரவை யில் அமைச்சராக இருந்தார். காங்கிரஸிலிருந்து விலகி தனிக் கட்சியை ஆரம்பித்து, இப்போது மீண்டும் காங்கிரஸிலேயே இணைந்துவிட்டார். இவர்களுடைய நட்பு பிரபஞ்சனால்தான் கிடைத்தது.

புதுவைக்குரல் வருமானம் வாய்க்கும் கைக்குமாக இருந்தது. பெரும்பாலும் பற்றாக்குறைதான். பிரபஞ்சனும் என்னைப் போலவே போதுமான வருமானம் இல்லாமல் கஷ்டப்பட்டுக் கொண்டிருந்தார், என்னுடைய 200 ரூபாய் சம்பளம் சிறிது கூடப் போதவில்லை. வேலைக்குச் சேர்ந்து நான்கைந்து மாதங்கள் முடிந்துவிட்டன. எப்படியோ மூச்சை இழுத்துப்பிடித்து காலத்தை ஓட்டிக்கொண்டிருந்தேன். ஒரு சமயம் வண்ணதாசனுக்குக் கடிதம் எழுதிப் பணவுதவி கேட்டேன். இரண்டு மூன்று தினங்களிலேயே 25 ரூபாய் அனுப்பி உதவினார்.

கணையாழியில் எனது 'கடல்புரத்தில்' நாவல் தொடராக வந்துகொண்டிருந்தது. அதற்கு ஏதாவது சன்மானம் கிடைத்தால் உதவியாக இருக்கும். நானும் கேட்கவில்லை, கேட்பதற்குக் கூச்சம். ஆனால், பின்னால், பாண்டிச்சேரியை விட்டுக் கிளம்பு கிறபோது, அந்தச் சன்மானத்தை நானே கேட்டு எழுதி வாங்க வேண்டியதாயிற்று.

இதற்கு நடுவில் என் பால்யகால நண்பன் ரவிக்குத் திருமணம் நிச்சயமாகியிருந்தது. (பெங்களூரில் BHELஇல் வேலை பார்க்கும் ரவிதான்) சென்னையில் கல்யாணம். என்னைத் திருமணத்துக்கு வரச் சொல்லி, வழிச் செலவுக்குப் பணமும் அனுப்பி வைத்திருந்தான். ஆசிரியர் எம்.பி. ஜான் விடுமுறை தந்து அனுப்ப யோசித்தார். என் வேலையை யார் பார்ப்பது என்ற பிரச்னை. ரிப்போர்ட்டர் கிருஷ்ணமூர்த்திக்கு மொழி பெயர்ப்பில் பரிச்சயம் இல்லை. கடைசியில், எப்படியோ சமாளித்துக்கொள்கிறேன் ஆனால் இரண்டே நாளில் திரும்பி வந்து விடவேண்டும் என்று சொன்னார் ஜான்.

கல்யாணம் சென்னையில்தான் என்றாலும், பாளையங் கோட்டையில் திருமண வரவேற்பு இருந்தது. அதற்கும் வர வேண்டும் என்று எழுதியிருந்தான் ரவி. ஜானிடம் கெஞ்சி எப்படியோ நான்கு நாட்கள் லீவு வாங்கிவிட்டேன்.

சென்னையில் திருமணம் முடிந்த இரண்டாவது தினம் பாளையங்கோட்டையில் வரவேற்பு. ரவி தன் குடும்பத்தினரோடு எனக்கும் சேர்த்து திருநெல்வேலிக்கு ரயிலில் முன்பதிவு செய்திருந்தான். அவர்களுடன் நானும் பாளையங்கோட்டை சென்றிருந்தேன். திருமணம் முடிந்த மறுநாள் திருநெல்வேலி யிலிருந்து பாண்டிச்சேரிக்குப் புறப்பட்டேன். காலை எட்டரை மணிக்கு பஸ் ஏறினேன்.

மதியம் மூன்று மணி சுமாருக்குப் புதுக்கோட்டை, தஞ்சாவூர் மார்க்கத்தில் பஸ் சென்றுகொண்டிருந்தபோது சாரி சாரியாக மாட்டுவண்டிகள் சென்றன. வண்டிகளில் பெண்கள், வயதானவர்கள், குழந்தைகள் எனப் பாத்திர பண்டங்கள், துணிமூட்டைகளுடன் பயணம் செய்தனர். வண்டிகளின் பின்னே இளைஞர்கள் நடந்து வந்தனர். சிறிது தூரத்தில் மீண்டும் இதேபோல் வண்டிகளில் செல்லும் குடும்பங்கள் தென்படும். தஞ்சாவூர், கும்பகோணம் வருகிறவரை தொடர்ந்து இதுபோல் குடும்பம் குடும்பமாக வண்டிகளில் சென்று கொண்டிருந்தனர்.

காபி சாப்பிடுவதற்காக ஒரு இடத்தில் பஸ்ஸை நிறுத்தின போது, இப்படி வண்டிகளில் குடும்பம் குடும்பமாக எங்கே போகிறார்கள் என்று விசாரித்தேன். அவர்கள் ராமநாதபுரம் மாவட்டத்திலிருந்து வேலை செய்து பிழைப்பதற்காகக் குடும்பம் குடும்பமாக வந்துகொண்டிருக்கிறார்கள் என்பது தெரிந்தது. அந்த வருஷம் மாநிலம் முழுவதும் கடுமையான வறட்சி. பருவமழை பொய்த்துவிட்டது. குளம், கண்மாய்கள், ஆறுகள் எல்லாம் வறண்டு கிடந்தன. கிராமப்புறங்களில் விவசாயம் அறவே

நின்றுவிட்டது. அதனால் சற்று வளமான தஞ்சை மாவட்டத்தில் ஏதாவது விவசாய வேலைகள் செய்து பிழைக்கலாம் என்று அவர்கள் சென்றுகொண்டிருந்தனர்.

இந்த விஷயம் என்னை வெகுவாகப் பாதித்தது. பாண்டிச்சேரிக்கு என் அறைக்கு வந்த பின்பும் அந்தக் கருத்து மெலிந்த மனிதர்களின் முகங்களும், வண்டிகளை இழுத்துச் சென்ற மாடுகளின் கண்ணீர்க் கறை படிந்த கண்களும் என் நினைவில் திரும்பத் திரும்ப வந்துகொண்டிருந்தன. சொந்த ஊரில் வாழ வழியில்லாமல் போவதென்பது எவ்வளவு கொடிய துயரம்.

அந்தத் துயரத்தை மறப்பதற்கு எனக்குப் பல தினங்கள் பிடித்தன. ஒரு இரவு மிக நீண்ட சிறுகதை ஒன்றை எழுதினேன். அதற்கு 'எஸ்தர்' என்று பெயரிட்டேன். அப்போதும் அந்த விவசாயிகளை மறக்க முடியவில்லை. மறுநாளே இன்னொரு சிறுகதையும் எழுதினேன். அதற்கு 'மிருகம்' என்று தலைப்பு வைத்தேன். அந்த இரண்டு சிறுகதைகளையும் கணையாழிக்கு அனுப்பி வைத்தேன்.

37

1975 மார்ச் இறுதி வாரத்திலேயே 'புதுவைக் குரல்' நிற்கப் போகிறது என்பது தெரிந்துவிட்டது. ஆசிரியர் ஜானின் மகன் கிரண் என்னிடம் "இந்த மாதத்தோட ஜர்னலை நிறுத்திடலாம்னு இருக்கோம்" என்று சொன்னார். ஏழு மாதமாக ஏதோ வேலை என்ற ஒன்று இருந்தது. இனி அதுவும் இல்லை. அவர்களுடைய அச்சகத்தில் வேறு வேலையும் இல்லை. புதுவைக் குரல் தினசரி 500 பிரதிகள் அச்சடிக்கப்பட்டாலும், அது நஷ்டத்தில்தான் ஓடியது. இது அச்சகத்தில் பணிபுரிகிற எல்லோருக்குமே தெரிந்த விஷயம்தான்.

மார்ச் மாதச் சம்பளம் 200 ரூபாய் வந்துவிடும். ஆனால், அந்தப் பணம் ரூம் வாடகைக்கும், மாதச் சாப்பாட்டுக்குமே போதாது. ஊருக்கே திரும்புவ தென்றாலும் பஸ் அல்லது ரயில் செலவுக்கெல்லாம் என்ன செய்வது? கணையாழியில் கடல்புரத்தில் தொடராக வெளிவந்து கொண்டிருந்தது நினைவுக்கு வந்தது. கணையாழி ஆசிரியர் கஸ்தூரி ரங்கனின் டெல்லி முகவரிக்கு, கடல்புரத்தில் தொடருக்கு ஏதாவது சன்மானம் அனுப்பி உதவமுடியுமா என்று கேட்டுக் கடிதம் எழுதினேன். நாலைந்து தினங்களிலேயே கஸ்தூரி ரங்கன் 150 ரூபாய்க்கு ஒரு செக் அனுப்பி உதவினார்.

எனக்கு வங்கிக் கணக்கு எதுவும் கிடையாது. அந்தச் செக்கை எப்படி மாற்றுவது என்று புரியாமல் யோசித்துக்கொண்டிருந்தேன். அதற்குள் புதுவைக் குரல் நிறுத்தப்பட்டு 200 ரூபாய் சம்பளத்தையும் கையில் கொடுத்தனுப்பி விட்டார்கள். அறை வாடகை, சாப்பாட்டுக் கடன் எல்லாம் கொடுத்தது போக எட்டு ரூபாவோ என்னவோ மீந்தன.

பிரபஞ்சன் என்னை ஓவியர் நாகராஜன் வேலை பார்த்த வங்கிக்கு அழைத்துச் சென்றார். என்னுடைய நிலையைச் சொல்லி, அந்தச் செக்கை

எப்படியாவது மாற்றித்தர வேண்டும் என்று நாகராஜனிடம் கேட்டுக்கொண்டார். "ஒண்ணும் பெரிய விஷயமில்லை. செக்கின் பின்புறத்தில் என் பெயருக்கு எண்டார்ஸ் செய்து கொடுத்து விடுங்கள்" என்று என்னிடம் கையெழுத்து வாங்கிக்கொண்டு உடனே 150 ரூபாய் பணத்தையும் கொடுத்தார். அந்த நேரத்தில் நாகராஜன் செய்த உதவி மிகப்பெரிது.

அப்போது தஞ்சாவூரில் பா. ஜெயப்பிரகாசம் மாவட்ட மக்கள் தொடர்பு அலுவலராகப் பணியாற்றி வந்தார். திருநெல்வேலியிலிருந்து தஞ்சாவூருக்கு அவர் மாற்றலாகி வந்து சில தினங்களே ஆகியிருந்தன. அவர் மூலமாக ஏதாவது வேலைக்கு முயற்சிக்கலாம் என்று தோன்றியது, அதனால் தஞ்சாவூருக்குப் போவதென்று முடிவு செய்தேன். இதைப் பிரபஞ்சனிடமும் அவர் நண்பர் இளங்கோவிடமும் சொன்னேன். அவர்களும் அது நல்ல முடிவுதான் என்றார்கள்.

சொக்கு சுப்பிரமணியம், தினத்தந்தி நிருபர் செந்தூர் பாண்டி, காரை சிபி, ஸிரில் ஆண்டனி எல்லோரிடமும் சொல்லிக் கொண்டு விடைபெற்றேன். தஞ்சாவூருக்குப் பாண்டிச்சேரி யிலிருந்து பஸ் இருக்கிறது. ஆனால், கடலூர் சென்று அங்கிருந்து ரயிலில் தஞ்சாவூர் செல்வதென்று முடிவு செய்தேன். கையில் பணம்இருக்கிறதே. அதைச் செலவழிக்க வேண்டாமா?

கடலூருக்கு என்னை வழியனுப்பி வைக்க பிரபஞ்சனும் இளங்கோவும் வந்தனர். இரவு பதினோரு மணிக்கோ என்னவோ தஞ்சாவூருக்கு ரயில். திருப்பாதிரிப்புலியூர் ஸ்டேஷனில் மூவரும் உட்கார்ந்திருந்தோம். தமாஷாகப் பேசிப் பொழுதைப் போக்கிக்கொண்டிருந்தோம். என்னை ரயிலேற்றி விட்டு பிரபஞ்சனும் இளங்கோவும் பாண்டிச்சேரிக்குப் போக வேண்டும். பாண்டிச்சேரிக்கு அரைமணி நேரத்துக்கு ஒரு பஸ் இருந்தது. அதனால் என்னை ரயிலில் ஏற்றி விட்ட பின்பே ஊருக்குப் போவோம் என்று இருவரும் பிடிவாதமாக என்னுடன் ரயில் வரும் வரை காத்திருந்தனர்.

அது விழுப்புரத்திலிருந்து வரும் பாசஞ்சர் ரயில். மெல்ல, மிக நிதானமாக அரை மணி நேரம் தாமதமாக வந்து சேர்ந்தது. நண்பர்களைப் பிரிவதற்கு வருத்தமாக இருந்தது. சில மாதங்களே என்றாலும் மூவரும் மிகவும் அந்யோந்நியத்துடன் பழகினோம். அனேகமாக வாரத்தில் மூன்று, நான்கு நாட்களாவது இரவு பத்தரை மணிக்காட்சிக்கு ஏதாவது ஒரு தியேட்டரில் போய் உட்கார்ந்துவிடுவோம். எவ்வளவுதான் நெருக்கமான சிநேகமாக இருந்தாலும் பிரிய வேண்டிய காலம் என்று ஒன்று வரத்தான் செய்கிறது.

ரயில் புறப்பட்டுவிட்டது. பிரபஞ்சனிடமும் இளங்கோவிடமும் சொல்லிக்கொண்டேன். அது நீராவி இஞ்ஜின் ரயில்தான். ஆள் அரவமே இல்லாத சிறு சிறு ஸ்டேஷன்களில் கூட க்ர்ம சிரத்தையோடு நின்று நின்று புறப்பட்டது. வெகுநேரம் தூக்கமே வரவில்லை. எல்லோரும் உறங்கிக்கொண்டிருந்தனர். மங்கலான வெளிச்சத்தில் பல்புகள் எரிந்துகொண்டிருந்தன. ஏதேதோ நினைவுகளில் மனம் புரண்டது. சீர்காழி ஸ்டேஷனைத் தாண்டிய பிறகு லேசாக உறக்கம் வந்தது.

அதிகாலையில் தஞ்சாவூர் ஸ்டேஷன் வந்தது. பிரகாஷுக்கு, நான் தஞ்சாவூருக்கு வருகிறேன் என்று தகவல் தெரிவிக்கவில்லை. ஸ்டேஷனிலிருந்து வடக்கே நேரே சென்றால் பிரகாஷுடைய வீடுதான். ஏற்கெனவே ஒரு முறை அவருடைய கீழ ராஜ வீதி வீட்டுக்குச் சென்றிருக்கிறேன். ஐயன் கடைத் தெருவில் அவர் நடத்தி வந்த 'யுவர் மெஸ்' இருந்தது. ஸ்டேஷனில் மணி பார்த்தேன். நாலுதான் ஆகியிருந்தது. இவ்வளவு அதிகாலையில் சென்று கதவைத் தட்ட வேண்டாம் என்று நினைத்தேன். நன்றாகப் பொழுது புலரும் வரை ஸ்டேஷனிலேயே பொழுதைக் கழிப்போம் என்று ஒரு பெஞ்சில் உட்கார்ந்தேன். ஏனோ தி. ஜானகிராமனுடைய 'சிலிர்ப்பு' கதை ஞாபகத்துக்கு வந்தது. மனம் அலை பாய்ந்தது. கோடைக் காலம் அப்போதுதான் துவங்கவிருந்தது. அதனால் ஆறு மணிக்கெல்லாம் நன்றாக விடிந்துவிட்டது. கைப்பையைத் தூக்கிக்கொண்டு பிரகாஷைப் பார்க்கச் சென்றேன்.

பிரகாஷ் என்னை எதிர்பார்க்கவில்லை. "இப்பதான் வர்றீயா?..." என்று கேட்டார். திண்ணையில் உட்கார்ந்து கொண்டோம். எல்லா விபரத்தையும் சொன்னேன். கேட்டுக் கொண்டார். "முதல்லே காபி சாப்பிடு..." என்று காபி தந்தார். "பல்லே தேய்க்கலை" என்றேன். "பரவாயில்லை... சாப்பிடு..." என்றார். சிறிது நேரம் கழித்து இருவரும் யுவர் மெஸ்ஸுக்குப் புறப்பட்டோம்.

யுவர் மெஸ்ஸில் இருளாண்டியும், மெஸ் நண்பர்களும் இருந்தனர். அவர்களுடன் சிறிது நேரம் பேசிக்கொண்டிருந்து விட்டுக் குளிக்கப் போனேன். அப்புப் பிள்ளை என்ற நண்பர்தான் இருளாண்டிக்கு உதவியாளராக இருந்தார். ஒரு பம்ப் செட்டில் அப்புப் பிள்ளையும் நானும் குளித்தோம். பிரகாஷ் "அப்புறமா வர்றேன்" என்று சொல்லிவிட்டுச் சென்றுவிட்டார். மெஸ்ஸில் இருளாண்டி, அப்புப்பிள்ளை, நான் மூவரும் சாப்பிட்டோம். இருளாண்டி, "ஒண்ணுக்கும் கவலைப் படாதீங்க... பேசாமே இங்கேயே இருங்க..." என்று ஆதரவாக முதுகில் தட்டினார்.

இருளாண்டியும், பிரகாஷும்தான் யுவர் மெஸ்ஸை நடத்தி வந்தனர். ஒரு பழங்காலச் சத்திரம் போன்ற பெரிய வீட்டில் யுவர் மெஸ் இருந்தது, கீழே மெஸ். பின்புறம் சமையலறை. தெருவை ஒட்டி நீளமான மாடிப் பகுதி ஒன்று இருந்தது. விருந்தினர்கள், இலக்கியவாதிகள் வந்தால் அந்த மாடியில்தான் தங்கிக்கொள்வார்கள். இருளாண்டி கீழே இருந்த அறை ஒன்றில் தங்கியிருந்தார். அப்புப் பிள்ளையுடன் நானும் அந்த மாடியில் தங்கிக்கொண்டேன்.

இருளாண்டிக்குச் சின்னமனூர் பக்கம். பிரகாஷைப் போலவே நிறையப் படிப்பவர். நல்ல விமர்சகரும் கூட. அவர் விமர்சனம் எழுதவில்லை என்றாலும் எல்லாப் படைப்பாளி களைப் பற்றியும் அவருக்கென்று தனித்த அபிப்பிராயமிருந்தது. (பிரகாஷ், இருளாண்டி இருவருமே அகாலத்தில் மரணமடைந்து விட்டனர்.) மாடியறையில் கு.ப.ரா, தி. ஜானகிராமன், எம்.வி.வி போன்ற எழுத்தாளர்களின் போட்டோ படங்களெல்லாம் மாட்டப்பட்டிருந்தன.

தஞ்சாவூருக்குச் சென்ற அன்றே நான் பா. ஜெயப்பிரகாசத் தைத் தேடிச் சென்றேன். தஞ்சாவூரில் ஒரு மாதம் வரை இருந்தேன், அனேகமாகத் தினசரி ஜெ.பி. யைச் சந்தித்து விடுவேன். பல நாட்கள் அவருடன் வீட்டுக்குச் சென்று மதியம் சாப்பிடுவேன். அவருடைய மனைவியின் அண்ணன் திருப்பத்தூரில் அட்வகேட் ஆக இருந்தார். அவரிடம் சொல்லி குமாஸ்தா வேலையில் சேர்த்துவிடுகிறேன் என்று ஜெ.பி. சொன்னார். ஆனால், எனக்குத்தான் மீண்டும் வக்கீல் குமாஸ்தா வேலைக்குச் செல்ல விருப்பமில்லை.

யுவர் மெஸ்ஸில் சாப்பாடு; பிரகாஷ், இருளாண்டி, அப்புப்பிள்ளை ஜெ.பி என்று நண்பர்களுடன் அரட்டை என்றே பொழுது கழிந்துகொண்டிருந்தது. கையிலிருந்த சிறிது பணமும் செலவாகிக்கொண்டிருந்தது. ஒரு நாள் வாசுதேவநல்லூரி லிருந்து நம்பிராஜன் (விக்ரமாதித்யன்) நீண்ட கடிதம் ஒன்று எழுதியிருந்தார். அவர் திருநெல்வேலியில் கூட்டுறவுத் துறை பயிற்சியில் சேர்ந்திருப்பதாகவும், அவரது நண்பரான சுப்பு அரங்கநாதன் ஒரத்தநாட்டில் ஆசிரியர் பயிற்சியில் சேர்ந்திருப்பதாகவும் எழுதியிருந்தார்.

சிறிது நாளில் எனக்குத் தஞ்சாவூர் வாசம் ஒத்து வரவில்லை. வேலையில்லாமல் வெட்டியாகப் பொழுதை ஓட்டுவது பிடிக்கவில்லை. திருநெல்வேலிக்கே சென்றுவிடலாம் என்று தோன்றியது. ஆனால் ஊருக்குச் செல்லப் பணம் போதாது. ஆறேழு ரூபாய்கள் கையில் இருந்தன. தஞ்சாவூர் நண்பர்கள் யாரிடமும்

பணம் கேட்க விருப்பமில்லை. ஒரத்தநாடு போய் ரங்கநாதனிடம் பணம் கேட்டுப் பார்க்கலாம் என்று நினைத்தேன்.

ஒரு நாள் காலை ஒரத்தநாட்டுக்குப் பஸ் ஏறினேன். அன்று ஏதோ விடுமுறை தினம். ரங்கநாதன் தங்கியிருந்த விடுதி முகவரியைக் கஷ்டப்பட்டுத் தேடிக் கண்டுபிடித்தேன். மதியம் சாப்பிடவில்லை. நல்ல பசி. ரங்கநாதன் என்னை அவருடைய ஹாஸ்டலுக்கு அழைத்துச் சென்று சாப்பாடு வாங்கிக் கொடுத்தார். அவரிடம் பணமில்லை. தன் நண்பர்களிடம் கேட்டு நூறு ரூபாய் வாங்கிக் கொடுத்தார். தஞ்சாவூருக்கு வந்து அன்று இரவே எல்லோரிடமும் சொல்லிக்கொண்டு திருநெல்வேலிக்குப் பஸ் ஏறினேன்.

காலை எட்டு எட்டரை மணிக்கெல்லாம் திருநெல்வேலிக்குச் சென்றுவிட்டேன். நேரே என் நண்பன் ரவி வீட்டுக்குச் சென்றேன். என்னுடைய வீடு என்ற ஒன்று திருநெல்வேலியிலோ, பாளையங்கோட்டையிலோ இல்லை. அப்பா வக்கீல் அய்யாசாமி என்பவர் வீட்டிலேயே தங்கி வேலை பார்த்து வந்தார். அம்மா சாராள் தக்கர் பள்ளியில் ஹாஸ்டலில் வேலை செய்தாள். மூன்று தங்கைகளும் பெண்கள் உயர்நிலைப் பள்ளியில் இலவசமாகச் சாப்பிட்டுத் தங்கிப் படித்து வந்தனர். எங்களுக்கென்று வீடு என்பதே இல்லாமல் போய்விட்டது. அவ்வளவு கஷ்டம், வறுமை. அதனால் எப்போதும் போல, என் நண்பன் ரவி வீட்டிலேயே நான் இருந்துகொண்டேன். 3, சொக்கலிங்கசாமி கோவில் தெரு, பாளையங்கோட்டையிலிருந்த ரவியின் வீடுதான் என் வீடாயிற்று.

பாளையங்கோட்டைக்கு வந்த பின் ஒரு நாள் சுலோசன முதலியார் ஆற்றுப் பாலத்தின் கரையில் இருந்த தமிழ்நாடு அரசு ஊழியர் சங்கக் கட்டிடத்தில் தங்கியிருந்து கூட்டுறவுப் பயிற்சியில் சேர்ந்து படித்துவந்த விக்ரமாதித்யனைச் சந்தித்தேன். ஜங்ஷன் ஹிந்து உயர்நிலைப் பள்ளி கட்டிடத்தினுள்தான் அவரது பயிற்சிக் கல்லூரி செயல்பட்டு வந்தது. அங்கே படித்துக்கொண்டு, ஜங்ஷன் கண்ணம்மன் கோவிலுக்குப் பின்புறமிருந்த ஒரு வீட்டில் சாப்பிட்டு வந்தார். வாழ்வில் இலக்கே இல்லாமல் போய்விட்டது எனக்கு. வேலையும் இல்லை. ஒட்டுண்ணிபோல் ரவியின் வீட்டில் இருந்து வந்தேன். நம்பிராஜனை அடிக்கடி சந்தித்து வந்தேன். சில நாட்கள் அவருடனே அவரது அறையில் தங்கிவிடுவேன். இலக்கே இன்றி நாட்கள் ஓடிக்கொண்டிருந்தன.

38

ரவியின் வீட்டில்தான் சாப்பாடு, படுக்கை எல்லாம். அவர்கள் வீடு திருநெல்வேலி மாவட்டத்தில் உள்ளதைப் போன்ற வளவு வீடு. வீட்டின் பின்புறம் முப்பிடாதி அம்மன் கோவில். இந்தக் கோவிலின் அருகே ரவியின் அண்ணனும், பொருநை ஆசிரியர் குழுவில் ஒருவருமான செல்வக்குமாரின் வீடு இருந்தது. செல்வக்குமார், திருமணமான புதிதில் கூட்டுக் குடும்பமாக அப்பா, அம்மா, திருமணமாகாத இரண்டு தங்கைகளுடன்தான் இருந்து வந்தார்.

அவர் பணிபுரிந்து வந்த லோக்கல் பண்ட் ஆடிட் அலுவலகம் சிவன் கோவிலினுள் ஒரு பகுதியில் இயங்கி வந்தது. மத்தியானம் வீட்டுக்கு வந்து சாப்பிட்டுவிட்டுச் செல்ல வசதியாக இருக்க வேண்டும் என்று சிவன் கோவில் அருகிலேயே ஒரு வீடு பார்த்து மனைவியுடன் குடியேறினார். பிறகு அந்த ஏற்பாடு சரிப்பட்டு வராமல் சொக்கலிங்க சாமி கோவில் தெரு அருகிலேயே தனிவீடு பார்த்துக் குடிபோனார்.

தினசரி அவர் அலுவலகத்துக்குச் செல்லும் போதும், இரவும் அவரை நான் சந்திப்பேன். இரவு நீண்ட நேரம் வரை குமாருடன் பேசிக் கொண்டிருப்பேன். காலையில் இரண்டு பேரும் திருவண்ணாதபுரம் ஆற்றுக்கு சைக்கிளில் குளிக்கச் செல்வோம். காலை உணவு சில சமயம் குமார் வீட்டிலும், சில சமயம் அவரது பெற்றோர் வீட்டிலு மாகக் கழிந்துவிடும். என்னுடைய தொடர்பு முகவரியாக 3, சொக்கலிங்கசாமி கோவில் தெரு முகவரிதான் இருந்தது. டவுனில் கல்யாணியை அவரது ஸ்டேட் பேங்கில் காலை பதினோரு மணி வாக்கில் சென்று பார்ப்பேன். அந்தக் காலத்தில் குமார், கல்யாணி, நம்பிராஜன் மூவரையும் தினசரி பார்த்துப் பேசாவிட்டால் என்னவோ போலிருக்கும்.

செல்வக்குமாரையாவது தினசரி இரண்டு மூன்று தடவை பார்த்து விடுவேன். ஆனால்,

கல்யாணியையும், நம்பிராஜனையும் சந்திக்க வேண்டுமென்றால் ஜங்ஷனுக்கோ, டவுனுக்கோதான் போக வேண்டும். பஸ்ஸுக்குச் சில்லறை இருந்தால்தான் அவர்களைப் போய்ப் பார்க்க முடியும். மனம் நிறைய அன்பும், பிரியமும் இருந்தது. ஆனாலும், அதைக் காட்டிக் கொள்வதற்குப் பணம் தேவைப்பட்டது.

கல்யாணியை ஸ்டேட் பேங்கில் சந்தித்துவிட்டு அப்படியே நடந்து சுலோசன முதலியார் பாலத்தின் வடப்புற மூலையில் ஆற்றின் கரைமீது இருந்த நம்பிராஜன் ரூமுக்கு வருவேன். அவர் காலை வகுப்புகள் முடிந்து மதியம் ஒரு மணிக்கு அறைக்கு வருவார். என்னையும் அழைத்துக்கொண்டு கண்ணம்மன் கோவில் தெரு பக்கத்தில் அவர் பதிவுச் சாப்பாடு சாப்பிட்டு வந்த ஆச்சியின் வீட்டுக்குச் சாப்பிட அழைத்துச் செல்வார்.

அந்த ஆச்சிவீட்டுச் சாப்பாடு ருசியாகத்தான் இருந்தது. ஆனால், நம்பிக்கு அந்த ருசி போதவில்லை. அதனால் சாப்பாட்டில் ஏதாவது குறை சொல்லுவார். நம்பியுடைய அப்பா பார்த்துப் பார்த்துத்தான் நம்பிக்குச் செலவுக்குப் பணம் அனுப்பி வந்தார்கள். ஆனால், எப்போதுமே நம்பி செலவாளி. கையில் பணமிருந்தால் தாராளமாகச் செலவு செய்வார். அதனால் நம்பிக்கு எப்போதும் பணமுடை இருந்துகொண்டே இருந்தது.

நம்பி என்ற நம்பிராஜனுடைய குடும்பம் ஒன்றும் பணக்காரக் குடும்பமல்ல. அவருடைய அப்பா சங்கரன் கோவிலருகே உள்ள தாருகாபுரம் ஜமீன்தாரிடம் காரியஸ்த ராக வேலை பார்த்து வந்தார் என்பதை ஏற்கெனவே குறிப்பிட்டிருக்கிறேன். வாசுதேவநல்லூரில் குடும்பம் இருந்தது. நம்பியுடைய மூத்த அக்காவைக் கல்கத்தாவில் திருமணம் செய்து கொடுத்திருந்தது. தம்பி சேகர் ராணுவத்தில் அப்போதுதான் சேர்ந்திருந்தான். இன்னொரு தம்பி ஆறுமுகம், பள்ளியில் படித்துக்கொண்டிருந் தான். நம்பியே செலவுக்குக் கஷ்டப்பட்டுக்கொண்டிருந்தார். இந்த லட்சணத்தில் அவர் எனக்குக் கைச் செலவுக்குப் பணம் தர முயற்சிப்பார். நான் மறுத்துவிடுவேன்.

குமார் அவ்வப்போது ஐந்து, பத்து என்று செலவுக்குக் கொடுத்து உதவுவார். தினசரி எனக்கு வரும் கடிதங்களுக்குப் பதில் எழுதவே இரண்டு ரூபாயாவது தேவை. அப்போது கார்டு வெறும் பத்து பைசாதான், இன்லேண்ட் லெட்டர் பதினைந்து பைசா. தினசரி எனக்கு இரண்டு மூன்று கடிதங்களாவது வரும். வல்லிக்கண்ணன், கி. ராஜநாராயணன், பிரகாஷ், அம்பை பாலன், பிரபஞ்சன் என்று பலரிடமிருந்தும் அடிக்கடி கடிதங்கள் வரும். பக்கத்தில், டவுனில்தான் கல்யாணி இருந்தாலும்

அவரும் எனக்கு வாரத்துக்கு இரண்டு, மூன்று கடிதங்களாவது எழுதிவிடுவார். இத்தனைக்கும் கல்யாணியை நான் வாரத்துக்கு இரண்டு, மூன்று முறையாவது சந்தித்துவிடுவேன். கடிதம் எங்களுக்கு உயிர் மூச்சாக இருந்தது.

ஒரு நாள் 3, சொக்கலிங்கசாமி கோவில் தெரு முகவரிக்கு ஒரு புஸ்தகம் தபாலில் வந்தது. தபாலைப் பிரித்தேன். 'நேசம் மறப்பதில்லை நெஞ்சம்' நாவல்தான் வந்திருந்தது. கவிதா பதிப்பகம் நச்சினார்க்கினியன்தான் நாவலை அனுப்பி வைத்திருந்தார். அவ்வளவு கஷ்டத்திலும் அந்த நாவல் வெளி வந்தது ஏதோ ஒரு ஆறுதல். நான் எழுதிய முதல் நாவல் 'கடல்புரத்தில்' தான். ஆனால், இரண்டாவதாக எழுதிய, 'நேசம் மறப்பதில்லை நெஞ்சம்' முதலில் பிரசுரமாகிவிட்டது. அது ஒரு சாதாரண முக்கோணக் காதல் கதை. பெருமைப்பட எதுவுமில்லை. நாவல் வெளிவந்ததை நண்பர்கள் யாரிடமும் சொல்லவில்லை. சொல்லிக்கொள்கிற அளவுக்கு அது முக்கியமான நாவலல்ல என்று கருதினேன்.

சரி, நாவல் வந்துவிட்டது. நச்சினார்க்கினியனிடம் பணம் ஏதாவது பெயருமா என்று பார்க்கலாம். அவருக்குக் கடிதம் எழுதி ஏதாவது பண உதவி செய்தால் நல்லது என்று கேட்டேன். ஒரு வாரம் கழித்து 50 ரூபாய் அனுப்பினார். நச்சினார்க்கினியனும் என்னைப் போல் கஷ்டப்படுகிறவர்தான். ஏதோ அவரால் இயன்ற தொகை அது.

அந்த 50 ரூபாயில் செலவுக்கு வைத்துக்கொண்டது போக உடுத்திக்கொள்ள ஒரு நல்ல வேஷ்டி எடுத்திருக்கலாம். எனக்கு எந்தக் காலத்திலும் கையில் பணமிருந்தால் துணி எடுக்க வேண்டும் என்று தோன்றாது. புஸ்தகங்கள் வாங்க வேண்டும் அல்லது நண்பர்களைப் பார்க்கக் கிளம்பிப் போக வேண்டும் என்றுதான் தோன்றும். அந்த நாட்களில் 1975இல் திருநெல்வேலியிலோ, பாளையங்கோட்டையிலோ நல்ல புஸ்தகக் கடைகள் கிடையாது. திருநெல்வேலிக்காரர்கள் புஸ்தகக் கடை என்று அழைத்தது, பள்ளி, கல்லூரிப் பாடப் புஸ்தகங்களும் நோட் புக்குகளும் விற்கிற கடையைத்தான். சென்னையிலுள்ள லேண்ட் மார்க், ஹிக்கின்பாதம்ஸ் போன்ற புஸ்தகக் கடைகள் திருநெல்வேலி மக்கள் அறியாதது.

என்.சி.பி.ஹெச். நிறுவனத்தின் புஸ்தகக் கடை ஒன்று ஜங்ஷன் பஸ் ஸ்டாண்டுக்குள் இருந்தது. அதில் மாஸ்கோவில் அச்சடிக்கப்பட்டு, தமிழில் மொழிபெயர்க்கப்பட்ட மார்க்ஸிய நூல்களும், ரஷ்ய நாவல்களும்தான் இருந்தன. ரஷ்ய நாவல்கள், சிறுகதைகளை எல்லாம் ஏற்கெனவே படித்திருந்தேன். அதனால்

பின்னகர்ந்த காலம்

புஸ்தகங்களை வாங்குவதற்குப் பதிலாக, யாராவது நண்பரைத் தேடிச் செல்வது என்று முடிவெடுத்தேன்.

நாகர்கோவிலில்தான் 'தெறிகள்' பத்திரிகையின் ஆசிரியர் உமாபதி இருந்தார். அங்குதான் சுந்தர ராமசாமியும் இருந்தார். சுந்தர ராமசாமியின் சிறுகதைகளைப் பள்ளி நாட்களிலேயே படித்திருந்தேன். ஜெயப்பிரகாசத்திடமிருந்து புளியமரத்தின் கதையையும் வாங்கிச் சென்று படித்திருந்தேன். நாகர்கோவிலுக்குப் போனால் உமாபதியையும், சுந்தர ராமசாமியையும் சந்திக்கலாம் என்று நினைத்து ஒரு நாள் காலை திடீரென்று நாகர்கோவிலுக்குப் பஸ் ஏறினேன்.

இரண்டு மணி நேரப் பயணத்தில் நாகர்கோவிலுக்குள் பஸ் நுழைந்துவிட்டது. 1961 வாக்கில் பள்ளிச் சுற்றுலாவாக நாகர்கோவிலுக்கு வந்திருந்தேன். பஸ்ஸில் செல்லும்போதே மணிக்கூண்டுக்கு முன்னாலிருந்த சுதர்ஸன் டெக்ஸ்டைல்ஸ் கண்களில் பட்டுவிட்டது. மணிக்கூண்டு நிறுத்தத்தில் பஸ்ஸை விட்டு இறங்கியதும் சுதர்ஸன் டெக்ஸ்டைல்ஸ் கடையின் முன்னால் அதைப் பார்த்துக்கொண்டே நடந்தேன். நுழைவாயிலின் இடது ஓர இருக்கையில் நீண்ட மூக்கும், சிவந்த உருவமும், சிற்பத்தைப் போன்ற முகத்துடனும் ஒருவர் உட்கார்ந்திருந்தார்.

பார்த்ததுமே அவர்தான் சுந்தர ராமசாமியாக இருக்க வேண்டும் என்று தோன்றியது. அப்போது பனிரெண்டு மணி இருக்கும். படியேறி அவரிடம் சென்று அறிமுகப்படுத்திக் கொள்ளப் பயம் கலந்த கூச்ச உணர்வு ஏற்பட்டது. இரண்டு மூன்று முறை கடைக்கு முன்னால் சாலையில் அங்குமிங்கும் நடந்ததுடன் சரி.

உமாபதி பணிபுரிந்து வந்த வங்கி எங்கேயிருக்கிறது என்று விசாரித்தேன். அதுவும் மணிக்கூண்டினருகே ஒரு குறுகலான சாலையின் மாடியில் இருந்தது. முதலில் உமாபதியைப் பார்ப்போம், பிறகு அவருடன் சென்று சு.ரா.வைச் சந்திப்போம் என்று நினைத்தேன். வங்கியினுள் நுழைந்து உமாபதியைப் பார்க்க வேண்டும் என்று சொன்னேன். உமாபதியையும் அதற்கு முன் சந்தித்ததில்லை. பாண்டிச்சேரி ஆர்.நாகராஜனின் ஓவியங்களைப் பற்றி நான் எழுதிய கட்டுரை தொடர்பாக உமாபதி எனக்கு ஒன்றிரண்டு கடிதங்கள் எழுதியிருந்தார். அந்த அளவில்தான் உமாபதியைத் தெரியும்.

மாநிறமான ஒரு இளைஞர் வங்கியினுள்ளிருந்து வந்தார். ஏறத்தாழ அவருக்கும் என் வயதுதான் இருக்கும். "நான் வண்ணநிலவன்..." என்று என்னை அவரிடம் அறிமுகப்படுத்திக் கொண்டேன். அவர் கைகுலுக்கி வரவேற்றார். "ராமசாமியைப்

பார்த்தீர்களா?..." என்று கேட்டார். "இல்லை" என்றேன். "ஒரு நிமிஷம் இருங்க... போகலாம்..." என்று சொல்லிவிட்டு அலுவலகத்தினுள் சென்றார். சில நிமிடங்களில் வெளியே வந்து என்னை அழைத்துக்கொண்டு நடந்தார். கீழே தெருவுக்கு வந்ததும் ஒரு பெட்டிக் கடையில் சர்பத்துக்கு ஆர்டர் செய்தார்.

நான் பாண்டிச்சேரியிலிருந்து எப்போது வந்தேன் என்பது போன்ற விபரங்களைக் கேட்டு விசாரித்தார். சர்பத் சாப்பிட்டதும் இருவரும் பேசிக்கொண்டே சு.ரா.வின் கடைக்கு வந்து சேர்ந்தோம். அப்போது சு.ரா. கடையின் உள்ளே இருந்த சிறு அறையிலிருந்தார். கடைச் சிப்பந்தி உள்ளே போய்ச் சொன்னதும், அவரே உள்ளேயிருந்து எழுந்து வந்து கைகூப்பி வணங்கினார். "உள்ளே வாங்க" என்றார். கவுண்டருக்குள் நுழைந்து சுற்றிக்கொண்டு அந்த அறைக்குச் சென்றோம்.

உமாபதி என்னை சு.ரா.விடம் அறிமுகப்படுத்தி வைத்தார். எடுத்ததுமே ரொம்ப நாள் பழகியவரைப் போல, சாதாரண பாமர மொழியில் "எப்போ வந்தீர்" என்று கேட்டார். அவருக்கு எதிரே உட்கார்ந்து இருவரும் பேசிக்கொண்டிருந்தோம்.

"உமாபதி, நீங்க சாப்பிடலேயே" என்று கேட்டார்.

"இல்லை சார். இனிமேல்தான் சாப்பிடணும்," என்றார் உமாபதி.

"உம்ம வீட்டிலேதான் வொய்ஃப் ஊருக்குப் போயிருக்காங்களே... மத்தியானச் சாப்பாட்டை நம்ம வீட்டிலே சாப்பிடலாம்..." என்று சொன்னார் சு.ரா.

உமாபதி லேசான தயக்கத்துடன் சிரித்தார். அவரை மேலே யோசிக்கவிடாமல், "வாங்க வீட்டுக்குப் போகலாம்..." என்று அவர் எழுந்தார். அவருக்குப் பின்னால் நானும் உமாபதியும் சென்றோம். சு.ரா, எங்களைக் கடை வாசலில் நிறுத்திவிட்டு தனது அம்பாஸிடர் காரை எடுத்து வந்தார். எங்களை ஏறச் சொன்னார். உமாபதி முன்ஸீட்டில் சு.ரா.வுக்கு அருகிலும், நான் பின்ஸீட்டிலுமாக உட்கார்ந்துகொண்டோம். சுந்தர ராமசாமி வீட்டிற்குச் சென்றது கார்.

39

சுந்தர ராமசாமியின் வீட்டில் நானும் உமாபதியும் மதியம் சாப்பிட்டோம். சிறிது நேரம் பேசிக்கொண்டிருந்த பிறகு எங்களை அழைத்துக் கொண்டு சு.ரா. காரில் மீண்டும் மணிக்கூண்டுக்கு வந்தார். உமாபதியை அவரது வங்கியினருகே இறக்கி விட்டுவிட்டு என்னை அவரது கடைக்கு அழைத்துச் சென்றார். நாலு நாலரை மணி வரை அவருடைய கடையின் உள் அறையில் உட்கார்ந்து சு.ரா.வுடன் பேசிக்கொண்டிருந்தேன்.

சரி, சு.ரா.வையும், உமாபதியையும் சந்தித்துப் பேசியாயிற்று, ஊருக்குக் கிளம்புவோம் என்று புறப்பட்டேன். “அப்போ நான் வரட்டுமா?” என்று சு.ரா.விடம் கூறினேன்.

“எங்கே போறீர்?...” என்று கேட்டார் சு.ரா.

“ஊருக்குத்தான்...” என்றேன்.

“ஊரிலே போய் என்ன பண்ணப் போறீர்?... இரும். இருந்துட்டுப் போகலாம்...”

“நான் தங்குகிற மாதிரி வரவில்லை. வேட்டி, சட்டை எதுவும் கொண்டு வரவில்லை. உங்களைப் பார்த்துப் பேசிவிட்டுப் போகலாம் என்று திடுதிப் பென்று கிளம்பி வந்தேன்...” என்றேன்.

“ஊரிலே யாரும் தேடுவாங்களா? ஒரு லெட்டர் எழுதிப் போட்டுரலாம். இரும்...” என்றார் சு.ரா.

அவர் பேச்சைத் தட்டிக் கழிக்க முடியவில்லை. சரி. இன்று இரவு தங்கிவிட்டு நாளை ஊருக்குக் கிளம்பி விடலாம் என்று முடிவு செய்து “சரி...” என்றேன். உமாபதிக்கு போன் செய்து ‘சாயந்திரம் பேங்க் முடிந்த பிறகு கடைக்கு வாருங்கள்’ என்று சொன்னார் சு.ரா. மூவரும் பேசிக்கொண்டே சு.ரா. வீட்டுக்குச் சென்றோம்.

“இவர் கிளம்பறேன்... கிளம்பறேன்னார்... நான்தான் புடிச்சு உக்கார்த்தி வச்சிருக்கேன்...” என்றார் உமாபதியிடம்.

“ஊரிலே அவசர ஜோலி ஒண்ணுமில்லையே? என் மனைவி கூட ஊரிலில்லை. வருவதற்குப் பத்துப் பதினைந்து நாளாகும். என் வீடு பெரிய வீடுதான். அங்கேயே தங்கிக் கொள்ளலாம்...” என்றார் உமாபதி.

“உடுத்தின துணியோடு வந்துவிட்டேன்” என்றேன்.

“அதெல்லாம் பெரிய விஷயமே இல்லை...” என்னுடைய உடைகள் இருக்கின்றன. சமாளித்துக் கொள்ளலாம்...” என்றார் உமாபதி. சு.ரா என்னைப் பார்த்துச் சிரித்தார். “அப்புறம் என்னய்யா? பேசாமே இங்கே இரும்...” என்றார் சு.ரா.

சு.ரா. வீட்டிலேயே இரவுச் சாப்பாடும் எங்களுக்கு நடந்தது. சு.ரா. வீட்டுச் சமையல்காரர் குளத்து ஐயர் நெய் தோசைகளை வார்த்துப் போட்டுக்கொண்டே இருந்தார். சு.ராவின் மனைவியும் ரொம்பப் பிரியமாக இருந்தார்கள். வீட்டின் இடது புறமிருந்த அறைகளில்தான் சு.ராவின் குழந்தைகள் இருந்தனர். மூத்தவள் சௌந்திரா அப்போது எட்டாவது படித்துக்கொண்டிருந்தாள். அவளுக்கு அடுத்தவள் தைலா, அடுத்தவன் கண்ணன். எல்லோரும் பள்ளிக்குச் சென்று வந்தனர். கடைக் குட்டி தங்குவுக்கு அப்போது மூன்று நான்கு வயதுதான் இருக்கும். கண்ணன் ஐந்தாவதோ, நாலாவதோ படித்துக்கொண்டிருந்தான். வலது பக்கம் இரண்டு அறைகள் இருந்தன. ஒரு அறை சதுரமானது. இன்னொரு அறை நீளமானது. நீளமான அறையின் மூன்று சுவர்களிலும் புத்தக ஷெல்ஃப்புகள்.

வீட்டின் முன்திண்ணை மிகமிக விசாலமானது. முப்பது பேர் படுத்து உறங்கலாம். வழவழவென்று இருந்தது. எப்போதும் குளிர்ச்சியாக இருந்தது. அதில் உட்கார்ந்து பேச ஆரம்பித்தால் நேரம் போவதே தெரியாது. இரவு வெகுநேரம் வரை திண்ணையில் உட்கார்ந்து பேசிக்கொண்டிருந்தோம். பிறகு நானும் உமாபதியும் கிளம்பினோம்.

உமாபதியின் வீடு சிறிது தூரத்தில் இருந்தது. அந்தக் காலத்து குமரி மாவட்டத்து வீடு. உமாபதி தனது வேஷ்டி, சட்டைகளை எல்லாம் எடுத்துத் தந்தார். மெத்தை போடப்பட்டிருந்த கட்டிலில் இருவரும் படுத்து உறங்கினோம். காலை குளித்துவிட்டு என்னை சு.ரா. வீட்டில் விட்டு விட்டு உமாபதி வங்கிக்குச் சென்றுவிட்டார்.

அன்று மாலை ‘சதங்கை’ ஆசிரியர் வனமாலியும், சு.ரா.வின் நண்பர் பேராசிரியர் பத்மநாபனும் வந்தனர். பகல் முழுவதும்

சு.ரா.வுடன் கழிந்தது. இரவு உமாபதி வீட்டில் கழிந்தது. ஒரு நாள் சப்–ரிஜிஸ்டிரார் அலுவலகத்துக்கு என்னை அழைத்துச் சென்று அங்கு பணிபுரிந்து கொண்டிருந்த எம்.எஸ்.ஸிடம் என்னை சு.ரா. அறிமுகப்படுத்தி வைத்தார். இரண்டு மூன்று தினங்கள் ஆகிவிட்டன.

ஒரு நாள் மதியச் சாப்பாட்டுக்குப் பிறகு சு.ரா., வீட்டிலிருந்து கிருஷ்ணன் நம்பிக்கு போன் செய்தார். கிருஷ்ணன் நம்பியின் வீடு பூதப்பாண்டியிலிருந்தது. அவரது கால் ஒன்று முட்டிக்குக் கீழே சர்க்கரை வியாதிக்காக ஆபரேஷன் செய்யப்பட்டிருந்தது. மூன்று மணி சுமாருக்கு என்னை அழைத்துக் கொண்டு சு.ரா. பூதப்பாண்டிக்குப் புறப்பட்டார். அரைமணி நேரப் பயணத்தில் பூதப்பாண்டியை அடைந்துவிட்டோம்.

கிருஷ்ணன் நம்பியின் வீடு இருந்த அக்ரஹாரம் ரொம்ப அழகானது. நம்பி மாடியில் இருந்தார். வீட்டுக்குள் நுழைந்ததுமே நம்பியின் மனைவியும், அவரது தகப்பனாரும் வரவேற்றனர். கிருஷ்ணன் நம்பியின் 'காலை முதல்' தொகுப்பை நான் ஏற்கெனவே வாசித்திருந்தேன். சு.ரா.வின் மீது இருந்ததைப் போலவே கிருஷ்ணன் நம்பியின் மீதும் எனக்கு வியப்பும், மரியாதையும் இருந்தது.

மாடிப்படியேறி உள்ளே நுழைந்ததுமே கிருஷ்ணன் நம்பி வாய் நிறைய "வாங்கோ... வாங்கோ..." என்று வரவேற்றார். அவரது வீட்டின் பின்புறம் பெரிய மலை இருந்தது. மலையடி வாரத்தில் ஒரு பெரிய கோவில், ரொம்ப ரம்மியமான சூழல், பார்த்ததுமே நம்பியை எனக்குப் பிடித்துப் போய்விட்டது. நம்பியின் மனைவி பலகாரம், காபி எல்லாம் கொண்டு வந்தார். சாப்பிட்டுக்கொண்டே பேசிக்கொண்டிருந்தோம். அவரவர் இலக்கிய ரசனைகளைப் பரிமாறிக்கொண்டோம். சன்னமான குரலில்தான் நம்பி பேசினார். எதையும் வலியுறுத்திப் பேசாத பேச்சு நம்பியுடையது.

சில தினங்களுக்கு முன்புதான் தர்மு சிவராமை கிருஷ்ணன் நம்பி சந்தித்திருக்கிறார். தர்மு சிவராமையும் சுந்தர ராமசாமி தான் அழைத்துச் சென்று கிருஷ்ணன் நம்பியைச் சந்திக்க வைத்தார். ஆனால், தர்முசிவராமுடனான அவரது அனுபவம் கசப்பானதாக அமைந்துவிட்டது. அதனால், என்னைச் சந்திக்கவும் நம்பி தயங்கினார். சு.ரா., "இவர் அந்த மாதிரி இல்லை..." என்று நம்பிக்கை கொடுத்த பிறகுதான், கிருஷ்ணன் நம்பி என்னைச் சந்திக்கவே ஒப்புக்கொண்டிருக்கிறார்.

தர்மு சிவராம் அளவுக்கு நான் பெரிய கவிஞரோ, விமர்சகரோ அல்ல. அப்போது தாமரையில் சில சிறுகதைகள்

எழுதியிருந்தேன். கணையாழியில் 'கடல்புரத்தில்' நாவல் தொடராக வந்துகொண்டிருந்தது. சு.ரா., கிருஷ்ணன் நம்பியுடன் ஒப்பிடும்போது நான் வளரும் எழுத்தாளன். அவ்வளவுதான் என் இலக்கியத் தகுதி. ஆனால், என் மீது அவர்கள் இருவரும் காட்டிய பிரியம் அளவற்றது.

புறப்படும்போது சு.ரா. நம்பியிடம், "நம்பி. . . நீயும் நாகர்கோவிலுக்கு வாயேன்..." என்று அழைத்தார். "நான் வந்து..." என்று முதலில் நம்பி தயங்கினார். "கௌம்பு" என்று ராமசாமி சொன்னார். "வரணும்ங்கிறேளா? சரி. . ." என்று நம்பி எங்களுடன் புறப்பட்டார். மாடியில் இருந்து அவரே உட்கார்ந்து, தவழ்ந்து தவழ்ந்து படிப் படியாக இறங்கியதைப் பார்க்கச் சங்கடமாக இருந்தது. ஒரு காலை மடித்து வைத்துக் கொண்டு, இரண்டு கைகளையும் தரையில் ஊன்றி குழந்தை தவழ்வது போல்தான் தவழ முடிந்தது அவரால்.

கீழே வந்ததும் மனைவியிடமும், அப்பா, குழந்தைகளிடமும் சொல்லிக்கொண்டார். தவழ்ந்தே வந்து காரில் ஏறினார். நானும் அவருடன் ஏறிக்கொண்டேன். நாகர்கோவிலை நோக்கிக் கார் விரைந்தது. வழியெல்லாம் ரொம்ப உற்சாகமாகப் பேசிக் கொண்டே வந்தார் கிருஷ்ணன் நம்பி.

இரவு சாப்பிட்டுவிட்டு ராமசாமி, நம்பி, நான் மூவரும் வெகுநேரம் பேசிக்கொண்டிருந்தோம். நம்பியினால் நாற்காலியில் உட்கார முடியாது என்பதால் அவருடன் சேர்ந்து நாங்களும் தரையிலேயே உட்கார்ந்துகொண்டோம். ராமசாமி இரண்டு, இரண்டரை மணி வரை விழித்துப் பேசிக்கொண்டிருந்தார். படுக்கை வசதியெல்லாம் செய்து தந்துவிட்டு, அவர் படுத்து விட்டார். எனக்கும், கிருஷ்ணன் நம்பிக்கும் தூக்கம் வரவில்லை. இரண்டு பேரும் மனம் ஒன்றிப் பல விஷயங்களையும் பற்றிப் பேசிக்கொண்டிருந்தோம். பொழுதும் விடிந்து விட்டது.

காலை டிபனெல்லாம் முடிந்த பிறகு ராமசாமி கடைக்குச் சென்றுவிட்டார். மதியம் மூன்று பேரும் ஒன்றாக உணவருந்தி னோம். மாலை நாலு மணிவாக்கில் சு.ரா. எங்களைக் கன்னியாகுமரிக்கு காரில் அழைத்துச் சென்றார்.

இப்போது இருப்பது போல் 1975இல் கன்னியாகுமரியில் அவ்வளவு கூட்டமில்லை. இவ்வளவு கட்டிடங்களும், ஜன சந்தடியுமில்லை. விவேகானந்தர் மண்டபம், திருவள்ளுவர் சிலை எதுவும் அன்று இல்லை. கோவிலும், காந்தி மண்டபமும்தான் அப்போது கன்னியாகுமரியில் முக்கியமான இடங்கள்.

சு.ரா. காரை காந்திமண்டபம் தாண்டி சற்றுத் தொலைவில் மேற்கே கடற்கரையில் எழும்பியிருந்த மணல் குன்றினருகே

நிறுத்தினார். ஆள் அரவமே இல்லை. மூன்று பேரும் அந்த ஏகாந்தமான சூழலில் மனம் தோய்ந்து கிடந்தோம். இனிமையான கடல் காற்று, கடல் அலைகளின் ஓயாத ஓசை, அஸ்த மனமாகிக் கொண்டிருக்கும் சூரியன் – என்று, அந்த மாலைப் பொழுது மனதை மயக்கியது.

இருட்டும் வரை கடற்கரையில் இருந்துவிட்டுப் புறப்பட்டோம். சு.ரா. வீட்டுக்கு வந்ததும் குளத்து ஐயர் சூடான இட்லிகளைப் பரிமாறினார். சாப்பிட்ட பிறகு சு.ரா. கிருஷ்ணன் நம்பியை அவரது வீட்டில் கொண்டுபோய் விட்டு வரக் கிளம்பினார். அன்று முன்னிரவில் கிருஷ்ணன் நம்பியைப் பார்த்தது தான் கடைசி. அதன் பிறகு அவரைச் சந்திக்கவே இல்லை. ஆறே மாதங்களில் கிருஷ்ணன் நம்பி அகால மரணமடைந்தார்.

40

சுந்தர ராமசாமியைப் பார்த்துப் பேசிவிட்டு மாலை ஊருக்குத் திரும்பி விடுவோம் என்று நினைத்து நாகர்கோவில் சென்றவன் பத்து நாட்களுக்கும் மேலாக நாகர்கோவிலில் இருந்து விட்டேன். சு.ரா. வீட்டிலும், உமாபதி வீட்டிலுமாக மாறி மாறி இருந்து வந்தேன்.

ஒரு ஞாயிற்றுக்கிழமை காலை உமாபதியும் நானும் சு.ரா. வீட்டுத் திண்ணையில் உட்கார்ந்து பேசிக்கொண்டிருந்தோம். அப்போது 'சதங்கை' ஆசிரியர் வனமாலிகையும் வந்து சேர்ந்தார். உமாபதி "திருவனந்தபுரம் போவோமா?" என்று என்னையும், வனமாலிகையையும் பார்த்துக் கேட்டார். வனமாலிகை உடனே புறப்பட்டு விட்டார். வேறு வழியின்றி நானும் அவர்களுடன் கிளம்பினேன்.

திருவனந்தபுரம் நாகர்கோவிலிருந்து ஒன்றரை மணி நேரப் பயண தூரத்தில்தான் இருந்தது. பத்து மணிக்கு நாகர்கோவிலில் பஸ் ஏறினோம். பதினொன்றரை மணிக்கெல்லாம் திருவனந்தபுரம் சென்று விட்டோம். அருமை யான பயணம், சாலைத் தெருவினருகே இறங்கிக்கொண்டோம். "பக்கத்தில்தான், நீல. பத்மநாபனின் வீடு, அங்கே போகலாம்" என்றார் வனமாலிகை. நீல. பத்மநாபன் வீட்டுக்குச் சென்றோம்.

நீல. பத்மநாபன் எங்களை உபசரித்தார். 'தலைமுறைகள்' எழுதிய அந்நாவலாசிரியரை நான் வெறுமனே பார்த்துக்கொண்டிருந்தேன்; அப்போது 'பள்ளிகொண்டபுரம்' வெளியாகி இருக்க வில்லை. நீல. பத்மநாபனின் தலைமுறைகள் நாவலைப் படித்த யாரையும் அது பிரமிப்புக்குள் ஆழ்த்திவிடும். அது ஒரு நவீன உரைநடைக் காவியம்; தி. ஜானகிராமனின் மோகமுள்ளைப் போல மறக்க முடியாத நாவல் அது. நான் அவருடைய

‘சண்டையும் சமாதானமும்’ சிறுகதைத் தொகுப்பையும் படித்திருந்தேன்.

அவருக்கு தனித்த நடை கிடையாது. ஆனால், அவரது கதைகளில் இடம் பெறும் குமரி மாவட்ட வழக்குச் சொற்கள் அவரது உரைநடைக்குள் ஒரு நளினத்தை ஏற்படுத்தி இருக்கும். சிறிது நேரம் நீல. பத்மநாபனுடன் பேசிக்கொண்டிருந்து விட்டு நகுலன் வீட்டுக்குச் சென்றோம். நகுலன் பாருக்குச் சென்றிருப்பதாகத் தகவல் சொன்னார்கள். அந்த பாரைத் தேடிக் கண்டுபிடித்தோம். நகுலனுடன் காஸ்யபனும் இருந்தார். நகுலன் எங்களை உற்சாகமாக வரவேற்றார். இரண்டு ஃபுல் பாட்டில் வாங்கப்பட்டது.

நகுலனும், காஸ்யபனும் ஏற்கெனவே மது அருந்தியிருந் தார்கள். நாங்களும் கலந்துகொண்டோம். நகுலன் கவிதையைப் பற்றி அபாரமாகப் பேசினார். மூன்று மணி சுமாருக்குச் சாப்பிட்டு விட்டு திருவனந்தபுரம் பஸ் நிலையத்திற்கு வந்தோம். வனமாலிகை அதிகமாக மது அருந்திவிட்டுக் கஷ்டப்பட்டுக் கொண்டிருந்தார். ஆ. மாதவனையும், ஷண்முக சுப்பையாவை யும் பார்க்காமலேயே நாகர்கோவில் திரும்பினோம்.

நாகர்கோவிலுக்குத் திரும்பிக்கொண்டிருக்கும் போதே நான் ‘காலையிலாவது ஊருக்குப் போக வேண்டும்’ என்று உமாபதியிடம் சொன்னேன். உமாபதியின் மனைவியும், குழந்தையும் விருதுநகரில் இருந்தார்கள். அவர்களை அழைத்து வர உமாபதியும் என்னுடன் புறப்பட்டார். நான் சு.ரா.விடமும், அவர் மனைவியிடமும் சொல்லிக்கொண்டேன்.

நாகர்கோவிலிலிருந்து சென்னை செல்லும் பஸ்ஸில் நானும், உமாபதியும் ஏறினோம். உமாபதி என்னிடம் படிப்பதற்காக தாஸ்தாயேவ்ஸ்கியின் ‘இடியட்’ நாவல் வால்யூம்களைக் கொடுத்தார், இடியட் நாவலுடன் நான் திருநெல்வேலி ஜங்ஷனில் இறங்கிக்கொண்டேன், உமாபதி விருதுநகருக்குச் சென்றார்.

ஜங்ஷன் பஸ் ஸ்டாண்டிலிருந்து நடந்து நேரே நம்பிராஜ னுடைய அறைக்கு வந்தேன். நம்பி அறையில் இல்லை. பக்கத்து அறை நண்பரிடம் விசாரித்தபோது, அவர் ஊருக்குச் சென்றிருப்பது தெரிய வந்தது. ‘இடியட்’ வால்யூம்களுடன் டவுன் பஸ் ஏறி பாளையங்கோட்டைக்கு வந்தேன். குமாரிடமும், அவர் வீட்டாரிடமும் என் நாகர்கோவில் பயணத்தைப் பற்றிச் சொன்னேன்.

தினசரி காலை குமாருடன் திருவண்ணாதபுரம் ஆற்றங்கரைக்குச் சென்று குளிப்பது, சாப்பிடுவது, நண்பர்களுக்குக்

கடிதம் எழுதுவது என்று மீண்டும் நாட்கள் நகர்ந்துகொண் டிருந்தன. முடிந்தபோது டவுனுக்குச் சென்று கல்யாணியையும் சந்தித்தேன்.

கடிதம் எழுதும் நண்பர்களின் அட்டவணையில் சுந்தர ராமசாமியின் பெயரும் சேர்ந்துகொண்டது. நாலைந்து நாட்கள் தாமதமானாலும், சுருக்கமாக ஒரு நாலு வரியாவது சு.ரா. பதில் எழுதிவிடுவார்.

நான் சுந்தர ராமசாமியைச் சந்தித்து விட்டு வந்தது பற்றி கல்யாணி, கலாப்ரியாவுக்கெல்லாம் ஒரே சந்தோஷம். ஒரு நாள் நாகர்கோவிலுக்குச் சென்று சு.ரா.வைச் சந்திக்க வேண்டும் என்று சொன்னார்கள். கல்யாணிக்கு அவருடைய சிறுகதைத் தொகுப்புக்கு சு.ரா.விடம் முன்னுரை எழுதி வாங்க வேண்டும் என்று ஆசை. அவருடைய முதல் தொகுப்பான 'கலைக்க முடியாத ஒப்பனைகள்' ஏற்கெனவே சேலம் பரந்தாமனுக்கு அச்சிட்டுத் தருவதற்காக அனுப்பி வைக்கப் பட்டுவிட்டது. அதனால், தனது இரண்டாவது தொகுப்பிற்காவது சு.ரா.வின் முன்னுரை கிடைக்க வேண்டும் என்று கல்யாணி நினைத்தார்.

கன்னடத்தில் 'பூதய்ய மக அய்யு' என்ற திரைப்படம் வெளிவந்திருந்தது. அதைத் தமிழில் 'எல்லோரும் நல்லவரே' என்று எடுத்திருந்தார்கள். ஜெமினி பிலிம்ஸ் தயாரித்திருந்தது. இயக்கம், ஆனந்த விகடன் ஆசிரியர் பாலன். அந்தப் படத்தின் தலைப்பிற்காகவே அந்தப் படத்தைப் பார்வதி டாக்கீஸில் பார்த்தேன். படம் எனக்குப் பிடித்திருந்தது. ஆனால், அதிக நாட்கள் ஓட வில்லை, குமாரிடம் 'எல்லோரும் நல்லவரே' படத்தைப் பார்க்கச் சொன்னேன்.

குமாருடைய அம்மா பாளையங்கோட்டை நகரசபையில் பேறுகாலப் பணியாளராக வேலை பார்த்து வந்தார்கள். அவர்களுடைய வேலையினால் ஊரில் பல குடும்பங்களுடன் நல்ல தொடர்பு இருந்தது, தனது செல்வாக்கைக் கொண்டு என்னை ஏதாவது ஒரு வேலையில் அமர்த்திவிட மிகவும் முயற்சி செய்தார்கள்.

இன்னும் ஒருசில தினங்களில் மே மாதம் முடிந்துவிடும் திடீரென்று ஒரு நாள் மாலை கல்யாணி அவசர அவசரமாக என்னைத் தேடி வந்தார். "ராமசந்திரன்... அப்பா லெட்டர் போட்டு இருக்காங்க. உங்களை உடனே மெட்ராஸுக்குப் புறப்பட்டு வரச் சொல்லி எழுதி இருக்காங்க. ஏதோ மலர் மன்னன் மூலமா ஒரு பத்திரிகையிலே வேலை காலியா இருக்குன்னு எழுதியிருக்கிறாங்க... இப்பவே புறப்படுங்க" என்றார் கல்யாணி.

பின்னகர்ந்த காலம்

மலர்மன்னன் ஆனந்த விகடனில் 'மெல்லத் திறந்தது மனக்கதவு' என்ற தொடரை எழுதியவர். இலக்கியச் சிந்தனையின் மாதாந்திரக் கூட்டங்களில் ஓரிரு முறை சந்தித்திருக்கிறேன். ரொம்பப் பழக்கமில்லை. மெட்ராஸுக்குக் கிளம்புவதென்றால் பணம் வேண்டுமே. கையில் ஒரு பைசாகூடக் கிடையாது. கல்யாணி தன் சட்டைப் பையிலிருந்து 200 ரூபாயை எடுத்துக் கொடுத்து, "கௌம்புங்க ராமச்சந்திரன்... உங்களை ஜங்ஷனில் பஸ் ஏற்றி அனுப்பி வைத்துவிட்டுத்தான் வீட்டுக்குப் போகணும்..."என்றார்.

இருக்கிற உருப்படிகளை ஒரு பையில் திணித்துக்கொண்டு கல்யாணியுடன் ஜங்ஷன் சென்றேன். அரசு போக்குவரத்துக் கழக பஸ்ஸில் சென்னைக்கு டிக்கெட் எடுத்து உட்கார்ந்தேன். பஸ் கிளம்பும் வரை கல்யாணி நின்றுகொண்டிருந்தார்.

இரவு பனிரெண்டரை மணி சுமாருக்கு பஸ் திருச்சி பஸ் ஸ்டாண்டில் நின்றது. அங்கிருந்து கிளம்புவதற்கு அரைமணி நேரமாவது ஆகும். டீஸல் நிரப்பிய பின்தான் பஸ் கிளம்பும். டிக்கெட் கவுண்டர்களில் ஒரே கூட்டம். நெல்லை செல்லும் பஸ்களுக்கான கவுண்டரில் கலாப்ரியா நின்றுகொண்டிருந்தார். எனக்கு ஒரே ஆச்சரியம். "கோபால்" என்று கூப்பிட்டேன். திரும்பிப் பார்த்தார்.

கலாப்ரியா சுவாமிமலையில் நடந்த சுப்பிரமணியராஜு வின் திருமணத்தில் கலந்து கொண்டுவிட்டு திருநெல்வேலிக்குத் திரும்பிக்கொண்டிருந்தார். நான் சென்னை செல்லும் விபரத்தைக் கூறினேன். இருவரும் டீ சாப்பிட்டோம். சிறிது நேரத்தில் திருநெல்வேலி பஸ் புறப்பட்டது. கலாப்ரியா விடை பெற்றுக்கொண்டார். தொடர்ந்து நான் கிளம்ப வேண்டிய பஸ்ஸும் புறப்பட்டது.

காலை ஒன்பது மணி சுமாருக்குச் சென்னை தேனாம் பேட்டை நிறுத்தத்தில் இறங்கி, பக்கத்திலிருந்த சோவியத்நாடு அலுவலகத்துக்குச் சென்று தி.க.சி.யைச் சந்தித்தேன். தி.க.சி. ஆபீஸ் கேண்டீனில் டிபன் வாங்கிக் கொடுத்தார்கள்.

"உடனே வீட்டில் போய்க் குளித்துவிட்டு மலர்மன்னனைப் போய் மக்கள்குரல் அலுவலகத்தில் பாருங்கள். அவர் அன்னை நாடு என்ற தினசரியில் வேலை பார்க்கிறார். அங்கே வேலை காலியிருக்கிறதாம். மக்கள் குரல் அலுவலகத்தின் மாடியில்தான் அன்னை நாடு அலுவலகம் இருக்கிறது" என்று சொன்னார்கள்.

நான் தி.க.சி. சொன்னபடியே கணபதி அண்ணாச்சி வீட்டில் சென்று குளித்துவிட்டுக் கோடம்பாக்கம் மக்கள் குரல்

அலுவலகத்துக்குச் சென்றேன். கீழ்தளத்தில் மிஷின் இருந்தது. முதல் மாடியில் மக்கள் குரல் அலுவலகமும், இரண்டாவது மாடியில் அன்னை நாடு அலுவலகமும் இயங்கி வந்தன. அன்னை நாடு அலுவலகத்துக்குச் சென்று மலர்மன்னனைப் பார்த்தேன். என்னைப் பார்த்ததுமே, "தி.க.சி. சொன்னாரா?..." என்று கேட்டார்.

"ஆமா..."

"இன்னைக்கே வேலைக்குச் சேர்ந்திடறீங்களா?..."

"சரி சார்..."

"அப்போ உட்காருங்க..." என்று, தனக்கு எதிரே இருந்த நாற்காலியைக் காட்டினார் மலர்மன்னன். அவர் எதிரே உட்கார்ந்ததும், சில டெலிபிரிண்டர் செய்திகளைக் கொடுத்து மொழிபெயர்த்துத் தரும்படி கேட்டார். விறுவிறுவென்று மொழி பெயர்த்துக் கொடுத்தேன். இரண்டு, இரண்டரை மணிக்கெல்லாம் 'டெஸ்க்' வேலைகள் முடிந்து, கீழே உள்ள மக்கள் குரல் அச்சகத்தில் அச்சாகி மூணரை மணிக்கெல்லாம் 'அன்னை நாடு' மாலை நாளிதழ் வெளியாகிவிட்டது. அன்று முதல் அன்னைநாடு நாளிதழில் நானும் ஒரு உதவியாசிரியர் ஆனேன்.

41

'அன்னை நாடு' ஒரு காங்கிரஸ் தினசரி மாலைப் பத்திரிகையாக வெளிவந்தது. இதன் நிர்வாக இயக்குனர்களாக 1975இல் தமிழ்நாடு காங்கிரஸ் கமிட்டித் தலைவராக இருந்த ஏ.கே. சண்முகசுந்தரம், இளைஞர் காங்கிரஸ் தலைவரான ப. சிதம்பரம், சட்டமன்ற உறுப்பினரான டி.என். அனந்தநாயகி ஆகியோர் இருந்தனர். இவர்களில் ஏ.கே. சண்முக சுந்தரமும், டி.என். அனந்த நாயகியும் இப்போது இல்லை. ப.சிதம்பரம் மத்திய உள்துறை அமைச்சராக உள்ளார்.

மாலை தினசரிகளில் அப்போது அலை ஓசையும், மக்கள் குரலும்தான் பிரபலமாக இருந்தன. அலை ஓசையை வேலூர் நாராயணன் நடத்தி வந்தார். அலை ஓசை அலுவலகம் நெல்ஸன் மாணிக்க முதலியார் ரோட்டில் இருந்தது. இதை எம்.ஜி.ஆர். பின்னர் விலைக்கு வாங்கி 'தாய்' என்ற வார இதழை நடத்தினார்.

அலை ஓசையில் பணிபுரிந்த சண்முகசுந்தரம், டாயல் போன்ற பத்திரிகையாளர்கள் அலைஓசை யிலிருந்து வெளியேறி பிரஸ் யூனியன் தலைவராக இருந்த டி.ஆர்.ஆர். என்ற டி.ஆர். ராமசாமியின் துணையுடன் மக்கள் குரலைத் துவக்கினர். அலை ஓசையும், மக்கள் குரலும் அ.தி.மு.க.வைப் போட்டி போட்டுக்கொண்டு ஆதரித்தன. அலை ஓசையில் திருவாரூர் தியாகராஜன் என்ற சின்னக் குத்தூசியும் அப்போது பணியாற்றினார். சின்னக் குத்தூசி அலை ஓசை எம்.ஜி.ஆருக்கு விற்கப்படும் வரை அதிலேயே பணிபுரிந்தார்.

அன்னை நாட்டில் எனக்கு 175 ரூபாய் சம்பளம் கொடுத்தார்கள். மலர்மன்னன்தான் செய்தி ஆசிரியர். அவருடன் நானும், வ.உ. சிதம்பரம்

பிள்ளையின் பேரனான வ.உ.சி.இளங்கோ, சொர்ணம் ஆகியோரும் பணிபுரிந்தோம். இப்போது பத்திரிகைகளில் புகைப்படக் கலைஞராகப் பணியாற்றுகிற 'க்ளிக் ரவி' அப்போது அன்னை நாட்டில் நிர்வாகப் பிரிவில் பணியாற்றினார்.

தி.க.சி. தன் மூத்த மகனான மறைந்த கணபதி அண்ணாச்சி யின் ஆதம்பாக்கம் வீட்டில்தான் தங்கியிருந்தார்கள் என்பதை ஏற்கெனவே குறிப்பிட்டிருக்கிறேன். அன்னை நாட்டில் வேலை பார்க்கும்போது நானும் தி.க.சி.யுடன் கணபதி அண்ணாச்சி வீட்டில்தான் தங்கியிருந்தேன்.

தினசரி காலை 7.30 மணிக்கெல்லாம் நானும் தி.க.சி.யும் செயின்ட் தாமஸ் மவுண்ட் ஸ்டேஷனுக்கு வந்துவிடுவோம். தி.க.சி.க்கும், எனக்கும் 8 மணிக்கு அலுவலகம். தி.க.சி. மாம்பலம் ஸ்டேஷனில் இறங்கி சோவியத் நாடு அலுவலகத்துக்குச் செல்வார்கள். நான் கோடம்பாக்கத்தில் இறங்கி அன்னை நாடு அலுவலகத்துக்கு வருவேன். காலை உணவு அப்படிக்கப்படி தான். பல நாட்கள் காலை உணவு சாப்பிடமாட்டேன். மதியம் 1 மணி சுமாருக்கு லிபர்ட்டி தியேட்டர் எதிரே அப்போது கீற்றுக் கொட்டகையில் ஒரு ஹோட்டல் இருந்தது. அதில் இரண்டே இரண்டு பரோட்டா வாங்கிச் சாப்பிடுவேன்.

'புதுவைக் குரல்' மாதிரி அன்னைநாட்டிலும் டெலி பிரிண்டரில் வரும் செய்திகளை மொழிபெயர்க்க வேண்டும். மூன்று மணிக்கு முன்பே வேலை முடிந்துவிடும். மூன்றரை மணிக்கெல்லாம் அன்னை நாடு வெளிவந்துவிடும்.

இயக்குனர் ஏ.கே. சண்முகசுந்தரத்தின் பேச்சை மூன்று காலச் செய்தியாக முதல் பக்கத்தில் முக்கியத்துவம் அளித்துப் பிரசுரிப்பார்கள். அவர் அன்னை நாட்டின் ஆசிரியராயிற்றே முன்னுரிமை கொடுக்க வேண்டாமா? இதே போல் ப. சிதம்பரம், டி.என். அனந்தநாயகி ஆகியோரின் மேடைப் பேச்சுகளும் முதல் பக்கத்தில் பெரியதாக வெளிவந்தன. இந்த மூன்று பேரில் அந்தக் காலத்தில் டி.என். அனந்தநாயகிதான் பிரபலமானவர். ஏ.கே. சண்முகசுந்தரத்தையும், ப. சிதம்பரத்தையும் வெளி வட்டாரத்தில் அவ்வளவாகத் தெரியாது. ஆனால் தினசரியின் இயக்குனர்கள் என்பதால் அவர்களது பேச்சுக்களும் கொட்டை எழுத்துக்களில் தலைப்பிடப்பட்டு பிரசுரிக்கப்பட்டன. காங்கிரஸ்காரர்களாவது அன்னை நாட்டை வாங்கி யிருப்பார்களா என்பது சந்தேகம். விற்பனைக்குச் சென்ற பிரதிகளெல்லாம் அப்படியே திரும்பி வந்தன.

ஏ.கே. சண்முகசுந்தரத்தைப் பார்ப்பதற்காக, புலவர் தங்கபாலு என்ற இளைஞர் அடிக்கடி அன்னை நாடு

அலுவலகத்துக்கு வருவார். இவர்தான் பின்னர் மத்திய இணை அமைச்சராகவும், தமிழ்நாடு காங்கிரஸ் கமிட்டித் தலைவராகவும் இருந்த தங்கபாலு. இன்று இவர் மெகா தொலைக்காட்சியின் உரிமை யாளரும்கூட.

புதுவைக் குரலிலிருந்து திருநெல்வேலிக்குச் சென்றிருந்த போது பாளையங்கோட்டையில் 'கதைப்பித்தன்' என்ற எழுத்தாளரைச் சந்தித்தேன். இவர் ராஜபாளையம் எழுத்தாளர் வட்டத்தைச் சேர்ந்தவர். ராஜபாளையம் எழுத்தாளர்களான கொ.மா. கோதண்டம், அழ. கிருஷ்ணமூர்த்தி, பூ.அ.துரைராஜா, கொ.ச. பலராமன் போன்ற தாமரை எழுத்தாளர்களின் நண்பர் கதைப்பித்தன்.

கதைப்பித்தனுடைய சிறுகதைகள் தாமரையிலும் வேறு சில சிறு பத்திரிகைகளிலும் வெளிவந்திருந்தன. வெளிவந்த சிறுகதைகளை ஒரு தொகுப்பாகப் போட வேண்டும் என்று அவர் ஆசைப்பட்டார். அவற்றை வெளியிட உதவுகிறேன் என்று நானும் அவரிடம் சொல்லியிருந்தேன். அதற்குள் நான் அன்னை நாடு வேலையை ஏற்றுக்கொள்வதற்காக திடீரென்று சென்னைக்கு வந்துவிட்டேன்.

அன்னை நாட்டில் வேலைக்குச் சேர்ந்து இரண்டு, மூன்று வாரங்கள் கழித்து, கதைப்பித்தன் தன் சிறுகதைகளைத் திரட்டி தி.க.சி. முகவரிக்கு அனுப்பி, அவற்றை அச்சிட்டுத் தந்து உதவு மாறு 500 ரூபாயும் அனுப்பி வைத்துவிட்டார். தி.க.சி. அந்தச் சிறுகதைகளை அச்சிட நல்ல அச்சகத்தைத் தேடிக் கண்டுபிடிக்குமாறு கூறினார்கள்.

70-களில் பெரும்பாலான தமிழ்ப் புத்தகங்கள் தி.நகர் ராமன் பிரிண்டர்ஸிலோ, ராயப்பேட்டை மூவேந்தர் அச்சகத்திலோதான் அச்சிடப்பட்டு வந்தன. நான் ஒரு நாள் மூவேந்தர் அச்சகத்துக்குச் சென்று விபரங்களை விசாரித்துக் கொண்டு வந்தேன். முத்து என்பவர்தான் அச்சக உரிமையாளர்.

கதைப்பித்தனுடைய சிறுகதைகளை மூவேந்தர் அச்சகத்தில் அச்சிட ஏற்பாடு செய்தோம். இரண்டு நாட்களுக்கு ஒரு முறை கோடம்பாக்கம் அன்னை நாடு அலுவலகத்திலிருந்து, வேலை முடிந்ததும் ராயப்பேட்டைக்குப் போவேன். சிறுகதைகளின் புரூப்களைத் திருத்திக் கொடுப்பேன்.

இரண்டு மூன்று மாதங்களுக்குப் பிறகு தொகுப்பு தயாராகி விட்டது. கதைப்பித்தன் தனது புத்தகத்துக்கு வெளியீட்டு விழா நடத்த விரும்பினார். தி.க.சி.யும், நானும் பாண்டிச்சேரி யிலிருந்து பிரபஞ்சனை அழைக்கலாம் என்று முடிவு செய்தோம்.

கதைப் பித்தன் பாளையங்கோட்டையிலிருந்தும், பிரபஞ்சன் பாண்டிச்சேரியிலிருந்தும் வந்து சேர்ந்தனர். தி.நகர் பாண்டிபஜாரில் பிரபஞ்சனுக்கு அறை வசதி செய்து தரப்பட்டது. ஒரு ஞாயிற்றுக் கிழமை தேவநேயப் பாவாணர் நூலகத்தில் வெளியீட்டு விழா நடந்தது. கதைப்பித்தனுடைய சிறுகதைத் தொகுப்பை அச்சிட 700 ரூபாய் செலவாயிற்று. விழா அரங்க வாடகை, அறை வாடகை எல்லாம் சேர்த்து 1000 ரூபாயில் முடிந்தது.

இரா. கதைப்பித்தன் சிறுகதைத் தொகுப்பு அச்சாகி வந்த இரண்டு மூன்று மாத காலமும் தி.க.சி. நான் மூவேந்தர் அச்சகத் திற்குச் செல்லும் நாட்களில் 5 ரூபாய் செலவுக்குக் கொடுத்து விடுவார்கள். அந்த நாட்களில் என்னிடம் சற்றுத் தாராளமாகப் பணம் புழங்கியது. நானும் சந்தோஷமாக இருந்தேன்.

1975 அக்டோபர் மாத வாக்கில் அலுவலகத்திற்கான இட வாடகை, அச்சிட்ட கூலி இவற்றை அன்னை நாடு நிர்வாகம் பெருமளவு பாக்கி வைத்துவிட்டது என்று கூறி, பத்திரிகையை அச்சிட மக்கள் குரல் நிர்வாகம் மறுத்துவிட்டது. அலுவலகத் தையும் காலி செய்யச் சொல்லிவிட்டார்கள்.

ஒரு வாரத்துக்கு மேல் பத்திரிகை வெளி வரவில்லை. மக்கள் குரல் அலுவலகம் இருந்த அதே யுனைடெட் இந்தியா காலனியில் நான்காவது குறுக்குத் தெருவில் அன்னை நாடு மேனேஜர் ஒரு வீட்டை வாடகைக்குப் பிடித்தார். சித்திரைப் பாண்டி என்பவர் தினத்தந்தியில் வேலை பார்த்து விலகி, தனியே ஆறேழு கேஸ் டைப்களுடன் கம்போஸிங் யூனிட் வைத்திருந்தார். அவருடைய கம்போஸிங் யூனிட்டை அந்த வாடகைக்குப் பிடித்த வீட்டில் கொண்டு வந்து இறக்கச் செய்து, ஒரு திங்கள் கிழமையிலிருந்து திரும்பவும் அன்னை நாடு ஆரம்பமாயிற்று.

முன்பு மக்கள் குரல் ரோட்டரி இயந்திரத்தில் வேகமாக அச்சான அன்னைநாடு, இப்போது கோடம்பாக்கம் மேம் பாலத்துக் கீழே இருந்த ஒரு சிலிண்டர் மிஷினில், தனித்தனியாக ஒவ்வொரு பக்கமாக அச்சானது. பேஜ்(பக்கம்) முடுக்கப்பட்டு ரிக்ஷாவில் ஏற்றப்பட்டு அச்சிடப்படும் இடத்துக்குச் செல்லும். அங்கு நிதானமாக ஒவ்வொரு பக்கமாக அச்சாகும். மாலை மூணரை மணிக்கு வெளிவர வேண்டிய மாலை தினசரி, இரவு ஏழு ஏழரை மணி வரை அந்தச் சிறிய சிலிண்டர் பிரஸ்ஸில் அச்சாகி வெளிவந்தது. இப்படி ஒரு இரண்டு மூன்று வாரங்கள் அன்னை நாடு மாலை தினசரி இரவு தினசரியாக வெளிவந்தது.

அந்த அச்சகத்திலும் பாக்கி ஏற்பட, அந்தச் சிறு சிலிண்டர் அச்சக முதலாளி அச்சிட்டுத் தர முடியாது என்று கூறிவிட்டார்.

ஆசிரியர் பிரிவில் வேலை பார்த்த எங்களுக்கும் இரண்டு மாத சம்பளப் பாக்கி. மேனேஜரிடம் அவ்வப்போது பத்து, பதினைந்து என்று பணத்தை வாங்கிக் காலத்தை ஓட்டி வந்தோம்.

மலர்மன்னன் அமெரிக்கத் தூதரகத்திலிருந்து நார்மன் ஃபார்லாக் என்ற விஞ்ஞானியின் சாதனை சரித்திரத்தை வாங்கி வந்து என்னிடம் மொழி பெயர்க்கக் கொடுத்து, "இதைத் தினசரி நம் அன்னை நாட்டில் இரண்டு காலம் அளவுக்கு வெளிவருமாறு மொழிபெயர்த்து வாருங்கள். மொத்தமும் முடிந்தபிறகு நான் இதற்காகச் சன்மானம் வாங்கித் தருகிறேன்" என்று கூறினார்.

மலர்மன்னன் செய்தி ஆசிரியர். என்னை வேலைக்கு அமர்த்தியவர். அதுவும் அமெரிக்க தூதரகத்திடமிருந்து சன்மானம் வாங்கித் தருகிறேன் என்கிறார். இந்த நம்பிக்கையில், மக்கள் குரலில் அன்னை நாடு அச்சாகி வந்தபோதே, இரண்டு மாதங்கள் தினசரி நார்மன் ஃபார்லாக்கின் சரித்திரத்தை மொழிபெயர்த்துக் கொடுத்தேன். இந்தப் புதிய வாடகை இடத்துக்கு அன்னை நாடு வந்தபிறகு, மலர்மன்னனிடம் அந்த மொழி பெயர்ப்புக்கான சன்மானத்தைக் கேட்டேன். அவர் "வாங்கித் தருகிறேன், ஏன் அவசரப்படுகிறீர்கள்" என்று சொல்லிக்கொண்டே இருந்தார்.

42

அன்னை நாட்டில் நான் செய்த மொழி பெயர்ப்புத் தொடருக்கான சன்மானத் தொகையைக் கேட்டுப் பலமுறை மலர்மன்னனின் திருவல்லிக்கேணி வீட்டுக்குச் சென்றிருக்கிறேன். “இரண்டு நாள் கழித்து வாருங்கள்... வருகிற வியாழக்கிழமை தந்து விடுகிறேன்...” என்று என்னை இழுத்தடித்துக்கொண்டே இருந்தார். “அமெரிக்கன் கான்ஸலேட்டிலிருந்து பணம் வந்ததும் தந்து விடுகிறேன்” என்று, பார்க்கிற போதெல்லாம் தவணை சொல்லி வந்தார்.

சுமார் இருநூறு பக்கங்களுக்கும் மேலான ஆங்கிலப் பிரதி அது. பக்கத்துக்கு ஒரு ரூபாய் என்று நிர்ணயித்தால் கூட, 200 ரூபாய்க்கு மேல் வரும். 1975இல், என்னைப் பொறுத்த வரை அந்தத் தொகை பெரிய தொகைதான். இன்று வரை மலர்மன்னன் அந்த மொழிபெயர்ப்புக்கான சன்மானத்தைத் தரவில்லை. அந்தச் சன்மானத்தை அவர் அமெரிக்கத் தூதரகத்திடமிருந்து பெற்றாரா, பெறவில்லையா என்பதும் தெரியாது. ஆனால், என்னிடம் கொடுத்த வாக்கை அவர் காப்பாற்றவில்லை.

கலை, இலக்கியம் என்பதெல்லாம் என் வயிற்றுப் பாட்டுக்கு அப்புறம்தான். அது எனக்குப் பிழைப்புக் கான ஒரு தொழில், இன்றுவரை நான் எழுத்தை ஜீவனோபாயத்துக்கான ஒரு தொழிலாகத்தான் கருதி வாழ்ந்து வருகிறேன். நான் கலாபூர்வமாக எழுதுகிறேனா, இலக்கியமாக எழுதுகிறேனா என்பதெல்லாம் எனக்குத் தெரியாது. எழுத்துலகில் நான் பலமுறை ஏமாற்றப்பட்டிருக்கிறேன். நான் சந்தித்த முதல் ஏமாற்றத்தை மலர்மன்னனின் மூலம்தான் சந்தித்தேன்.

மக்கள் குரல் கட்டிடத்தை விட்டு அன்னை நாடு வெளியேறிய பிறகு, அது ரொம்பவும் தள்ளாடியது. மாலை தினசரி என்றால் நான்கு மணிக்குள் கடைகளுக்குச் சென்றுவிட வேண்டும். நான் ஏற்கெனவே குறிப்பிட்டதைப் போல, அது சிலிண்டர் பிரஸ்ஸில் அச்சானதால் இரவு ஏழு மணி, ஏழரை மணிக்குத்தான் வெளிவந்தது. அதை யார் வாங்கிப் படித்தார்கள் என்பது பரம ரகசியம்!

அன்னை நாட்டில் வேலைபார்த்தவர்களுக்குச் சம்பளப் பாக்கி இரண்டு மூன்று மாதங்களைத் தாண்டிப் போனது. நான், மலர்மன்னன், வ.உ.சி. இளங்கோ உள்பட ஆசிரியர் குழுவைச் சேர்ந்த எல்லோருமே மேனேஜரிடம் பத்து, பதினைந்து என்று தேவைப்பட்டதை, அதுவும் கெஞ்சிக் கூத்தாடி வாங்கி, வாழ்க்கைச் செலவைச் சமாளித்து வந்தோம். வெறும் டீ, மசால்வடையிலேயே பசியைத் தணித்து வந்தேன்.

ஒரு நாள் மேனேஜர், வழக்கம்போல் வேலைக்குச் சென்ற எங்களிடம், "இன்று முதல் பத்திரிகையை நிறுத்தியாயிற்று" என்றார். "ஒரு பத்துப் பதினைந்து நாள் கழித்து வாருங்கள்... சம்பளப் பாக்கியைத் தந்து விடுகிறேன்..." என்றார். நிர்வாகி களான ஏ.கே. சண்முகசுந்தரமோ, ப. சிதம்பரமோ அல்லது டி.என். அனந்தநாயகியோ அலுவலகத்தின் பக்கமே வந்து பல நாட்களாகிவிட்டன.

நான் தி.க.சி.யின் மூத்த புதல்வர் கணபதி அண்ணாச்சி யின் ஆதம்பாக்கம் வீட்டில்தான் இரவு தங்கி வந்தேன். பகல் உணவை வெளியே வைத்துக்கொண்டு இரவு படுப்பதற்கு மட்டும் கணபதி அண்ணாச்சி வீட்டுக்குச் சென்றுவிடுவேன். அன்னை நாடு நிறுத்தப்பட்ட பிறகு சாப்பாட்டுக்கு என்ன செய்வது, வழக்கம் போல் எனது பசியைப் போக்கி வந்த டீ, மசால் வடைக்குக் கூட இனி வழியில்லை.

கருத்துச்சுதந்திரம் என்கிறோம், ஜனநாயகத்தின் நான்காவது தூண் மீடியா என்கிறோம். கருத்துச் சுதந்திரம் இருக்கிறது என்பதற்காக நான் பணிபுரிந்த அன்னை நாட்டிலோ, புதுவைக் குரல் அல்லது கண்ணதாசனிலோ என் மனதில் பட்டதை எழுதி விட முடியாது. என் மனசாட்சிக்கு விரோதமில்லாமல் அபிப்பிராயத்தை வெளியிட்டு விட முடியாது.

சிறுகதை எழுதும் போதும், நாவல், கவிதை போன்றவற்றை எழுதும் போதும் என் மனதில் பட்டதை 90 சதவிதம் எழுதி விடலாம். ஆனால், பத்திரிகையில் அப்படி சர்வ சுதந்திரமாக எழுதிவிட முடியாது. பத்திரிகையோ, இன்றுள்ள தொலைக் காட்சியோ இந்த மீடியா எல்லாமே, இவற்றை முதல்

போட்டு நடத்துகிறவர்களின் கருத்துக்களையும், அவர்களது விருப்பு – வெறுப்புகளையும்தான் வெளியிடுகின்றன. அதில் பணிபுரியும் உதவி ஆசிரியர்கள், செய்தியாளர்களின் சொந்த அபிப்பிராயங்களைப் பற்றி அவை கவலைப்படுவதில்லை. அந்த அபிப்பிராயங்களை அவர்களால் வெளிப்படுத்தவும் முடியாது.

'சுதந்திரம்' என்றால் எந்தக் கட்டுப்பாடும் இல்லாத மட்டற்ற சுதந்திரமல்ல. அப்படியொரு சுதந்திரம் உலகில் எங்குமே இல்லை. நாம் செய்யும் தொழில், நாம் கொள்ளும் உறவுகள் இவற்றைப் பொறுத்து, சில கட்டுப்பாடுகளுடன் நமது அபிப்பிராயங்களைப் பகிர்ந்துகொள்ளலாம். எந்த நிறுவனமும், குடும்பமும் தனக்கு எதிரான கருத்தைச் சகித்துக்கொள்ளாது. விமர்சனம் அல்லது வெளிப்பாட்டுச் சுதந்திரம் என்பது வரையறைகள், கட்டுப்பாடுகளுக்கு உட்பட்டதுதான். சுதந்திரம் என்பதே ஒரு மாயைதான்.

நானும் நான் பணியாற்றிய பத்திரிகை நிர்வாகிகளின் விருப்பு – வெறுப்புகளுக்கு உட்பட்டுத்தான் பணியாற்றி வந்தேன், வருகிறேன். அன்னை நாடு அறவே நிறுத்தப்பட்ட போது தெய்வாதீனமாக எனக்கு ஒரு வழி கிடைத்தது. பாளையங்கோட்டையில் என்னை ஆதரித்த செல்வக்குமார், ரவிக்குமார் இவர்களின் மூத்த தங்கையான கிரேஸ் எலிஸபெத் சுகுணா தனது கணவருடன் சென்னையில், அதுவும் ஆதம்பாக்கத்துக்கே குடியேறினாள். அவளது கணவர் போக்கு வரத்துத் துறையில் பணியாற்றி வந்தார். கடலூரிலிருந்து மாறுதலாகி சென்னைக்கு அவர் வர நேர்ந்தது.

மாம்பலத்தில் ரயில் நிலையமருகே, இந்நாளில் ஜெயச் சந்திரன் டெக்ஸ்டைல்ஸ் கட்டிடம் இருக்கும் இடத்தில், முன்பு, பட்ஸ் ஹோட்டல் என்ற ஹோட்டல் இருந்தது. அங்கே ஒருநாள் மாலை ஜெயபாரதியுடன் காபி சாப்பிட்டுக்கொண்டிருந்த போது இரண்டு டேபிள்களுக்கு அப்பால் சுகுணாவும், அவள் கணவரும் உட்கார்ந்திருந்ததைப் பார்த்தேன்.

இவ்வளவு பெரிய சென்னை நகரத்தில், அதுவும் நான் சென்றிருந்த அந்த ஹோட்டலுக்கே அவளும் ஏன் வர வேண்டும்? அதுவும் நான் வேலையில்லாமல் சாப்பாட்டுக்குத் திண்டாடிக்கொண்டிருந்த நேரத்தில் அவளையும் அவள் கண வரையும் ஏன் அந்த ஹோட்டலில் சந்திக்க வேண்டும்? சற்று முன்போ அல்லது பின்போ நான் அங்கே சென்றிருந்தால், அவர்களை அங்கே சந்திக்கும் வாய்ப்பே இல்லை. அவள் சென்னைக்கு மாறுதலாகி வந்ததே தெரியாது. இது தெய்வாதீனமல்லாமல் வேறு என்ன?

அவர்களிடம் சென்று பேசினேன். ஜெயபாரதிக்கு மாம் பலத்தில் யாரோ ஒரு நண்பரைச் சந்திக்க வேண்டியதிருந்தது. அதனால் அவர் விடை பெற்றுச் சென்றுவிட்டார். நான் சுகுணாவுடனும், அவள் கணவருடனும் ஆதம்பாக்கம் சென்றேன். அவர்கள் வீட்டைத் தெரிந்துகொண்டேன். சுகுணாவும், அவள் கணவரும் என்னை அடிக்கடி வீட்டுக்கு வாருங்கள் என்று சொன்னார்கள். அதன் பிறகு நான் சுகுணாவின் வீட்டிலேயே சாப்பிட ஆரம்பித்தேன்.

ஒரு நாள் மாம்பலத்தில் வ.உ.சி. இளங்கோவைத் தற்செய லாகச் சந்தித்தேன். அவர், “என்னையா, எங்கே இருக்கீங்க?... அன்னை நாட்டைத் திரும்பவும் கொண்டு வரப்போறாங்க. நவசக்தி பிரஸ்ஸிலே அச்சாகப் போகுது...” என்றார்.

“எப்போது?...” என்றேன்.

“அடுத்த வாரத்திலே வரும்னு சொன்னாங்க. நீங்க நாளைக்குக் காலையிலே நவசக்தி ஆபீஸுக்கு வாங்க” என்றார் இளங்கோ.

நவசக்தி ஸிண்டிகேட் காங்கிரஸ் பத்திரிகையாக வெளி வந்தது. காமராஜின் மறைவுக்குப் பின்னர் நவசக்தியை நடத்தி வந்த முருக தனுஷ்கோடி அதை நிறுத்திவிட்டார். ஆனால், அதன் கட்டிடம், அச்சகம் எல்லாம் அப்படியே இருந்தன. லஸ் கார்னரில் இன்றுள்ள தினகரன் பத்திரிகை அலுவலகம் இருந்த இடத்தில்தான் நவசக்தி வெளியாகி வந்தது. நவசக்தி காலை தினசரியாக வெளிவந்தது. பழைய பிரிட்டிஷ் பாணி கட்டிடம் அது. மிகப் பெரிய கட்டிடம். உள்ளே ரோட்டரி மிஷின், நிர்வாக அலுவலகம் எல்லாம் இருந்தன.

மறுநாள் காலை இளங்கோவைச் சந்திப்பதற்காக நவசக்தி அலுவலகத்துக்குச் சென்றேன். சிறிது நேரம் கழித்து இளங்கோ வந்தார். வெகுநேரம் இளங்கோவுடன் பேசிக் கொண்டிருந்தேன். நவசக்தியின் ஊழியர்கள் சிலரும் நடமாடிக் கொண்டிருந்தனர்.

“தினசரி இங்கே வந்துட்டுப் போரும். இனிமே நான்தான் எடிட்டர். ஏ.கே.எஸ். பழைய ஆட்களையே வச்சுக்கிடலாம்னு சொல்லிட்டார். எப்படியும் ஆரம்பிச்சிடுவாங்க... தினசரி இப்படி வந்துட்டுப் போருமே...” என்றார் இளங்கோ.

காலையில் சுகுணா வீட்டில் சாப்பாடு. இளங்கோ எப்படி யும் மதியத்துக்குள் இரண்டு ரூபாவது வாங்கித் தந்து விடுவார். அதனால் பசி எடுக்காது. மத்தியானம் ஒரு மணிக்கு மேல் திருவல்லிக்கேணி சென்று மலர்மன்னனைப் பார்ப்பேன். இப்படி நாலைந்து நாட்கள் எனது தினசரி வாழ்வு ஓடிக்கொண்டிருந்தது.

மலர்மன்னன் விஜயலெட்சுமி என்ற சோசலிஸ்ட் கட்சித் தலைவரை அடிக்கடி அப்போது சந்தித்து வந்தார். விஜயலெட்சுமி ஒரு வார இதழைத் தொடங்கப் போகிறார் என்றும், அது தொடங்கிவிட்டால் நான் மலர்மன்னனுடன் அந்தப் பத்திரிகையில் சேர்ந்துவிடலாம் என்று மலர்மன்னனும் நம்பிக்கையூட்டி வந்தார்.

விஜயலெட்சுமி அந்நாளில் பிரபலமான சோஷலிஸ்ட் தலைவர். அவருக்கு அப்போது மத்திய அமைச்சரவையில் உதவியமைச்சராகப் பணிபுரிந்த கே.ஆர். கணேஷை நன்கு தெரியும். கே.ஆர். கணேஷும், விஜயலெட்சுமியும் சேர்ந்துதான் அந்த வார இதழைத் தொடங்குகிறார்கள் என்பது தெரிந்தது.

விஜயலெட்சுமிக்கு கதீட்ரல் சாலையில் டி.டி.கே. கம்பெனியை அடுத்து இருந்த பெரிய பங்களா வீடு சொந்தமாக இருந்தது. அந்த வீட்டைப் பத்திரிகை அலுவலகமாகப் பயன்படுத்திக் கொள்ளலாம் என்று விஜயலெட்சுமி நினைத்தார்.

'இனி என்ன செய்வது' என்று தடுமாறிக்கொண்டிருந்த எனக்கு ஒரே சமயத்தில் இரண்டு பத்திரிகைகளில் வாய்ப்புத் தென்பட்டதும் நான் ரொம்ப சந்தோஷப்பட்டேன்.

43

குமுதம், ஆனந்த விகடன், கல்கி என்று அந்தக் காலத்திய பிரபலமான, பல லட்சம் பிரதிகள் விற்கும் வாரப் பத்திரிகைகளுக்கு நடுவே சோஷலிஸ்ட் தலைவரான விஜயலெட்சுமியும், மத்திய உதவி அமைச்சர் கே.ஆர். கணேஷும் இணைந்து துவக்கிய அந்த வாரப் பத்திரிகை, தமிழ்ப் பத்திரிகையுலகில் தாக்குப் பிடித்து நிற்கும் என்பதைப் பாமரன்கூட நம்ப மாட்டான். எனக்கும் நம்பிக்கையில்லைதான். ஆனால், அன்னை நாடு திரும்பவும் தொடங்கப் படாத நிலையில், கையில் கிடைக்கிற சிறு துரும்பைக் கூடப் பற்றிக்கொள்கிற நிலையில்தான் நானிருந்தேன். அதனால் மலர்மன்னனுடன் அந்தப் பத்திரிகையில் சேர்ந்தேன்.

'முக்கித்தக்கி' என்று திருநெல்வேலி வட்டாரத் தில் சொல்வதைப் போல, எப்படியோ கஷ்டப்பட்டு முதல் இதழ் வெளிவந்தது. இரண்டாவது இதழ் வெளி வரவில்லை. நான் ஒரு சில நாட்கள் பஸ்ஸுக்குச் செலவு செய்து, கால் பட்டினி, அரைப் பட்டினி என்று பட்டினி கிடந்து வேலை செய்ததுதான் மிச்சம், சோஷலிஸ்ட் விஜயலெட்சுமி எனக்கும் வேலை பார்த்த நாட்களுக்குச் சம்பளம் தரவில்லை, மலர்மன்னனுக்கும் சம்பளம் தரவில்லை.

இந்த 2012லும் இது போல் பல பத்திரிகைகள் துவக்கப்பட்டு ஒன்றிரண்டு இதழ்களுடன் கடையை மூடிக்கொள்கின்றன. சிறு பத்திரிகைகள்தான் அற்பாயுளில் முடிந்து போகின்றன என்றில்லை. வெகுஜன வாசகர்களுக்கான எல்லா ருசிகளுடனும் துவங்கப்படும் பத்திரிகைகள்கூட அற்பாயுளில் வாழ்வை முடித்துக் கொள்கின்றன.

திரைப்படங்களில்கூட இதே நிலவரம்தான். இலக்கியப் பத்திரிகைகளைப் போல், கலைப் படங்களுக்குத்தான் ஆதரவு குறைவு என்றில்லை. சண்டைக் காட்சிகள், காமெடி, காதல் காட்சிகள்,

பாடல்கள் என்று வெகு ஜன ரசனைக்கான சகல அம்சங்களுடனும் தயாரிக்கப்பட்ட பல திரைப்படங்கள், தியேட்டர்களை விட்டு ஒன்றிரண்டு நாட்களிலேயே ஓடிப் போய்விடுகின்றன. பத்திரிகை, சினிமா, அரசியல் போன்ற துறைகளில் ஸ்திரமற்ற தன்மை உள்ளது.

இவை கவர்ச்சியை அடிப்படையாகக் கொண்டவை. பிரபலம், பொது மக்களின் விருப்பம் இவற்றை அடிப்படையாகக் கொண்டுதான் இம்மூன்று துறைகளும் செயல்படுகின்றன. பிரபலத்தன்மை அல்லது அதன் மீதான விருப்பம் குறையும் போது செல்வாக்கும் குறைகிறது. எம்.கே. தியாகராஜபாகவதர் மீதான கவர்ச்சி அல்லது விருப்பம் மக்களுக்கு அதிகமாக இருந்தபோது அவரது படங்கள் ‘ஓஹோ’வென்று ஓடின. அவரது புகழ் சுருங்கிய காலத்தில் எடுக்கப்பட்ட ‘சிவகவி’ படம், பத்தோடு பதினொன்றாகத் தியேட்டரை விட்டு ஓடிற்று. சுதந்திரப் போராட்ட காலத்தில் பிரபலமாக இருந்த காங்கிரஸ் கட்சி, 1967இல் செல்வாக்கிழந்து, பிரபலம் குறைந்து பதவியை விட்டு இறங்கியது. சொல்லிக்கொண்டே போகலாம்.

இரண்டு நேர உணவு சுகுணாவின் வீட்டில் கிடைத்தது. அவளும், வீணாக சிறு சிறு வேலைகளைத் தேடி அலைந்து கஷ்டப்படாதீர்கள் என்று சொன்னாள். இந்நிலையில் இலக்கியச் சிந்தனையின் ஒரு மாதச் சிறுகதைகளைப் படித்து சிறந்த சிறுகதையைத் தேர்ந்தெடுக்கும் பொறுப்பு என்னிடம் தரப் பட்டது. சிறந்த சிறுகதையைத் தேர்ந்தெடுத்து ஒரு கட்டுரையும் எழுதினேன். பேசும்போது திக்குவாய் வந்துவிடும் என்று பயந்ததால் அக்கட்டுரையை சுப்பிரமணியராஜுவிடம் கொடுத்து கூட்டத்தில் வாசிக்கச் சொன்னேன். சிறந்த சிறுகதையைத் தேர்ந்தெடுத்துக் கொடுத்ததற்காக ப.லெட்சுமணன் 50ரூபாய் சன்மானம் கொடுத்தார்.

திடீரென்று ஒருநாள் நம்பிராஜன் திருநெல்வேலியிலிருந்து சென்னை வந்தார். என்னைத் தேடி வந்தார். “உங்களுடைய சிறுகதைத் தொகுப்பு ஒன்றைக் கொண்டு வரலாம் என்று கல்யாணி, கோபால், அம்பை பாலன், பாபநாசம் திருவள்ளுவர் கல்லூரி நண்பர்கள் சிலரும் முடிவு செய்திருக்கிறோம். கையிலிருக்கிற கதைகளைக் கொடுங்கள்” என்று கேட்டு வாங்கிக் கொண்டு போனார். ஸ்திரமில்லாமல் அலைந்துகொண்டிருந்த என்னிடம் எல்லாச் சிறுகதைகளும் இல்லை. சில சிறுகதைகளைத் தேட வேண்டியதிருந்தது.

நம்பிராஜன் அவசரப்படுத்தினார். “என்னை மறுநாளே கதைகளை வாங்கிக்கொண்டு வரச் சொல்லி விட்டிருக்கிறார்கள். இந்த மாதமே தொகுப்பைக் கொண்டு வந்துவிட வேண்டும்

என்று முடிவு செய்திருக்கிறோம்..." என்று சொன்னார் நம்பிராஜன். எனக்கு ஒன்றும் புரியவில்லை. கையிலிருந்த சிறுகதைகளை வாங்கிக்கொண்டு போனார்.

திருநெல்வேலி சந்திப்பிள்ளையார் கோவில் முக்கு அருகே இருந்த முருகன் பிரஸ்ஸில் எனது முதல் தொகுதியான 'எஸ்தர்' முதலான சிறுகதைகள் அச்சானது. கல்யாணி அட்டைப் படத்தை வடிவமைத்துக் கொடுத்தார். கோபாலின் (கலாப்ரியா) முதல் கவிதையான 'வெள்ளம்' அதே முருகன் பிரஸ்ஸில்தான் அச்சானது. அதனால் கோபால் புரூப் திருத்துதல், லே அவுட் போன்ற வேலைகளைக் கவனித்துக்கொண்டார். நம்பிராஜன் தேவையான பணத்தைத் திரட்டுவது, வேலைகளை ஒருங்கிணைப்பது இவற்றைச் செய்தார். இரண்டு, மூன்று வாரங்களில் 'எஸ்தர்' சிறுகதைத் தொகுதி தயாராகிவிட்டது. கவிதா பதிப்பக வெளியீடாக அது வந்தது. பதிப்பக முகவரியாக நண்பர் அம்பை பாலனின் வீட்டு முகவரி இடம் பெற்றது.

நம்பிராஜன், அந்தத் தொகுப்புக்கு நிதியுதவி செய்த நண்பர்கள் தா. மணி, சுப்பு அரங்கநாதன், லயனல், அம்பை பாலன், ஐயப்பன் போன்றோர் அந்தச் சிறுகதைகளைப் பற்றி உரையாடுவது போல், முன்னுரையைப் புதுமையாக அமைத்திருந்தார். 1970இல் எழுத ஆரம்பித்த எனக்கு, 1975இல், ஐந்தே ஆண்டுகளில் முதல் சிறுகதைத் தொகுதி வெளிவந்தது அதிர்ஷ்டம் என்றே சொல்ல வேண்டும். நண்பர்கள் எல்லோருக்கும் கடன்பட்டிருக்கிறேன். என்னிடம் எதையும் எதிர்பாராமல், என்மீது கொண்ட அபிமானத்தினால் அந்தத் தொகுதியை அவர்கள் கொண்டு வந்தார்கள்,

எஸ்தர் சிறுகதைத் தொகுதி என்னைத் தமிழ் இலக்கிய உலகில் தவிர்க்க இயலாத எழுத்தாளனாக்கியது. இந்தத் தகுதியை நான் அடையக் காரணமாக இருந்தவர்கள் நண்பர்களே. இவர்களில் சுப்பு அரங்கநாதனும், தா. மணியும் அகாலத்தில் மரணமடைந்து விட்டனர். வேலையில்லாமல் வீணாக, உண்டு, உறங்கி பொழுதைப் போக்குவது வழக்கம் போல் கஷ்டமாகத்தா னிருந்தது. பாளையங்கோட்டையில் ஆதரவில்லாமல் தவித்த எனக்கு சுகுணாவின் குடும்பம் ஆதரவளித்தது போல், சென்னை யிலும் சுகுணாவும் அவள் கணவரும் எனக்கு அடைக்கலம் தந்தனர்.

இரவு படுப்பதற்கு மட்டும் கணபதி அண்ணாச்சி வீட்டுக்குச் சென்றுகொண்டிருந்தவன், சுகுணாவின் வருகைக்குப் பிறகு அவளுடைய வீட்டிலேயே சாப்பாடு, படுக்கை எல்லா வற்றையும் கழிக்க ஆரம்பித்தேன். பகலில் ஜெயபாரதியின்

அண்ணன் ரவீந்திரனுடன், அவர்கள் வீட்டுக்குச் சென்று பேசிக் கொண்டிருப்பேன். ஜெயபாரதி தினமணிகதிர் அலுவலகத்தி லிருந்து வீடு திரும்பிய பிறகு அவருடன் பொழுது போனது. இந்தப் பேச்சுப் பொழுதுபோக்கில் ஜெயபாரதி வீட்டுக்கு அருகிலிருந்த சுப்பிரமணிய ராஜுவும் கலந்துகொள்வார்.

ஒரு ஞாயிற்றுக் கிழமை காலை ராயப்பேட்டை கௌடியா மடம் தெருவிலிருந்த ஒரு பிரிவியூ தியேட்டருக்கு ஜெயபாரதி என்னைச் ‘சோமனதுடி’ படம் பார்க்க அழைத்துச் சென்றார். இருபது இருபத்தைந்து பேர் படம் பார்க்க வந்திருந்தனர். அங்கே வந்திருந்த ஒருவரிடம் ஜெயபாரதி என்னை அறிமுகம் செய்து வைத்தார். அவர்தான் ருத்ரையா. ருத்ரையா என்ற ஆறுமுகம். படம் முடிந்த பிறகு ஜெயபாரதி, நான், ருத்ரையா, அவரது நண்பர் பாபு நால்வரும் ரஞ்சன் பில்டிங்கிலிருந்த டீக்கடையில் டீ சாப்பிட்டோம்.

ருத்ரையாவும், பாபுவும் சென்னை திரைப்படக் கல்லூரி யில் திரைக்கதை – இயக்க வகுப்பில் கடைசியாண்டு பயின்று கொண்டிருந்தனர். பாபு சென்னை மெரீனா கடற்கரைச் சாலை யிலிருந்த பல்கலைக்கழக மாணவர்கள் விடுதியில் தங்கி யிருந்தார். ருத்ரையா லாயிட்ஸ் காலனியில் தங்கியிருந்தார். பாபு, ருத்ரையா, ஜெயபாரதி, நான் நால்வருமே மீண்டும் ஒரு நாள் பாபுவின் அறையில் சந்திப்பது என்று முடிவு செய்தோம். நால்வரும் டீ சாப்பிட்ட பின் பிரிந்தோம். நானும் ஜெய பாரதி யும் 13ஆம் நம்பர் பஸ் ஏறி, மாம்பலம் சென்று ரயிலைப் பிடித்து ஆதம்பாக்கம் போய்ச் சேர்ந்தோம்.

‘சோமனதுடி’ அருமையான யதார்த்தத் திரைப்படம். இயக்கியவர் பி.வி. கரந்த். ஆங்கில சப் டைட்டில்களுடன் பிற மொழிப் படத்தைப் பார்த்தது அதுதான் முதல் முறை. இதற்கு முன்பு பார்த்த சத்யஜித்ராயின் ‘பதேர் பாஞ்சாலி’ படத்தில் சப் டைட்டில்கள் இல்லை. சப் டைட்டில்கள் இல்லாமலேயே கதை ஓரளவு புரிந்துவிடும். திருநெல்வேலியில் பார்த்த ஏராள மான ஹிந்தி, மலையாளப் படங்கள்கூட சப் டைட்டில்கள் இல்லாத நேரடி மொழிப் படங்கள்தான்.

திருநெல்வேலியில் பார்த்த செம்மீன், நதி, ஆபிஜாத்யம், கிராஸ்பெல்ட், கரைகாணாக் கடல், ஒளவும் தீரவும் போன்ற மலையாளப் படங்களெல்லாம் கமர்ஷியல் படங்களே. ஆனால், அந்த மலையாளப் படங்களில் கூட மெலோடிராமா என்கிற மிகையுணர்ச்சிக் காட்சிகள் குறைவாகவே இருந்தன. அதனால் அவை சாதாரண திரைப்பட ரசிகனுக்கு ஏதோ யதார்த்தமான

கலைப் படங்கள் என்பது போன்ற மயக்கத்தைத் தந்தன. நானும் இந்த மயக்கத்திலிருந்து விடுபட்டிருக்கவில்லை.

எனக்கு ஒரு காலத்தில் தமிழில் வெளிவந்த பாலசந்தருடைய கருப்பு–வெள்ளைப் படங்களான அரங்கேற்றம், அவள் ஒரு தொடர்கதை போன்ற கமர்ஷியல் படங்களே யதார்த்த பாணி ரியலிஸத் திரைப்படங்கள் என்றுதான் தோன்றின. ஆனால், சென்னைக்கு வந்து பைசைக்கிள் தீஃப், பதேர்பாஞ்சாலி, *400* ப்ளோஸ் போன்ற பல அதியற்புதமான திரைப்படங்களைப் பார்த்த பிறகுதான் ரியலிஸம், திரைக் கலை என்றால் என்னவென்றே புரிந்தது. இதற்கு நான் பார்த்த பிலிம் சொஸைட்டி படங்களே காரணம். சென்னைக்கு வந்த பிறகுதான் சினிமா சம்பந்தமான நூல்களைப் படித்தேன். சென்னை எனக்கு எத்தனையோ நூல்களையும், திரைப்படங்களையும் அறிமுகம் செய்துகொள்ள உதவியது.

44

என்னுடைய கடவுள் நம்பிக்கை ஆழமானதல்ல, நான் கடவுள் இல்லையென்று கூறுகிற நாஸ்திகனு மல்ல. ஆனால் என்னையறியாமலேயே என்னுள் கடவுள் மறுப்புக் கருத்தும் தோன்றித் தோன்றி மறையும். மொத்தத்தில் இந்த விஷயத்தில் நான் தெளிவில்லாத குழப்பமான மனிதன்தான். கடவுள் அல்லது இந்த அண்டசராசரங்களையும், இத்தனை உயிர்களையும் படைத்த சர்வ வல்லமை மிக்க சக்தி ஒன்று இருக்கிறது என்பதில் சந்தேகமில்லை. ஆனால், தீவிரமான பக்தர்கள் நம்புவது போல், கடவுளை முழுமையாகச் சரணாகதி அடைந்தவர்கள் கருதுவது போல், நம்மை யும், இந்த உலகத்திலுள்ள கோடான கோடி மக்களின் அன்றாட வாழ்விலுள்ள அத்தனை செயல்களையும் இறைவன்தான் இயக்குகிறார் என்பதை நான் நம்பத் தயாராக இல்லை.

நான் நம்புகிற கடவுள் கருணைமயமானவர். தவறுகளைத் தண்டிக்கக் கூடியவரல்ல. நம்முடைய ஹிந்து மதத்தில் ஒருவன் அனுபவிக்கும் இன்பதுன்பங் களுக்கு பூர்வ ஜென்மப் பலன்களே காரணம் என்று கூறப்படுகிறது. நம்முடைய குணங்கள், அறிவாற்றல், உணர்ச்சிகள் போன்றவை நம் முன்னோர்களின் மரபணுவிலிருந்து நம்மை வந்தடைந்தவை என்று விஞ்ஞானம் கூறுகிறது. பூர்வ ஜென்மப் பலன்கள், மரபணுவின் தொடர்ச்சி போன்றவற்றில் உண்மை யில்லாமல் இல்லை. நாம் சந்திக்கிற மனிதர்கள், நட்பு, உறவுகள் போன்றவை கூட மிக நுட்பமான முறையில் நமது விதியுடன் பிணைக்கப்பட்டிருக்கின்றன. நான் எழுத்தாளனாகவும், பத்திரிகையாளனாக வும் சுமார் ஐம்பது ஆண்டுகளாகச் செயல்பட்டுக் கொண்டிருக்கிறேன். என்றாலும், நான் எழுத்துலகில் மட்டுமின்றி சென்னையில் காலூன்றி நிற்பதற்கும் காரணமான சில மனிதர்களை என் விதிவசத்தாலோ அல்லது பூர்வஜென்மப் பலன்களினாலோதான் அடைந்தேன் என்று நம்புகிறேன்.

இல்லையென்றால் எனக்கும் ஜெயபாரதிக்கும் இடையே ஏன் நட்பு ஏற்பட வேண்டும்? அவர் மூலமாக ருத்ரையா எனக்கு ஏன் அறிமுகமாக வேண்டும்? ருத்ரையாவினால் அனந்து சாருடைய நட்பு ஏன் கிடைக்க வேண்டும்? ஜெயபாரதியின் மூலம் கிடைத்தவர்கள்தான் ருத்ரையாவும், அனந்து சாரும்.

அந்தச் சோமனதுடி திரைப்படத்தின் போது ருத்ரையாவைச் சந்தித்த பிறகு இன்னொரு முறை சந்திப்பதற்கு என்னையும் அழைத்துக்கொண்டு வருமாறு ருத்ரையா ஜெயபாரதியிடம் கூறினார். அதுவும் ஒரு ஞாயிற்றுக் கிழமைதான். ஞாயிற்றுக் கிழமைதானே வசதியான நாள். ஜெயபாரதிக்கும் தினமணி கதிர் அலுவலக விடுமுறை. ருத்ரையாவுக்கும் அடையாறு திரைப்படக் கல்லூரி விடுமுறை.

இந்த இரண்டாவது சந்திப்பு ருத்ரையாவின் நண்பரான பாபுவின் அறையில் நடந்தது. ஜெயபாரதியும் நானும் ஆதம்பாக்கத்திலிருந்து ருத்ரையாவின் லாயிட்ஸ் காலனி அறைக்கு வந்தோம். அங்கிருந்து மூவரும் நடந்தே சென்னை பல்கலைக் கழக மாணவர் விடுதிக்கு – பாபுவின் அறைக்கு – வந்தோம். அப்போது மதியம் 12.30 மணி இருக்கும். பாபு சாப்பிடுவதற்காகப் பழங்களெல்லாம் வாங்கி வைத்திருந்தார்.

ருத்ரையாவுக்கும், பாபுவுக்கும் என் மீது ஒரே மதிப்பு, அபிமானம். ருத்ரையா, கணையாழியில் வெளிவந்த கடல் புரத்தில் நாவலின் தொடரைத் தொடர்ந்து படித்து, அதைப் பாபுவிடமும் பகிர்ந்துகொண்டிருக்கிறார். கடல்புரத்தில் நாவலை எழுதிய எழுத்தாளரின் நட்பு கிடைத்ததில் ருத்ரையாவுக்கும் பாபுவுக்கும் ஒரே மகிழ்ச்சி. அப்பேர்ப்பட்ட எழுத்தாளரை எப்படி உபசரிப்பது என்று தெரியாமல் இருவரும் திண்டாடி னார்கள். இந்த அபிமானம், உபசாரம் எல்லாம் என்னை வெட்கப்பட வைத்தன. ‘நான் அவ்வளவு பெரிய ஆளே இல்லை. என்னைப் போய் இப்படித் தூக்கி வைத்துக்கொண்டாடு கிறார்களே’ என்று எனக்கு சங்கோஜமாகவும் உறுத்தலாகவும் இருந்தது.

நானும், ஜெயபாரதியும்தான் பேசிக்கொண்டே இருந்தோம். பாபுவும், ருத்ரையாவும் என் முன்னால் பேசுவதற்குக் கூச்சப்பட்டது போல், பெரும்பாலும் மௌனமாகச் சிரித்துக் கொண்டே இருந்தனர். அவர்கள் பேசாமலிருந்தது வேறு என்னைத் தர்மசங்கடப்படுத்தியது. இவ்வளவு பணிவையும், அடக்கத்தையும் என்னிடம் காட்டுகிற அளவுக்கு நான் ஒன்றும் பெரிய சாதனையாளன் அல்ல. எப்போதடா அங்கிருந்து கிளம்புவோம் என்றிருந்தது.

ஒருவழியாக நானும் ஜெயபாரதியும் விடை பெற்றுக் கொண்டோம். ஐஸ் ஹவுஸ் பஸ்நிறுத்தம் வரை ருத்ரையாவும், பாபுவும் வழியனுப்ப வந்தனர். மாம்பலம் போகிற 12ஆம் நம்பர் பஸ்ஸில் நாங்கள் ஏறியமர்ந்து பஸ் புறப்படுகிற வரை அவர்கள் காத்திருந்தனர். நானும் ஜெயபாரதியும் மூன்று மணிக்கு மேல் ஆதம்பாக்கம் வந்து சேர்ந்தோம்.

சென்னை தி.நகர் சிவாவிஷ்ணு கோவிலுக்கு எதிரே யிருந்த மகாலெட்சுமி தெருவிலிருந்து 'பிரக்ஞை' பத்திரிகை வெளிவந்தது. மணிக்கொடி, சரஸ்வதி, எழுத்து, கணையாழி, தீபம், நடை, கசடதபற போன்ற இலக்கியப் பத்திரிகைகளைப் போல்தான் ஆரம்பத்தில் 'பிரக்ஞை'யின் ஆரம்பகால இதழ்களும் இலக்கியத்துக்கு முக்கியத்துவமளித்து வெளிவந்தன. ஆனால், ஒன்றிரண்டு இதழ்களுக்குப் பிறகு பிரக்ஞையில் சினிமா, அரசியல் சம்பந்தமான கட்டுரைகளும் இடம் பெற ஆரம்பித்தன.

'பிரக்ஞை' பத்திரிகையை நடத்தியவர்கள் ஸ்டேட் பேங்கில் வேலை பார்த்த ரவிசங்கர், ரங்கராஜன் என்ற வீராச்சாமி, ரகுராம் என்ற ரகு மற்றும் சேதுராமன். எல்லோருமே ஸ்டேட் பேங்க் ஊழியர்கள்தான். சென்னை நகரிலுள்ள ஸ்டேட் பேங்க் கிளைகளில் இவர்கள் பணிபுரிந்தனர். அரசுப் பணியில் இருப்பவர் பத்திரிகை ஆசிரியராகப் பணிபுரிவதில் பிரச்னை வரும் என்பதால் ஜெயபாரதியின் அண்ணன் ரவீந்திரனை ஆசிரியராகப் போட்டனர். பத்திரிகையின் முகவரி ரவிசங்கரின் வீட்டு முகவரியான 9, மகாலெட்சுமி தெரு, தி.நகர், சென்னை–17.

ரங்கராஜன் என்ற வீராச்சாமி மாம்பலம் ரயில் நிலையமருகே துர்க்காராம் முதல் தெருவில் மாடி அறை ஒன்றில் தங்கியிருந்தார். அவரது குடும்பம் காஞ்சிபுரத்தில் இருந்தது. ரங்கராஜன் குடியிருந்த மாடிக்குக் கீழே முதல் மாடியில் ஓவியர் கிருஷ்ணமூர்த்தி தன் தாயாருடனும், தம்பி, தங்கையுடனும் வசித்து வந்தார். கிருஷ்ணமூர்த்தி குடியிருந்த வீட்டின் கீழ்தளத்தில்தான் இயக்குனர் கே. பாலசந்தரிடம் உதவியாளராக இருந்த, ருத்ரையாவின் நண்பரான அனந்து சார் தன் குடும்பத்துடன் வசித்து வந்தார்.

இப்போது 'கூத்துப்பட்டறை' என்று அறியப்படுகிற நாடக இயக்கத்தை முதலில் தொடங்கியவர் வீராச்சாமிதான். அதில் ந. முத்துசாமி ஒரு உறுப்பினராக இருந்தார். காலப்போக்கில் கூத்துப்பட்டறை ந. முத்துசாமியின் கைக்குச் சென்றது. நான் மாம்பலம் செல்லும் போதெல்லாம் வீராச்சாமி, ஓவியர் கிருஷ்ணமூர்த்தி, ரவிசங்கர் எல்லோரையும் தவறாமல் சந்திப்பேன். (அப்போது எனக்கு அனந்துசார் அறிமுகமாகியிருக்கவில்லை.) ரவிசங்கரின் வீட்டுக்கு அடிக்கடி போவேன். அவரது அம்மா,

பாட்டி எல்லோரும் ரொம்பப் பிரியமாக இருப்பார்கள். அவசரச் செலவுக்கு ஐந்து, பத்து என்று ரவிசங்கரிடம் பணம் கைமாற்றாக வாங்கிக்கொள்வேன்.

ரவிசங்கர் பிரமாதமான வாசகர். எப்போது பார்த்தாலும் படித்துக்கொண்டே இருப்பார். போட்டோகிராபியிலும், சினிமாவிலும் அவருக்கு மிகுந்த ஈடுபாடு இருந்தது. பிரக்ஞை பத்திரிகை வட்டத்தைச் சேர்ந்த ஆர். சுவாமிநாதன் என்ற ஐராவதம், நடேசன் தெருவில் வசித்து வந்தார். சுவாமிநாதனும் வங்கி ஊழியர்தான். ரிஸர்வ் வங்கியில் அவர் பணிபுரிந்தார். என்னுடைய எஸ்தர் சிறுகதைத் தொகுப்புக்கு சுவாமிநாதன் பிரக்ஞையில் விமர்சனம் எழுதியிருந்தார். அம்பையும் ரவிசங்கர் வீட்டுக்கு அடிக்கடி வருவார். ஷியாம் பெனகலின் அங்கூர் என்ற திரைப்பட விமர்சனம் பிரக்ஞையில் வெளிவந்தது. அந்தப் படத்தைப் பற்றி பிரக்ஞை நண்பர்கள், ரவிசங்கர் வீட்டின் முன்னறையில் கூடி உரத்து விவாதித்தனர்.

அந்தச் சமயத்தில் ரவிசங்கரிடம், பிரக்ஞையில் வெளியிடு வதற்காக பிணத்துக்காரர்கள், அயோத்தி என்ற இரு சிறுகதை களைக் கொடுத்தேன். இரண்டு சிறுகதைகளுமே உடனே பிரக்ஞையில் வெளிவந்தன. துக்ளக் பத்திரிகையில், இயக்குனர் மகேந்திரன் சென்னையில் அனாதைப் பிணங்களைத் தெருவில் போட்டு, போகிற வருகிறவர்களிடம் பிணத்தை எரிக்கப் பணம் வசூலிப்பதைப் பற்றி ஒரு கட்டுரை எழுதியிருந்தார். அதுதான் ‘பிணத்துக்காரர்கள்’ சிறுகதையை எழுத இன்ஸ்பிரேஷனாக இருந்தது.

பிரக்ஞை நண்பர்கள் மாம்பலம் பஸ் நிலையத்துக்கு எதிரே இருக்கும் இந்தியன் காபி ஹவுஸில் அடிக்கடி கூடிப் பேசுவார்கள். சமயங்களில் அசோகமித்திரனும் இந்த விவாதங்களில் கலந்துகொள்வார். அசோகமித்திரன் இந்தியா காபி ஹவுஸ் அருகே இருந்த தாமோதர ரெட்டித் தெருவில்தான் குடியிருந்தார்.

அன்றைய தி.நகரில் இப்போது உள்ளது போன்ற பரபரப்பு, நெரிசல் என்பது அறவே இல்லை. ரங்கனாதன் தெருவில் பல வீடுகள்கூட இருந்தன. மாம்பலம் ரயில் நிலையத்தை ஒட்டி ரெங்கனாதன் தெருவின் ஆரம்பத்தில் லிப்கோ புத்தகக் கடை இருந்தது. ரெங்கனாதன் தெருவிலிருந்த சில வீடுகளில் வேலை பார்க்கும் இளைஞர்கள் மாடியறைகளில் வாடகைக்குக் குடியிருந்தனர். இன்று தஞ்சாவூர்க் கவிராயர் என்றும் தஞ்சாவூர் கோபாலி என்றும் சிறுகதைகளும், கவிதைகளும் எழுதுகிற கோபாலகிருஷ்ணன், அது போன்ற ஒரு வீட்டின் மாடியில்தான் குடியிருந்து வந்தார். இது எல்லாம் 1973–1975இல்.

45

ருத்ரையாவை அடிக்கடி அவரது லாயிட்ஸ் காலனி அறையில் சந்திக்க ஆரம்பித்தேன். எனக்கு வேலை வேண்டும் என்ற கோரிக்கையை அவரிடமும் வைத்தேன். 'அனந்து சார் மூலமாக ஏதாவது வேலைக்கு முயற்சிக்கலாம்' என்று நம்பிக்கை தந்தார். அனந்து சார் தேனாம்பேட்டை கணக்குத் தணிக்கை அதிகாரி அலுவலகத்தில் வேலை பார்த்து வந்தார். இதே அலுவலகத்தில்தான் ஒரு காலத்தில் இயக்குனர் கே. பாலசந்தரும் பணிபுரிந்து வந்தார். அங்கே பணிபுரிந்த காலத்தில்தான் பாலசந்தர் ராகினி ரிக்ரியேஷன்ஸ் என்ற பெயரில் நாடகக் குழுவைத் துவக்கி சர்வர் சுந்தரம், மேஜர் சந்திரகாந்த், எதிர்நீச்சல் போன்ற, பின்னாட்களில் திரைப்படங்களாகத் தயாரிக்கப்பட்டு வெற்றி பெற்ற நாடகங்களை எழுதி இயக்கி வந்தார்.

கே. பாலசந்தரின் நாடகங்களில் சுந்தர்ராஜன், ஸ்ரீகாந்த், நாகேஷ் போன்றோர் நடித்து வந்தனர். பின்னர் இவர்கள் திரையுலகிலும் பிரபலமாகினர். இருவரும் ஒரே அலுவலக நண்பர்கள் என்ற முறையில் பாலசந்தருடன் அனந்து சாருக்கு நல்ல தொடர்பு இருந்தது. பாலசந்தர் நாடகத்திலிருந்து சினிமாவிற்குள் நுழைந்தபோது, அனந்து சார் அவரது சினிமா இயக்கங்களில் உதவியாளராக உடனிருந்து வந்தார். அலுவலக நட்பு நாடகம், சினிமாவிலும் தொடர்ந்தது.

சென்னையிலுள்ள பிரெஞ்சு, ஜெர்மானிய, அமெரிக்க மற்றும் ரஷ்யத் தூதரகங்களில் திரையிடப்படும் வெளிநாட்டுப் படங்களைக் காண அனந்து சாரும் வருவார். அது போன்ற ஒரு திரைப்படக் காட்சியின்போதுதான் அனந்து சாருடன் ருத்ரையாவுக்கு அறிமுகம் ஏற்பட்டது. உலகத் திரைப்படங்கள், தமிழ் சினிமாவின் நிலையைப் பற்றியெல்லாம் அனந்து சாருடன்

ருத்ரையா தனது கருத்துக்களைப் பரிமாறிக் கொண்டார். இருவரும் மனமொத்த நண்பர்களாயினர். அனந்து சார் காலையில் தனது கணக்குத் தணிக்கை அலுவகத்திற்கோ, திரைப்பட நிறுவனங்களுக்கோ செல்லும் முன்பு லாயிட்ஸ் காலனியிலுள்ள ருத்ரையாவின் அறைக்கே வந்து பேசிக் கொண்டிருப்பார். அந்தச் சந்திப்புகளின் போதெல்லாம் அனந்து சாரிடம் ருத்ரையா என்னைப் பற்றிச் சொல்லியிருக்கிறார்.

ருத்ரையாவுக்கு மட்டுமல்ல, அப்போதுதான் திரைப்படங் களில் நடிக்க ஆரம்பித்திருந்த ரஜினிகாந்த், கமலஹாஸன் போன்றவர்களுக்கும் அனந்து சார் நெருங்கிய நண்பராகவும், வழிகாட்டியாகவும் இருந்தார். அப்போது கே. பாலசந்தர் இராம. அரங்கண்ணலின் நிறுவனம், பிரேமாலயா பிக்ஸர்ஸ், கலாகேந்திரா போன்ற நிறுவனங்களுக்குப் படங்களை இயக்கிக் கொண்டிருந்தார். அதனால் காலை ஏழு மணிக்கெல்லாம் அனந்து சாரை அழைத்துச் செல்ல அவரது வீட்டுக்குக் கார் வந்துவிடும். வெளியே புறப்பட்டுவிட்டால் கம்போஸிங், ரீ-ரிக்கார்டிங், ஷூட்டிங் என்று அவருக்கு இரவு வீடு திரும்புகிறவரை ஓய்வு ஒழிச்சல் இல்லாமல் வேலை இருக்கும்.

அதிகாலை நான்கு மணிக்கே எழுந்துவிடும் வழக்கமுள்ளவர் அனந்து சார். அதனால் காலை ஏழு மணிக்குள் அவரை வீட்டில் சந்திப்பது எளிது. சாவகாசமாய் பேசவும் முடியும் என்பதால் ருத்ரையா, என்னை அனந்து சார் வீட்டுக்குக் காலை ஆறு மணிக்கு வந்துவிடும்படியும், அவரும் அனந்து சார் வீட்டுக்கு வந்துவிடுவதாகவும் சொன்னார். நான் ஆதம்பாக்கத்திலிருந்து ருத்ரையா சொன்ன நேரத்துக்கு மாம்பலம் வந்துவிட்டேன். அவரும் வந்துவிட்டார். சொல்லப் போனால், ருத்ரையா, எனக்கு முன்பாகவே அனந்து சார் வீடிருக்கிற துர்க்காராம் தெருவுக்கு வந்து, தெரு முனையில் எனக்காகக் காத்துக்கொண்டிருந்தார். என்னையும் அழைத்துக் கொண்டு அனந்து சார் வீட்டுக்குச் சென்றார். அந்த வீட்டின் மாடியில் குடியிருந்த வீராச்சாமியை யும், ஓவியர் கிருஷ்ண மூர்த்தியையும் சந்திக்க அடிக்கடி சென்றிருக்கிறேன். ஆனால், கீழ் போர்ஷனில்தான் அனந்து சார் குடியிருக்கிறார் என்பது தெரியாது. எழுத்தாளர் பூமணிகூட, சென்னைக்கு மாற்றலாகி வந்த புதிதில், 1976–77இல், வீராச்சாமி என்ற ரங்கராஜனுடன் தான் அந்த மாடியில் இருந்தார். அதனால் அது எனக்கு மிகவும் பரிச்சயமான வீடு.

அழிக்கம்பிகள் போட்ட சிறு தாழ்வாரத்தை அடுத்து அக்ரஹாரத்து வீடுபோல நீளமாகச் சென்றது. ருத்ரையா கதவின் முன் நின்று “சார்” என்று அழைத்தார். நான் அவருக்குப் பின்னால் நின்றுகொண்டேன். இடுப்பில் அகலக் கரை வைத்த

வேட்டி, மார்பில் முண்டா பனியன், முகத்தில் லேசான இரண்டு நாள் தாடியுடன் சற்றுக் கனத்த மனிதர் வந்து கதவைத் திறந்தார். ருத்ரையாவை "வாங்க ஆறுமுகம்..." என்று சொல்லி உள்ளே அழைத்தார். என்னையும் உள்ளே வருமாறு கூறினார்; ருத்ரையாவின் வீட்டில் அவரை 'ஆறுமுகம்' என்றுதான் கூப்பிடுவார்கள்.

இரண்டு நாற்காலிகளை எடுத்துப் போட்டு உட்காரச் சொன்னார். ருத்ரையா என்னை அவரிடம் அறிமுகப்படுத்தி னார். என்னைப் பார்த்து வணக்கம் சொல்லிக்கொண்டே "கடல்புரத்தில் படிச்சிருக்கேன்... ரொம்ப நல்லா இருந்தது..." என்றார் அனந்து சார். வீட்டின் உள் பக்கம் பார்த்து, "ரெண்டு காபி கொண்டு வா..." என்றார்.

பிறகு என் பக்கம் திரும்பி, "ஆறுமுகம் எல்லாம் சொன்னார்... கண்ணதாசன் கிட்டே சொல்லி சாவி கிட்டே தினமணி கதிர்லே ட்ரை பண்ணுவோம்..." என்றார். "கவலைப்படாதீங்க... ஏதாவது பண்ணலாம்..." என்று நம்பிக்கை கொடுத்தார்.

"எங்கே இருக்கீங்க?..."

"ஆதம்பாக்கத்திலே..."

"சொந்த ஊரு திருநெல்வேலியா?..."

"ஆமா..."

பேசிக் கொண்டிருக்கும்போதே அவர் மனைவி காபி டபராக்களை எடுத்துக்கொண்டு வந்தார். அவருக்குப் பின்னால் ஒரு வயதான பெண்மணி வந்தார். அது அனந்து சாரின் அம்மா. அம்மாவிடமும் மனைவியிடமும் எங்களை அறிமுகம் செய்து வைத்தார். அனந்து சாரின் அம்மா, ருத்ரையாவைப் பார்த்து, "உங்களைப் பத்தி அடிக்கடி சொல்லுவான்..." என்றார்.

"காபியைச் சாப்பிடுங்க..." என்றார் அனந்து சார். காபி சாப்பிட்டுக்கொண்டே அனந்து சாரிடம் ருத்ரையா பேசிக் கொண்டிருந்தார். நான் அவர்கள் பேசுவதைக் கேட்டுக் கொண்டிருந்தேன். சிறிது நேரம் பேசிக்கொண்டிருந்து விட்டு ருத்ரையா எழுந்தார். நானும் எழுந்து நின்றேன். "அப்போ நாங்க புறப்படறோம்..." என்று கும்பிட்டார். "முடிஞ்சா சாயந்தரம் உங்க ரூம் பக்கம் வர்றேன்..." என்றார் அனந்து சார். இப்படி சாதாரணமாகத்தான் தொடங்கியது அனந்து சாருடனான நட்பு. அன்று நான் நம்பிக்கையோடு ஆதம்பாக்கத்துக்கு ரயில் ஏறினேன்.

பின்னகர்ந்த காலம்

அனந்து சாரைச் சந்தித்ததைப் பற்றி தி.க.சி.யிடம் கூறினேன். ரொம்ப சந்தோஷப்பட்டார்கள். தி.க.சி.க்குப் பாலச்சந்தரின் திரைப்படங்களைப் பிடிக்கும். ருத்ரையாவைப் பற்றியும் விபரமாகக் கேட்டுத் தெரிந்துகொண்டார்கள். தி.க.சி. இடது சாரிக் கட்சிகள் மீது அனுதாபம் கொண்டவர் என்றாலும், குறுகிய கட்சி, கொள்கை நோக்கு தி.க.சி.யிடம் இல்லை. ஆனந்த விகடன், கல்கி முதலான வெகுஜனப் பத்திரிகைகள் முதல் எல்லா தரப்புச் சிறு பத்திரிகைகளையும் வாங்கிப் படிக்கிற பழக்கம் அவர்களிடமிருந்தது. அதனால் கண்ணதாசன் மூலமாக தினமணி கதிரில் எனக்கு வேலை கிடைத்தால் அது என் எதிர்காலத்துக்கு நல்லது என்று தி.க.சி நினைத்தார்கள். அப்போது தினமணி கதிரில் கண்ணதாசனின் ‘அர்த்தமுள்ள இந்து மதம்’ என்ற கட்டுரைத் தொடர் மிகப் பிரபலமாக வெளிவந்துகொண்டிருந்தது. அதனால் கண்ணதாசன் சொன்னால் சாவி வேலை போட்டுக் கொடுத்துவிடுவார் என்று தி.க.சி.யைப் போலவே நானும் நம்பினேன்.

ஒரு நாள் ஜெயபாரதியைச் சந்தித்து தினமணி கதிரில் வேலை வாய்ப்பு எப்படியிருக்கிறது என்று விசாரித்தேன். அனந்து சாரைச் சந்தித்தது, கண்ணதாசன் மூலமாக தினமணி கதிரில் வேலைக்கு முயற்சிக்கலாம் என்று அவர் சொன்னதை பெரிதாக நான் நம்பவில்லை. தினமணி கதிரில் ஜெயபாரதியைத் தவிர ‘வைசு’ என்ற வை. சுப்பிரமணியன், சி.ஆர். கண்ணன் என்ற அபர்ணா நாயுடு, தாஸ், இதயன் போன்றோர் உதவியாசிரியர் களாகப் பணிபுரிந்து கொண்டிருந்தனர். தினமணி கதிர் 1 லட்சம் பிரதிகளுக்கு மேல் விற்பனையாகிக் கொண்டிருந்தது. “சாவி நெனைச்சார்னா தாராளமா வேலை போட்டுக் குடுக்கலாம் ராமச்சந்திரன்...” என்று ஜெயபாரதி சொன்னார். “கண்ணதாசன் சொன்னார்ன்னா சாவி நிச்சயம் கேட்பார்ன்னு எனக்கு நம்பிக்கை இருக்கு...” என்று ஜெயபாரதி கூறினார்.

எனக்கு வேலை கிடைக்கும் என்று நம்பிக்கையூட்டுகிற அளவுக்கு தினமணி கதிரில் பிரசுரமான கண்ணதாசனுடைய அந்த ‘அர்த்தமுள்ள இந்து மதம்’ அவ்வளவு பிரபலமாக இருந்தது. அதனால் கண்ணதாசனுக்காக சாவி எனக்கு தினமணி கதிரில் வேலை போட்டுத் தருவார் என்று அனந்து சாரைப் போலவே தி.க.சி., ஜெயபாரதி, ருத்ரையா எல்லோரும் நம்பிக்கையுடனிருந்தார்கள். நானும் தினமணி கதிரில் வேலை செய்வது போல் அடிக்கடி கற்பனை செய்துகொண்டேன். அப்போது அனந்து சார் உள்பட ருத்ரையா, ஜெயபாரதி, தி.க.சி. யார் வீட்டிலும் தொலைபேசி வசதியில்லை. அலுவலகங்களில் இருந்த தொலைபேசியைத்தான் எல்லோரும் பயன்படுத்தி

வந்தனர். கடிதம்தான் தகவல் தொடர்பு சாதனம். ஒரு நாள் தற்செயலாக ருத்ரையாவைப் பார்ப்பதற்காக அவரது அறைக்குச் சென்றேன்.

என்னைப் பார்த்ததுமே, "நல்ல வேளைய்யா வந்தே... உன்னை எப்படி கான்டாக்ட் பண்றதுன்னு யோசிச்சுக்கிட்டு இருந்தேன். நேத்தே அனந்து சார் கண்ணதாசன் கிட்டே இருந்து சாவிக்கு லெட்டர் வாங்கிட்டு வந்துட்டார்யா. சாவிக்கு போன்லேயும் கண்ணதாசன் சொல்லிட்டாராம்... இந்தா லெட்டர்... உடனே தினமணி கதிர் ஆபீஸுக்குப் போ..." என்றார் ருத்ரையா. எனக்குத் தலைகால் புரியவில்லை. தினமணி கதிரில் வேலையே கிடைத்துவிட்டது போலிருந்தது. ருத்ரையா கடிதத்தோடு "செலவுக்கு வச்சுக்கோ" என்று இருபது ரூபாயும் கொடுத்தார். அப்போது பதினோரு மணி இருக்கும். கண்ணதாசனின் கடிதத்தை எடுத்துக்கொண்டு தினமணி கதிர் அலுவலகத்திற்குச் சென்றேன்.

46

இப்போது, சென்னை அண்ணா சாலையில் எக்ஸ்பிரஸ் எஸ்டேட் இருந்த இடத்தில் மிகப் பெரிய வணிக வளாகம் வந்துவிட்டது. இந்த 'எக்ஸ்பிரஸ் எஸ்டேட்' என்ற மிகப் பெரிய (மிகப் பெரிய என்றால் உண்மையில் மிகப் பெரிய) இடத்தில்தான் இந்தியன் எக்ஸ்பிரஸ், தினமணி, தினமணி கதிர், ஆந்திர பிரபா போன்ற பல பத்திரிகைகளின் அலுவலகங்களும் பிரம்மாண்டமான ரோட்டரி மிஷின்களுடன் கூடிய அச்சகமும் இயங்கி வந்தன. இதன் சொந்தக்காரர் கோயங்கா.

கோயங்காவுக்குச் சொந்தமான மிகப் பெரிய கட்டிடங்களும், வளாகங்களும் 'எக்ஸ்பிரஸ் பில்டிங்' என்ற பெயரில் பம்பாய், டெல்லி, மதுரை போன்ற பல ஊர்களிலும் இருந்தன. அந்தக் காலத்திலேயே இந்தியன் எக்ஸ்பிரஸ் ஐந்தாறு பதிப்புகள் வெளி வந்தன, எக்ஸ்பிரஸ் தவிர ஹிந்தி, தெலுங்கு, தமிழ் போன்ற பிராந்திய மொழிகளிலும் தினசரிகளையும், வாரப் பத்திரிகைகளையும் கோயங்கா நடத்தி வந்தார். தமிழில் 'தினமணி' ஆசிரியராக ஏ.என். சிவராமன் இருந்தார். தினமணியின் இணைப்பாகத்தான் தினமணி கதிர் ஆரம்பத்தில் இருந்தது. பிறகு துமிலனை ஆசிரியராகக் கொண்டு தினமணி கதிர் வார இதழாக வெளிவர ஆரம்பித்தது.

'தினமணி' நாளிதழின் முதல் ஆசிரியர் டி.எஸ். சொக்கலிங்கம். இவர் தனது நண்பர்களான ஏ.என்.சிவராமன், புதுமைப்பித்தன் போன்றவர்களை உதவி ஆசிரியர்களாக வைத்துக்கொண்டார். சொக்கலிங்கம் இரண்டே வருஷத்தில் தனியே ஒரு தினசரிப் பத்திரிகையை ஆரம்பிக்க விரும்பினார்.

அதனால் தினமணியிலிருந்து விலகினார். சொக்கலிங்கத்துடன் புதுமைப்பித்தனும் வெளியேறினார். சொக்கலிங்கத்திற்குப் பின், தினமணி ஆசிரியப் பொறுப்பை ஏ.என். சிவராமன் ஏற்றுக்கொண்டார். சுமார் 50 ஆண்டுகள் ஏ.என்.எஸ். தினமணியின் ஆசிரியராக இருந்தார்.

சொக்கலிங்கம், புதுமைப்பித்தன் போன்றோர் விலகிய பிறகு, தினமணியில், பின்நாட்களில் பிரபல சினிமா கதை வசனகர்த்தாவாக உருவெடுத்த இளங்கோவன், சி.சு. செல்லப்பா போன்ற எழுத்தாளர்களும் பணிபுரிந்தனர். இன்று தமிழ்ப் பத்திரிகைகளில் பணிபுரிகிறவர்கள் எழுத்தாளர்களாக இருக்க வேண்டும் என்ற தகுதியில்லை. தமிழில் சரளமாகப் பேசவும் எழுதவும் தெரிந்த பட்டதாரியாக இருந்தால் போதும்.

ஆனால், 1970கள் வரை தமிழ் வாரப் பத்திரிகைகளில் பெரும்பாலும் எழுத்தாளர்களே உதவியாசிரியர்களாகவும், ஆசிரியர்களாகவும் இருந்தனர். கல்கி (ஆனந்த விகடன், கல்கி), தேவன் (ஆனந்த விகடன்), துமிலன் (தினமணி கதிர்), ரா.கி. ரங்கராஜன் (குமுதம்), விந்தன் (கல்கி), நா. பார்த்தசாரதி (கல்கி, தினமணிகதிர்), மணியன் (ஆனந்த விகடன்), சாவி (ஆனந்த விகடன், தினமணிகதிர்) போன்ற பல எழுத்தாளர்கள் வாரப் பத்திரிகைகளில் பணியாற்றியவர்கள்தான்.

இன்று போல் ஆரம்ப காலத்தில் தினமணி நாளிதழின் ஞாயிறு இணைப்பாக வெளிவந்த தினமணி கதிர் துமிலனை ஆசிரியராகக் கொண்டு வார இதழாக வெளிவந்து ஒரு லட்சம் பிரதிகள் சர்க்குலேஷனை எட்டியது. பிறகு எதனாலோ துமிலன் ஆசிரியராக இருந்த தினமணி கதிர் நிறுத்தப்பட்டது. நீண்ட காலமாக தினமணி கதிர் வெளிவரவே இல்லை.

1960களின் மத்தியில் ஆனந்த விகடன் உதவியாசிரியர் வேலையை உதறித் தள்ளிய சா. விஸ்வநாதன் என்ற ‘சாவி’யை கோயங்கா வரவேற்றார். ‘சாவி’யை ஆசிரியராகப் போட்டு மறுபடியும் தினமணி கதிரைத் துவக்கினார். ஒரு வாரப் பத்திரிகை லட்சம் பிரதிகள் விற்பதென்பது அந்த நாட்களில் மிகப் பெரிய சாதனை. தினமணி கதிரை லட்சம் பிரதிகள் விற்கச் செய்கிறேன் என்று சவால் விட்டுத்தான் சாவி தினமணி கதிரின் ஆசிரியர் பணியில் அமர்ந்தார் என்று, அந்நாட்களில் பேசிக்கொண்டார்கள்.

தனது முத்திரைச் சிறுகதைகள், குறுநாவல்களின் மூலம் பிரபலமாக இருந்த ஜெயகாந்தனை தினமணி கதிரில் எழுத வைத்தார் சாவி. ஸ்ரீ வேணுகோபாலன் என்ற புஷ்பா தங்க

துரையை 'சிவப்பு விளக்குக் கதைகள்' என்ற பெயரில் பம்பாய் சிவப்பு விளக்குப் பகுதி பெண்களின் கதையை சாவி வாரா வாரம் வெளியிட்டார். சிவப்பு விளக்குக் கதைகள் வெளிவர ஆரம்பித்ததும், அதுவும் ஒரு பெண்ணே (புஷ்பா தங்கதுரையின் இயற்பெயர் வாசகர்களுக்குத் தெரியவில்லை) சிவப்பு விளக்குக் கதைகளை எழுதுகிறார் என்றதும் தினமணி கதிரின் சர்க்குலேஷன் வாரா வாரம் உயர்ந்துகொண்டே சென்று, லட்சத்தைத் தொட்டது.

ஜெயகாந்தனை தினமணிகதிரில் எழுத வைத்ததைப் போல தி. ஜானகிராமனையும் சாவி கதிரில் எழுத வைத்தார். ஜெயகாந்தன் 'சில நேரங்களில் சில மனிதர்கள்' தொடரை ஆனந்த விகடனில் அவர் எழுதிய 'அக்னிப் பிரவேசம்' என்ற சிறுகதையின் தொடர்ச்சியாக தினமணிகதிரில் எழுதினார். தி. ஜானகிராமன் 'செம்பருத்தி' என்ற தொடரை எழுதினார். ஒரு பக்கம் ஜெயகாந்தன், தி. ஜானகிராமனின் படைப்புகள், மற்றொரு பக்கம் புஷ்பாதங்கதுரையின் சிவப்பு விளக்குக் கதைகள் என்று முழுக்க முழுக்க கமர்ஷியல் மசாலா ஃபார்முலாவின் வெற்றியாகத் தினமணி கதிர் திகழ்ந்தது.

இந்த அணுகுமுறையுடன்தான் கண்ணதாசனின் 'அர்த்தமுள்ள இந்துமதம்' தொடரும் தினமணிகதிரில் இடம் பெற்றது. சிவப்பு விளக்குக் கதைகளைவிட அர்த்தமுள்ள இந்து மதம் வாசகர்களிடையே பிரபலமாக இருந்தது. கண்ணதாசனிடமிருந்து சாவிக்கு சிபாரிசுக் கடிதம் வாங்கி வந்த நானும் ஏராளமான கனவுகளுடன் தினமணி கதிர் அலுவலகத்தினுள் நுழைந்தேன். ஜெயபாரதியைக் கேட்டேன். அவர் இன்னும் வரவில்லை என்றார்கள்.

"ஆசிரியர் இருக்கிறாரா?..."

"இருக்கிறார்... நீங்கள் யார்?..." என்று விசாரித்தார் 'வைசு' என்ற வை. சுப்பிரமணியன். சற்றுத் தள்ளி இருக்கையிலிருந்த 'இதயன்' மெதுவாக எழுந்து என்னருகே வந்தார். "வாங்க வண்ணநிலவன்" என்று வரவேற்று, என்னை 'வைசு'விடம் அறிமுகம் செய்து வைத்தார். இதயனைக் கண்ணதாசனில் வேலை பார்த்தபோது பழக்கம். நான் தங்கியிருந்த ராணி சின்னம்மா ரோடு கண்ணதாசன் புரொடக்ஷன்ஸ் அலுவலகத்திலிருந்து இரவுச் சாப்பாட்டுக்காக ஆழ்வார்பேட்டை கார்னரில் இருந்த உடுப்பி ஹோட்டலுக்குச் செல்வேன். அந்த உடுப்பி ஹோட்டலின் மாடியில்தான் இதயன் அறை எடுத்துத் தங்கி யிருந்தார். அனேகமாகத் தினமும் இரவு இதயனை ஹோட்டலில் சந்திப்பேன்.

என்ன விஷயம் என்று இதயனும், வைசுவும் என்னிடம் விசாரித்தார்கள். வேலை விஷயமாக கண்ணதாசனின் சிபாரிசுக் கடிதத்துடன் வந்திருக்கிறேன் என்றேன். இதயன் என்னிடமிருந்த கண்ணதாசனின் கடிதத்தை வாங்கி 'வைசு'விடம் கொடுத்து சாவியிடம் கொடுக்கும்படிச் சொன்னார். 'வைசு' கடிதத்தை வாங்கிக்கொண்டு சாவியின் அறைக்குள் போனார். இதயன் என்னைத் தனது இடத்துக்கு அழைத்துச் சென்று உட்கார வைத்துப் பிரியத்துடன் பேசிக்கொண்டிருந்தார். சிறிது நேரத்தில் 'வைசு' சாவியின் அறையிலிருந்து வெளியே வந்தார்.

"இப்போ ஒண்ணும் வேகன்ஸி இல்லை. பின்னாலே சொல்லியனுப்பலாம்ன்னு எடிட்டர் சொல்லச் சொன்னார்...' என்றார் 'வைசு'. கண்ணிமைக்கும் நேரத்தில் என்னுடைய கனவுக் கோட்டை நொறுங்கித் தரைமட்டமாகிவிட்டது. இதயன் என் கையைப் பிடித்துக்கொண்டார். 'வைசு'வும் ஆறுதல் சொன்னார். அவர்களுடன் என்ன பேசுவது என்று தெரியாமல் உட்கார்ந்துகொண்டிருந்தேன். சொல்லிக்கொண்டு கிளம்பினேன். வெயில் மண்டையைப் பிளப்பது போலிருந்தது. இனி என்ன செய்வது? நேரே பஸ்ஸைப் பிடித்து ருத்ரையா அறைக்குச் சென்றேன்.

"பரவாயில்லை ஐயா... வேற ஏதாவது முயற்சி பண்ண லாம்..." என்றார் ருத்ரையா. அவர் எந்தச் சூழ்நிலையிலும் தன்னம்பிக்கையை இழக்கமாட்டார். அதனால் அவருக்கு இதெல்லாம் ஒரு பொருட்டே அல்ல. அன்றுதான் அவர் என்னையும் அவருடனே வந்து தங்கியிருக்கச் சொன்னார். "எதுக்கு ஆதம்பாக்கத்திலே இருந்து ஸிட்டிக்கு வந்து கஷ்டப் படணும்?... இங்கே என் கூடவே இருய்யா. வேலை தேடறதும் சுலபமா இருக்கும்..." என்றார்.

ஆதம்பாக்கம் சென்று தி.க.சி.யிடமும், சுகுணாவிடமும் ருத்ரையா என்னைத் தன்னுடன் வந்து இருக்கும்படிச் சொன்னதைக் கூறினேன், தி.க.சி. உற்சாகப்படுத்தி அனுப்பி வைத்தார்கள். சுகுணாவும் சிறிது தயக்கத்திற்குப் பிறகு சம்மதித்தாள். அன்று இரவே பையை எடுத்துக்கொண்டு ருத்ரையா அறைக்கு வந்து விட்டேன். லாயிட்ஸ் குவாட்டர்ஸ்ஸில் ருத்ரையா 25ஆம் எண் அறையில் இருந்தார். 27ஆம் எண் அறையில் திருச்சியில் அவருடன் செயிண்ட் ஜோசப் கல்லூரியில படித்த மாணிக்கவாசகம் தங்கியிருந்தார். மாணிக்கவாசகத்தின் சொந்த ஊர் கரூர் அருகிலுள்ள வாங்கல். இந்திய உணவுக் கழகத்தில் வேலை பார்த்து வந்தார். ரொம்பப் பிரியமான மனிதர். என்னை 'ராமச்சந்திரம் பிள்ளை' என்று கூப்பிடுவார்.

ருத்ரையாவின் துணிமணிகளைத் துவைப்பது, மெஸ்ஸி லிருந்து சாப்பாடு எடுத்து வருவது போன்ற வேலைகளை 'திருப்பால்' என்ற ஆந்திரவாலிபர் செய்து வந்தார். அவர் தமிழும் தெலுங்கும் கலந்து பேசுவதைக் கேட்க ரொம்ப வேடிக்கையாக இருக்கும். "அனந்து சார் வந்தான்"... என்பார், ரொம்ப மரியாதையாகச் சொல்வதாக நினைப்பு.

ருத்ரையாவுக்கும் எனக்கும் திருப்பால் மெஸ்ஸிலிருந்து காலை, மதியம், இரவு மூன்று வேளையும் சாப்பாடு எடுத்து வருவார். மெஸ்ஸை நடத்தி வந்த பெண்மணி, ருத்ரையாவுக்கு அனுப்பி வைக்கும் சாப்பாட்டை மிகுந்த அக்கறையுடன் விசேஷமான உணவு வகைகளைச் சேர்த்துக் கொடுத்து அனுப்புவார். வேளா வேளைக்குச் சாப்பாடு, படிப்பதற்குப் புத்தகங்கள் என்று கவலையில்லாமல் காலம் ஓடியது.

47

வழக்கம் போல என்னுடைய கூச்ச சுபாவம் வேலை செய்ய ஆரம்பித்தது. எத்தனை நாளைக்கு ருத்ரையாவின் அறையில் தங்கிக்கொண்டு ஓசிச் சாப்பாடு சாப்பிட்டுக் காலம் தள்ளுவது என்று தோன்றியது. வெறும் சாப்பாட்டுடன் என் வாழ்வு கழிந்துவிடவில்லை. தினசரி எனக்கு வரும் கடிதங்களுக்குப் பதில் எழுதிப் போட தபால் செலவுக்கும் ருத்ரையாதான் பணம் தர வேண்டியதிருந்தது. வல்லிக்கண்ணன், தி.க.சி., வண்ணதாசன், விக்ரமாதித்யன், கலாப்ரியா, சுந்தர ராமசாமி, ஜி.எம்.எல். பிரகாஷ் என்று நிறைய நண்பர்களுடன் எனக்குக் கடிதத் தொடர்பு இருந்தது. எல்லோரும் வாரம் ஒரு கடிதமாவது எழுதி விடுவார்கள். அதுவும் வண்ணதாசன், இரண்டு நாட்களுக்கு ஒரு முறை, என்னிடமிருந்து பதில் வருகிறதோ வரவில்லையோ, அதைப் பற்றிக் கவலைப்படாமல், எனக்கு மிகுந்த பிரியத்துடன் கடிதங்கள் எழுதிவிடுவார். இதற்கெல்லாம் கூட ருத்ரையாவிடம்தான் வாங்கிச் செலவு செய்ய வேண்டியதிருந்தது.

என் இயல்பு தெரிந்து, நான் பணம் கேட்கும் வரை காத்திராமல், தினசரி அவரே ஐந்து, பத்து என்று என் சட்டைப் பையில் பணத்தைத் திணித்து விடுவார். அவர் சுயமாகச் சம்பாதித்தாலாவது பரவாயில்லை. அவரே ஊரில் வீட்டிலிருந்துதான் மாதா மாதம் பணத்தை வாங்கிச் செலவு செய்கிறார். இந்த நிலையில் நான் வேறு சீலைப் பேன் மாதிரி அவருடன் ஒட்டிக் கொண்டு இருந்தது எனக்குப் பிடிக்கவில்லை.

ஊருக்கு அப்பாவுக்குக் கடிதம் எழுதினேன். அப்பாவினால் எனக்குப் பணம் அனுப்பி உதவ முடியாது. அதனால் சென்னையிலிருந்து கிளம்பி ஊருக்கே சென்றுவிடலாம் என்று நினைத்தேன்.

ஊருக்கு வந்து விடட்டுமா என்று கேட்டு அப்பாவுக்கு எழுதினேன். அங்கே ஒன்றும் முடியாவிட்டால் கிளம்பி வந்துவிடு என்று அப்பா பதில் எழுதினார்கள். ருத்ரையா என்னைக் கடிந்துகொண்டார். "ஊருக்குப் போய் என்னய்யா பண்ணப் போறே?... இங்கேயே இருய்யா..." என்று வற்புறுத்தினார். என்ன முடிவு எடுப்பது என்று தெரியாமல் விழித்தேன்.

ஒரு நாள் தஞ்சை பிரகாஷ் தான் ஒரு பத்திரிகை ஆரம்பிக்கப் போவதாகவும் அதற்கு நான் எழுத வேண்டும் என்றும் கேட்டுக் கடிதம் எழுதியிருந்தார். 'பாலம்' என்பது அவரது புதிய பத்திரிகையின் பெயர். பாலத்துக்கு ஒரு கவிதை எழுதி அனுப்பினேன். அப்போது அதுதான் என்னால் முடிந்தது.

ருத்ரையாவின் அறையில் புஸ்தகங்களுக்குக் குறைவில்லை. டாக்டர் ராதாகிருஷ்ணனுடைய புஸ்தகங்கள் இருந்தன. அயன்ராண்டின் நாவல்கள், இவை தவிர சினிமா சம்பந்தப்பட்ட நூல்களும் ஏராளமாக இருந்தன. ஆந்த்ரே பஸின் என்ற பிரெஞ்சு சினிமா விமர்சகரின் சினிமாவைப் பற்றிய நூல் என்னை ரொம்பவும் கவர்ந்தது. இவர்தான் பிரெஞ்சு நவீன சினிமா அலையின் முன்னோடி. கோடார்ட், ட்ரூபோ போன்ற பிரெஞ்சு நியூ வேவ் இயக்குநர்களின் குருவைப் போன்றவர் ஆந்த்ரே பஸின்.

அமெரிக்கன் நூலகத்தில் நான் உறுப்பினராக இருந்தேன். அங்கிருந்து பிரபல அமெரிக்க சினிமா விமர்சகரான பாலின் கேல் எழுதிய சினிமா பற்றிய நூலை எடுத்து வந்து படித்தேன். பாலின் கேல் சத்யஜித் ராயைப் பற்றியும், அவருடைய 'பதேர் பாஞ்சாலி' படமாக்கப்பட்டதையும் பற்றி மிக விரிவாக எழுதியிருந்தார். சத்யஜித் ராய் பதேர் பாஞ்சாலிக்காகப் போட்டிருந்த ஷாட்ஸ்களின் கோட்டோவியங்களும் அந்தக் கட்டுரைகளில் இருந்தன. அமெரிக்க நூலகத்திற்கு 'ஸைட் அண்ட் சவுண்ட்' என்ற பத்திரிகை வரும். இதை விரும்பிப் படிப்பேன்.

பிரிட்டீஷ் நூலகத்திற்கு 'என்கௌண்டர்' என்ற இலக்கியப் பத்திரிகை வரும். மிக உன்னதமான இலக்கியப் பத்திரிகை அது. அந்தப் பத்திரிகைகளெல்லாம் இப்போது வர வில்லை. எல்லாம் நின்று போய்விட்டன. நான் பாளையங்கோட்டையிலேயே இருந்திருந்தால் இந்தப் பத்திரிகைகள், இந்தப் புஸ்தகங்களை எல்லாம் கண்ணால்கூடப் பார்த்திருக்க முடியாது.

'தினமணி கதிர் வேலை' என்ற கனவு பொய்த்துப் போன பின், புஸ்தகங்கள், பத்திரிகைகள் வாசிப்பு, கடிதங்கள் எழுதுவது என்று நாட்கள் கழிந்தன. ஒரு நாள் காலை அனந்து சாரைப் பார்ப்பதற்காக அவர் வீட்டுக்குச் சென்றேன். வழக்கம் போல் அவர் என்னை வரவேற்று காபி தந்து உபசரித்தார்.

“நான் ஊருக்குப் போகலாம்ன்னு முடிவு செஞ்சிருக் கேன்...” என்றேன்.

“ஊருக்கெல்லாம் எதுக்கு?...”

“இங்கே சும்மா இருக்கப் பிடிக்கலை. எத்தனை நாள்தான் வெட்டியாப் பொழுதைப் போக்குகிறது? ரொம்பக் கஷ்டமா இருக்கு சார்...”

அனந்து சார் சிறிது நேரம் தெரு வாசலையே பார்த்துக் கொண்டிருந்தார். பிறகு, “இன்னும் ஒரே ஒரு வாரம் பொறுத்துக் கிடுங்க... அதுக்குள்ளே ஏதாவது பண்ணலாம். ஆர்ட் ராமசாமி கிட்டே பேசிப் பார்க்கிறேன். அவருக்குப் பத்திரிகைகள்ளே நெறைய ப்ரண்ட்ஸ் இருக்காங்க... ஒரே ஒரு வாரம் இங்கே இருங்க. அதுக்குள்ளே வேலை எதுவும் கிடைக்கலேன்னா நானே உங்களைப் பஸ் ஏத்தி அனுப்பி வைக்கிறேன்...” என்றார்.

எனக்கு நம்பிக்கை இல்லை. என்றாலும், அவரது பேச்சை என்னால் தட்ட முடியவில்லை. “சரி சார்...” என்றேன். அனந்து சாரைப் பார்த்துப் பேசி விட்டு மாலை முரசு ஜேம்ஸைப் பார்க்க அவர் வீட்டுக்குச் சென்றேன். அவர் ஆபீஸுக்குக் கிளம்பிக்கொண்டிருந்தார். “சாப்பிட்டீங்களா?...” என்றார். “இல்லை” என்றேன். “உக்காருங்க... சாப்பிடுவோம்...” என்றார். எனக்கும் நல்ல பசி. அவர் மனைவி இட்லி பரிமாறினார். ஏழெட்டு இட்லிகளை ‘கபகப’ வென்று உள்ளே தள்ளினேன், ஜேம்ஸும் ‘ஊருக்கெல்லாம் போக வேண்டாம்’ என்றார். “செலவுக்கு வச்சுக்கிடுங்க” என்று பத்து ரூபாய் கொடுத்தார். அவர் ஆபீஸ் வாசல் வரை சென்றேன். அவரிடம் விடைபெற்றுக் கொண்டு நியூஎல்பின்ஸ்டன் தியேட்டருக்குப் போனேன்.

‘நிர்மால்யம்’ என்ற மலையாளப் படம் ஓடிக் கொண் டிருந்தது. வாசுதேவன் நாயருடைய கதை. பி.ஜே. ஆண்டனியும், சுமித்ராவும் நடித்தது. சுமித்ராவுக்கு அதுதான் முதல் படம். ஆண்டனி கேரளாவில் பிரபலமான மேடை நாடக நடிகர். அவர்தான் நிர்மால்யத்தின் கதாநாயகன். ‘வெளிச்சப்பாடு’ என்ற கோயில் பூசாரி வேடத்தில் ஆண்டனி நடித்திருந்தார். அபாரமான திரைப்படம். இன்றும் மனதை விட்டகலாத அபூர்வமான மலையாளத் திரைப்படம் அது.

படம் முடித்த பிறகு பக்கத்தில் இருந்த ‘தீபம்’ அலுவலகத் துக்குச் சென்று நா. பார்த்தசாரதியுடன் பேசிக்கொண் டிருந்தேன். அவர் ஏற்கெனவே நிர்மால்யத்தைப் பார்த்திருந்தார். இருவரும் வெகு நேரம் படத்தைப் பற்றிப் பேசினோம்.

48

க்ரியா ராமகிருஷ்ணன் அப்போது க்ரியா பதிப்பகத்தை ஆரம்பித்திருக்கவில்லை. தி.நகர் பிரகாசம் தெருவில் அவரும் அவர் நண்பரான ஜெயாவும் வசித்து வந்தார்கள். நான் சென்னைக்கு வந்ததிலிருந்தே, 1973லிருந்தே – ராமகிருஷ்ணனை எனக்குத் தெரியும். அப்போது ராமகிருஷ்ணன் ஹிந்துஸ்தான் தாம்ஸன் என்ற விளம்பர நிறுவனத்தில் பணிபுரிந்து வந்தார். சென்னை எத்திராஜ் கல்லூரியருகே கூவம் ஆற்றுப் பாலத்தையொட்டி ஹிந்துஸ்தான் தாம்ஸன் கம்பெனியின் அலுவலகம் இருந்தது. ஜெயாவும், அதே அலுவலகத்தில்தான் பணிபுரிந்து வந்தார். ஓய்வு கிடைக்கும் போதெல்லாம் ராமகிருஷ்ணனை அவரது அலுவலகத்திலோ, அல்லது அவரது பிரகாசம் தெரு வீட்டிலோ சென்று சந்திப்பேன். அப்போதே அவருக்கு, ஒரு பதிப்பகம் ஆரம்பிக்க வேண்டும் என்ற ஆசை இருந்தது.

'இன்னும் ஒரே ஒரு வாரம் பொறுத்திருங்கள்'. என்று அனந்து சார் சொன்ன பிறகு ஒரு நாள் ஹிந்துஸ்தான் தாம்ஸன் அலுவலகத்திற்குச் சென்று ராமகிருஷ்ணனைச் சந்தித்தேன். பேசிக்கொண்டிருந்தபோது, சுந்தர ராமசாமி சென்னைக்கு வந்திருப்பதாகவும், பெஸன்ட் நகரில் அவரது மூத்த சகோதரி வீட்டில் தங்கியிருப்பதாகவும் ராமகிருஷ்ணன் சொன்னார். குத்துமதிப்பாக அவருக்குத் தெரிந்த சு.ரா.வின் சகோதரி வீட்டு முகவரியையும் கூறினார், "மூணு நாலு நாள் சுந்தர ராமசாமி சென்னையில்தான் இருப்பார்..." என்றார். சரி, இன்னும் இரண்டு நாள் கழித்து சு.ரா.வைப் பார்ப்போம் என்று நினைத்தேன்.

அன்று இரவு ருத்ரையாவுடன் மெஸ்ஸுக்குச் சாப்பிடச் செல்லும் வழியில் ருத்ரையா, அனந்து சாரை அவரது அலுவலகத்தில் சந்தித்ததைப்

பற்றிச் சொன்னார். "யோவ்! உனக்காக ரொம்ப விகரஸா, சார் வேலை தேடிக்கிட்டு இருக்கார்ய்யா..." என்றார். ஆனால், எனக்கு வேலை கிடைக்குமென்ற நம்பிக்கை இல்லை. இன்னும் மூணு நாள்தானே. அதற்குள் அனந்து சார் சொன்ன ஒரு வாரக் கெடு முடிந்து விடும். பிறகு ஊருக்குப் புறப்பட வேண்டியதுதான் என்று நினைத்தேன்.

தினசரி காலை தூங்கி விழித்ததும் ருத்ரையா, மாணிக்கம், நான் மூவரும் ஐஸ் ஹவுஸ் பஸ் ஸ்டாண்ட் அருகே இருக்கும் விவேகா ஹோட்டலில் காபி சாப்பிடுவோம். விவேகா ஹோட்டல் காபி மிக ருசியாக இருக்கும். நாங்கள் எல்லோருமே அந்தக் காபியின் பரம ரசிகர்கள். இன்றும் அதே இடத்தில் அந்த விவேகா ஹோட்டல் இருக்கிறது. மாணிக்கம் அந்த ஹோட்டல் காபியை வெகுவாகப் புகழ்வார்.

வழக்கம் போல் விவேகா ஹோட்டலுக்குச் சென்று காபி குடித்துவிட்டு மூன்று பேரும் பேசிக்கொண்டே சாவதானமாக ரூமுக்குத் திரும்பினோம். ரூம் வாசலில் அனந்து சார் நின்று கொண்டிருந்தார். எங்களுக்குக் கையும் ஓடவில்லை, காலும் ஓடவில்லை. அவ்வளவு காலையில் அவரை அங்கே நாங்கள் எதிர்பார்க்கவில்லை.

"வந்து ரொம்ப நேரமாச்சா சார்?..." என்று ருத்ரையா கேட்டார்.

"ஒரு அஞ்சு நிமிஷம் இருக்கும்..." என்றார் அனந்து சார். ருத்ரையா அவசர அவசரமாக அறைக் கதவைத் திறந்தார். அனந்து சார் என்னைப் பார்த்துச் சிரித்தார். உள்ளே சென்று உட்கார்ந்ததும், "வண்ணநிலவனுக்கு அனேகமா ஜாப் கிடைச்ச மாதிரிதான். ஆர்ட் ராமசாமி துக்ளக்லே சொல்லி வச்சிருக்கார். 'சோ'வோட ட்ராமா ட்ரூப்புக்கு அவர்தான் ஆர்ட் டைரக்டர். ஆனந்த விகடன்லே சுந்தரம்னு ஒருத்தர் இருக்காராம். அவரையும் ஆர்ட்டுக்குத் தெரியும். சுந்தரம் உங்களை நாளைக்கு ஆனந்த விகடனுக்கு வரச் சொல்லியிருக்காராம். நாளைக்கே விகடன்லே சுந்தரத்தைப் போய்ப் பாருங்கோ..." என்றார் அனந்து சார்.

"சரி சார்!... போய்ப் பார்க்கிறேன் சார்..." என்றேன். மாணிக்கம் என் முதுகில் தட்டினார். ருத்ரையா சந்தோஷத்துடன் "என்னய்யா..." என்றார்.

சிறிது நேரம் கழித்து அனந்து சார் விடைபெற்றுச் சென்று விட்டார். ருத்ரையாவுக்கு அன்று இன்ஸ்டிட்டியூட் போக வேண்டியதிருந்தது. மெஸ்ஸிலிருந்து திருப்பால் எனக்கும்

ருத்ரையாவுக்கும் டிபன் எடுத்து வந்தான். டிபன் சாப்பிட்டு விட்டு ருத்ரையா அடையாறு பிலிம் இன்ஸ்டிட்டியூட்டுக்குப் போய்விட்டார். மாணிக்கம் ஏற்கெனவே ஆபீஸுக்குக் கிளம்பிப் போயிருந்தார். எல்லோரும் மாலைதான் திரும்புவார்கள். பெஸன்ட் நகருக்குப் போய் சுந்தர ராமசாமியைப் பார்க்கலாம் என்று தோன்றியது.

ராமகிருஷ்ணன் குத்துமதிப்பாகச் சொன்னதை வைத்துக் கொண்டு சு.ரா.வின் சகோதரி வீட்டைக் கண்டுபிடித்தேன். சுந்தர ராமசாமிக்கு என்னைப் பார்த்ததும் சந்தோஷம் பிடிபட வில்லை. "வே!... எப்படி வே வீட்டைக் கண்டுபிடிச்சேரு?..." என்று ஆச்சரியப்பட்டார். அது சிறிய வீடுதான். ஹவுஸிங் போர்டு குடியிருப்பு. அவரது அக்காவின் கணவர், குழந்தைகள் என்று வீடு ஒரே கலகலப்பாக இருந்தது. முன்னறையில் நானும் ராமசாமியும் உட்கார்ந்து பேசிக்கொண்டிருந்தோம். சிறிது நேரத்தில் நான் கிளம்பினேன். ஆனால், அவர் வழக்கம் போல "இரும்... போகலாம்..." என்றார். மதியம் அங்கேயே சாப்பிட்டு விட்டு மூன்று மணி வரை அவருடன் இருந்தேன்.

துக்ளக்கில் எழுதிக்கொண்டிருந்த பரந்தாமன் அவருக்குத் தாய்மாமனார். "மாமா கிட்டே நானும் சொல்றேன்..." என்றார் சு.ரா.

மறுநாள் காலை சரியாகப் பத்து மணிக்கெல்லாம் ஆனந்த விகடன் அலுவலகத்துக்குச் சென்றுவிட்டேன். சுந்தரம் சார் மாடியில் இருந்தார். அவருக்கென்று ஒரு பெரிய தனி கேபின். என்னை அறிமுகப்படுத்திக் கொண்டதும் "உட்காருங்கள்" என்றார். அவருக்குச் சில வேலைகள் இருந்தன. அவற்றை முடித்து விட்டு "வாருங்கள்... சோவைப் பார்க்கப் போகலாம்..." என்றார். அவர் பின்னால் சென்றேன்.

ஆனந்த விகடன் அலுவலகத்துக்கு எதிரே இருந்த சிறு கட்டிடத்தில்தான் 'துக்ளக்' அலுவலகம் இயங்கி வந்தது. துக்ளக் ஆசிரியர் 'சோ'வின் அறைதான் முதல் அறை. என்னையும் அழைத்துக்கொண்டு உள்ளே சென்றார் சுந்தரம். ஆசிரியரின் எதிரே இருவரும் அமர்ந்தோம். என்னுடைய முன் அனுபவத்தை எடிட்டர் விசாரித்தார். அவருக்குப் பிடித்துவிட்டது. "நாளைக்கே வந்திடுங்க..." என்றார். (சுந்தரம் சார் சமீபத்தில்தான் மரண மடைந்தார்)

1976 ஜூன் 22ஆம் தேதி துக்ளக்கில் புரூப் ரீடராக 250 ரூபாய் சம்பளத்தில் வேலைக்குச் சேர்ந்தேன். துக்ளக்கில் வேலை கிடைக்காமல் போயிருந்தால், என் வாழ்க்கை

சாதாரண மனிதனுடைய வாழ்க்கையாகத்தான் கழிந்திருக்கும். வாழ்க்கையே பெரும் போராட்டமாகியிருக்கும்.

அனந்து சார், ஆர்ட் ராமசாமி, சுந்தரம் சார், எடிட்டர் எல்லோரையும் நன்றியுடன் நினைத்துப் பார்க்கிறேன்.

49

‘துக்ளக்’ பத்திரிகை 1970 ஜனவரி பொங்கல் முதல் வெளிவர ஆரம்பித்திருந்தது. அப்போது நான் திருநெல்வேலியில் இருந்தேன். பாளையங் கோட்டை அட்வகேட் டி.எஸ். ஸ்ரீனிவாசகம் அவர்களிடம் குமாஸ்தாவாக வேலை பார்த்துக் கொண்டிருந்தேன். அவருக்கு மருமகன் முறையாக வேண்டிய செல்வக்குமாரும் நானும் நெருங்கிய நண்பர்கள். நாங்கள் இரண்டு பேருமே நல்ல வாசகர்கள். எந்தப் புதுப் பத்திரிகை வெளிவந்தாலும் உடனே வாங்கிவிடுவோம்.

‘சோ’வை ஆசிரியராகக் கொண்டு ‘துக்ளக்’ பொங்கல் முதல் வெளிவருகிறது என்ற விளம்பரம் தமிழ் தினசரிகளில் வெளிவந்திருந்தது. இரண்டு கழுதைகள் ‘துக்ளக்’ பத்திரிகை வெளிவருவதைப் பற்றிப் பேசிக்கொள்வது போல் விளம்பரங்கள் வெளிவந்திருந்தன. சோ நடித்த திரைப்படங்களை நாங்கள் பார்த்திருக்கிறோம். அதனால், அவரது பத்திரிகை பற்றிய எதிர்பார்ப்பு எங்களிடம் இருந்தது. அவர் சினிமாவில் நகைச்சுவை நடிகராக இருந்ததால் பத்திரிகையிலும் நகைச்சுவை தாராள மாக இருக்கும் என்று நினைத்தோம்.

1970 பொங்கல் அன்று காலையில், குளித்துச் சாப்பிட்டு விட்டு, நானும் செல்வக்குமாரும் திருநெல்வேலி ஜங்ஷனுக்குச் சென்று ‘துக்ளக்’ பத்திரிகையை வாங்கினோம். அதன்பின்னர் இரண்டு பேரும் ரயில்வே ஸ்டேஷனுக்குச் சென்று பிளாட்பாரம் பெஞ்சில் உட்கார்ந்து ஒரே பத்திரிகையைச் சேர்த்து வாசித்தோம். அக்காலத்தில் பிரபலமாக இருந்த ‘ஆனந்த விகடன்’, ‘குமுதம்’, ‘கல்கி’ போல் இல்லாமல் வடிவமைப்பிலும் விஷயத்திலும் ‘துக்ளக்’ ரொம்ப வித்தியாசமாக இருந்தது. அன்று முதல் குமார் இதழ் தவறாமல்

'துக்ளக்' வாங்கிவிடுவார். அப்போது துக்ளக் மாதம் இருமுறை பத்திரிகையாக வெளிவந்தது.

'சோ'வின் பிரபல நாடகமான 'முகமது பின் துக்ளக்' அக்கால அரசியலை நையாண்டி செய்து எழுதப்பட்டது. இது திரைப்படமாகவும் தயாரானது. திரைப்படமாகத் தயாரான போது ஆளும் கட்சியின் எதிர்ப்புகளை அப்படம் எதிர்கொள்ள நேர்ந்தது. தயாரிப்பாளர், இயக்குநர், சோ போன்ற ஒரு சிலரைத் தவிர, படத்தில் பணிபுரிந்த இதர தொழில்நுட்பக் கலைஞர்கள் எல்லாம் அவ்வப்போது மாறிக்கொண்டே இருந்தனர். காரணம் அவர்களுக்கு வந்த பயமுறுத்தல். இதைப் பற்றியெல்லாம் அப்போது செய்திகள் வெளிவந்தன. பலத்த எதிர்ப்புகளுக்கு இடையே படம் தணிக்கையாகித் திரையிடப்பட்டது. அந்தப் படத்தை எனது வழக்கறிஞர் ஸ்ரீனிவாசகத்துடன் சேர்ந்து இரவு 10.30 மணிக்காட்சியில் பார்த்தேன். திருநெல்வேலி சென்ட்ரல் தியேட்டரில் படத்தைத் திரையிட்டிருந்தார்கள்.

இப்படி 'துக்ளக்' பத்திரிகையுடனும் அதன் ஆசிரியர் சோவுடனும் என்னுடைய மானசீக நெருக்கம் 1970 முதலே ஏற்பட்டிருந்தது. ஆனால், அப்போதெல்லாம் அவருடைய 'துக்ளக்' பத்திரிகையிலேயே வேலைக்குச் சேர்வேன் என்பதை நான் நினைத்தே பார்த்ததில்லை.

'துக்ளக்' அலுவலகத்தில் ஆசிரியர் சோவுக்கு அடுத்த இடத்தில், துக்ளக்கில் 'விஸிட்டர்' என்ற பகுதியை எழுதிவந்த 'அனந்த்' என்ற அனந்தகிருஷ்ணனும், மதலையும் பணிபுரிந்து வந்தனர். மதலை டைப்பிஸ்டாகவும், அலுவலக உதவியாள ராகவும் பணிபுரிந்து வந்தார். அனந்தகிருஷ்ணனுக்கும் மதலைக்கும் தனித்தனி அறைகள் இருந்தன. ஆசிரியரின் அறை மேற்புறம் இருந்தது. எனக்கு வராந்தா போன்ற நீண்ட பகுதியில், வரவேற்பு அறையாக இருந்த இடத்தில் இடத்தை ஒதுக்கியிருந்தார்கள். பரசுராமன், சுப்பிரமணியன், சேகர் என்று மூன்று அட்டெண்டர்கள்.

அப்போது ஆசிரியர் சோ சினிமாவிலும் நடித்து வந்தார். நாடகங்களும் நடத்தி வந்தார். அனேகமாகத் தினசரி மாலை சென்னையில் ஏதாவதொரு நாடக சபாவில் அவரது நாடகங்கள் நடைபெற்று வந்தன. சினிமா, நாடகம், பத்திரிகை என்று மூன்றையும் சோ கவனித்து வந்தார்.

'ஆனந்த விகடன்' அச்சகத்தில்தான் துக்ளக்கும் அச்சாகி வந்தது. நான் துக்ளக்கில் சேர்ந்த சமயம் நாட்டில் எமர்ஜென்ஸி (அவசர நிலை) அமலில் இருந்தது. கருத்துச் சுதந்திரம் அடக்குமுறைக்கு உள்ளாயிற்று. 'முரசொலி', 'துக்ளக்'

இரு பத்திரிகைகளுக்கும் சென்ஸார் இருந்தது. சென்ஸாரின் அனுமதியில்லாமல் எதையும் பிரசுரிக்க முடியாது என்ற நிலை. மொரார்ஜி தேசாய், ஜெயப்பிரகாஷ் நாராயண் போன்ற பல தலைவர்கள் சிறையில் அடைக்கப்பட்டிருந்தனர். தமிழ்நாட்டிலும் தி.மு.க., ஸிண்டிகேட் காங்கிரஸ், தி.க. போன்ற பல கட்சிகளைச் சேர்ந்தவர்களும் சிறையில் அடைக்கப்பட்டிருந்தனர்.

'சோ'வும் கைது செய்யப்படலாம் என்ற பேச்சு அடிபட்டது. சட்டமன்றம் கலைக்கப்பட்டிருந்ததால் கவர்னர் ஆட்சி நடந்து வந்தது.

பத்திரிகைகளுக்கான சென்ஸார் அலுவலகம் நுங்கம் பாக்கம் சாஸ்திரி பவனில் இருந்தது. பகலிலும் இரவிலும் சென்ஸார் அதிகாரிகள் பணியாற்றி வந்தனர். 'துக்ளக்' பத்திரிகை அட்டைப்படம் முதல், விளம்பரங்கள் வரை தணிக்கை அதிகாரியின் அனுமதி பெற்ற பின்புதான் அச்சுக்குப் போகும். இதனால், துக்ளக்கில் வெளியிடத் தேர்ந்தெடுக்கப்பட்ட கட்டுரைகள், கார்ட்டூன்கள், அட்டைப்படம், வாசகர் கடிதம் உள்பட எல்லாவற்றையும் டைப் அடித்து, அவற்றைத் தணிக்கை அதிகாரிகளிடம் காட்டி ஒப்புதல் பெற்றபின்பே அச்சுக்கோர்க்க கொடுக்கமுடியும். அவர்கள் நிராகரித்து விட்டால், வேறு கேள்வி பதில் அல்லது கட்டுரை, கார்ட்டூன்களை மீண்டும் தயாரித்து, அதிகாரிகளிடம் காண்பித்து ஒப்புதல் பெறவேண்டும்.

இதனால், கால விரயமும் மனித உழைப்பும் வீணாகின. தணிக்கை அதிகாரிகளாக இருந்த சௌம்ய நாராயணனும் திருநாவுக்கரசும் கண்களில் விளக்கெண்ணெய் விட்டுக் கொண்டு பார்ப்பது போல் உன்னிப்பாகக் கவனித்தனர்.

"உங்களை நம்ப முடியாதுய்யா... ஏதாவது பொடி வச்சு எழுதிருவீங்க..." என்பார் சௌம்ய நாராயணன். அரசையோ, பிரதமர் அல்லது கவர்னர் போன்றவர்களையோ விமர்சித்துப் பேசவோ, எழுதவோ கூடாது; முடியாது. இத்தனை வரையறை களுக்கும் இடையே என்ன எழுதுவது, எதை எழுதுவது என்று தலையைப் பிய்த்துக்கொள்வோம்.

'துக்ளக்' பத்திரிகையில் எனக்கு ஃப்ரூப் ரீடர் வேலைதான் என்றாலும், ஆசிரியர் சோ என்னை எல்லா வேலைகளிலும் ஈடுபடுத்துவார். டிஸ்கஷனில் எல்லாம் என்னையும் உடன் வைத்துக்கொள்வார். நான் சேர்ந்த இரண்டு மூன்று மாதங்களிலேயே 'சந்திரன்' என்ற பெயரில் என்னைத் தனியாகக் கட்டுரை எழுத அனுமதித்தார்.

சினிமா இயக்குநர் மகேந்திரன் 'துக்ளக்' பத்திரிகையில் சிறிது காலம் பணிபுரிந்தார். அப்போது அவர் நாடக, திரைக்கதை வசனகர்த்தாவாகவும் சினிமாவில் அறிமுகமாயிருந்தார். அவர் பணிபுரிந்தபோது 'துக்ளக்' பத்திரிகையில் 'போஸ்ட்மார்ட்டம்' என்ற தலைப்பில் சினிமா விமர்சனங்கள் வெளிவந்தன. அவற்றை மகேந்திரன் எழுதினார். அவருக்குப் பின்னர் சினிமா விமர்சனங்கள் வரவில்லை.

எனக்கு ருத்ரையா, ஜெயபாரதி (இருவரும் அப்போது இயக்குநர்கள் ஆகவில்லை) இருவரையும் நல்ல பழக்கம் என்பது சோவுக்குத் தெரியும், சினிமா சம்பந்தப்பட்ட நூல்களை நான் படிப்பதும் அவருக்குத் தெரியும். இதையெல்லாம் பார்த்த சோ மீண்டும் துக்ளக்கில் சினிமா விமர்சனப் பகுதியைத் தொடங்க முடிவு செய்தார். அதை நான் எழுதுவதென்று முடிவாகியது.

'துக்ளக்' பத்திரிகையின் கொள்கைப்படி, பத்திரிகை நிருபர்களுக்காக நடத்தப்படும் பிரிவியூ காட்சிகளுக்கு நாங்கள் செல்வதில்லை. தியேட்டர்களில்தான் படங்களைப் பார்ப்போம். படங்களை நான், அனந்தகிருஷ்ணன், மதலை மூன்று பேரும் பார்ப்போம். படம் முடிந்தபிறகு படத்தைப் பற்றிய அவர்களது கருத்துக்களைக் கேட்டுக்கொள்வேன். விமர்சனத்தைக் கேலியும் குத்தலும் கலந்து நான் எழுதுவேன். 'டாக்டர்' என்ற பேரில் அந்த சினிமா விமர்சனங்கள் வெளிவந்தன.

'துக்ளக்' பத்திரிகையில் வெளிவரும் சினிமா விமர்சனங் களை, சம்பந்தப்பட்ட இயக்குநருக்கே அனுப்பி, அவர்களுடைய பதிலையும் பிரசுரிக்கும் வழக்கம் இருந்தது. சில சமயங்களில் அந்த விமர்சனங்களை நானே அந்த இயக்குநரிடம் எடுத்துச் சென்று பதிலை வாங்கி வர நேரும்.

50

அவசர நிலை அமலில் இருந்த காலத்தில் 'துக்ளக்' பத்திரிகையில் தணிக்கை அதிகாரிகள் அவ்வளவாகக் கை வைக்காத விஷயங்கள் இரண்டு; ஒன்று: 'வாழ்ந்து காட்டுகிறார்கள்' என்ற பகுதி. இன்னொன்று: சினிமா விமர்சனமான 'போஸ்ட் மார்ட்டம்' பகுதி. ஏற்கெனவே சொன்னது போல் தலையங்கம், கேள்வி-பதில், கார்ட்டூன் இந்த மூன்று பகுதிகளும் சென்ஸார் அதிகாரிகளின் கடும் கவனத்துக்கு உள்ளாகின.

பதினைந்து நாட்களுக்கொரு முறை வெளிவரும் இதழில், இதழ் வெளிவருவதற்கு முந்தைய கடைசி ஒரு வாரமும் பகல் இரவு என்று பாராமல் 'துக்ளக்' ஆசிரியர் குழு வேலை செய்தது. இரவு ஒரு மணி, இரண்டு மணிக்கெல்லாம்கூட, சென்ஸார் அனுமதி பெறுவதற்காக, டைப் செய்யப்பட்ட பகுதிகளை சாஸ்திரி பவனுக்கு எடுத்துச்சென்று காண்பித்து வருவோம். பின்னிரவில் அலுவலகத்திலேயே படுத்துக்கொள்வோம்.

இப்போது அச்சிடும் தொழில் எவ்வளவோ வளர்ச்சியடைந்து விட்டது. கம்ப்யூட்டர் வந்திராத அந்தக் காலத்தில் அச்சிடுதல் என்பது கடினமானது. 'துக்ளக்' அச்சான ஆனந்த விகடன் அச்சகத்தில் மோனோ கம்போஸிங் முறை இருந்தது. அப்போது தினசரிகளில் லைனோ கம்போஸிங் முறை இருந்தது. இந்த மிஷின்களில், ஈயம் கொதி நிலையில் உருகி வார்ப்பதற்குத் தயாராக இருக்கும். லைனோ முறையில் ஒவ்வொரு வரியாக எழுத்துக் கோர்க்கப்பட்டு வார்க்கப்படும். மோனோ முறையில் ஒவ்வொரு எழுத்தும் தனித்தனியாக வார்க்கப்படும். 'ஆனந்த விகடன்' மோனோ கம்போஸிங் செக்ஷனில் இருந்த ஊழியர்கள் மிகுந்த திறமைசாலிகள். வேகமாக வேலை செய்வார்கள்.

'விகடன்' அச்சக ஊழியர்களின் அனுபவமும் வேகமான செயல்பாடுகளும் 'துக்ளக்' பத்திரிகைக்குக் கிட்டின.

'துக்ளக்' பத்திரிகையை 'யுனைட்டெட் எண்டர் பிரைஸஸ்' என்ற பங்குதாரர் நிறுவனம்தான் நடத்தியது. இதன் பங்குதாரர்களில் இருவர் 'ஆனந்த விகடன்' பொது மேலாள ராகவும், துணை மேலாளராகவும் இருந்ததால், எங்கள் அலுவலகமும் 'விகடன்' வளாகத்திலேயே இயங்கிவர முடிந்தது. சென்ஸார் நெருக்கடி, கெடுபிடிகளுக்கு இடையே செயல்பட நேர்ந்த 'துக்ளக்', காலம் தவறாமல் வெளிவர 'ஆனந்த விகடன்' நிறுவனம், அதன் அச்சக ஊழியர்களின் ஒத்துழைப்பே காரணம்.

'ஆனந்த விகடன்' தலையங்கங்களிலோ, கேலிச்சித்திரங் களிலோ கடுமையான விமர்சனத் தொனி இருக்காது. ஆனால், 'துக்ளக்' அப்படியல்ல. இருந்தும் 'விகடன்' நிறுவனம் 'துக்ளக்' பத்திரிகையை அச்சிட்டது அதன் தாராள மனதையே காட்டு கிறது... குறிப்பாக 'ஆனந்த விகடனின்' சினிமா விமர்சனங்கள் மென்மையானவை. ஆனால், 'துக்ளக்'கில் 'டாக்டர்' என்ற பேரில் வெளிவந்த சினிமா விமர்சனங்கள் கேலியும் குத்தலும் நிரம்பியவை.

'துக்ளக்' ஆசிரியர் சோ எனது சினிமா விமர்சனக் கடுமையை அப்படியே அனுமதித்தார். 99 சதவிகிதம் அவர் போஸ்ட் மார்ட்டம் பகுதியை எடிட் செய்யவே மாட்டார். இத்தனைக்கும் சினிமா உலகில் மிக நெருங்கியவர்கள். பலர் ஆசிரியரின் நண்பர்கள். முக்தா ஸ்ரீனிவாசனும் சோவின் நெருங்கிய நண்பர். முக்தா பிலிம்ஸின் சில படங்களுக்கு சோ கதை வசனம் எழுதியிருக்கிறார்; நடித்துமிருக்கிறார்.

முக்தா பிலிம்ஸ் தயாரித்த ஒரு படத்தை நான் கடுமை யாகத் தாக்கி எழுதியிருந்தேன். அதை அப்படியே ஆசிரியர் அனுமதித்தார். அந்த விமர்சனத்துக்குப் பதில் வாங்குவதற்காக முக்தா ஸ்ரீனிவாசனைப் பார்க்க பிரஸாத் ஸ்டூடியோவுக்குச் சென்றேன். அங்கே தனது அடுத்த படத்தை ஷூட் செய்து கொண்டிருந்த ஸ்ரீனிவாசனிடம் விமர்சனத்தைக் கொடுத்தேன். அதைப் படித்துப் பார்த்துவிட்டு அவர் முகம் மாறியது.

"சோ இதைப பார்த்தாரா?" என்று கேட்டார்.

"பார்த்தார்..." என்றேன்.

"சரி... அப்புறமா பதில் தர்றேன்" என்றார்.

பிறகு, சோவை நேரில் சந்தித்த ஸ்ரீனிவாசன், விமர்சனத்தைப் பற்றி வருத்தப்பட்டிருக்கிறார்.

எஸ்.பி. முத்துராமனுடனான எனது அனுபவம் வேறுவிதமானது. அவரது படமொன்று சுமாராக இருந்தது. என்னுடன் படம் பார்த்த அனந்தகிருஷ்ணனும் மதலையும் 'பரவாயில்லை' என்றார்கள். அதனால், என் விமர்சனத்தில் கடுமை குறைவாக இருந்தது. அந்த விமர்சனம் எஸ்.பி. முத்துராமனின் கைக்குப் போய்ச் சேர்ந்தது. சில தினங்கள் கழித்து துக்ளக் அலுவலகத்திற்கு முத்துராமன் வந்திருந்தார். சோவின் அறையிலிருந்து, முத்துராமன் என்னைக் கூப்பிட்டு விட்டார். நான் உள்ளே போனேன்.

"ஏன், நீங்க காரசாரமா எழுதுவீங்களே !... இந்த விமர்சனம் அப்படி இல்லையே?" என்று கேட்டார்.

"படத்தைப் பார்த்த எல்லோரும் படத்தை ரொம்பத் திட்ட வேண்டாம் என்றார்கள். அதனால்தான் காரத்தைக் குறைத்து விட்டேன்" என்றேன்.

"அப்படிச் செய்யாதீங்க. நீங்க காரசாரமா எழுதினாத்தான் நல்லா இருக்கு..." என்றார் எஸ்.பி. முத்துராமன்.

எனக்கு ஆச்சரியமாக இருந்தது. வெறும் பாராட்டையே எதிர்பார்க்கும் உலகில் இப்படியும் ஒருவரா என்று தோன்றியது. எழுத்துலகில்கூட, விமர்சனங்களுக்கு வெகுண்டெழும் தொட்டாற் சிணுங்கிகளே அதிகம். விமர்சனத்தை எதிர்கொள்பவர்கள், அதனால் பகைமை பாராட்டாதவர்கள் மிகக் குறைவு. இந்நிலையில், சினிமா உலகில் எஸ்.பி.எம். உண்மையிலேயே அபூர்வமான மனிதர்தான்.

பாலுமகேந்திராவின் 'அழியாத கோலங்கள்' படத்தை தேவி தியேட்டரில் நாங்கள் மூன்று பேரும் பார்த்தோம். பாலுமகேந்திராவின் படப்பிடிப்பு, பாடல்கள் எல்லாம் நன்றாகத்தான் இருந்தன. ஆனால், கதை குறித்து 'துக்ளக்' விமர்சனக் குழுவுக்குள் அபிப்பிராய பேதம் இருந்தது. சிறுவர்களை பாலுமகேந்திரா தவறாக, நெறி தவறுகிறவர்களாகச் சித்திரித்திருந்தார் என்று நினைத்தோம். இதைச் சுட்டிக்காட்டிக் கண்டித்து விமர்சனம் எழுதினேன். அப்போது, பத்திரிகையுலகில் 'அழியாத கோலங்கள்' படத்துக்குப் பிரமாதமான விமர்சனங்கள் வந்திருந்தன.

'துக்ளக்' மட்டும்தான், படம் மோசம் என்று எழுதியிருந்தது. வழக்கம்போல், 'அழியாத கோலங்கள்' விமர்சனம் பாலுமகேந்திராவுக்கு அனுப்பப்பட்டது. பாலுமகேந்திரா விமர்சனத்தை எடுத்துக்கொண்டு 'துக்ளக்' அலுவலகத்துக்கே வந்துவிட்டார். ஆசிரியரைச் சந்தித்துப் பேசினார்.

எடிட்டர், "எழுதப்பட்ட விமர்சனத்தை மாற்றுவதற்கில்லை. என்ன பதில் வேண்டுமானாலும் எழுதிக் கொடுங்கள், பிரசுரிக்கிறோம்" என்று சொன்னார். பாலுமகேந்திரா நீண்ட பதிலை எழுதினார். அது 'துக்ளக்'கில் பிரசுரமானது. தனது படத்தின் கதையில் ஆபாசமான காட்சிகள் இருக்கின்றன என்பதை பாலுமகேந்திராவினால் ஏற்கமுடியவில்லை.

'துக்ளக்' சினிமா விமர்சனங்களில் பாராட்டப்பட்ட படங்கள் இல்லாமல் இல்லை. '16 வயதினிலே', 'முள்ளும் மலரும்', 'உதிரிப்பூக்கள்', 'சில நேரங்களில் சில மனிதர்கள்' போன்ற படங்களைப் பாராட்டியும் எழுதினோம்.

'துக்ளக்' ஆரம்பம் முதலே எழுத்திலும் சினிமாவிலும் ஆபாசத்தை எதிர்த்து வந்தது. சாண்டில்யனின் தொடர்கதைகளில் உள்ள ஆபாசமான வர்ணனைகளை எதிர்த்து 'துக்ளக்' பேட்டியில் அவரிடம் கேள்விகள் கேட்கப்பட்டன. இது குறித்து நடந்த சர்ச்சையில் கல்கியின் அந்நாளைய ஆசிரியர் கி. ராஜேந்திரனும் கலந்துகொண்டார். சாண்டில்யனும் கி. ராஜேந்திரனும் 'எது ஆபாசம்' என்று இரண்டு இதழ்களில் மாற்றி மாற்றி கட்டுரைகள் எழுதினர்.

அவசர நிலை, சென்ஸார் கெடுபிடி இவற்றினால் 'துக்ளக்' பத்திரிகையில் இயல்பான அரசியல் விமர்சனங்களை எழுதமுடியாத நிலையில் 'துகளக்' பக்கங்களை நிரப்ப சில யோசனைகள், உத்திகள் பயன்படுத்தப்பட்டன. 'அனந்த்' என்ற அனந்தகிருஷ்ணன், 'துக்ளக்' இதழ்தோறும் 'வாழ்ந்து காட்டுகிறார்கள்' என்ற தொடர்கட்டுரைகளை எழுதினார். அந்தக் கட்டுரைகளுக்கு நல்ல வரவேற்பும் இருந்தது.

இது தவிர, தமிழ் பத்திரிகைகளிலேயே முதல்முதலாக 'துக்ளக்'தான் எழுத்தாளர்களையும் பத்திரிகை ஆசிரியர்களையும் பேட்டி கண்டு எழுதியது. நான் குறிப்பிடுகிற காலம் 1976, 77இல், 'பிளிட்ஸ்' என்ற ஆங்கில வாரப் பத்திரிகை அன்றைய பம்பாயிலிருந்து வெளிவந்தது. அதன் ஆசிரியரான 'கராஞ்சியா'வை 'துக்ளக்' பேட்டி கண்டு வெளியிட்டது. தமிழ் பத்திரிகை ஆசிரியர்களான மணியன் (இதயம் பேசுகிறது), கி. ராஜேந்திரன் (கல்கி), எழுத்தாளர்களான வல்லிக்கண்ணன், லெட்சுமி (அப்போது லெட்சுமி, சாகித்திய அகாடமி பரிசு வாங்கியிருந்தார்), சுஜாதா போன்ற எழுத்தாளர்களின் பேட்டிகளை வெளியிட்டது. 'துக்ளக்'கின் பேட்டியில்தான் சுஜாதா, "நான் வண்ணான் கணக்கை எழுதிக் கொடுத்தால்கூட அதையும் பிரசுரிக்கிறார்கள்" என்று சர்ச்சைக்குள்ளான கருத்தைச் சொல்லியிருந்தார்.

சாண்டில்யனின் பேட்டியும்கூட வந்தது. இந்தப் பேட்டி களை 'அனந்த்' எடுத்தார். நானும் உடனிருந்தேன். சிவசங்கரி, இந்துமதி போன்ற பெண் எழுத்தாளர்கள் கூடப் பேட்டி காணப்பட்டார்கள்.

அந்த நாட்களில் 'குமுதம்', 'ஆனந்த விகடன்', 'இதயம் பேசுகிறது, 'தினமணி கதிர்' போன்ற பிரபலமான பத்திரிகை களில் இடம்பெற்ற தொடர்கதைகள், சினிமா பகுதிகளில் ஆபாசமான பகுதிகள் சர்வசாதாரணமாக இடம்பெற்றன. விற்பனைக்காக இவற்றைப் பத்திரிகைகள் செய்து வந்தன. இதை 'துக்ளக்' கடுமையாக எதிர்த்தது. மணியனைப் பேட்டி கண்டபோது அவரது 'இதயம் பேசுகிறது' பத்திரிகையில் இடம்பெற்ற ஆபாசமான பகுதிகளைப் பற்றிக் கேட்டோம்.

மணியன் கோபப்படாமல் தனது நிலையைச் சொன்னார்.

51

எழுபதுகளில் தமிழ் நாட்டிலிருந்த ஒரே ஊடகம் பத்திரிகைகள்தான். இத்துடன் வானொலியையும் சேர்த்துக் கொள்ளலாம். தினசரிகளும் வாரப் பத்திரிகைகளும் போட்டிபோட்டு இயங்கி வந்த காலம் அது. 'தினமணி', 'தினத்தந்தி', 'தினமலர்', 'மாலைமுரசு', 'சுதேசமித்திரன்' ஆகிய தினசரிகள் கட்சி சார்பற்ற தமிழ் நாளிதழ்களாக வெளிவந்து கொண்டிருந்தன. 'முரசொலி' தி.மு.க. பத்திரிகை. இதேபோல் 'மக்கள் குரல்' நாளிதழ் அ.தி.மு.க. சார்பு தினசரியாக வெளிவந்தது. இன்றும் 'மக்கள் குரல்' அப்படித்தான் வெளிவருகிறது.

வேலூர் நாராயணன் நடத்திவந்த 'அலை ஓசை' என்ற மாலை நாளிதழ் சென்னையிலிருந்து வெளிவந்தது. இது அ.தி.மு.க. சார்பு பத்திரிகை. 'அலை ஓசை' இரண்டு, மூன்று ஆண்டுகள் வெளிவந்தது. பிறகு நின்றுவிட்டது. திருவாரூர் தியாகராஜன் என்ற சின்னக்குத்தூசி 'அலை ஓசை' நாளிதழில் பணியாற்றினார். அ.தி.மு.க. சார்பில் எஸ்.டி. சோமசுந்தரம் 'சமநீதி' என்ற நாளிதழைச் சிறிது காலம் நடத்தினார். பிறகு எம்.ஜி.ஆர். தனது கட்சிக்கு ஒரு நாளிதழ் தேவையென்று கருதி, 'அண்ணா' என்ற மாலை நாளிதழைத் துவக்கினார். 'தினமலர்' நாளிதழும் எம்.ஜி.ஆரையும் அவரது கட்சியையும் ஆதரித்தது. அ.தி.மு.க. அப்போதுதான் புதிதாகத் துவக்கப்பட்டிருந்தது. அதனால், அ.தி.மு.க.வை ஆதரிப்பது நாளிதழ்களுக்கு ஆதாயமாக இருந்தது.

"தினமணி", 'சுதேசமித்திரன்' போன்ற தேசியப் பார்வை கொண்ட தினசரிகள் நடுநிலை வகித்து, எல்லாத் தரப்புச் செய்திகளையும் வெளியிட்டன. 'சுதேசமித்திரன்' நாளிதழ் ஆண்டுதோறும் தீபாவளி மலர்களை வெளியிட்டு வந்தது. 'சுதேசமித்திரன்'

தீபாவளி மலர்களைத் தயாரித்தவர் பிரபல எழுத்தாளர் ஆர்.வி. 'சுதேசமித்திரன்' தீபாவளி மலரில் தி. ஜானகிராமன், ஆர். சூடாமணி, இந்திரா பார்த்தசாரதி போன்ற பெரிய எழுத்தாளர்களைத் தவிர, சிறு பத்திரிகைகளில் எழுதி வந்த வண்ணதாசன், பூமணி போன்றவர்களின் சிறுகதைகளும் வெளிவந்தன. அசோகமித்திரன்கூட 'சுதேசமித்திரன்' தீபாவளி மலர்களில் எழுதியுள்ளார். நானும் எழுதினேன்.

தினசரிகளின் விற்பனை வேறு தினுசானது. 'குமுதம்', 'ஆனந்த விகடன்', 'கல்கி', 'தினமணி கதிர்' முதலான, அந்நாட்களில் பிரபலமாக இருந்த வாரப் பத்திரிகைகளுக்குள் கடும் போட்டி நிலவியது. 'ஆனந்த விகடன் ஆசிரியர் குழுவிலிருந்த சாவி, விகடனை விட்டு விலகி, 'தினமணி கதிர்' பத்திரிகையில் ஆசிரியராகச் சேர்ந்தார். ஏற்கெனவே, 'தினமணி கதிர்' 50களில் துமிலனை ஆசிரியராகக் கொண்டு சில ஆண்டுகள் வாரப் பத்திரிகையாக வெளிவந்து நின்றுவிட்டது. நீண்ட இடைவெளிக்குப் பிறகு, சாவியை ஆசிரியராகக் கொண்டு 'தினமணி கதிர்' மீண்டும் வார இதழாக வெளிவர ஆரம்பித்தது. சாவி, 'தினமணி கதிர்' பத்திரிகையை ஒரு லட்சம் பிரதிகள் விற்றுக் காட்டுகிறேன் என்று நிர்வாகத்திடம் கூறியிருந்தார்.

சாவி, ஆனந்த விகடனில் பணிபுரிந்தபோது கிடைத்த எழுத்தாளர்களுடனான அறிமுகத்தை வைத்து, தி. ஜானகிராமன், ஜெயகாந்தன் போன்றோரிடம் இருந்தெல்லாம் சிறுகதை களை வாங்கி தினமணி கதிரில் பிரசுரித்தார். அவர்களைத் தொடர்கதைகளையும் எழுத வைத்தார். ஆனால், தி. ஜானகிராமன், ஜெயகாந்தன் எல்லாம் எழுதியபோது அவ்வளவாக அதிகரிக்காத தினமணி கதிரின் விற்பனையை, ஸ்ரீவேணுகோபாலன் (புஷ்பா தங்கதுரை) பம்பாயிலுள்ள சிவப்பு விளக்குப் பகுதியிலுள்ள விபச்சாரப் பெண்களைப் பற்றிய கதைகளை எழுதி, ஒரு லட்சத்துக்கு மேல் உயர்த்தினார்.

தினமணி கதிரின் மலிவான ரசனைக்குக் கிடைத்த வெற்றியைப் பார்த்து ஆனந்த விகடனும் 'பிரேமா ராமசாமி' என்ற பெயரில் வாரா வாரம் ஆபாசக் கதைகளைப் பிரசுரித்தது. பெண்கள் இது போன்ற கதைகளை எழுதுகிறார்கள் என்பது, அக்கதைகளுக்கு இருந்த கூடுதல் கவர்ச்சி. சமூகத்தில் அனாதி காலமாகவே மதுப்பழக்கம், விபச்சாரம் போன்றவை இருந்து வருகின்றன. இதைப் போல்தான் மட்டமான ரசனையும் சமூகத்தில் இருந்து வருகிறது. ஆனால், பொறுப்புள்ள பத்திரிகைகளே இந்த மலினமான ரசனைக்குத் தீனி போட முன்வந்ததுதான் துரதிருஷ்டவசமானது. இதைத்தான் 'சோ'

தனது பத்திரிகையில் எதிர்த்தார். அன்று ஆபாசத்துக்கு ஓரளவு எதிர்ப்பு இருந்தது. ஆனால், இன்று அதைப் பற்றி யாருமே கவலைப்படுவதில்லை.

1977இல் ஆனந்த விகடனின் ஆசிரியராக இருந்த 'மணியன்' விகடனை விட்டு வெளியேறி, 'இதயம் பேசுகிறது' என்ற வார இதழை ஏகத் தடபுடலாகத் துவக்கினார். 'இதயம் பேசுகிறது' என்ற பெயர், அவர் ஆனந்த விகடனில் தனது உலகச் சுற்றுப் பயணத்தை எழுதி வந்தபோது கொடுக்கப்பட்ட சுற்றுலாத் தொடருக்கான தலைப்பு. அதையே தனது புதுப் பத்திரிகைக்கும் சூட்டிக்கொண்டார். 'இதயம் பேசுகிறது' வார இதழிலும் ஆபாசம் தலைதூக்கியது. இது குறித்து மணியனை, துக்ளக்குக்காக அனந்த் பேட்டி கண்ட போது, மணியன் அதை மறுக்கவில்லை. அந்தப் பேட்டியின் போது எடிட்டரும் நானும் உடனிருந்தோம்.

தினமணி கதிரிலிருந்த சாவியை கருணாநிதியும் முரசொலிமாறனும் வெளியே அழைத்து வந்து 'குங்குமம்' என்ற வார இதழைத் தொடங்கி, அதன் பொறுப்பை சாவியிடம் ஒப்படைத்தனர். இப்படி, 1977இன் மத்தியிலிருந்து 'இதயம் பேசுகிறது', 'குங்குமம்' ஆகிய புது வார இதழ்கள் வெளிவர ஆரம்பித்தன. இதயம் பேசுகிறதைவிட குங்குமம் அப்போது ஓரளவு தரமாகவே இருந்தது. இப்போது மணியன் துவக்கிய 'இதயம் பேசுகிறது' வெளிவரவில்லை. 'குங்குமம்' மட்டும் வெளிவந்து கொண்டிருக்கிறது.

ஒரு ஞாயிற்றுக் கிழமை மாலை நான் 'துக்ளக்' அலுவலகத்தில் இருந்தேன். சோவையும் என்னையும் தவிர அலுவலகத்தில் யாருமில்லை. அன்று பிரபல நாடாளுமன்ற உறுப்பினரான ஹெச்.வி.காமத், தி. நகர் பஸ் ஸ்டாண்டுக்கு எதிரே இன்றுமிருக்கும் சுதாரா ஹோட்டலில் தங்கியிருந்தார். அவரைப் பேட்டி காண்பதற்காக எடிட்டர் புறப்பட்டார். என்னையும் அழைத்தார். நானும் அவரும் எடிட்டரின் பெரிய நிஸ்ஸான் வண்டியில் தி.நகர் சென்றோம். அது மிக எளிமையான ஹோட்டல். அவ்வளவு பெரிய பார்லிமெண்டேரியன் அந்தச் சிறு ஹோட்டலில் தங்கியிருந்தது எனக்கு ஆச்சரியமாக இருந்தது.

அந்தப் பேட்டியை சென்ஸாரில் அனுமதிப்பார்களா என்று தெரியாது. என்றாலும், எடிட்டர், காமத்தைப் பேட்டி கண்டார். எமெர்ஜென்ஸியைப் பற்றியெல்லாம் கேள்விகள் கேட்டார். எல்லாவற்றுக்கும் காமத் பதில் சொன்னார். பேட்டி எடுத்துக் கொண்டிருக்கும் போது, புகைப்படக்காரர் உத்ராவை அழைத்து வருமாறு என்னிடம் எடிட்டர் கூறினார். நான் துக்ளக்கில் சேர்ந்து சில மாதங்களே ஆகியிருந்தன. உத்ரா

எங்கே இருக்கிறார் என்றே தெரியாது. ஹோட்டலை விட்டு வெளியே வந்து எடிட்டருடைய டிரைவர் ஏழுமலையைத் தேடினேன். அவருக்கு உத்ராவின் ஸ்டூடியோ இருக்குமிடம் தெரிந்திருந்தது. இருவரும் காரில் உத்ராவை அழைத்து வரப் புறப்பட்டோம்.

வடக்கு உஸ்மான் சாலையில் பஸுல்லா சாலையின் எதிரே உத்ராவின் ஸ்டூடியோ இருந்தது. நல்ல வேளையாக உத்ராவும் இருந்தார். அவரை அழைத்துக்கொண்டு சுதாரா ஹோட்டலுக்கு வந்தோம். உத்ராவின் ஸ்டூடியோ இன்றும் அதே இடத்தில்தான் இருக்கிறது.

காஞ்சிபுரத்தில் ஒரு உயர்நிலைப் பள்ளி மைதானத்தில் பொதுக் கூட்டம். பள்ளிக்கூடத்துடன் சேர்ந்த மைதானம். அதனாலோ என்னவோ போலீஸ் அனுமதித்தது. அந்தக் கூட்டத்தில் எடிட்டரும் ஜெயகாந்தனும் பேசுவதாக ஏற்பாடு. அந்தக் கூட்டம் மாலை 6.30 மணிக்கு. அதுவும் ஒரு ஞாயிற்றுக் கிழமைதான். நான் அலுவலகத்திற்குச் சென்றிருந்தேன். ஆறரை மணிக் கூட்டத்திற்கு மூன்றரை மணி வாக்கில் எடிட்டர் கிளம்பினார். என்னையும் அழைத்தார். ஏழுமலை காரை ஓட்டி னார். ஐந்து மணிவாக்கில் காஞ்சிபுரத்திற்குள் கார் நுழைந்தது.

எடிட்டர் காரை காஞ்சி சங்கர மடத்துக்கு விடச்சொன்னார். மடத்தில் ஜெயேந்திரர் மட்டும் இருந்தார். அவரிடம் மடத்தின் காரியஸ்தர், ‘சோ வந்திருக்கிறார்’ என்று தகவல் சொன்னதும், ஜெயேந்திரர் தனது அறைக்கு எடிட்டரை அழைத்தார். எடிட்டர், “நீங்களும் வாங்க” என்று என்னையும் அந்தச் சிறிய அறைக்குள் அழைத்துச் சென்றார். எடிட்டர் சின்னவரின் கால்களில் சாஷ்டாங்கமாக விழுந்து வணங்கினார். நான் நின்று கொண்டிருந்தேன். எங்கள் வீட்டில் யாரும் யார் கால்களிலும் வீழ்ந்து வணங்குகிற பழக்கம் இல்லை. ஜெயேந்திரர் துறவி, அவரை நமஸ்கரிப்பதில் தவறில்லை. ஆனால், எனக்கு அவர் காலில் விழத் தோன்றவில்லை. அதை ஜெயேந்திரரோ, எடிட்டரோ தவறாக எடுத்துக்கொள்ளவில்லை. சுவாமிகள், எடிட்டருடன் எமெர்ஜென்ஸியைப் பற்றியெல்லாம் பேசிக்கொண்டிருந்தார்.

பெரியவரான மஹாஸ்வாமிகள் அப்போது காஞ்சிபுரம் அருகே உள்ள தேனம்பாக்கத்தில் ஏதோ விரதம் அனுஷ்டித்துக் கொண்டிருந்தார். சிறியவரிடம் சிறிது நேரம் பேசிக்கொண் டிருந்து விட்டுப் பெரியவரைப் பார்ப்பதற்காகச் சென்றோம். காஞ்சிபுரத்தின் புறநகர் போன்றிருந்த பகுதி அது. சிறு ஓட்டுச் சார்ப்புக் கட்டடம். அதன் அருகில் கட்டடத்தை ஒட்டிச் சிறு கிணறு. கிணற்றுக்கு அந்தப்புறம் இரண்டு மூன்று பக்தர்கள்

பயபக்தியுடன் நின்று கொண்டிருந்தனர். நாங்களும் அவர்களுடன் போய் நின்றோம். அந்தச் சிறு அறையினுள் ஒரே ஒரு அகல் விளக்கு மட்டும் எரிந்துகொண்டிருந்தது. அந்த விளக்கு வெளிச்சத்தில் பெரிய சுவாமிகள் சுவரோடு சுவராக உட்கார்ந்திருந்தது மங்கலாகத் தெரிந்தது. மின்சார விளக்கே இல்லை.

பெரிய சுவாமிகளுடன் இருந்த ஒருவர் அவர் அருகே சென்று "சோ வந்திருக்கார்" என்று சொன்னது எங்கள் காதுகளில் விழுந்தது. சுவாமிகளிடம் எந்த எதிர்வினையும் இல்லை. குனிந்து ஏதோ ஜபித்துக் கொண்டிருப்பது போலிருந்தது. நாங்கள் இருந்த பக்கம் அவர் ஏறிட்டுக்கூடப் பார்க்கவில்லை. சிறிது நேரம் நின்றுகொண்டிருந்துவிட்டுப் புறப்பட்டோம்.

கூட்டம் நடக்க இருந்த மேடைக்கு பத்து நிமிடம் முன்பாகவே போய்ச் சேர்ந்தோம். ஏற்கெனவே, ஜெயகாந்தன் அங்கே வந்து உட்கார்ந்திருந்தார். சரியாக 6.30க்குக் கூட்டம் தொடங்கியது. மைதானம் நிரம்பி வழிந்தது. முதலில் ஜெயகாந்தன் பேசினார். பிறகு எடிட்டர் பேசினார். அவசரநிலை போக வேண்டும் என்று பேசினார். அவசரநிலையின் பாதிப்புகள் குறித்து விரிவாகவே பேசினார். எட்டு மணிக்கு முன்பாகவே கூட்டம் முடிந்தது. நான் இயக்குநர் ருத்ரையாவுடன் அவரது அறையில்தான் தங்கியிருந்தேன். அறைக்கு வந்து சேரும்போது இரவு பத்தரை மணிக்கு மேலாகிவிட்டது.

52

இயக்குநர் ருத்ரையாவை அவரது வீட்டில் 'ஆறுமுகம்' என்றுதான் அழைப்பார்கள். அந்தப் பெயரையே நண்பர்களாகிய நாங்களும் சொல்லி அழைத்தோம். 'ருத்ரையா' என்ற பெயரில் உள்ள ஒரு புதுமை 'ஆறுமுகம்' என்ற பெயரில் இல்லை. என்றாலும், என்னைப் பொறுத்தவரை அவரை 'ஆறுமுகம்' என்று அழைப்பதே பிடித்தமாக இருந்தது. இயக்குநர் கே.பாலசந்தரின் உதவியாளரான அனந்து சாரும் அவரை ஆறுமுகம் என்றே அழைத்தார்.

நான் 'துக்ளக்' பத்திரிகையில் சேர்வதற்கு ஒரு வாரத்திற்கு முன்பே, ருத்ரையாவின் லாயிட்ஸ் காலனி சிங்கிள் பெர்ஸன்ஸ் குவாட்டர்ஸ் அறைக்கு வந்து, அவருடன் சேர்ந்துவிட்டேன். அவருக்கு உதவிகள் செய்ய திருப்பால் என்ற தெலுங்கு பேசும் இளைஞர் இருந்தார். ருத்ரையாவுக்குத் தெலுங்கும் சரளமாகப் பேச வரும். திருப்பால்தான் ருத்ரையாவுக்கும் எனக்கும் ஐஸ் ஹவுஸ் போலீஸ் ஸ்டேஷன் அருகே உள்ள ஒரு மெஸ்ஸிலிருந்து மூன்று நேரமும் சாப்பாடு எடுத்து வருவார். அபூர்வமாக, நாங்கள் மெஸ்ஸுக்கே சென்று சாப்பிடுவதும் உண்டு.

ருத்ரையாவுடன் திருச்சி செயிண்ட் ஜோஸப் காலேஜில் உடன் பயின்ற மாணிக்கவாசகமும் அதே சிங்கிள் பெர்ஸன்ஸ் குவாட்டர்ஸில்தான் தங்கியிருந்தார். ருத்ரையாவின் அறையிலிருந்து இரண்டாவது அறை அவருடையது. நான் ருத்ரையா வுடன் தங்கியிருந்த காலம் சுமார் ஒரு வருடம்தான். அதன்பிறகு எனக்குத் திருமணமாகிவிட்டதால், 1977 ஏப்ரல் முதல் ராயப்பேட்டை தொலைபேசி ஊழியர்கள் குடியிருப்பில் குடியேறிவிட்டேன்.

ருத்ரையாவின் அறையில் குளித்துச் சாப்பிட்டுவிட்டு, ஐஸ்ஹவுஸ் போலீஸ் ஸ்டேஷன் பஸ் நிறுத்தத்தில் ஏறி, சத்யம் தியேட்டர் பஸ்

நிறுத்தத்தில் இறங்கி, அங்கிருந்து நடந்தே மவுண்ட் ரோட்டிலிருந்த துக்ளக் அலுவலகத்துக்குச் சென்று வந்தேன்.

சுந்தர ராமசாமி, வண்ணதாசன், தஞ்சை பிரகாஷ், வல்லிக்கண்ணன், விக்ரமாதித்யன், கலாப்ரியா முதலான என் நண்பர்களுக்கும் ருத்ரையாவின் அறை முகவரியையே கொடுத்திருந்தேன். வண்ணதாசன், பிரகாஷ் இருவரும் அப்போது அடிக்கடி கடிதம் எழுதுவார்கள். சுந்தர ராமசாமி எப்போதாவதுதான் எழுதுவார். என்றாலும், நான் கடிதம் எழுதினால், சிலநாட்கள் கழித்து சுருக்கமாகவேனும் ஒரு பதிலை அனுப்பிவிடுவார். வல்லிக்கண்ணனும் உடனே பதில் எழுதி விடுவார். ஆனால், வண்ணதாசனும் பிரகாஷும் என் கடிதத்தை எதிர்பாராமலேயே, வாரத்துக்கு இரண்டு கடிதங்களாவது எழுதிவிடுவார்கள். அப்போது பிரகாஷ், தான் 'பாலம்' என்ற பெயரில் ஒரு பத்திரிகை ஆரம்பிக்கப் போவதாகவும், அதற்கு ஏதாவது அனுப்பி வைக்கும்படியும், ஒருநாள் கடிதம் எழுதியிருந்தார். என்னிடம் அப்போது சிறுகதை எதுவும் கைவசமில்லை. அதனால், கவிதை ஒன்றை அனுப்பி வைத்தேன்.

நான் 'துக்ளக்' பத்திரிகையில் வேலைக்குச் சேர்ந்த (1976 ஜூன் 22) பிறகு இரண்டு வருடங்கள் வரை இலக்கிய ரீதியாக எதுவும் எழுதவில்லை. அதனால்தான், பிரகாஷ் கேட்டபோது எப்போதோ எழுதி வைத்திருந்த கவிதையைத்தான் கொடுக்க முடிந்தது. 'பாலம்' முதல் இதழை பிரகாஷ் அனுப்பி வைத்திருந்தார். நன்றாகவே இருந்தது.

ருத்ரையா அப்போது தரமணியில் உள்ள திரைப்படக் கல்லூரியில், இயக்குநர் வகுப்பில் கடைசி ஆண்டு படித்து வந்தார். அவர் திரைப்படக் கல்லூரியில் மாணவர் தலைவராகவும் இருந்தார் என்று நினைவு. எனது அறிமுகத்திற்கு முன்பே அவர் தானாகவே 'கணையாழி', 'தீபம்', 'தாமரை' போன்ற இலக்கியச் சிறு பத்திரிகைகளை வாங்கிப் படித்து வந்தார். நான் அவருக்கு அறிமுகமான பிறகு, அவருக்கு 'பிரக்ஞை', 'உதயம்', 'கார்க்கி', 'விடியல்' போன்ற சிற்றிதழ்களையும் அறிமுகம் செய்துவைத்தேன். 'கசடதபற', 'அஃக்', 'நடை' போன்ற பத்திரிகைகள் நின்றிருந்தன. சி.சு. செல்லப்பா நடத்தி வந்த 'எழுத்து' பத்திரிகையும் நின்றிருந்தது. ஆனால், இவற்றைப் பற்றி யெல்லாம் ருத்ரையாவுக்குத் தெரிந்திருந்தது. அவர் வெகுஜனப் பத்திரிகைகளைத் தொட்டுக்கூடப் பார்த்ததில்லை.

ருத்ரையா சிறு பத்திரிகைகளிடம் நம்பிக்கை கொண்டிருந் தாலும், அவற்றின் எலைட்டிஸ, மேல்தட்டு அறிவுஜீவித்தனமான போக்கு அவருக்குப் பிடிக்கவில்லை. சினிமாவில் அவருக்கு

பிரஸ்ஸான், ஃபெலினி, கோடார்ட் போன்ற மேல்நாட்டுத் தீவிர சினிமா இயக்குநர்களைத்தான் பிடித்திருந்தது. சத்யஜித் ரேயைக்கூட ருத்ரையாவுக்குப் பிடிக்காது. சினிமாவில் அவருடைய ரசனை தீவிரமானது. ஆனால், தமிழ் இலக்கியத்தில் எளிமையையே அவர் விரும்பினார். ஜெயகாந்தனின் 'சிலுவை' என்ற சிறுகதையைத்தான், அவர் தனது சினிமா பயிற்சிப் படமாக எடுத்திருந்தார்.

பொதுவாக சினிமா துறையைச் சேர்ந்தவர்கள் ஒரு படம் விடாமல், எல்லா மொழிப் படங்களையும் பார்த்துவிடுவார்கள். ருத்ரையா அந்த ரகமல்ல. நூறு நாட்கள் ஓடிய தமிழ்ப் படங்கள், 'தாகம்', 'திக்கற்ற பார்வதி' போன்ற கலைப் படங்களைக்கூடப் பார்த்ததில்லை.

அந்தச் சமயம் மலையாளத்தில் வெளிவந்த 'நிர்மால்யம்' படம் நியூ எல்பின்ஸ்டன் தியேட்டரில் திரையிடப்பட்டிருந்தது. எம்.டி. வாசுதேவன் நாயரின் கதை–வசனத்தில் பி.ஜே. ஆண்டனியும், சுமித்ராவும் நடித்திருந்த படம் அது. அதைப் பார்க்க நான் ஆசைப்பட்டேன். எல்பின்ஸ்டன் தியேட்டருக்குப் புறப்பட்டபோது, ருத்ரையாவும் என்னுடன் தியேட்டர் வாசல் வரை வந்தார். ஆனால், படம் பார்க்கவில்லை. என்னைத் தியேட்டரில் விட்டுவிட்டு, அவர் அறைக்குத் திரும்பிவிட்டார்.

எழுபதுகளில் எனக்கு, மலையாள இலக்கியங்கள், மலையாளத் திரைப்படங்கள் மீது ஒரு பெரும் மோகமே இருந்தது. தகழி, பி.கேசவதேவ், பொற்றேகாட், உரூபு, எம்.டி. வாசுதேவன் நாயர், பொன்குன்னம் வர்க்கி, லலிதாம்பிகா அந்தர்ஜனம், மாதவிக்குட்டி என்று மலையாள இலக்கியவாதிகளைத் தேடித்தேடிப் படித்தேன். திருநெல்வேலியில் இருக்கும் போதே மலையாள நவீன இலக்கியத்தில் எல்லாவற்றையும் தேடிப் படித்துவிட்டேன். அதுபோல் திருநெல்வேலி ராயல்டாக்கீஸ், பாலஸ்.டி.வேல்ஸில் எந்த மலையாளப் படம் போட்டாலும் போய் உட்கார்ந்துவிடுவேன், ஆனால், இந்த மாதிரியான மயக்கங்கள் எதுவும் ருத்ரையாவுக்கு இல்லை. இயல்பிலேயே அவர் ஒருமாதிரியான பகுத்தறிவுவாதி. எந்தப் புத்தகத்தைப் படித்தாலும், எந்தத் திரைப்படத்தைப் பார்த்தாலும், அதில் கரைந்து போய்விடமாட்டார். தூர விலகி நின்று அதன் நிறை குறைகளை அலசிப் பார்க்கிற விமர்சன மனோபாவம் அவரிடம் இயல்பாகவே இருந்தது.

இந்த ஆரோக்கியமான மனநிலை அவரது சகோதரர்களான பொன்னுசாமி, குருலிங்கம் போன்றவர்களிடம் இருந்து வந்திருக்கலாம். பொன்னுசாமி, குருலிங்கம் இருவரும் ஒரு

காலத்தில் பெரியாரிஸ்ட் ஆக இருந்தவர்கள். குருலிங்கத்திற்கு மார்க்ஸியத்திலும் ஈடுபாடு உண்டு. ருத்ரையாவின் ஊரான ஆத்தூரில் (சேலம் மாவட்டம்) ஐம்பது, அறுபதுகளில் திராவிடர் கழகம் மும்முரமாகச் செயல்பட்டது. இதுபோன்ற சூழ்நிலையில் வளர்ந்த ருத்ரையாவிடம் பகுத்தறிவுச் சிந்தனைகள் இருந்ததில் ஆச்சரியம் இல்லை.

அதேசமயம் 80களில் அவரிடம் ஹிந்து ஆன்மீகம், ஜோதிடம் குறித்த சிந்தனைகளும் இருந்ததைப் பார்த்திருக்கிறேன். ஆனால், அவரது வழக்கமான மன இயல்பின்படி ஆன்மீகத்திலும் ஜோதிடத்திலும் அவர் தீவிரமாக மூழ்கிவிடவும் இல்லை. அவை என்ன என்று அறிந்துகொள்ளும் ஆவலில்தான் அது சம்பந்தப்பட்ட நூல்களைப் படித்தார். நண்பர்களிடம் விவாதித்தார். அவரது அறையில் பெர்க்மன், தருபோ போன்ற இயக்குநர்களின் திரைக்கதைப் புத்தகங்களும், ஆந்த்ரே பஸின், ஜேம்ஸ்மொனாகா போன்ற திரை விமர்சகர்களின் நூல்களும் இருந்தன. இவை தவிர பெட்ராண்ட் ரஸ்ஸல், டாக்டர் ராதாகிருஷ்ணனின் தொகுப்பு நூல்களையும் வாங்கி வைத்திருந்தார். என்னுடைய வாசிப்பு தாகத்துக்கு இவை எல்லாம் தீனி போட்டன.

அவருக்கு மிகப் பிடித்தமான ஆங்கில எழுத்தாளர் அயன் ராண்ட். அயன் ராண்ட்டின் எல்லா நாவல்களையும் வாங்கிப் படித்திருந்தார். அவருக்கு மிகப் பிடித்தமான அயன் ராண்ட்டின் நாவல் 'பவுண்டன் ஹெட்', பவுண்டன் ஹெட்டில் வருகிற கதாநாயகன்தான் அவரது லட்சிய ஹீரோ. பவுண்டன் ஹெட்டைப் பற்றிப் பலமுறை என்னிடம் பேசியிருக்கிறார். பாலகுமாரனும் அயன் ராண்டின் பவுண்டன் ஹெட்டைச் சிலாகித்துப் பேசுவார். ஒரு காலத்தில், எல்லோரும் அயன் ராண்டை விழுந்து விழுந்து படித்தார்கள். ஆனால், அயன் ராண்ட் என்னைக் கவரவே இல்லை. அவருடைய கம்யூனிஸ எதிர்ப்பு வலிந்து திணிக்கப்படுவது போல் எனக்குத் தோன்றுகிறது.

நான் ருத்ரையாவின் அறையில் இருப்பதும், 'துக்ளக்' பத்திரிகையில் வேலைக்குச் சேர்ந்திருப்பதும் நம்பிராஜனுக்குத் (விக்ரமாதித்யன்) தெரியும். அவருக்கு எழுதும் கடிதங்களில் ருத்ரையாவைப் பற்றி எழுதியதெல்லாம் சேர்ந்து, அவரது மனதில் ருத்ரையாவைப் பற்றி ஒரு எதிர்பார்ப்பை ஏற்படுத்தி யிருந்தது. அவர் ருத்ரையாவைப் பார்க்க விரும்பினார். ஒருநாள் நம்பிராஜனை ருத்ரையாவின் அறைக்கு அழைத்து வந்து அவரிடம் அறிமுகப்படுத்தி வைத்தேன். ருத்ரையாவுக்கும் அவரை ரொம்பப் பிடித்திருந்தது. இவை எல்லாம் ருத்ரையா

தரமணி ஃபிலிம் இன்ஸ்டிட்டியூட்டில் படித்த கடைசி ஆண்டுகளில் நடந்தது.

நான் 'துக்ளக்' பத்திரிகையில் வழக்கம் போல் சினிமா விமர்சனங்களையும், 'சந்திரன்' என்ற பெயரில் சில கட்டுரைகளை யும் எழுதிவந்தேன். ருத்ரையாவின் மெஸ் சாப்பாடு காலையும் இரவும்; துக்ளக்கில் சேர்ந்த புதிதில் மதியச் சாப்பாடு, துக்ளக் அலுவலகத்துக்கு அருகே, மவுண்ட் ரோட்டில் எல்.எல்.ஏ. பில்டிங்கிற்குப் பக்கத்தில் இருந்து வந்த இந்தியன் ஆயில் கார்ப்பொரேஷன் கேண்டீனில். அது இந்தியன் ஆயில் கார்ப்பொரேஷனின் கேண்டீனாக இருந்தாலும் யார் வேண்டுமானாலும் அங்கே சாப்பிடலாம். மதியச் சாப்பாடு ரூ.1.50 தான்.

முதல் இரண்டு மாதங்கள் மதியம் அங்கேதான் சாப்பிட்டு வந்தேன். ஒருநாள் எடிட்டர் (சோ) என்னிடம், "எங்கே மத்தியானம் சாப்பிடுகிறீர்கள்?" என்று கேட்டார். நான், இந்தியன் ஆயில் கார்ப்பொரேஷன் கேண்டீனில் சாப்பிடுகிறேன் என்றேன். இனிமேல் எங்களுடனே ஆபீஸில் மத்தியானம் சாப்பிடுங்கள் என்று எடிட்டர் சொன்னார். எடிட்டர் வீட்டி லிருந்து ஆறேழு பேருக்குப் போதுமான மதிய உணவு, 12 மணிக்கே 'துக்ளக்' ஆபீஸுக்கு வந்துவிடும். 'அனந்த்' என்ற அனந்த கிருஷ்ணன் மட்டும் வீட்டிலிருந்து சாப்பாடு எடுத்து வந்து சாப்பிடுவார். எடிட்டர் சொன்னபிறகு, அவருடனே சேர்ந்து மத்தியானம் சாப்பிட ஆரம்பித்தேன். எடிட்டர், அனந்த், மதலை, நான் நால்வரும் சேர்ந்து சாப்பிடுவோம். பேசி வம்பளந்து கொண்டே சாப்பிடுவோம்.

அந்த வருடம் அக்டோபர் மாதம் நல்ல மழை. அந்த மழையிலும் 'துக்ளக்' பக்கங்களை சென்ஸார் அலுவலகத்தில் காண்பித்து அனுமதி பெற்று வருவது தடங்கல் இல்லாமல் நடந்தது. 'வாழ்ந்து காட்டுகிறார்கள்' என்ற கட்டுரைத் தொடருக்காக கேரளாவில் உள்ள மீனவர்கள், கயிறு திரிப்பவர்கள், முந்திரிப் பருப்பு ஆலைகளில் வேலை செய்கிறவர்களைச் சந்தித்துப் பேட்டி கண்டு கட்டுரையாக்கலாம் என்ற யோசனையை அனந்தகிருஷ்ணன் சொன்னார். எடிட்டரும் சம்மதித்தார். "நீங்கள் போகும்போது ராமச்சந்திரனையும் உடன் அழைத்துச் செல்லுங்கள்" என்றார் எடிட்டர். அதனால் நானும் அனந்த கிருஷ்ணனுடன் கேரளாவுக்குப் புறப்பட்டேன்.

கொல்லம் மெயிலில் நானும் அனந்தகிருஷ்ணனும் புறப்பட்டோம். கொல்லத்திலுள்ள 'துக்ளக்' ஏஜெண்டின் முகவரி, போன் நம்பரை எல்லாம் அனந்தகிருஷ்ணன்

கேட்டு வாங்கிக்கொண்டார். மழை விடாது பெய்துகொண்டிருந்தது. கொல்லத்துக்கு ரயில் போய்ச் சேரும்போது காலை பதினொன்றரை மணியாகிவிட்டது.

நான் பாளையங்கோட்டையில் பள்ளியில் படிக்கிற காலத்தில் சுற்றுப் பயணமாகக் கொல்லம் போனது. அவ்வளவு தான். சுபா ஹோட்டலில் ரூம் போட்டோம். அனந்த கிருஷ்ணன் 'ஓல்ட் மாங்க்' ரம் வாங்கி வரச் சொன்னார். கொல்லத்தில் இறங்கியதுமே 'துக்ளக்' ஏஜெண்டுடன் தொடர்பு கொண்டிருந்தார் அனந்த். சுபா ஹோட்டலில் சாப்பிட்டுக் கொண்டிருந்தபோது, அந்த ஏஜெண்ட் அனுப்பி வைத்த கருணாநிதி என்பவர் வந்து சேர்ந்தார்.

எனக்கு மது அருந்துவது, அதுவும் ஆபீஸ் வேலையாக வந்த இடத்தில் மது அருந்துவது அறவே பிடிக்கவில்லை. நான் சொல்லிப் பார்த்தேன். அனந்த் கேட்கவில்லை. "சும்மா சாப்பிடும்... பயப்படாதீரும்..." என்று சமாதானம் செய்தார் அனந்த். எடிட்டருக்குத் தெரிந்தால் என்ன சொல்வாரோ என்று எனக்கு பயம். அனந்தகிருஷ்ணனோ எந்தக் கவலையுமில்லாமல் குடித்தார். அவரிடமிருந்து தப்பிக்க முடியாமல் நானும் பேருக்குக் குடித்தேன். சிறிது குடித்ததுமே மயங்கிப் படுத்துவிட்டேன்.

53

கொல்லத்திற்குச் சென்ற மறுநாள், அங்குள்ள முந்திரிப் பருப்புத் தொழிற்சாலைகளையும், கயிறு திரிக்கும் இடங்களையும் பார்க்கவேண்டும் என்று, கொல்லம் 'துக்ளக்' ஏஜெண்டின் பிரதிநிதியான கருணாநிதியிடம் அனந்த் சொன்னார். உடனே அவர் ஏற்பாடு செய்தார். கருணாநிதிக்கு மலையாளம் நன்றாகத் தெரியும். எல்லா இடங்களுக்கும் சென்று வர ஒரு டாக்ஸியை வாடகைக்கு அமர்த்தினார் கருணாநிதி. ஒரு போட்டோகிராபரையும் ஏற்பாடு செய்தார். அவருக்கு 25, 26 வயதுதான் இருக்கும். உற்சாகமான இளைஞர். எங்களை அழைத்துக் கொண்டு முந்திரித் தொழிற்சாலைகள் இருந்த பகுதிக்குச் சென்றார்.

போகிற வழியெல்லாம் மழைபெய்து, சாலை களில் ஆங்காங்கே தண்ணீர் தேங்கி நின்றிருந்தது. நல்ல வேளையாக அன்று மழையில்லை. அடிக்கடி மழை பெய்வதால் கட்டடங்களின் சுவர்கள், ஓடுகளில் எல்லாம் பாசி பிடித்துக்கிடந்தன. கொல்லம் பெரிய ஊர்தான். ஆனால், மக்கள் நெருக்கடி இல்லை. சிவப்பு நிற அரசு பஸ்கள் பலத்த சத்தத்துடன் சாலைகளில் ஓடின. மிதமான குளிர் இருந்தது.

இரண்டு முந்திரிப் பருப்பு ஆலைகளைப் பார்த்தோம். கட்டுரை எழுதப் போகிறவர் அனந்த்தான். அதனால், அவர் குறிப்புகள் எடுத்துக் கொண்டார். சில பெண் தொழிலாளர்களிடம் கருணாநிதியின் உதவியுடன் பேசிப் பேட்டியும் எடுத்தார். பிறகு, ஊரின் மேற்குப் பகுதியிலிருந்த கயிறு திரிக்கும் தொழிற்சாலைகளுக்குச் சென்றோம். அங்கும் சில இடங்களுக்குச் சென்று தகவல்கள் சேகரித்தார் அனந்த். மதியம் நாங்கள் தங்கியிருந்த ஹோட்டலுக்கு வந்து சாப்பிட்டோம்.

அனந்தகிருஷ்ணனுக்குப் பிடித்தமான மீன் குழம்பு, மீன் கறிகள் எல்லாம் இருந்தன. அங்குள்ள ஹோட்டல்களில் சிவந்த நிறத்தில் இருந்த சம்பா அரிசிச் சோறுதான் கிடைத்தது. எனக்கு எந்தப் பிரச்சினையுமில்லை. ஆனால், அனந்த கிருஷ்ணன் சாப்பிட சிரமப்பட்டார். அவருக்குப் பிடித்தமான மீன் சமையல் எல்லாம் இருந்தும், கொட்டை கொட்டையாக இருந்த சம்பா அரிசிச் சோற்றை விழுங்க ரொம்பவே சிரமப்பட்டார்.

நான்கு மணிக்குமேல் கொல்லத்திலிருந்து இரண்டு மூன்று கிலோமீட்டர் தொலைவிலிருந்த நீண்டகரை என்ற கடற்கரைப் பகுதிக்குச் சென்றோம். அங்கே ஆயிரக்கணக்கான மீனவர்கள் வசிக்கின்றனர். மீனவர் குடியிருப்பைப் பிளந்துகொண்டு ஒரு காயல் செல்கிறது. அதன் கரைகளிலும் கடற்கரையிலும் கண்ணுக்கு எட்டிய தொலைவு வரை ஒரே மீன்பிடிப் படகு களாக நின்றிருந்தன. மீன் வியாபாரம் மும்முரமாகக் காயலின் கரையில் நடந்துகொண்டிருந்தது. போட்டோகிராபர் படங்களாக எடுத்துத் தள்ளினார். இருட்டியதும் ஹோட்டலுக்குத் திரும்பி னோம். கருணாநிதி எங்களை ஹோட்டலில் விட்டுவிட்டு அவருடைய வீட்டுக்குப் போனார். மறுபடியும் காலையில் வருகிறேன் என்றார்.

அனந்தகிருஷ்ணனுக்கு ஒரே சந்தோஷம். அன்று நாங்கள் பார்வையிட்ட மூன்று தொழில்களைப் பற்றியுமே ஏராளமான தகவல்களும் புகைப்படங்களும் கிடைந்திருந்தன. "ஏழெட்டு இஷ்யூவுக்கு மேட்டர் தேறுமையா," என்றார் என்னிடம். ஒவ்வொரு தொழிலைப் பற்றியும் இரண்டிரண்டு வாரங்களுக்கு எழுதலாம் என்று சொன்னார்.

அடுத்த நாள் மூன்று பேரும் கொல்லத்திலிருந்து திருவனந்தபுரம் செல்லும் சாலையில் அமைந்திருந்த நாராயண குருவின் ஆஸ்ரமத்திற்குச் சென்றோம். அங்கிருந்த சந்நியாசிகள் எங்களை வரவேற்று உபசரித்தனர், மதியம் வரை அவர்களுடன் இருந்துவிட்டுப் புறப்பட்டோம். அன்று இரவு ஏதாவது மலையாளப் படம் பார்க்க வேண்டும் என்று நான் ஆசைப்பட்டேன். அனந்துவுக்குப் படம் பார்ப்பதில் ஆர்வம் இல்லை. அதனால் எங்கேயும் போகவில்லை.

அடுத்தநாள் ஆலப்புழைக்குப் பஸ் ஏறினோம். மதியம் 12 மணிவாக்கில் ஆலப்புழை வந்து சேர்ந்தோம். அங்குதான் அஷ்டமுடிக்காயல் இருக்கிறது. ஒரு தோணியை வாடகைக்கு எடுத்துக்கொண்டு அதில் நாலைந்து கிலோ மீட்டர் பயணித்து அஷ்டமுடிக்காயலை அடைந்தோம். காயலின் இரண்டு பக்கமும் வெயில் நுழையாத அடர்த்தியான தோப்புகள். தோப்புகளின்

நடுவே வீடுகள். அஷ்டமுடிக்காயல் மிக விசாலமானது. சரக்கு களை ஏற்றிக்கொண்டு தோணிகள் அங்குமிங்கும் சென்று கொண்டிருந்தன. மாலை வரை தோணியில் பயணம் செய்துவிட்டு ஐந்தரை மணி சுமாருக்குக் கரையேறினோம். அங்கிருந்து ஆலப்புழை பஸ் ஸ்டாண்ட் வந்தோம். பஸ் ஏறி கொல்லம் வந்து சேரும் போது இரவு பதினோரு மணி. மழை தூறிக்கொண்டே இருந்தது. ஆளரவமெல்லாம் அடங்கியிருந்தது.

ஆலப்புழை பயணத்துடன் எங்கள் பயணமும் முடிவுக்கு வந்தது. மறுநாள் மாலை கொல்லத்தில் ரயிலேறி சென்னைக்குப் புறப்பட்டோம்.

அப்போது எழும்பூரிலிருந்து தென் பகுதிக்குச் செல்லும் எல்லா ரயில்வே வழித்தடங்களுமே மீட்டர்கேஜ் தடங்கள்தான். அடுத்த நாள் காலை சென்னை நகரின் பரபரப்பு, நெருக்கடி புழுக்கத்திற்குள் வந்து விழுந்தோம். அனந்தகிருஷ்ணன் சொன்னது போலவே கொல்லத்தில் திரட்டிய தகவல்களைக் கொண்டு அடுத்தடுத்துப் பல இதழ்களுக்கு அனந்த் 'வாழ்ந்து காட்டுகிறார்கள்' கட்டுரைத் தொடரை எழுதினார். சென்ஸார் போர்டில், "இந்த மாதிரி கட்டுரை எழுதுங்கய்யா... எதுக்கு அரசியல் எல்லாம் எழுதி எங்க உயிரை வாங்கறீங்க..." என்றார்கள்.

'எமெர்ஜென்ஸி' என்ற அவசரநிலை, வட இந்தியாவில் பொதுமக்களிடமும் ஓரளவு தாக்கத்தை ஏற்படுத்தியிருந்தது. குறிப்பாக, அங்குள்ள சில அரசியல் கட்சிகளும் தலைவர்களும் எமெர்ஜென்ஸியை எதிர்த்தது போல், சில தினசரிகளும் எமெர்ஜென்ஸிக்கு எதிராக இருந்தன. ஆனால், தமிழ்நாட்டைப் பொறுத்த அளவில், பெரும்பாலான தமிழர்கள், அதன் தீவிரம் புரியாமல் ஆதரிக்கவே செய்தனர். இதற்குக் காரணமும் இருந்தது.

ஹோட்டல்களில் உணவு விலைகள் குறைக்கப்பட் டிருந்தன. எல்லாக் கடைகளிலும் விற்பனை செய்யப்படுகிற பொருட்களின் விலைப் பட்டியல்கள் எழுதி வைக்கப்பட்டிருந்தன. ரயில்கள் குறித்த நேரத்தில் வந்து சேர்ந்தன. இவை எல்லாம் சேர்ந்து மக்களிடம், 'இது நல்ல அரசு. ஒழுங்கு, கட்டுப்பாடு எல்லாம் வந்துவிட்டன'என்ற மாயத் தோற்றத்தை ஏற்படுத்தி யிருந்தது. இந்தியா முழுவதுமே, 'ஒரு கட்டுப்பாட்டுடன் எல்லாம் இருக்கின்றன' என்ற பரவலான அபிப்பிராயத்தை எமெர்ஜென்ஸி ஏற்படுத்தி இருந்தது. தமிழ்நாட்டிலும் இதுதான் நிலை. பேச்சுரிமை, எழுத்துரிமை பறிக்கப்பட்டிருந்ததைப் பற்றிப் பெரும்பாலான பொதுமக்கள் கவலைப்படவில்லை.

ஏனென்றால், இதற்கு முன்பு மேடை போட்டுப் பேசியது அரசியல் கட்சிகளே. அந்த மேடைப் பேச்சு, பேச்சுரிமை

யாருக்கு வேண்டும் என்றுதான் பாமரன் நினைத்தான். பத்திரிகைகள் வெளிவந்தன. ஆனால், சரியான, உண்மையான தகவல்கள் வெளிவரவே இல்லை. ஒவ்வொரு மாநிலத்திலும் ஆயிரக்கணக்கானோர் கைது செய்யப்பட்டனர். இது பற்றிய எந்தத் தகவலும் தினசரிகளில் வெளிவரவில்லை. இதைப் பற்றிப் பாமரன் கவலைப்படுவதாகவுமில்லை. அவனுக்கு ஹோட்டல்களில் உணவுப் பொருட்களின் விலைகள் குறைக்கப் பட்டிருந்ததே போதுமானதாக இருந்தது. ஆனால், இந்த மூடுதிரை, இந்தியர்களிடம் ஒருவிதமான, இனம்புரியாத இறுக்கமான மனநிலையை ஏற்படுத்தியிருந்தது உண்மை. அந்தத் திரை எப்போது விலகும், இறுக்கம் எப்போது தளரும் என்று யாருக்கும் தெரியவில்லை.

இந்த நிலையில் 'துக்ளக்' பத்திரிகையின் ஆண்டு விழா ஜனவரி மாதம் 14ஆம் தேதி வந்தது. வழக்கமாக 'துக்ளக்' ஆண்டு விழாக்கள் பெரிய மைதானம் அல்லது அரங்கத்தில் நடத்தப்பட்டன. 1977ஆம் ஆண்டு ஜனவரி 14இல் நடந்த 'துக்ளக்' ஆறாவது ஆண்டு விழா அன்றைய மவுண்ட் ரோட்டில் இந்தியன் வங்கியின் பிரதான கிளைக்கு அருகே இருந்த 'பத்மாவதி திருமண மண்டபம்' என்ற சிறு அரங்கத்தில் நடந்தது. ஏனென்றால், சென்னையில் உள்ள எந்த மைதானங்களிலும் கூட்டம் நடத்த அனுமதி கிடைக்கவில்லை. ஆண்டு விழாவின் போது மண்டபத்தினுள்ளும், மண்டபத்திற்கு வெளியிலும் கூட்டம் நிரம்பி வழிந்தது.

எடிட்டர் 'துக்ளக்' வாசகர்களை ஒவ்வொருவராகப் பேச அழைத்தார். ஒவ்வொருவரும் பேசி முடித்தபின், தனக்கே உரிய கேலி கிண்டலுடன் அவர்களது உரைகளைப் பற்றிப் பேசினார். இறுதியில் எடிட்டரும் பேசினார். ஒன்பதரை மணிக்கு விழா முடிந்தது. நான் கலந்துகொண்ட முதல் 'துக்ளக்' ஆண்டு விழா அது. விழா முடிந்து எடிட்டரும் நாங்களும், 'துக்ளக்' அலுவலகத்திற்கு வந்து பேசிக்கொண்டிருந்த போது, எமர்ஜென்ஸி ரத்து செய்யப்பட்டு விட்டதாகச் செய்தி வந்தது. எடிட்டர் டெல்லி ஸ்ரீனிவாஸனுக்குப் போன் செய்து அந்தச் செய்தி உண்மைதானா என்பதை உறுதி செய்தார். ஆம், உண்மைதான். எமெர்ஜென்ஸி ரத்தாகிவிட்டது.

எமெர்ஜென்ஸி ரத்தானதால் தணிக்கை அதிகாரிகளின் பிடியிலிருந்து 'துக்ளக்' தப்பித்தது. ஆசிரியர் எழுதும் தலையங்கம், கேள்விபதில் பகுதி எல்லாவற்றையும் முழுச் சுதந்திரத்துடன் எழுத முடிந்தது. சிறையில் அடைக்கப்பட்டிருந்த தலைவர்களெல்லாம் விடுதலை செய்யப்பட்டனர். தமிழ்நாட்டைப் பொறுத்தவரை, தி.மு.க.வைச் சேர்ந்த தலைவர்களும், கம்யூனிஸ்ட்

தலைவர்களும், ஸிண்டிகேட் காங்கிரஸ் (காமராஜ், நிஜலிங்கப்பா, மொரார்ஜி தேசாய் ஆகியோர் இருந்த கட்சி) தலைவர்களும்தான் பெருமளவு சிறையில் அடைக்கப்பட்டிருந்தனர். தி.மு.க.வைச் சேர்ந்த ஸ்டாலின், சிட்டிபாபு போன்றவர்கள் சென்னை மத்திய சிறையில், சிறைக்கொடுமைகளுக்கு ஆளாகியிருந்தனர். அவர்கள் சிறைக் காவலர்களால் கடுமையாகத் தாக்கப்பட்டனர்.

சென்னையில் மட்டுமல்ல, இந்தியா முழுவதும் சிறையிலிருந்த பலர் சிறைக்கொடுமைகளை அனுபவிக்க நேர்ந்தது. கர்நாடகச் சிறையிலிருந்த ஸ்நேகலதா ரெட்டி என்ற சோஷலிஸ்ட் தலைவர், சிறைக் காவலர்களின் தாக்குதலினால் மரணமே அடைந்தார். இதுபோல், தி.மு.க.வின் சென்னை மேயராக இருந்த சிட்டிபாபுவும் பின்னர் மரணமடைந்தார்.

எமெர்ஜென்ஸியின்போது டெல்லியிலும் அதைச் சுற்றி யுள்ள பகுதிகளிலும் கட்டாயக் குடும்பக்கட்டுப்பாடு அறுவை சிகிச்சைகள் நூற்றுக்கணக்கான ஏழைகளுக்குச் செய்யப்பட்டன. டெல்லியில் ஏழை எளிய மக்கள் வசித்துவந்த துர்க்மான் கேட் காலனி புல்டோசர்களால் இடித்துத் தரைமட்டமாக்கப்பட்டது. இவற்றையெல்லாம் முன்னின்று நடத்தியவர் இந்திராகாந்தியின் இரண்டாவது புதல்வரான சஞ்சய்காந்தி.

சிறைச்சாலைக் கொடுமைகள், சஞ்சய் காந்தியின் அடாவடிகள் இவை எல்லாம் எமெர்ஜென்ஸி ரத்தான பிறகுதான் வெளியுலகத்திற்குத் தெரியவந்தன. எமெர்ஜென்ஸி ரத்தான தினத்திலிருந்து தினசரிப் பத்திரிகைகள், வார இதழ்களின் மூலம், எமெர்ஜென்ஸி காலத்தில் நடந்த கொடுமைகள் எல்லாம் ஒவ்வொன்றாக வெளியுலகிற்குத் தெரியவந்தன. 'இந்தியன் எக்ஸ்பிரஸ்', 'ஸ்டேட்ஸ்மன்', 'சண்டே', 'ஆன்லுக்கர்', 'இந்தியா டுடே' போன்ற ஆங்கில தினசரிகளும், வார இதழ்களும் அந்தச் செய்திகளை விரிவாக வெளியிட்டன.

எமெர்ஜென்ஸி ரத்தான சில நாட்களில் 'துக்ளக்' ஆசிரியர் சோ. மெரீனா கடற்கரையில் ஒரு பொதுக் கூட்டத்திற்கு ஏற்பாடு செய்தார். அப்போது திருவல்லிக்கேணி கடற்கரையில் சீரணி அரங்கம் இருந்தது. அந்தச் சீரணி அரங்கத்தில் கூட்டம் நடந்தது. கூட்டத்தில் அவர் மட்டுமே பேசினார். பெரிய கட்சி மாநாடு போல் பெருங் கூட்டம் திரண்டிருந்தது. அவ்வளவு பெரிய கூட்டத்தை நான் அண்ணாதுரை கலந்துகொண்ட கூட்டத்தில்தான் பார்த்திருக்கிறேன். கூட்டத்தை ஒழுங்கு படுத்த போலீஸ் இல்லை. சில போலீஸார் பீச் ரோட்டில் நிறுத்தப்பட்டிருந்தனர். அவ்வளவுதான். எமெர்ஜென்ஸி

காலத்தில் நடந்த கொடுமைகளைப் பற்றிச் சுமார் இரண்டு மணி நேரம் பேசினார்.

கூட்டம் முடிந்ததும் மேடைக்குப் பின்னால் நிறுத்தப்பட்டிருந்த காரில் சோ ஏறினார். அது ஒரு அம்பாஸிடர் கார். காரின் பின் ஸீட்டில் சோவும் அவரது விவேகா பைன் ஆர்ட்ஸ் செக்ரட்டரி ரங்காச்சாரி, சாயி என்ற நண்பர் மூவரும் இருந்தனர். நான் முன் ஸீட்டில் உட்கார்ந்திருந்தேன். கூட்டம் சோவின் பேச்சைக் கேட்டு உணர்ச்சிவசத்துடன் இருந்ததால், காரைப் போகவிடாமல் தடுத்தனர். காரின் சொந்தக்காரரான உமாபதிதான் காரை ஓட்டினார். அவர் துக்ளக்கின் ஏஜெண்ட். கூட்டநெரிசலில் காரை மணலுக்குள் இறக்கிவிட்டார். கூட்டம் காரைச் சூழ்ந்துகொண்டு சத்தம் போட்டுக் கொண்டிருந்தது. டியூப் லைட்டுகள் எல்லாம் உடைந்தன. தடதடவென்று காரின் மீது தட்டிக்கொண்டே ஓடி வந்தார்கள். பீச் ரோட்டிலிருந்த போலீஸ்காரர்கள் வேடிக்கை பார்த்துக்கொண்டிருந்தார்களே தவிர, உதவிக்கு வரவில்லை.

எப்படியோ காரைத் தாறுமாறாக ஓட்டி மேலே ரோட்டுக்குக் கொண்டுவந்து விட்டார் உமாபதி. தப்பித்தோம் பிழைத்தோம் என்று காரை வேகமாக ஓட்டி வந்து, துக்ளக் அலுவலகத்துக்கு வந்து சேர்ந்தோம்.

54

நண்பர் ஒரு திரைப்பட இயக்குநர். அவர் லாயிட்ஸ் காலனியில் இருந்து வந்தபோது, பக்கத்து பிளாக்கில் வசித்து வந்த ஒரு பெண்ணுடன் அவருக்கு நட்பு ஏற்பட்டது. அவள் பெயர் சசி. அவளுடையது தெலுங்கு குடும்பம். ஒல்லியாக இருந்தாள். நல்ல சிவப்பு நிறம். அவளும் அவரை நேசித்தாள். அந்தப் பெண்ணுக்கு, பள்ளியில் உடன் படித்த ஒரு பையனுடனும் நட்பு இருந்து வந்தது. அவளுக்குப் பள்ளித் தோழனையும் பிடித்திருந்தது, இயக்குநரையும் பிடித்திருந்தது. இயக்குநர் தன் உள்ளத்தை வெளிப்படுத்திய போது சசி அதை ஏற்றுக்கொண்டாள்.

பொதுவாகவே பெண்கள் இரக்க சுபாவம் கொண்டவர்கள். அவர்களால் சட்டென்று யாரையும் வெறுக்கவோ, ஒதுக்கவோ முடியாது. பெண்ணாக இருப்பதால், தன் மனதிலுள்ளதை வெளிப்படையாகத் தெரிவிக்கவும் அவளால் முடியாது. இதை சசியின் பள்ளித் தோழன் தெரிந்துகொண்டு, அவளுடன் பழகி வந்தான். அவனை சசியினால் தவிர்க்க முடியவில்லை. இயக்குநரோ, "அவனிடம் வெளிப்படையாகப் பேசி என்னைச் சந்திக்க வராதே என்று சொல்லி விடு" என்று சசியிடம் கூறினார்.

பழகிய நண்பனின் முகத்தை முறித்து, எப்படி அவனிடம் சொல்வது என்று சசிக்குத் தயக்கம். இரண்டு ஆண்களுக்கு இடையே அகப்பட்டுக் கொண்டு, மெல்லவும் முடியாமல், விழுங்கவும் முடியாமல் அந்த உள்ளம் தவித்துத் தடுமாறியது.

இயக்குநர் நண்பர் என்னிடம், "நீ சசிகிட்டே பேசுய்யா" என்றார். சசி, "அந்தப் பையன் நட்பாகத்தான் பழகுகிறான். வேறு எந்த எண்ணமும் அவனுக்கு இல்லை" என்றாள். "என்னை நீ விரும்புவது

உண்மையாக இருந்தால் அவனுடைய நட்பை விட்டுவிடு அல்லது நாம் பழகுவதை நிறுத்திக்கொள்வோம்" என்றார் நண்பர்.

நண்பர் சசியைத் திருமணம் செய்துகொள்ள விரும்பினார். ஆனால், சசி அவளுடைய பழைய ஸ்நேகிதனை விட்டு விலகி வரவேண்டும் என்பதிலும் உறுதியாக இருந்தார். 'திருமணத்திற்குப் பிறகு அந்த உறவு அவர்களுடைய திருமண வாழ்வைக் கெடுத்துவிடும்' என்று அவர் நினைத்தார். அவர் நினைத்தது தவறில்லை. அது சரியான சிந்தனைதான்.

ஒருநாள் நான், அந்த இயக்குநர், சசி மூவரும் அம்பத்தூர் ஏரிக்குச் சென்றோம். என்னையும் சசியையும் பேசுவதற்காகத் தனியே விட்டுவிட்டு, அவர் தூரத்தில் போய் நின்றுகொண்டார். நான் சசியிடம், அவளுடைய நண்பனுடன் அவள் பழகுவது திருமணத்திற்குப் பிறகும் தொடர்ந்தால், அது பல விபரீதங்களில் போய்முடியும் என்று சொன்னேன். அவளும் அதைப் புரிந்து கொண்டாள். என்றாலும், 'அவருக்காக தன் பழைய நண்பனை ஏன் இழக்க வேண்டும்' என்று சசி நினைத்தாள்.

"அந்தப் பையன் சாதாரணமாகத்தான் பழகுறான்" என்றாள். "அப்போ இவர் வேண்டாமா?" என்று கேட்டேன். பதறிப்போய், "அப்படி இல்லை சார்... அப்படி இல்லை சார்..." என்றாள். அன்று அவளால் அந்த ஸ்நேகிதன் விஷயத்தில் உறுதியான முடிவுக்கு வரமுடியவில்லை. 'ஒரு பெண்ணுக்குத் தன் கணவனைத் தவிர வேறு ஆண் நண்பர்களே இருக்கக்கூடாதா' என்று அப்போது சசி என்னிடம் கேட்கவில்லை; கேட்டிருந்தால் அதற்கு என்னால் பதில் சொல்லவும் முடிந்திராது.

அதன்பிறகு இயக்குநர் நண்பர் சசியைச் சந்திப்பதை அறவே தவிர்த்தார்.

'அவள் அப்படித்தான்' திரைப்படம் இந்த சசியின் கதையைத் தான் சொல்கிறது. ருத்ரையா, சசியின் கதையை மட்டும் படமாக்கவில்லை; அவளுடைய பால்யகால நண்பனை மறக்க வேண்டும் என்று சொன்ன ஆணாதிக்க எண்ணத்தையும் விமர்சனம் செய்தார்.

துக்ளக் பத்திரிகையில் என் வேலை நிரந்தரமாகிவிட்டது. 1977ஆம் ஆண்டு 'துக்ளக்' ஆண்டு விழா முடிந்த பிறகு, என் திருமணப் பேச்சு வீட்டில் எழுந்தது. ருத்ரையாவும் என்னைத் திருமணம் செய்துகொள்ளச் சொன்னார். திருநெல்வேலியில் என் மாமாவின் மூத்த மகளைத் திருமணம் செய்துகொள்வ தென்று முடிவானது. பெண்ணின் வீட்டிலும் பெரிய வசதி எதுவும்

இல்லை. மாமா ஒரு செலவாளி. அவர் கையில் பணமே தங்காது. அவரது மூத்த மகன்தான் குடும்பப் பொறுப்பைத் தலையில் தாங்கினார்.

அப்போது என் சம்பளம் 250 ரூபாய். அந்தச் சம்பளத்தில் திருமணம் செய்துகொள்ள முடியுமா என்று எனக்குத் தயக்கமாக இருந்தது. ஆனால், ருத்ரையாவும் பாப்பையா அண்ணாச்சியும் தைரியம் கொடுத்தார்கள். லாயிட்ஸ் காலனிக்குப் பக்கத்திலிருந்த தபால் தந்தி ஊழியர் குடியிருப்பில்தான் பாப்பையா அண்ணாச்சி இருந்தார்கள். அவர்களது குடியிருப்பிலேயே ஒற்றை அறை போர்ஷன் ஒன்றை எனக்காகச் சொல்லி வைத்திருந்தார்கள்.

திருமணச் செலவுக்கு என்ன செய்வது? என் கையில் மாதச் சம்பளத்தைத் தவிர அதிகப்படியாக ஒரு பைசாகூடக் கிடையாது. 'துக்ளக்' ஆண்டு விழாவுக்கு வந்திருந்த நண்பர் பால்யூ என்னிடம் ஒரு யோசனை சொன்னார். 'குமுதம் பால்யூ' என்றால் அப்போது ஊர் உலகத்துக்கே தெரியும். 'குமுதம்' நிறுவனத்தின் பிரசுரமாக 'மாலைமதி' என்ற மாத நாவல் அப்போதுதான் வெளிவர ஆரம்பித்திருந்தது. "அந்த மாத நாவலுக்கு ஒரு கதை எழுதித் தாரும். கதையைக் கொடுத்து உடனே சன்மானம் வாங்கித் தருகிறேன். அது கல்யாணச் செலவுக்கு உதவுமே ஐயா" என்றார் பால்யூ.

அவசர அவசரமாக உட்கார்ந்து ஒரே வாரத்திற்குள் நாவலை எழுதி பால்யூவிடம் கொடுத்தேன். நாவலை வாங்கிக் கொண்டு சென்ற பால்யூவிடம் இருந்து அதன்பின்னர் எந்தத் தகவலுமில்லை.

'துக்ளக்' பத்திரிகையில் என்னைச் சேர்த்துவிட்ட சுந்தரம்சாரிடம், அட்வான்ஸாக இருநூறு ரூபாய் வாங்கினேன். மவுண்ட்ரோட்டில் எனக்கு ஒரு சட்டை மட்டும் எடுத்துக்கொண்டேன். ஒரு மாலை எடிட்டரிடம் லீவு வாங்கிக் கொண்டு திருநெல்வேலிக்குப் பஸ் ஏறினேன். என்னைப் பஸ் ஏற்றிவிட எக்மோருக்கு ருத்ரையா வந்திருந்தார். அன்று ஞாயிற்றுக்கிழமை. திங்கள்கிழமை காலை திருநெல்வேலி சையத் லாட்ஜில் ரூம் எடுத்து, குளித்துவிட்டு, அப்பாவுக்குத் தகவல் சொன்னேன்.

அம்மா, சாராள் தக்கர் பள்ளி ஹாஸ்டலில் வேலை செய்து வந்தாள். தங்கைகள் மூன்று பேரும் செவன் டாலர்ஸ் பள்ளியில் இலவசமாக ஹாஸ்டலில் தங்கிப் படித்துக் கொண்டிருந்தார்கள். அப்பா, தான் வேலை பார்த்து வந்த வக்கீலின் வீட்டிலேயே தங்கியிருந்தார்கள்.

நான் திருமணம் செய்துகொள்ள முடிவு செய்திருந்த மணமகளின் வீடு, திருநெல்வேலி டவுன் குரவர் தெருவிலிருந்தது. அப்பா அவர்களுடைய வீட்டுக்குப் போய்ப் பேசினார்கள். பெண்ணின் அப்பா ஊரிலேயே இல்லை. நானோ ஆறே நாள் விடுமுறையில்தான் வந்திருந்தேன். அதற்குள் திருமணத்தை முடித்துக்கொண்டு சென்னை திரும்புவதாகத் திட்டம். மணப்பெண் வீரவநல்லூரில் தன் தாய்மாமா வீட்டுக்குச் சென்றிருந்தாள்.

பெண்ணின் தகப்பனார் ஊரில் இல்லாத நிலையில், அவளுடைய அம்மாவும் அண்ணனும் திருமணத்திற்குச் சம்மதித்துவிட்டனர். சொந்தக்காரர்கள் என்பதால் எந்தக் கேள்வியும் எழவில்லை. வண்ணதாசன் அப்போது திருநெல்வேலி ஸ்டேட் பேங்கில் வேலை பார்த்தார். அவரிடமும் நான் வந்த விபரத்தைச் சொல்லியிருந்தேன். விக்கிரமாதித்யன் வாசுதேவ நல்லூரில் இருந்தார். அவருக்கு என் திருமணம் குறித்து ஒரு கார்டு எழுதிப் போட்டேன்.

வியாழக்கிழமை திருமணத்திற்கு நாள் குறிக்கப்பட்டது. பெண்ணின் வீட்டில், அன்று காலை மிக எளிய முறையில், ஐயர் இல்லாமல், மந்திரங்கள் முழங்காமல், மேள தாளம் இன்றி, குத்து விளக்கின் முன்னால் எங்கள் திருமணம் நடந்தது. திருமணத்திற்கு வண்ணதாசனும் விக்கிரமாதித்யனும் வந்திருந்தனர்.

திருமணத்திற்கு மறுநாள் காலை, நானும் விக்கிரமாதித்யனும் குளிப்பதற்காக கம்பாநேரி மண்டபத்தைத் தாண்டி பேட்டைக் குளத்துக்குப் பேசிக்கொண்டே சென்றோம். அப்போதுதான் ‘கம்பா நதி’ நாவல் மனதில் திரண்டது.

வெள்ளிக்கிழமை காலை விக்கிரமாதித்யன் வாசுதேவ நல்லூருக்குச் சென்றுவிட்டார். நானும் என் மனைவியும் லெட்சுமி டிராவல்ஸ் பஸ்ஸில் ஒரே தகரப்பெட்டியுடன் சென்னைக்குப் புறப்பட்டோம். 7.4.1977இல் என் திருமணம் நடந்தது. அப்போது எனக்கு 28 வயது.

அதுவரை நான் எந்தத் தேர்தலிலும் ஓட்டுப் போட்ட தில்லை. ‘புதுவைக் குரல்’, ‘அன்னை நாடு’ போன்ற தினசரிகளில் வேலை பார்த்தாலும், அரசியலில் எனக்குப் பெரிய ஈடுபாடெல் லாம் கிடையாது. இன்றும் இப்படித்தான் இருக்கிறேன்.

அவசர நிலைக்குப் பிறகு நடந்த பொதுத் தேர்தலில், டெல்லியில், ஜனதா கட்சியின் தலைமையில் கூட்டணி ஆட்சி அமைந்தது. மொரார்ஜி தேசாய் பிரதமரானார். தமிழ்நாட்டில் அ.தி.மு.க. வெற்றிபெற்று எம்.ஜி.ஆர். முதல்முதலாக

முதலமைச்சரானார். 10.6.77இல் நடந்த தேர்தலில் அ.தி.மு.க. கூட்டணியில் சி.பி.எம்., பார்வர்டு பிளாக் கட்சிகள் இடம் பெற்றிருந்தன. தி.மு.க.வும் புதிதாகத் துவக்கபட்ட ஜனதா கட்சியும் தனித்தனியாகப் போட்டியிட்டன. காங்கிரஸும் சி.பி.ஐ.யும் கூட்டணி அமைத்துப் போட்டியிட்டன. 'துக்ளக்' ஜனதா கட்சியை ஆதரித்தது. அ.தி.மு.க. 130 இடங்கள் பெற்று, தனித்தே ஆட்சியமைத்தது. 233 இடங்களில் போட்டியிட்ட ஜனதா கட்சி வெறும் பத்தே பத்து இடங்களில்தான் ஜெயித்தது. எமெர்ஜென்ஸியை அமுல்படுத்திய இந்திரா காங்கிரஸ் மீது தமிழக மக்களுக்கு எந்தக் கோபமும் இல்லை. இந்திரா காங்கிரஸ் 27 தொகுதிகளில் ஜெயித்தது.

இந்தத் தேர்தலில்கூட நான் வாக்களிக்கவில்லை. எனது பெயரோ, என் மனைவியின் பெயரோ வாக்காளர் பட்டியலில் இல்லை. நானும் வாக்காளர் பட்டியலில் இடம்பெறப் பெரிதாக எந்த முயற்சியும் எடுக்கவில்லை. ஆனால், தேர்தலில் ஓட்டுப் போடாத நான், 'துக்ளக்' பத்திரிகைக்காக சென்னையிலுள்ள வாக்குச் சாவடிகளைச் சுற்றிவந்து, அனந்துவுடன் சேர்ந்து கட்டுரை எழுதினேன்.

'ஆனந்த விகடன்' ஆசிரியராக இருந்த மணியன் 1977 மார்ச் வாக்கில் விகடனிலிருந்து விலகிவிட்டார். அவர் ஆனந்த விகடனில் எழுதிவந்த 'இதயம் பேசுகிறது' என்ற தொடரின் பெயரிலேயே தனியாக பத்திரிகை ஆரம்பிக்க முடிவு செய்தது குறித்து ஏற்கெனவே குறிப்பிட்டிருக்கிறேன். 'இதயம் பேசுகிறது' பத்திரிகை விளம்பரத்திற்காகப் பெரும் பணத்தைச் செலவிட்டார். சினிமா தயாரிப்பிலும் பணத்தைச் செலவிட்டார். எம்.ஜி.ஆரை கதாநாயகனாகப் போட்டு 'இதயவீணை' படத்தை எடுத்திருந்தார். 'சொல்லத்தான் நினைக்கிறேன்' படமும் மணியனின் சொந்தப் படம்தான். கிண்டி ஸ்பிக் வளாகத்தில், மணியனின் 'இதயம் பேசுகிறது' பத்திரிகை அலுவலகமும் அச்சகமும் நிறுவப்பட்டன.

'ஆனந்த விகடன்' பத்திரிகையில் மணியனுடன் பணிபுரிந்த தாமரை மணாளன் (ரா. பாஸ்கரன்) விகடனை விட்டு மணியன் வெளியேறியபோது, தானும் வெளியேறி, மணியனின் 'இதயம் பேசுகிறது' வார இதழில் பொறுப்பாசிரியரானார்.

ஏறத்தாழ அதே மாதம் 'தினமணி கதிர்' பத்திரிகையிலிருந்து வெளிவந்திருந்த 'சாவி' என்ற சா. விஸ்வநாதனை ஆசிரியராகப் போட்டு, கருணாநிதி, முரசொலி மாறனின் முதலீட்டில் 'குங்குமம்' என்ற வார இதழ் வெளிவர ஆரம்பித்தது. சாவியுடன் 'தினமணி கதிர்' பத்திரிகையில் பணிபுரிந்து வந்த பாவைச் சந்திரன் 'குங்குமம்' பத்திரிகையில் சாவிக்கு உதவியாகச்

சேர்ந்தார். 'குங்குமம்' அலுவலகம் வடக்கு போக்ரோட்டில் இருந்தது. பிரபஞ்சனும் 'குங்குமம்' பணியில் சேர்ந்தார். பின்னர் 'மங்கையர் மலர்' என்ற பெண்கள் பத்திரிகையின் ஆசிரியரான மஞ்சுளா ரமேஷ், அப்போது 'குங்குமம்' பத்திரிகையில் பாவைச் சந்திரனுடன் பணிபுரிந்தார்.

இப்படி 'ஆனந்த விகடன்', 'குமுதம்', 'கல்கி', 'ராணி' போன்ற வாரப் பத்திரிகைகளுடன் 'இதயம் பேசுகிறது', 'குங்குமம்' பத்திரிகைகளும் சேர்ந்தன. 'துக்ளக்' மட்டும் மாதம் இருமுறை இதழாக வெளிவந்து கொண்டிருந்தது.

55

திருமணமான பின் நாங்கள் குடியிருந்த முதல் வீடு, சென்னை ராயப்பேட்டையில், தபால் தந்தி ஊழியர்கள் குடியிருப்பில் கீழ்த்தளத்திலுள்ள ஒரு போர்ஷன்தான். அந்த வீடு பாப்பையா அண்ணாச்சி யின் உதவியால் கிடைத்தது. பாப்பையா அண்ணாச்சி பணிபுரிந்து வந்த சென்னைத் தொலைபேசித் துறையில், அவர்களுடன் பணிபுரிந்த சக ஊழியருக்கு இரண்டு படுக்கை அறைகள் கொண்ட கீழ்த்தளம் ஒதுக்கப்பட்டிருந்தது. அந்த ஊழியர் ஒரு படுக்கை அறையை எங்களுக்குத் தந்தார். சட்டப்படி இது தவறுதான். தற்காலிகமாக அந்த இடத்தில் இருந்துகொண்டு, வேறு வீடு பார்த்துக்கொண்டு போய்விடலாம் என்றுதான் அந்தப் போர்ஷனில் குடியேறினோம்.

அந்த பெட்ரூம் போர்ஷனை ஒட்டி ஒரு தெருவிளக்கு இருந்தது. இரவில் எங்கள் அறையில் விளக்கே எரிய வேண்டியதில்லை. அந்தத் தெரு விளக்கின் வெளிச்சம் அந்த அறை முழுவதும் பட்டப்பகல் போல் வீசிக்கொண்டிருந்தது. இரவில் தூங்க முடியாத அளவுக்கு அந்தத் தெரு விளக்கின் ஒளி தொந்தரவாக இருந்தது. என் மனைவி ஜன்னல் கிரில்லின் மீது ஒரு போர்வையைப் போட்டு மூடி. வெளிச்சத்தைத் தடுக்கப் பார்ப்பாள். அந்த ஒற்றை அறை ஜாகைக்கு 20 ரூபாய் வாடகை வாங்கினார்கள்.

திருமணமான பின் என்னுடைய சம்பளம் 250 ரூபாயிலிருந்து 300 ரூபாயாக உயர்ந்தது. துக்ளக்கில் நான் எழுதுகிற கட்டுரைகளுக்கு, கட்டுரை ஒன்றுக்கு 50 ரூபாய் சன்மானமும் கிடைத்தது. சம்பளம், சன்மானம் இரண்டும் சேர்த்து மாதத்துக்கு நானூறு ரூபாய் வரும். நான் சம்பளப் பணத்தை அப்படியே மனைவியிடம் கொடுத்துவிடுவேன். அந்த 400 ரூபாயில் சந்தோஷமாகவே வாழ்ந்தோம்.

என் மனைவி பக்கத்திலிருந்த லாயிட்ஸ் காலனி யில் இருந்த டைப்ரைட்டிங் இன்ஸ்டிட்டியூட்டில்

டைப்ரைட்டிங் வகுப்பில் சேர்ந்து படிக்க ஆரம்பித்தாள். ஒருநாள் நண்பர் ருத்ரையா அவளை எம்ப்ளாய்மெண்ட் எக்ஸ்சேஞ்சுக்கு அழைத்துச் சென்று, அவள் பெயரைப் பதிந்துவிட்டு வந்தார். அங்கே பாப்பையா அண்ணாச்சியின் வீட்டு முகவரியையே கொடுத்திருந்தாள்.

வல்லிக்கண்ணன் அப்போது சென்னை பைகிராப்ட்ஸ் (இப்போது பாரதிசாலை) ரோட்டில், அவர்களுடைய இரண்டாவது அண்ணன் 'அசோகன்' என்ற கோமதி நாயகத்தின் வீட்டில்தான் இருந்தார்கள். வல்லிக்கண்ணன் சிறிது காலம் திருநெல்வேலி ராஜவல்லிபுரத்திலும் பிறகு சிறிது காலம் சென்னையிலுமாக மாறிமாறி வசித்து வந்தார்கள். அசோகன் என்ற கோமதி நாயகம் 'எபிஸியண்ட் பப்ளிஸிட்டிஸ்' என்ற விளம்பர நிறுவனத்தில் மேலாளராகப் பணிபுரிந்து வந்தார். 'அசோகன்' என்ற புனைபெயரில் அக்காலப் பத்திரிகைகளில் எழுதியிருக்கிறார். நல்ல மொழிபெயர்ப்பாளர். எனக்குத் திருமணம் நடக்கும் போது வல்லிக்கண்ணன் சென்னையில்தான் இருந்தார்கள். நானும் என் மனைவியும் ஒருநாள் மாலை அவரையும் அசோகன் அண்ணாச்சியையும் பார்ப்பதற்காக அவர்களுடைய பைகிராப்ட்ஸ் ரோடு வீட்டுக்குச் சென்றிருந்தோம்.

வல்லிக்கண்ணனின் அண்ணி எங்களுக்குத் தடபுடலாக விருந்தளித்தார். அசோகன் அண்ணாச்சி, வல்லிக்கண்ணனைப் போல சன்னமான குரலில்தான் பேசுவார்கள். ஆனால், இலக்கியத்தில் அவர்களுக்குத் திடமான அபிப்பிராயங்கள் உண்டு. அந்தச் சமயத்தில் வெளிவந்திருந்த ஜெயகாந்தனுடைய கதைகளைப் பற்றிப் பேசிக்கொண்டிருந்தோம். அந்தக் கதைகளை அசோகன் அண்ணாச்சிக்கு அவ்வளவாகப் பிடிக்கவில்லை. இரவு எட்டரை மணி வரை அவர்களுடன் இருந்து விட்டு வீடு திரும்பினோம்,

அப்போதெல்லாம் ராயப்பேட்டையிலுள்ள பைலட் தியேட்டரில் பழைய தமிழ்ப் படங்களை எல்லாம் திரையிடுவார்கள். நானும் என் மனைவியும் ஒரு நாள் பைலட் தியேட்டருக்குச் சென்று சிவாஜிகணேசன், சாவித்திரி நடித்த 'வணங்காமுடி' படம் பார்த்தோம். அது இரவு 10.30 மணிக்காட்சி. இரண்டு பேரும் பேசிக்கொண்டே நடந்து சென்றுகொண்டிருந்தோம். பாலாஜி நகர் வழியாகச் சென்று கொண்டிருந்த போது, ரோந்து வந்து கொண்டிருந்த போலீஸார் எங்களை விசாரித்தனர். பைலட் தியேட்டரில் சினிமா பார்த்து விட்டு வீட்டுக்குச் சென்று கொண்டிருக்கிறோம் என்றதும், 'டிக்கெட் எங்கே' என்று கேட்டனர்.

நல்லவேளையாக டிக்கெட்களைச் சட்டைப் பையில் வைத்திருந்தேன். அதைஎடுத்துக் காண்பித்தேன். "இப்படிச் சந்து பொந்து வழியாகப் போகாதீர்கள். இதெல்லாம் இருட்டான இடம். ஜாக்கிரதையாகப் போங்கள்" என்று கூறி அனுப்பி வைத்தனர்.

'துக்ளக்' அலுவலகம் 'ஆனந்த விகடன்' வளாகத்தி னுள்ளேயே இருந்ததால், மதிய உணவு இடைவேளை நேரத்தின்போது, விகடனில் பணிபுரியும் ஊழியர்கள் 'துக்ளக்' அலுவலகத்தில் உட்கார்ந்து பேசிக்கொண்டிருப்பது வழக்கம். அட்வர்டைஸ்மெண்ட் ஸ்ரீதர், பார்த்தசாரதி, சர்க்குலேஷன் பாலகிருஷ்ணன், எடிட்டோரியலிலிருந்து ராவ், இரா. வேலுச்சாமி, சுந்தரம் போன்றவர்கள் துக்ளக்கின் வரவேற்பறை நாற்காலி களில் உட்கார்ந்து தமாஷாகப் பேசிக்கொண்டிருப்பார்கள். அவர்களுடன் சோவும் கலந்துகொள்வார். ஆனந்த விகடன் ஆர்ட்டிஸ்ட்களான ஸாரதி, உமாபதியும் கூட வருவார்கள். அரசியல், சினிமா முதல் எதைப் பற்றி வேண்டுமானாலும் வம்பளப்புகள் நடக்கும்.

மதன் அப்போதுதான் விகடனில் சேர்ந்திருந்தார். ராவும் மதனும் ஜோடிகள். ராவ் அடிக்கடி துக்ளக்கிற்கு வந்து சோ, அனந்து, எங்களுடன் எல்லாம் சகஜமாகப் பேசிக்கொண் டிருப்பார். ஆனால், மதன் அப்படியல்ல. அவர் துக்ளக் பக்கமே வரமாட்டார். மத்தியானத்துக்கு மேல்தான் மதன் விகடன் ஆபீஸுக்கு வருவார். அதன்பின்னர், தானுண்டு தன் வேலையுண்டு என்று கேபினிலேயேதான் மதன் இருப்பார். எப்போதும் வெற்றிலை மென்றுகொண்டே இருப்பார். அதுபோல் விகடன் எடிட்டோரியலிலிருந்து ஸ்ரீதரோ, மணியனோ கூட துக்ளக் பக்கம் வந்ததே இல்லை.

ஜே.எம்.சாலி அப்போது பீட்டர்ஸ் ரோட்டில் மாருதி அச்சகம் இருந்த வளாகத்தினுள் குடியிருந்து வந்தார். மதியம் சரியாக 1 மணிக்குச் சாப்பிடக் கிளம்பிவிடுவார். சாப்பிட்டு விட்டு இரண்டு இரண்டரைக்கெல்லாம் ஆபீஸுக்கு வந்து விடுவார். ஒருநாள் நான் அலுவலகத்திலிருந்து வெளியே வந்து சும்மா காத்தாட நின்றுகொண்டிருந்தேன். சாப்பிட்டு விட்டு வந்துகொண்டிருந்த சாலி என்னிடம், "ஏன், விகடனுக்கு நீங்க ஒரு கதை கொடுக்கக் கூடாது?" என்று கேட்டார்.

"என் கதையெல்லாம் போடுவீங்களா சார்...?"

"ஏன் அப்படி நெனைக்கிறீங்க? சீக்கிரமா ஒரு கதை தாங்க..." என்றார் சாலி.

"சரி சார்... எழுதித் தாரேன்..." என்றேன்.

அவரிடம் 'சரி' என்று சொல்லிவிட்டேனே தவிர, மனதில் எழுதுவதற்கான எந்தக் கருவும் இல்லை. அவரிடம் கதை தருவதாக ஒப்புக்கொண்டு இரண்டு மூன்று நாட்களாகிவிட்டன.

ஒரு நாள் இரவு எங்கள் ஒற்றை அறை வீட்டில் படுத்துக் கொண்டே யோசித்துக்கொண்டிருந்தேன். மனைவி வழக்கம் போல், வீட்டினுள் தேவையில்லாமல் வந்துவிழும் தெருவிளக்கின் வெளிச்சத்தை மறைக்கப் படாதபாடு பட்டுக்கொண் டிருந்தாள். வீட்டுக்குள் இரவு முழுவதும் தேவையில்லாமல் வந்துவிழும் இந்த வெளிச்சத்தைப் பற்றியே ஏன் ஒரு கதை எழுதக் கூடாது என்று தோன்றியது. மறுநாள் காலையில் அந்தக் கதையை எழுதினேன்.

கதை மிகச் சிறிதாக இருந்தது. விகடனில் மூன்று பக்கங்கள் வரலாம். கதையை ஜே.எம். சாலியிடம் கொடுத்தேன். அடுத்த விகடன் இதழிலேயே 'வெளிச்சம்' என்ற தலைப்பில் நான் எழுதியிருந்த அந்தச் சிறுகதை வெளிவந்துவிட்டது.

ஒரு ஞாயிற்றுக்கிழமை ஆதம்பாக்கத்திலுள்ள தி.க.சி.யின் வீட்டுக்குப் போனேன். தி.க.சி.யின் மூத்த புதல்வர் கணபதி ஆதம்பாக்கம் லெட்சுமி ஹயக்ரீவ நகரில் வீடு கட்டிக் குடியேறி யிருந்தார். அங்குதான் மகனுடன் தி.க.சி. வசித்து வந்தார்கள். வீட்டின் முன்னறையை தி.க.சி.க்கு ஒதுக்கியிருந்தார்கள். அந்த அறையை தி.க.சி.யுடன் நானும் பல நாட்கள் பகிர்ந்து கொண்டிருக்கிறேன்.

புறநகர்ப் பகுதி என்றாலும் ஆதம்பாக்கத்தில் ரயில் வசதி இருந்தது. தி.க.சி.வீட்டிலிருந்து பத்து நிமிட நடையில் செயிண்ட் தாமஸ் மவுண்ட் ஸ்டேஷன் வந்துவிடும். இதையெல்லாம் மனதில் வைத்து ஆதம்பாக்கத்திலேயே வீடு பார்த்துக் குடியேறி விடலாமா என்று யோசித்தேன். எனது எண்ணத்தை தி.க.சியின் குடும்பத்தாரிடம் சொன்னேன். கணபதி அண்ணாச்சியின் மனைவியை நான், 'மதினி' என்றுதான் அழைப்பேன். நான் சொன்னதைக் கேட்டதும் சித்ரா மதினி, "ரெண்டு தெருத் தள்ளி ஒரு வீடு காலியாகக் கிடக்கிறது என்று கேள்விப்பட்டேன். விசாரித்துச் சொல்கிறேன்" என்று சொன்னார்கள்.

அவர்கள் சொன்னது போலவே, மறுநாள் விசாரித்து விட்டார்கள். மூன்று அறைகளைக் கொண்ட வீடு. வீட்டுக்காரர் ஒரு பகுதியில் குடியிருந்தார். எங்கள் இரண்டு பேருக்கும் அந்த வீடு தாராளமாகப் போதும். வாடகையும் அதிகமில்லை; குறிப்பாக அட்வான்ஸ். தி.க.சி. ஒரு நாள் எனக்கு ஆஃபீஸுக்குப் போன் செய்து தகவலைச் சொன்னார்கள். ஆங்கில மாதம் பிறந்ததுமே அந்த வீட்டுக்குக் குடிபோய்விட்டோம். நகரத்தின் நெருக்கடிகள், பரபரப்பு எதுவும் இல்லாத ஊராக அப்போது

ஆதம்பாக்கம் இருந்தது. எங்கள் வீட்டுக்கு எதிரே ஆதம்பாக்கம் ஏரியின் உயரமான கரை. ஏரியில் தளும்பத் தளும்பத் தண்ணீர் இருந்தது. (இப்போது அந்த ஏரியில் குடியிருப்புகள் வந்துவிட்டன)

என் மனைவி டைப்ரைட்டிங் பயிற்சியை ஆதம்பாக்கத்தில் தொடர்ந்தாள். தி.க.சி. வீட்டுக்கு எதிர் தெருவில்தான் எழுத்தாளர் விட்டல் ராவின் வீடு. விட்டல்ராவ் கலகலப்பான மனிதர். சென்னை தொலைபேசியில்தான் விட்டல் ராவ் வேலை பார்த்தார். அவர் நல்ல ஓவியரும் கூட.

ஆஃபீஸுக்கு இவ்வளவு நேரத்திற்கு வர வேண்டும் என்ற கெடுபிடி எதுவும் இல்லாத அலுவலகம் துக்ளக் அலுவலகம். அதனால், சாவகாசமாக எழுந்து ஏரியைப் பார்ப்பதில் சிறிது நேரத்தைச் செலவிடுவேன். தினசரி மவுண்ட் போய் மாம்பலத்தில் இறங்கிக் கொள்வேன். மாம்பலத்திலிருந்து பஸ் பிடித்து மவுண்ட்ரோடு ஆஃபீஸூக்குப் போவேன். ஒரு பழைய சைக்கிள் விலைக்கு வந்தது. அதை வாங்கினேன். சைக்கிள் வாங்கிய பிறகு ஆதம்பாக்கத்திலிருந்து மவுண்ட்ரோட்டுக்கு சைக்கிளிலேயே செல்ல ஆரம்பித்தேன்.

அந்த வீட்டுக்குச் சென்ற ஒரு மாதத்துக்கெல்லாம் தா. மணியும். சா. தேவதாஸும் ஆதம்பாக்கத்துக்கு வந்தார்கள். தா. மணியின் சொந்த ஊர் தென்காசி; சா. தேவதாஸின் சொந்த ஊர் விருதுநகர் அருகே உள்ள எரிச்ச நத்தம். மணியும், தேவதாஸும் மதுரை பல்கலைக்கழகத்தில் தமிழ் எம்.ஏ. படித்து விட்டு வேலை தேடிச் சென்னைக்கு வந்து சேர்ந்தார்கள். தா. மணி ‘க்ரியா’வில் சேருவதற்காக வந்திருந்தார் அப்போது ‘க்ரியா’ பதிப்பகம் தொடங்கப்படவில்லை. முன்னேற்பாடுகளை ‘க்ரியா’ ராமகிருஷ்ணன் செய்து கொண்டிருந்தார். ராமகிருஷ்ணன் தி. நகர் முருகேசன் தெருவில் ஒரு மாடியில் வசித்து வந்தார்.

தா. மணியை எனக்கு அறிமுகப்படுத்தி வைத்தவர் நம்பிராஜன்தான் (விக்கிரமாதித்யன்). மணி கடும் படிப்பாளி. ராமகிருஷ்ணன் குற்றாலம் சென்றிருந்தபோது மணி அவருக்கு அறிமுகமானார். தான் தொடங்கவிருக்கும் ‘க்ரியா’ பதிப்பகத்தில் சேர மணியை அழைத்திருந்தார். சென்னைக்கு வந்த சில நாட்களிலேயே மணி, ராமகிருஷ்ணன் வசித்து வந்த முருகேசன் தெருவுக்குச் சென்றுவிட்டார். அவருடனே தங்கி வேலைகளைப் பார்த்துக் கொண்டிருந்தார். சா. தேவதாஸ் எங்களுடன் ஆதம்பாக்கம் வீட்டில் இருந்தார். தேவதாஸ் ரொம்ப அமைதியானவர். ஆழ்ந்த இலக்கிய ஈடுபாடு உள்ளவர். இருவரும் நேரம் கிடைத்த போதெல்லாம் இலக்கியம் பேசி மகிழ்ந்தோம்.

56

நான், ஆதம்பாக்கத்திலிருந்து மவுண்ட் ரோடு டி.வி.எஸ். கம்பெனிக்கு எதிரே இருந்த 'துக்ளக்' அலுவலகத்திற்கு, தினசரி சைக்கிளிலேயே சென்று வந்தது இரண்டு மாதங்களிலேயே அலுப்படைந்தது. அதனால், வீட்டிலிருந்து செயிண்ட் தாமஸ் ரயில்வே ஸ்டேஷனுக்குச் சைக்கிளில் சென்று, சைக்கிளை ஸ்டேஷனருகே இருந்த சைக்கிள் ஸ்டாண்டில் போட்டுவிட்டு, பழையபடி ரயிலில் மாம்பலம் சென்று, அங்கிருந்து மவுண்ட் ரோடு ஆஃபீஸுக்குப் பஸ்ஸில் சென்று வந்தேன்.

தேவதாஸ், பத்திரிகைகளில் ஏதாவது வேலை கிடைக்குமா என்றுதான் முயற்சித்தார். அதே சமயம் அரசு வேலைக்கும் முயற்சி செய்து வந்தார். அந்தச் சமயத்தில் லயனல் அந்தோணிராஜ் என்ற விக்கிரமசிங்கபுரத்து நண்பர் என்னைச் சந்தித்தார். எனது முதல் சிறுகதைத் தொகுப்பான 'எஸ்தர்' தொகுப்பை சில நண்பர்கள் சேர்ந்துதான் வெளியிட்டிருந்தார்கள். அந்த நண்பர்களில் லயனலும் ஒருவர்.

லயனலின் குடும்பம் மிகப் பெரியது. லயனலும் தா. மணி, தேவதாஸைப் போலவே தமிழ் எம்.ஏ. முடித்துவிட்டு வேலைக்கு முயற்சித்துக் கொண்டிருந்தார். விக்கிரமசிங்கபுரம்தான் அவருடைய சொந்த ஊர். அங்கே அவருடைய குடும்பத்துக்குச் சொந்தமாக பள்ளிக்கூடம், கடை, வீடு எல்லாம் இருந்தது. லயனலின் அப்பா இறந்து விட்டிருந்தார். ஊரிலிருந்த பள்ளிக்கூடம், கடையை எல்லாம் லயனலின் மூத்த அண்ணன் கவனித்து வந்தார். அவரைத் தவிர இரண்டு அண்ணன்கள் சென்னையில் இருந்தார்கள். சென்னையில் இருந்த ஒரு அண்ணன் சினிமாவில் ஸ்டண்ட் நடிகராக இருந்தார். இன்னொரு அண்ணனான அல்லி, பெரம்பூரில் ரிஸர்வ் போலீஸில் கான்ஸ்டபிளாக இருந்தார். இவர் பெரம்பூர் போலீஸ் குவாட்டர்ஸிலேயே வசித்து

வந்தார். அல்லிக்கும் லயனலுக்கும் மட்டும் திருமணமாகவில்லை. மற்ற அண்ணன்மார்களுக்கு எல்லாம் திருமணமாகிக் குழந்தைகளும் இருந்தனர்.

லயனல், ஆஜானுபாகுவாக இருப்பார். அவருடைய அண்ணன் அல்லி, லயனலைப் போலீஸிலேயே சேரச் சொன்னார். ஆனால், லயனலுக்கு அதில் இஷ்டமில்லை. அவரும் தேவதாஸைப் போல், பத்திரிகையில் வேலை கிடைத்தால் தேவலை என்று நினைத்தார். லயனலுக்கு என்னிடம் மிகுந்த பிரியமும் மரியாதையும் உண்டு. 'ஆனந்த விகடன்' பத்திரிகையில் சர்க்குலேஷன் பிரிவில் வேலை பார்த்த ஸ்ரீதரிடம் ஒருநாள் பேச்சுவாக்கில் லயனலையும் தேவதாஸையும் மனதில் வைத்துக் கொண்டு, "விகடனில் ஏதாவது வேலை கிடைக்குமா?" என்று கேட்டிருந்தேன். ஸ்ரீதர் 'பார்க்கலாம்யா' என்று சொன்னார்.

இரண்டு வாரம் கழித்து ஒரு நாள் மதியம், வழக்கம்போல் 'துக்ளக்' ஆபீஸுக்கு வந்து பேசிக்கொண்டிருந்த ஸ்ரீதர், என்னிடம், "யோவ்! விகடன்லே ப்ரூஃப் ரீடர் வேலைக்கு ஆள் தேடறாங்கய்யா. ஒம்ம ஃப்ரண்டு யாரோ இருக்கார்னு சொன்னீரே? அவரை அழைச்சுண்டு வாரும்" என்றார். ஒருவர் என்ன, இரண்டு தமிழ் எம்.ஏ.க்கள் அல்லவா கைவசமிருக்கிறார்கள். யாருக்குக் கிடைத்தாலும் சரி.

தேவதாஸிடம் ஆனந்த விகடனின் வேலையைப் பற்றிச் சொன்னேன். ப்ரூஃப் ரீடர் வேலையில் அவருக்கு ஆர்வமில்லை. லயனல், ஏதாவது வேலை கிடைத்தால் போதும் என்று இருந்ததால், அவர் சம்மதித்தார். அவரை என்னுடன் அழைத்துக்கொண்டு வந்தேன். ஸ்ரீதரிடம் லயனலை அறிமுகம் செய்து வைத்தேன். ஸ்ரீதர், ஆனந்த விகடன் எடிட்டோரியலுக்கு லயனலை அழைத்துச்சென்று, விகடனின் துணை ஆசிரியராகவும் கார்ட்டூனிஸ்ட்டாகவும் 'பரணீதரன்', 'மெரீனா' ஆகிய புனைபெயர்களில் விகடனில் எழுதி வந்தவருமான ஸ்ரீதரிடம் அறிமுகப்படுத்தினார். ஸ்ரீதருக்கு லயனலைப் பிடித்துப் போயிற்று. ப்ரூஃப் ரீடிங் செக்ஷனில் ஏற்கெனவே மல்லி ஐயர், வெங்கடராமன் என்பவர்கள் நீண்டகால அனுபவத்துடன் பணிபுரிந்து வந்தனர். அன்றே அவர்களுடன் லயனல் அந்தோணிராஜும் ஆனந்த விகடனின் ப்ரூஃப் ரீடரானார்.

அவ்வளவு சீக்கிரமாக லயனலுக்கு வேலை கிடைத்தது எனக்கு ஆச்சரியமாகவும் சந்தோஷமாகவும் இருந்தது. லயனல் என்னுடனே ஆதம்பாக்கத்தில் தங்கியிருக்க விரும்பினார். தேவதாஸுடன் லயனலும் எங்கள் குடும்பத்தில் ஒருவரானார்.

இந்நிலையில், தேவதாஸ் தான் இருப்பது எனக்குச் சுமை என்று நினைத்தார். நான் எவ்வளவோ சொல்லியும் கேட்க

வில்லை. "ஊருக்கே சென்றுவிடுகிறேன்" என்றார். "எரிச்சநத்தம் ஒரு கிராமம். அங்கே இருந்து வேலை தேடுவது நடக்காத காரியம்" என்று நானும் லயனலும் தேவதாஸிடம் கூறினோம். தேவதாஸிடம் லயனல், "உங்களுக்கு இங்க இருக்கிறது சிரமமா இருந்தா, எங்க அண்ணன் அல்லிகூடப் பெரம்பூர்ல போயி இருங்க. அவன் குவாட்டர்ஸ்ல தனியாத்தான இருக்கான்" என்றார். தேவதாஸுக்கு அந்த ஏற்பாடு பிடித்திருந்தது. பெரம்பூரில் போய் இருக்கச் சம்மதித்தார். ஒருநாள் தேவதாஸை அழைத்துக் கொண்டு போய், பெரம்பூரில் தனது அண்ணனிடம் சொல்லி, விட்டுவிட்டு வந்தார் லயனல்.

லயனலுக்கு இரண்டு ஷிஃப்ட்கள் மாறிமாறி வரும். அவர் அந்த வேலையைச் சந்தோஷமாகச் செய்தார். பகல்நேர வேலையாக இருந்தால் நானும் லயனலும் வீட்டிலிருந்து ஒன்றாகவே புறப்படுவோம்.

நான் 'துக்ளக்' பத்திரிகையில் வேலை பார்த்து வந்ததால், என்னால் எளிதில் யாரையும் பத்திரிகைகளில் ஏதாவது வேலை யில் அமர்த்தி விட முடியும் என்று நண்பர்கள் நம்பினார்கள். குறிப்பாக, திருநெல்வேலி போன்ற தென் பகுதியிலிருந்து சென்னைக்கு வேலை தேடி வந்த ஒரு சில இளைஞர்கள் என்னால் முடியும் என்று உறுதியாக நம்பினார்கள். ஆனால், உண்மையில் பத்திரிகை உலகில் எனக்கு எந்த இன்ப்ளுயன்ஸும் இல்லை. லயனலுக்கு விகடனில் வேலை கிடைத்தது தற்செய லானது.

தா. மணி, தேவதாஸ், லயனலுக்குப் பிறகு கோவில்பட்டி யிலிருந்து மனோகர் என்ற இளைஞர் என்னைத் தேடிக்கொண்டு துக்ளக் அலுவலகத்திற்கு வந்தார். அவர் திருவல்லிக்கேணியில் இடம் தேடிக்கொண்டிருந்தார். திருவல்லிக்கேணியில் உள்ள ஒரு சந்தில் கவிஞர் ஞானக்கூத்தன் தங்கியிருந்த சரஸ்வதி கான நிலையம் மாடியறை என் ஞாபகத்துக்கு வந்தது. 'கசடதபற' பத்திரிகை நண்பர்களெல்லாம் அந்த அறையில் அடிக்கடி கூடுவார்கள். திருவல்லிக்கேணி பகுதியில் மெஸ்களும் நிறைய உண்டு. அதனால், அந்தச் சரஸ்வதிக்கான நிலைய மாடியறை யில் போய் தங்க இடம் கேட்கலாம் என்று மனோகரிடம் சொன்னேன். அதிர்ஷ்டவசமாக அங்கே மனோகருக்கு இடமும் கிடைத்தது. லயனலின் அதிர்ஷ்டம் அவருக்கு விகடனில் வேலை கிடைத்தது. அதுபோல் மனோகருக்கும் அதிர்ஷ்டம் இருந்தது. அதனால்தான் ஞானக்கூத்தன் அறையில் அவருக்கு இடம் கிடைத்தது.

மனோகர் நல்ல நடிகரும்கூட. நிறைய மோனோ ஆக்டிங் எல்லாம் செய்வார். அவராகவே முயற்சி செய்து மத்திய அரசின்

விளம்பரத்துறையின் கீழ் இயங்கி வந்த 'ஃபீல்ட் பப்ளிஸிட்டி அலுவலகத்தில்' முழு நேர நடிகராகப் பணிபுரிந்து வந்தார்.

என் மனைவி தொடர்ந்து ஆதம்பாக்கத்தில் டைப்ரைட்டிங் கற்று வந்தாள். இந்த நிலையில் அவள் கர்ப்பமும் அடைந்தாள். அவளுக்கு உதவிக்கு யாருமில்லை. அந்தக் காலத்தில் ஆதம்பாக்கத்தில் எந்த மருத்துவமனைகளும் இல்லை. நான் காலையில் போனால் இரவுதான் வீடு திரும்புவேன். என் மனைவியின் பெரியம்மா நந்தனத்தில் ஒரு வீட்டில் சமையல் வேலை செய்து வந்தார். ஸிட்டியில் வீடு இருந்தால் ஓய்வு நேரங்களில் அவர் வந்து என் மனைவியைப் பார்த்துக்கொள்ள முடியும் என்ற நிலை. இதனால், மறுபடியும் ஸிட்டியிலேயே குடியேறுவது நல்லது என்று பட்டது.

தவிர, ருத்ரையாவும் தனது முதல் படத்தயாரிப்பு வேலை களில் மும்முரமாக இருந்தார். அவரும் நான் ஸிட்டிக்குள் இருப்பதே அவருக்கு உதவியாக இருக்கும் என்று நினைத்தார். துக்ளக்கில் எனக்கு வேலை வாங்கித் தந்த இயக்குநர் கே. பாலசந்தரின் உதவியாளரான அனந்து சாரும் 'அதுதான் சரி' என்றார்.

அனந்து சாரே எனக்காக வீடு தேடினார். மந்தைவெளி யில் அவரது உறவினர் ஒருவர் இருந்தார். அவர் குடியிருக்கிற காம்பௌண்டில் ஒரு வீடு காலியாக இருந்தது. உடனே அந்த வீட்டைப் பேசி முடித்தார் அனந்து சார். பக்கத்தில் அடையாறு ஆந்திர மகிள சபா மருத்துவமனையும் இருக்கிறது. அங்கே என் மனைவியைக் காட்டுவது வசதியாக இருக்கும் என்று ருத்ரையாவும் அனந்து சாரும் முடிவு செய்தார்கள். மீண்டும் என் ஜாகையை சென்னை நகருக்கே மாற்றினேன்.

லயனல் தன் அண்ணன் அல்லியின் பெரம்பூர் குவாட்டர்ஸுக்கே போய்விட்டார். அங்கிருந்து விகடனுக்கு சைக்கிளில் வந்தார்.

மந்தைவெளி திருவள்ளூர் பேட்டையிலிருந்த அந்த வீடு மிகச் சிறியது. மூன்றடி அகலமுள்ள அடுப்பங்கரை. அதைத் தாண்டி னால் எட்டடி அகலத்தில் ஒரு அறை. இளம் தம்பதியருக்குப் போதும். ஸிட்டிக்குள்ளேயே வந்துவிட்டதால் ஆஃபீஸுக்குச் செல்லும் பிரயாண நேரம் வெகுவாகக் குறைந்தது.

'துக்ளக்' மாதமிருமுறை பத்திரிகையாக இருந்ததால் ஒரு இதழுக்கும் அடுத்த இதழுக்கும் நடுவே பரபரப்போ நெருக்கடிகளோ இல்லாத நாட்கள் நான்கைந்தாவது இருந்தன. அந்த நாட்களில் நண்பர்களைச் சந்திப்பது, இலக்கியத்திற்காக நேரத்தைச் செலவிடுவது என்றிருந்தேன்.

நான் துக்ளக்கில் பணிபுரிந்தாலும் சென்னையிலுள்ள என் இலக்கியத் தொடர்புகளை விட்டுவிடவில்லை. தி.நகரில் உள்ள 'பிரக்ஞை' அலுவலகத்திற்கு சென்று 'பிரக்ஞை' நண்பர்கள் ரவிசங்கர், ரவீந்திரன், வீராச்சாமி என்ற ரங்கராஜன் எல்லோரையும் அடிக்கடி சந்தித்து வந்தேன். தி.நகர் செல்லும் போதெல்லாம் அசோகமித்திரன் வீட்டுக்கும் சென்று அவருடன் பேசிக்கொண்டிருப்பேன்.

ஒருநாள் 'பிரக்ஞை' அலுவலகத்தில் (மகாலெட்சுமி தெரு) ரவிசங்கருடன் பேசிக்கொண்டிருந்த போது கண்ணன் என்பவர் மார்க்ஸிய வகுப்புகள் எடுக்க இருப்பதாகவும், முடிந்தால் அதற்கு வாருங்கள் என்றும் கேட்டுக்கொண்டார். இந்த விஷயத்தை லயனலிடமும் சொன்னேன். அவரும் வருகிறேன் என்றார். தினசரி மாலை ஆறு மணிக்கு கண்ணன் பிரக்ஞை அலுவலகத்திற்கு வந்து வகுப்பெடுத்தார். சென்னையில் வேறு சில இடங்களிலும் அதுபோல் மார்க்ஸிய வகுப்புகள் நடந்து வந்தன.

அந்த வகுப்புக்களில் ரவிசங்கர், நான், பூமணி, பா. செயப்பிரகாசம், வீராச்சாமி,, லயனல், ரகு என்ற ரகுநாதன் எல்லோரும் கலந்துகொண்டோம். ஆறேழு நாட்கள் சென்ற பின் கண்ணன், 'எல்லோரும் கட்சிக்கு லெவி கொடுக்க வேண்டும், என்றார். என்னால் பத்து ரூபாய்தான் கொடுக்க முடிந்தது. அதுவே எனக்குப் பெரிய தொகை அப்போது. கண்ணன் தன்னுடைய ஜோல்னாப் பையிலிருந்து ரொம்ப ரகசியமாக, அச்சடிக்கப்பட்ட பிரதிகளை வழங்குவார்.

ஒருநாள் வீராச்சாமி, எல்லோரும் ஒரு ஞாயிற்றுக் கிழமை சிந்தாதிரிப்பேட்டையிலுள்ள கார்ப்பொரேஷன் பள்ளிக்கூடத்துக்கு வர வேண்டும் என்றார். அன்று கட்சியின் அறிக்கையை இறுதி செய்ய வேண்டும் என்றார். என்ன கட்சி, என்ன அறிக்கை என்று நினைத்துக்கொண்டே அந்த ஞாயிற்றுக்கிழமை அந்தப் பள்ளிக்கூடத்துக்குச் சென்றேன். பா. செயப்பிரகாசம், பூமணி, வீராச்சாமி இவர்களுடன் எங்களுக்கு முன்பின் அறிமுகமில்லாத பலரும் கூடியிருந்தனர். சுமார் அறுபது பேர் இருப்பார்கள்.

ஒரு அறிக்கையை வீராச்சாமி வாசித்தார். அதன் மீது பலர் கருத்துக்களைக் கூறினார்கள். 'மக்கள் கலை இலக்கியக் கழகம்' என்ற அமைப்பை ஆரம்பிப்பதென்றும், 'புதிய ஜனநாயகம்' என்ற பத்திரிகையைத் தொடங்கவேண்டும் என்றும் கூறப்பட்டது. மத்தியானம் இடைவேளை விடப்பட்டது. நான் யாரிடமும் சொல்லாமல் வீட்டுக்குப் போய்விட்டேன். எனக்கு அங்கே நடந்தது எதுவும் பிடிக்கவில்லை.

57

'இலக்கியம்' என்பது என்ன என்பதற்குப் பல்வேறு விதமான விளக்கங்கள், வியாக்கியானங்கள் கூறப்படுகின்றன. 'கிளாஸிக்' அல்லது 'செவ்வியல்' இலக்கியம் எனப்படுவது, துன்பவியல் சார்ந்ததுதான். 'சோக உணர்வு ததும்ப வேண்டும்' என்பது இலக்கியத்தின் எழுதப்படாத அடிப்படை. இதில் வாழ்க்கை குறித்த விசாரமும் உள்ளுறையாகப் பொதிந்திருந்தால் அது உன்னத இலக்கியமாகிவிடும். நல்ல இலக்கியத்துக்கு நகைச்சுவை உணர்வு அறவே ஆகாது. உலகத்தை அபத்தம் என்று கருதும் சில மேல்நாட்டுப் படைப்புகள்கூட நகைச்சுவை உணர்வு அற்றவையே.

செர்வாண்டிஸின் 'டான் குவிக்ஸாட்' படிக்கும்போது, இன்று, அது வேடிக்கைமிக்க சம்பவங்களால் புனையப்பட்டது போல் தோன்றலாம். ஆனால், அது அக்கால வீரதீர சாகசவாதியின் கதையே. டால்ஸ்டாய், தாஸ்தயேவ்ஸ்கி போன்றவர்களை இலக்கிய மேதைகள் என்று உலகம் கருதுகின்றது. ஆனால், அவர்களது படைப்புகளின் அடிநாதம் சோகமே. ராமாயணம், மகாபாரதம் போன்ற இந்திய இதிகாசங்களிலும் இதுதான் இருக்கிறது. தற்கால நவீன இலக்கியங்களும் இந்தச் சோக அடிச்சுவட்டைத்தான் பின்பற்றி எழுதப்படுகின்றன.

இந்த ஒற்றைச் சுவை, அதாவது சோகம் மட்டுமேதான் இலக்கியப்படுத்தப்பட வேண்டுமா என்று கேள்வி எழுப்புவதில் அர்த்தமில்லை. நடைமுறையில் இதுதான், இந்தப் பாணிதான் உள்ளது.

புதுமைப்பித்தனின் சில சிறுகதைகளில் கேலியும் குத்தலும் உள்ளது. என்றாலும், புதுமைப்பித்தன், இலக்கியவாதியாகத்தான் மதிப்பிடப்படுகிறார். ஏனென்றால், அவர் இந்த வாழ்க்கையை விமர்சன நோக்குடன் அணுகுகிறார்.

'கம்பா நதி' நாவலை, நான் ஆதம்பாக்கம் வீட்டில் இருக்கும்போதே எழுத ஆரம்பித்துவிட்டேன். 'கம்பா நதி' எண்ணிக்கைப்படி எனது மூன்றாவது நாவல். பெரும்பாலான தற்காலத் தமிழ் நாவல்களைப் போல், வாழ்ந்துகெட்ட குடும்பத்தின் கதைதான் கம்பா நதியிலும் சொல்லப்பட்டுள்ளது. நீண்ட இடைவெளிகளில் அதை எழுதியதால், அதை முடிக்க ஆறேழு மாதங்கள் ஆயிற்று. கம்பா நதியை யாரிடமும் படிக்கக் கொடுக்கவில்லை. நாவலை எனது பதிப்பாளரான 'நர்மதா' ராமலிங்கத்திடம் கொடுத்தேன். அதை அவர் உடனே பதிப்பித்துவிட்டார். நான் அப்போது பிரபலமான எழுத்தாளனல்ல. இப்போதுகூட அப்படித்தான். சிறுபத்திரிகை உலகில் ஓரளவு அறிமுகம் இருந்தது. இருந்தாலும், ராமலிங்கம் என்னுடைய எழுத்துக்களை நம்பிக்கையுடன் பிரசுரித்தார்.

அன்றும் சரி, இன்றும் சரி நாவலையோ சிறுகதைத் தொகுப்பையோ பதிப்பாளரிடம் ஒப்படைப்பதுடன் சரி. புத்தகத்தின் அட்டை குறித்தோ, அதை விமர்சனத்திற்குப் பத்திரிகைகளுக்கு அனுப்பி வைப்பது குறித்தோ, எதுவும் செய்தது கிடையாது. சிலர் புத்தகத் தயாரிப்பு முதல் அவற்றிற்கான விமர்சனங்கள் வரை மெனக்கெடுவார்கள். சில எழுத்தாளர்கள் தங்கள் நூல்களுக்கு வெளியீட்டு விழாவெல்லாம் நடத்திக்கொள்கிறார்கள். என்னுடைய எந்தப் புத்தகத்துக்கும் வெளியீட்டு விழா நடந்ததில்லை. அதில் எனக்கு விருப்பமுமில்லை.

எல்லாப் பொருட்களையும் 'ப்ரமோட்' செய்வது, அதற்கான வியாபார யுக்திகளை வகுப்பது இக்காலத்தில் முக்கியமான நடைமுறையாக இருக்கிறது. இலக்கியமும் 'ப்ரமோட்' செய்யப்படுகிறது. எனது நண்பர்கள் வெளியிட்ட முதல் சிறுகதைத் தொகுதியான 'எஸ்தர்', நாவல்களான 'கடல்புரத்தில்', 'கம்பா நதி' போன்றவை எந்த விளம்பரமும் பரபரப்பும் இல்லாமல்தான் வெளிவந்தன. வாய்மொழியாகவே அவை இலக்கிய உலகில் அறியப்பட்டன.

மேலும், என்னுடைய படைப்புகள் குறித்து எனக்கு உண்மையாகவே எந்தப் பெருமிதமும் இல்லை. தமிழில் எத்தனையோ நாவல்கள், சிறுகதைத் தொகுதிகள் வெளிவந்திருக் கின்றன. அவற்றில் என்னுடைய புத்தகங்களும் அடக்கம்; அவ்வளவுதான்.

புதுக்கோட்டையில் இருந்து சண்முக சுந்தரம், என்ற மாநில அரசு ஊழியர் 'சுவடு' என்ற இலக்கிய பத்திரிகையை நடத்தி வந்தார். 'சுவடு' பத்திரிகையின் ஒரு இதழ், தமிழ் விமர்சகர்கள் சிறப்பிதழாக வெளிவந்தது. அதில் என்னை, சண்முக சுந்தரம்,

விமர்சகர் வெங்கட்சாமிநாதனைப் பற்றிக் கட்டுரை எழுதித் தரும்படி கேட்டுக்கொண்டார். க.நா.சு., சி.சு. செல்லப்பா போன்ற தமிழ் விமர்சகர்கள் மீது இருந்த மதிப்பு எனக்கு வெ.சா. மீது இல்லை. குறிப்பாக, அவருடைய 'உள்வட்டம் வெளிவட்டம்' என்ற தியரியில் எனக்கு நம்பிக்கை இல்லை. அதீத உணர்ச்சி வசப்பட்டவராகவே வெ.சா.வின் கட்டுரைகள், அவரை அடையாளம் காட்டுகின்றன. கிராமப்புறங்களில் நாட்டுப்புறத் தெய்வங்களுக்குக் கொடைவிழா நடக்கும்போது அந்தக் கோவிலின் பூசாரி அல்லது சாமியாடிகள் அருள் வந்து சாமியாடுவார்கள். அந்த மாதிரி இலக்கியச் சாமியாடியாகத்தான் வெங்கட்சாமிநாதனை நான் மதிப்பிட்டேன். அறிவுபூர்வ மாகவோ அல்லது தேர்ந்த ரசனையின் அடிப்படையிலோ வெ.சா. தனது கட்டுரைகள் எதையும் எழுதவில்லை. வெ.சா.வின் கட்டுரைகளில் இலக்கியத்தைவிட தமிழ்நாட்டுக் கலாச்சார விஷயங்களுக்கே அதிக முக்கியத்துவம் தரப்பட்டிருந்தன. அவரது இலக்கிய அபிப்ராயங்களும் மேலெழுந்த வாரியானவை. அசோகமித்திரனை வெ.சா. 'கதைத் தொழிலாளி' என்றார். எந்த அடிப்படையில் அ.மி.யை 'கதைத் தொழிலாளி' என்கிறார் என்பதற்கு அவரது உணர்ச்சிகரமான அருள்வயப்பட்ட கட்டுரைகளில் எந்தச் சான்றும் தரப்பட்டதில்லை. இப்படித் தடாலடியாகப் போகிறபோக்கில் எதையாவது சொல்லி, வாசகனைத் திகைக்க வைப்பார் வெ.சா. ஆனால், அவரது உணர்ச்சிவசப்பட்ட உரைநடை பல வாசகர்களை எளிதில் கவர்ந்துவிடும்.

நான், சி.சு. செல்லப்பாவைத்தான் நவீன இலக்கியத்தின் சரியான விமர்சகர் என்பேன். அவருக்கு அடுத்தபடியாக பேராசிரியர் கனகசபாபதியைச் சொல்லலாம். இலங்கையின் கைலாசபதி, கா. சிவத்தம்பி போன்றோர் மார்க்ஸிய அடிப்படையில் இலக்கியத்தை அணுகியவர்கள். க.நா.சு. ரசனை அடிப்படையில் கருத்துக்களைச் சொன்னவர்.

'சுவடு' விமர்சகர் சிறப்பிதழில் வெங்கட்சாமிநாதனின் விமர்சனக் கட்டுரைகளை கடுமையாகக் கண்டனம் செய்து கேலியுடன் எழுதியிருந்தேன். அவரது விமர்சன அணுகுமுறை தவறானது என்று எழுதியிருந்தேன்.

சென்னை தி.நகர் மகாலட்சுமி தெருவில் ரவிசங்கரின் வீட்டிலிருந்து வெளிவந்த 'பிரக்ஞை' பத்திரிகை அலுவலகத்தின் மாடியில் நடந்த மார்க்ஸிய வகுப்புகளின் விளைவாக, 'மக்கள் கலை இலக்கியக் கழகம்' என்ற அமைப்பு சிந்தாதிரிப்பேட்டை உயர்நிலைப் பள்ளியில் நடந்த கூட்டத்தில் உருவானது குறித்தும், அந்தக் கூட்டத்தில் 'புதிய ஜனநாயகம்' என்ற பத்திரிகையைத்

தொடங்குவதாக முடிவு செய்யப்பட்டது என்றும் இத்தொடரில் ஏற்கெனவே குறிப்பிட்டிருந்தேன்.

நான் மார்க்ஸியம் கற்றிருந்தாலும் இலக்கியத்துக்கும் அதற்கும் காத தூரம் என்பதையும் உணர்ந்தே இருந்தேன். மௌனி, லா.ச.ரா., நகுலன் போன்ற தமிழின் அபூர்வமான உரைநடைக்காரர்களை மார்க்ஸிஸ்டுகளோ கம்யூனிஸ்ட்களோ பாராட்டியதில்லை. ஒரு குறுகிய கண்ணோட்டத்துடன்தான் இடதுசாரிகள் கலைகளை அணுகினர். இதனால், எந்த மார்க்ஸியப் பத்திரிகை அல்லது அமைப்பின் மீதும் எனக்கு எந்த காலத்திலும் ஈர்ப்பு ஏற்பட்டதில்லை. எனது மனவார்ப்பு அப்படி. ‘ஹங்கேரியன் குவாட்டர்லி’ என்ற ஹங்கேரிய இலக்கியப் பத்திரிகையைப் போன்ற, தரமான மார்க்ஸியப் பத்திரிகை இன்றும்கூட இந்தியாவின் பிறமொழிகளிலோ தமிழிலோ இல்லை.

அதனால்தான், நான் மக்கள் கலை இலக்கியக் கழகத்திலும் சேரவில்லை; ‘புதிய ஜனநாயகம்’ பத்திரிகையிலும் எழுதவில்லை. புதிய ஜனநாயகத்துக்கு மாற்றாக பா. செயப்பிரகாசமும் சில நண்பர்களும் சேர்ந்து ‘மனஓசை’ என்ற பத்திரிகையை வெளியிட்டனர். இதில் பூமணிகூட எழுதியிருக்கிறார். 1970–80களில் ‘தாமரை’, ‘செம்மலர்’, ‘உதயம்’, ‘சிவந்த சிந்தனை’, ‘மனிதன்’, ‘சிகரம்’, ‘இனி’ என்று ஏராளமான மார்க்ஸியச் சார்புள்ள இதழ்கள் வெளிவந்தன. தாமரையையும் செம்மலரையும் தவிர எல்லா பத்திரிகைகளுமே நின்றுவிட்டன.

நான் மந்தைவெளி வீட்டில் குடியேறிய பிறகு பக்கத்தில் இருந்த அபிராமபுரத்தில் ருத்ரையா தனது புரொடக்‌ஷன் அலுவலகத்தை அமைத்தார். அங்குள்ள அசோகா ரோட்டில் பின்னணிப் பாடகி பி. சுசீலா வீட்டுக்கு அடுத்த வீட்டின் மாடிப்பகுதியைத் தனது புரொடக்‌ஷன் அலுவலகத்துக்காக வாடகைக்குப் பிடித்தார் ருத்ரையா. இதே மாடியில்தான் ‘பராசக்தி’ படத்தைத் தயாரித்த நேஷனல் பிக்சர்ஸ் அலுவலகமும் இருந்தது.

ருத்ரையாவின் மூத்த தமக்கை சேலத்தில் இருந்தார். அவரது கணவர், ருத்ரையா திரைப்பட கம்பெனி ஆரம்பிப்பதற்குப் பண உதவி செய்தார். அதனால், தனது அக்காவின் மகனான குமார் என்ற குமரேசனின் பெயரிலேயே ‘குமார் ஆர்ட்ஸ் புரொடக்‌ஷன்ஸ்’ என்று தன் படக் கம்பெனிக்குப் பெயர் வைத்தார்.

‘அவள் அப்படித்தான்’ படத்தின் கேமராமேன் நல்லுசாமிக்கு சேலம் ஆத்தூர் அருகிலுள்ள உலிபுரம் என்ற கிராமம். நல்லுசாமி

சென்னை திரைப்படக் கல்லூரியில் ஒளிப்பதிவாளர் படிப்பை முடித்துவிட்டு, தனது சொந்த ஊருக்கே சென்றுவிட்டார். ருத்ரையா புரொடக்‌ஷன் கம்பெனியைத் தொடங்கியதும் நல்லுசாமியும் உலிபுரத்திலிருந்து சென்னைக்கு வந்தார். அபிராமபுரம் அசோகா ரோட்டில் குமார் ஆர்ட்ஸ் அலுவலகத்திலேயே நல்லுசாமி தங்கிக்கொண்டார்.

'பாபு' என்ற பாபு ராமசாமியும் சென்னை திரைப்படக் கல்லூரியில் ருத்ரையாவுடன் திரைக்கதை இயக்க வகுப்பில் உடன் பயின்றவர். பாபுவுக்குச் சொந்த ஊர் ஆனைமலை. பாபுவும் குமார் ஆர்ட்ஸ் அலுவலகத்தில் தங்கினார்.

'அவள் அப்படித்தான்' படத்தின் இன்னொரு கேமராமேன் ஞானசேகரன் சிந்தாதிரிப்பேட்டைக்காரர். தினசரி சிந்தாதிரிப் பேட்டையில் இருந்து புரொடக்‌ஷன் அலுவலகத்துக்கு வந்து போய்க்கொண்டிருந்தார்.

இவர்களைத் தவிர 'சோமு' என்ற சோமசுந்தரேஷ்வர் (பின்னாட்களில் தன் பெயரை ராஜேஷ்வர் என்று வைத்துக் கொண்டார்.), அருண்மொழி என்ற இன்னொரு ஒளிப்பதிவாளர். இவர்களுடன் நானும் தினசரி 'துக்ளக்' அலுவலகம் முடிந்ததும் குமார் ஆர்ட்ஸ் அலுவலகத்துக்கு வந்துவிடுவேன்.

நல்லுசாமி, பாபு, சோமசுந்தரேஷ்வர், ஞானசேகரன், அருண்மொழி எல்லோருமே ஒன்றாகத் திரைப்படக் கல்லூரியில் ருத்ரையாவுடன் பயின்றவர்கள். இயக்குநர் கே. பாலசந்தரின் உதவியாளரும் எனக்குப் பல உதவிகளைச் செய்தவருமான அனந்து சாரும் தினசரி புரொடக்‌ஷன் அலுவலகத்துக்கு வருவார். அரசியல், சினிமா உள்பட எல்லா விஷயங்களையும் பற்றிப் பேசிப் பொழுதைப் போக்குவோம்.

58

1978 மார்ச் மாதம், ஒரு ஞாயிற்றுக்கிழமை. பொதுவாக 'துக்ளக்' பத்திரிகையில் சில ஞாயிற்றுக் கிழமைகளில் வேலை இருக்கும். ஆனால், அந்த ஞாயிற்றுக்கிழமை வேலை எதுவும் இல்லை. அதனால், எடிட்டரைத் தவிர, அனந்தகிருஷ்ணனோ, மதலையோ, நானோ அலுவலகத்துக்குச் செல்ல வில்லை. ஆனால், அன்று என் பெயருக்கு ஒரு அவசரத் தந்தி பாளையங்கோட்டையிலிருந்து 'துக்ளக்' அலுவலகத்திற்கு வந்திருந்தது. அதில் என் தந்தையின் மரணச் செய்தி இருந்தது.

மறுநாள் திங்கட்கிழமை காலை அலுவலகத் திற்குச் சென்ற போதுதான் அந்தத் தந்தியைப் பார்த்தேன். என் மனைவி நிறை சூலியாக இருந்தாள். பகல் நேரத்தில் திருநெல்வேலிக்கு ரயில் எதுவும் கிடையாது. அதனால், அரசுப் போக்குவரத்துக் கழகப் பஸ்ஸில் என் மனைவியை அழைத்துக்கொண்டு திருநெல்வேலிக்குப் புறப்பட்டேன். எட்டு மாதக் கர்ப்பிணியாக இருந்த அவளுக்கு அந்தப் பஸ் பயணம் சிரமமாகத்தான் இருந்திருக்கும். ஆனால், அவள் அந்தச் சிரமத்தைத் தாங்கிக்கொண்டாள். இரவு ஒரு மணிக்குத்தான் திருநெல்வேலியை அடைய முடிந்தது. அதற்குள் அப்பாவைத் தகனம் செய்துவிட்டார்கள்.

ஞாயிற்றுக்கிழமை மாலைவரை என்னை எதிர்பார்த்துக் காத்திருந்திருக்கிறார்கள். நான் வரவில்லை, என்னிடமிருந்து எந்தத் தகவலும் இல்லை என்றதும் அன்று மாலையே தகனம் செய்து விட்டார்கள். என் பெரியப்பாவான வினாயக சுந்தரம் பிள்ளையும் அவரது மூத்த மகளுடைய கணவருமான சங்கரனும்தான் சாவு செலவுக்கு உதவியிருக்கிறார்கள். என்னுடைய தாய்மாமனாரும் தன்னால் இயன்றதைச் செய்திருக்கிறார். ஈமக்

கிரியைகளைச் செய்வதற்கான சிறுதொகையைக் கூட அப்பா விட்டுச் சென்றிருக்கவில்லை. அம்மாவிடமும் பணமில்லை. இந்த நிர்க்கதியான நிலையில் உறவினர்களும், என் குடும்பம் குடியிருந்த குச்சு வீட்டினருகே இருந்த பூ வியாபாரம் செய்யும் பண்டாரம் குடும்பத்தாரும்தான் உதவியிருக்கிறார்கள்.

இரண்டாவது நாள், காடேற்றுச் சடங்கிற்கும் பணம் வேண்டும். நடு இரவில் போய்ச் சேர்ந்த என்னிடம் மாமா, "பணம் ஏதாவது கொண்டு வந்திருக்கிறாயா? செய்யவேண்டிய கட்டுகள் எல்லாம் இருக்கின்றன" என்றார். நான் சென்னை திரும்பிச் செல்வதற்கான பஸ் சார்ஜை மட்டும்தான் வைத்திருந்தேன். அலுவலகத்தில் முந்நூறு ரூபாய் கடன் வாங்கித்தான் வந்திருந்தேன். கைக்கும் வாய்க்கும் சரியாக இருந்த வாழ்க்கையில் சேமிப்பும் இல்லை. இந்த நிலையில் மூத்த மகனான நான், தந்தையின் சாவுக்குச் செலவிட முடியாத தரித்திரனாகத்தான் போய் நின்றேன்.

அப்போது, எங்களுக்கு எந்த உறவுமில்லாத அந்தப் பண்டாரமும் அவரது மனைவியும், எந்த எதிர்பார்ப்பும் இல்லாமல், 500 ரூபாயை எடுத்துக் கொடுத்து, "ஆக வேண்டியதைச் செய்யுங்கள். பக்கத்து வீட்டில் இருந்துகொண்டு இந்த உதவியைக் கூட நாங்கள் செய்ய மாட்டோமா?" என்றார்கள்.

காடேற்றுக்கு வினாயக சுந்தரம் பிள்ளை பெரியப்பா சுடுகாட்டுக்கே வந்து நின்று, எல்லாவற்றையும் கவனித்துக் கொண்டார்கள். கிட்டு மாமாவும் இருந்தார்கள். வறுமையில் இறக்கிறவனின் சாவுகூட, இறந்த பின்னும் அவன் குடும்பத்திற்குச் சுமையாகி வருத்துகிறது. இதில் சடங்கு, சம்பிரதாயங்கள் வேறு. பணமே பிரதானமாகிப் போன உலகத்தில் சாவு செலவுக்குக்கூட பணம் வேண்டும்.

காடேற்றுச் சடங்குகளை எனக்கு அறவே பிடிக்க வில்லை. ஆனால், உறவினர்களின் வற்புறுத்தலுக்காகவும் அவர்கள் செய்த உதவிகளைக் கௌரவப்படுத்துவதற்காகவும் அதைக் 'கடனே' என்று செய்தேன். அவற்றைச் செய்யும்போது பள்ளிக்கூடத்தில் படித்த "ஆவீன, மழை பொழிய, அகத் தடியாள் மெய் நோக, மாஈரம் போகுதென்று விதைகொண்டோட, சொல்லவொண விருந்து வர, சர்ப்பந்தீண்ட, குருக்களோ தட்சிணை கொடு என்றாரே" என்று முடியும் ராமச்சந்திர கவிராயரின் தனிப்பாடல்தான் நினைவுக்கு வந்தது. "கொடிது, கொடிது, வறுமை கொடிது" என்று ஔவை சொன்னது சத்திய வாக்கல்லாமல் வேறென்ன?

ஐந்தாம் நாளிலேயே கருமாதி விசேஷத்தை முடித்து விட்டு, இருவரும் சென்னை திரும்பினோம். மீண்டும் 'துக்ளக்' அலுவலகம், ருத்ரையாவின் சினிமாக் கம்பெனி என்று என் ஜீவாதார அச்சு சுழல ஆரம்பித்தது.

'அவள் அப்படித்தான்' படத்தை ருத்ரையா முதலில் எடுக்கத் திட்டமிடவில்லை. அவர் முதலில் படமாக்கத் திட்டமிட்டது, தி.ஜானகிராமனின் 'அம்மா வந்தாள்' நாவலைத்தான். தி. ஜானகிராமன் அப்போது டெல்லியில், அகில இந்திய வானொலியில் கல்வி ஒலிபரப்புப் பிரிவில் பணிபுரிந்து வந்தார். அவரது நண்பரான 'சிட்டி' மூலம், அலுவலக வேலையாகச் சென்னைக்கு வந்திருந்த தி.ஜா.வை நானும் ருத்ரையாவும் சந்தித்தோம். அடையாறு ஆந்திர மகிள சபா விருந்தினர் இல்லத்தில் தி. ஜானகிராமன் தங்கியிருந்தார். சிட்டி எங்களை அவருக்கு அறிமுகம் செய்து வைத்தார். ருத்ரையா, 'அம்மா வந்தாள்' நாவலைப் படமாக்க, அனுமதி கேட்டதும், மறு பேச்சின்றி ஒப்புதல் தந்தார்.

உடனே, அம்மா வந்தாளுக்கு என்னைத் திரைக்கதை வசனம் எழுதச் சொன்னார் ருத்ரையா. அவரது லாயிட்ஸ் ரோடு காலனி அறையில் பெர்க்மான், ட்ரூபோ, கோடார்ட் போன்ற இயக்குனர்களின் திரைக்கதை நூல்களைப் படித்திருக்கிறேனே தவிர, கதை வசனம் எழுதிப் பழக்கமில்லை. அப்போது ஜெயகாந்தனின் 'சில நேரங்களில் சில மனிதர்கள்' திரைப்படக் கதை வசனம் புத்தகமாக வெளிவந்திருந்தது. அதில் ஜெயகாந்தன், காட்சிகளுக்கான 'ஷாட்'களைக் கூடக் குறிப்பிட்டு எழுதியிருந்தார். அதை உதாரணமாகக் கொண்டு, அம்மா வந்தாளுக்கு திரைக்கதை, வசனங்களை எழுதினேன். விளையாட்டுத்தனமாக ஒரே வாரத்தில் எழுதி முடித்துவிட்டேன்.

ருத்ரையா, டெல்லிக்குச் செல்ல எனக்குத் தமிழ்நாடு எக்ஸ்பிரஸில் டிக்கெட் எடுத்து, என்னை அனுப்பி வைத்து விட்டார். ருத்ரையாவின் நண்பர்களான எடிட்டர் கண்ணனும் கேமராமேன் ஞானசேகரனும் டெல்லி தொலைக்காட்சியில் வேலைபார்த்து வந்தார்கள். அவர்களுடைய அறை அரவிந்தர் மார்க்கில் இருந்தது. அவர்களுடன் நான் தங்கிக்கொண்டேன்.

தி. ஜானகிராமனின் வீடு இந்தியாகேட் அருகில் இருந்தது. ஒரு அபார்ட்மெண்டில் தி. ஜானகிராமன் குடியிருந்து வந்தார். அவர் வீட்டுக்கு என்னை ஞானசேகரன் அழைத்துச் சென்றார். தி. ஜானகிராமன் பூஜையில் இருந்தார். எங்களை அவரது புதல்வர்களான சாகேதராமனும் பட்டாபியும் வரவேற்று உட்கார வைத்தார்கள். காபி கொடுத்தார்கள்.

சிறிது நேரத்தில் தி. ஜானகிராமன் வந்தார். அவரிடம் 'அம்மா வந்தாள்' ஸ்கிரிப்டையும், கதைக்கான முன்பணமாக 10,000 ரூபாய்க்கு ருத்ரையா கொடுத்தனுப்பியிருந்த செக்கை யும் கொடுத்தேன். ஸ்கிரிப்ட்டை தனது நண்பரும் ஹிந்தி இயக்குநருமான ரிஷிகேஷ் முகர்ஜிக்கு அனுப்பி அபிப்பிராயம் கேட்டுவிட்டுச் சொல்வதாக தி. ஜானகிராமன் கூறினார்.

டெல்லியில் பத்து நாட்கள் போலத் தங்கியிருந்தேன். அனேகமாக தினசரி தி. ஜானகிராமனை அவரது ஆல் இந்தியா ரேடியோ அலுவலகத்திலோ அல்லது வீட்டிலோ சந்தித்து வந்தேன். ஒருநாள் என்னை தி. ஜானகிராமன், "சாயந்திரம் வீட்டுக்கு வாருங்கள். யக்ஷகானம் நடக்கிறது, போய்விட்டு வரலாம்" என்றார்.

அவர் குறிப்பிட்டிருந்த நேரத்திற்கு வீட்டுக்குச் சென்று விட்டேன். இருவரும் நடந்தே சென்றோம். யக்ஷகானம் நடந்த அரங்கத்திற்கு வெளியே, வெங்கட் சுவாமிநாதனை எனக்கு அறிமுகம் செய்து வைத்தார். யக்ஷகானம் முடியும்போது இரவு ஒன்பதரை மணியாகிவிட்டது. அது புது அனுபவமாக இருந்தது. ஞானசேகரனும் கண்ணனும் டெல்லியைச் சுற்றிப் பார்க்க உதவினார்கள். 'துக்ளக்' அலுவலகத்தில் வாங்கியிருந்த லீவு முடிய மூன்று நாட்கள் இருக்கும் போது, சென்னைக்கு வந்து சேர்ந்தேன்.

அம்மா வந்தாளில் 'அப்பு' என்ற கதாபாத்திரத்தை கமல்ஹாஸன்தான் நடிக்க வேண்டும் என்று ருத்ரையா முடிவு செய்திருந்தார். ஆனால், 'அம்மா வந்தாள்' படமாக்கப்படவே இல்லை. 'அப்பு' பாத்திரத்தில் நடிக்க வேண்டிய கமல், 'அவள் அப்படித்தான்' படத்தில் அருணாக நடித்தார்.

'அவள் அப்படித்தான்' திரைக்கதை, வசனத்தில் என்னுடைய பங்கு ஒரு 50 சதவிகிதம் இருக்கலாம். ருத்ரையா வுடன் உட்கார்ந்து பேசி, அதைக் கோர்வையாக ஒரு கதை போல் One Line Treatment எழுதியவர், எங்களால் அன்புடன் 'சோமு' என்றழைக்கப்பட்ட சோமசுந்தரேஷ்வர். ஷூட்டிங் ஆரம்பித்த பிறகு, காட்சிக்குத் தேவையான வசனங்களை நானும் அனந்து சாரும் எழுதினோம். ரஜினிகாந்த் படத்தில் பேசும் வசனப் பகுதிகளை, அந்தப் பாத்திரத்திற்கு ஏற்ப எழுதியவர் அனந்து சார்தான். ரஜினிகாந்தின் பாத்திரம் பெண்களைக் கிள்ளுக்கீரையாக நினைத்து எடுத்தெறிந்து தடாலடியாகப் பேசும்; படம் முழுவதுமே அந்தக் கதாபாத்திரம் அப்படித்தான் நடந்துகொள்ளும். அந்தப் பாத்திரத்தை அப்படி, அதன் தடாலடியான உரையாடல்களின் மூலம் படத்தில் உலவ விட்டது அனந்து சார்தான்.

இயக்குநர் கே.பாலசந்தரின் படங்களில் பெரும்பாலான கதாபாத்திரங்கள் அறிவுபூர்வமாகவும் ஒரு துடிப்புடனும் பேசும். இதை அவரது உதவியாளராக இருந்த அனந்து சார், அப்படியே அவள் அப்படித்தானின் ரஜினி பாத்திரத்துக்குக் கடத்தியிருந்தார். ரஜினியின் கதாபாத்திரம் ரசிகர்களின் பாராட்டைப் பெற்றது. ஸ்ரீபிரியா பாத்திரம் கூறும் அவரது கடந்த கால, ஃப்ளாஷ்பேக் காட்சிகள், படத்தின் இறுதியில் கமலுடன் காரில் சென்றுகொண்டே ஸ்ரீபிரியா பேசும் வசனங்கள் தவிர, மேலும் ஒரு சில காட்சிகளுக்கும் என்னை எழுதச் சொன்னார் ருத்ரையா. அந்தப் படத்தில் அவ்வளவுதான் என்னுடைய பங்களிப்பு. இந்த வாய்ப்பு தற்செயலாக, ருத்ரையாவின் நட்பினால் கிடைத்ததே தவிர, வேறொன்றுமில்லை.

ருத்ரையா தனது நிறுவனத்தை எல்லா சினிமா கம்பெனிகளையும் போல் தொடர்ந்து படங்கள் எடுக்கும் நிறுவனமாகவே நடத்த விரும்பினார். வியாபார ரீதியான வெற்றியும், அதே சமயம் ஓரளவு புதிய கோணத்தில் படங்களைத் தயாரிக்கவும், இயக்கவுமே நினைத்தார். முற்றிலும் கமர்ஷியல் அம்சங்களை அப்படியே தவிர்த்துவிட்டு, மணிகௌல், மிருணாள்சென், ரித்விக் கட்டக் போன்ற இயக்குநர்களைப் போல், திரைப்படத்தைக் கடுமையாக அணுகவில்லை. அதனால்தான் தனது இரண்டு படங்களிலுமே காதல் பாடல்களை எல்லாம் அவர் இடம்பெறச் செய்தார். சண்டைக்காட்சிகள், காமெடி ஸீன்கள் இல்லாத கமர்ஷியல் படங்களே அவை, ஆனால், ரசிகர்கள் அதைக்கூட ஏற்கவில்லை என்பதுதான் துரதிருஷ்டம்,

'அவள் அப்படித்தான்' படம் 1978 தீபாவளி நாளில் காமதேனு. ப்ளூ டயமண்ட் ஆகிய சென்னை நகரத் தியேட்டர்களில் வெளியானது. காமதேனுவில் ஒரே வாரத்தோடு தூக்கப்பட்டது. ப்ளூ டயமண்டில் மட்டும் மூன்று வாரங்கள் ஓடிய நினைவு.

இரண்டாவது படமான 'கிராமத்து அத்தியாயம்' இரண்டு, மூன்று நாட்கள்கூட ஓடவில்லை. 'அவள் அப்படித்தான்' படத்திலாவது ஒரு பேர் கிடைத்தது. 'கிராமத்து அத்தியாயம்' முழுமையான தோல்விப் படமாக அமைந்தது. இத்தனைக்கும் கிராமத்து அத்தியாயத்தின் பாடல்கள், அவள் அப்படித்தான் படப் பாடல்களைவிட ரொம்ப ஈர்ப்புடன் இருந்தன. இளையராஜா பிரமாதமாக மெட்டமைத்திருந்தார். இருந்தும் படம் மக்களை ஈர்க்கவில்லை.

கிராமத்து அத்தியாயத்தின் ஃபைனான்ஸியர் பஞ்சு அருணாசலம். அவர் படத் தயாரிப்பில் எந்த இடத்திலும் குறுக்கிட வில்லை. ருத்ரையாவுக்கு முழுச் சுதந்திரம் அளித்திருந்தார்.

அந்தப் படத்தின் கதையை ருத்ரையா என்னிடம் சொன்னபோது, ‘இந்தக் கதை வேண்டாம்’ என்றேன். அது, அந்தச் சமயத்தில் வெளிவந்து கொண்டிருந்த ‘அன்னக்கிளி’, ‘16 வயதினிலே’ போன்ற இன்னொரு கிராமத்துக் காதல் கதையாகவே இருந்தது. அதனால், அதன் மீது எனக்கு நம்பிக்கை இல்லை. ஆனால், ஏழையின் சொல் அம்பலம் ஏறுமா? கிராமத்து அத்தியாயத்தை எடுத்தே ஆக வேண்டிய நிர்ப்பந்தம் ருத்ரையாவுக்கு.

படப்பிடிப்பு முழுவதும் ஒளிப்பதிவாளர் நல்லுசாமியின் சொந்தக் கிராமமான உலிபுரத்தில் நடந்தது. படப்பிடிப்பு துவங்குவதற்கு ஒருவாரத்துக்கு முன்பே ஹீரோ, ஹீரோயின் டெக்னீஷியன்கள் எல்லோரும் அந்தச் சிறு கிராமத்துக்குச் சென்று விட்டனர். கதாநாயகனாக நடிக்க இயக்குநர் ஜெயபாரதியை உலிபுரத்துக்கு ருத்ரையா அழைத்துச் சென்றிருந்தார். நண்பரும் கவிஞருமான விக்கிரமாதித்யனின் அப்பா அழகு சுந்தரம்தான் கதாநாயகனின் தந்தையாக நடித்தார். நானும் விக்கிரமாதித்யனும்கூட அங்கே சென்று, இரண்டு மூன்று நாட்கள் தங்கியிருந்தோம். வசனத்தை ருத்ரையாவின் நண்பரும், சென்னை திரைப்படக் கல்லூரியில் படித்தவருமான பொன்னுசாமி எழுதினார்.

முதலில் கதாநாயகனாகத் தீர்மானிக்கப்பட்டிருந்த இயக்குநர் ஜெயபாரதியை நீக்கிவிட்டு, டெல்லி தொலைக்காட்சி யில் பணிபுரிந்து வந்த ஒரு நண்பரை ஹீரோவாக்கினார் ருத்ரையா. தான் ஷூட்டிங்கிற்குப் போவோம் என்று எதிர்பார்த்து உலிபுரத்தில் தங்கியிருந்த ஜெயபாரதி, திருப்பி அனுப்பப்பட்டார். அவருக்கு ஏன் வாய்ப்பு மறுக்கப்பட்டது என்ற காரணம் இன்றுவரை எனக்குத் தெரியாது.

நல்லுசாமியின் மனைவி என்னையும் விக்கிரமாதித்யனை யும் அழைத்து ஒருநாள் அருமையான மதிய விருந்தளித்தார். உலிபுரத்தில் எனக்கு நேரமே போகவில்லை. அதனால், நான் சென்னைக்கு ஓடிவந்துவிட்டேன்.

கிராமத்து அத்தியாயத்துக்குப் பிறகு ‘ஹலோ டாக்ஸி’ என்ற கதையைப் படமாக்க ருத்ரையா முயற்சித்தார். இதற்காகப் பூஜைகூடப் போடப்பட்ட நினைவு. பிறகு, சுஜாதாவின் ‘24 ரூபாய்த் தீவு’ என்ற கதையைப் படமாக்க நினைத்து, அதற்கான முயற்சிகளில் ருத்ரையா இறங்கினார். அதுவும் கைகூட வில்லை. ஒருநாள் என்னிடம், மகாபாரத ‘பீஷ்மர்’ கதையைப் படமாக்கலாம், சிவாஜி கணேசனை பீஷ்மராகப் போடலாம் என்று சொன்னார். நான், “நல்ல யோசனைதான்” என்றேன்.

ஏ.எல். நாராயணனை அழைத்து டிஸ்கஷன் நடத்தினார். சிவாஜியின் தம்பியான சண்முகத்திடம், சிவாஜி கால்ஷீட் கேட்டுப் பலமுறை சென்றார். அவரது துரதிருஷ்டம் அதுவும் வாய்க்கவில்லை.

'தோல்விப் படங்களைக் கொடுத்த இயக்குநர்' என்ற முத்திரை அவர் மீது விழுந்துவிட்டது. பீஷ்மருக்குப் பிறகும்கூட பலகதைகளை அவர் உருவாக்கினார். இலங்கைப் போரின் பின்னணியில்கூட ஒரு கதையை என்னிடம் சொன்னார். மிக வித்தியாசமான, அருமையான கதை அது. திடீர் திடீரென்று எனக்குப் போன் செய்து, வீட்டுக்கு வரச் சொல்லுவார். போனால், தான் புதுசாக யோசித்து வைத்திருக்கும் கதையை என்னிடம் சொல்லுவார். அபிப்பிராயம் கேட்பார். இப்படி ஒரு ஆறேழு கதைகளையாவது என்னிடம் சொல்லியிருப்பார். எல்லாமே ரொம்ப வித்தியாசமான, அழுத்தமான கதைகள். படமாக்கப்பட வேண்டிய கதைகள். இப்போது வெளிவந்துள்ள 'ஜோக்கர்', 'காக்காமுட்டை' படங்களைப் போன்று ரொம்பப் புதுமையான, வித்தியாசமான கதைகள் அவை. யாரும் யோசிக்காத கோணங்களில், அவர் கதைகளை உருவாக்கியிருந்தார். ஆனால், அவரிடம் பணமும் இல்லை, பண உதவி செய்வாரும் இல்லை. உலகம் ஒரு திறமைசாலியை ஒதுக்கி வைத்துவிட்டது.

ருத்ரையா என்னைப் பொறுத்தவரை நல்ல திறமையான இயக்குநர் மட்டுமல்ல; என் மீது மிகுந்த அன்பும் அக்கறையும் கொண்டவர். தனிப்பட்ட முறையில் ஒரு நல்ல நண்பரை, வாழ்க்கை வழிகாட்டியை இழந்துவிட்டேன் என்பதே உண்மை. அவர் என் மீது ஏன் இவ்வளவு பிரியத்தோடு இருந்தார் என்பது புரியாத புதிர். என்னால் அவருக்கு எந்தப் பிரயோஜனமும் இருந்ததில்லை. சொல்லப் போனால், நான்தான் அவரை அண்டி வாழக்கூடிய நிலையில் இருந்தேன். அவர் அளவுக்குப் புத்திசாலியுமில்லை நான். இருந்தும் என்னிடம் ஏன் இவ்வளவு அன்பைக் கொட்டினார் என்று தெரியவில்லை.

'அவள் அப்படித்தான்' படப்பிடிப்பு ஆரம்பித்ததற்கு முன்பு, அதாவது 1978 மே மாதம் வாக்கில், ஒருநாள், இரவு நந்தனம் டர்ன்புல்ஸ் ரோட்டிலுள்ள நண்பர் சா. கந்தசாமியைப் பார்த்துப் பேசிக்கொண்டிருந்துவிட்டு, சைக்கிளில் வீடு திரும்பிக் கொண்டிருந்தேன். அப்போது மந்தைவெளியில் சிறு குச்சு வீட்டில் மனைவியுடன் வாழ்ந்து வந்தேன். அந்த வீட்டைப் பார்த்து, அங்கே குடியமர்த்தி வைத்தது அனந்து சார்தான். இரவு ஏழரை அல்லது எட்டு மணியிருக்கும். கந்தசாமி வீட்டிலிருந்து நேரே ராஜா அண்ணாமலைபுரம்

மெயின் ரோட்டில் வந்து, சிருங்கேரி மடத்தினருகே திரும்பி, வீட்டுக்குச் செல்லும் வினாயகம் தெருவில் வந்துகொண்டிருந்தேன். கண்ணிமைக்கும் நேரத்தில் ஒரு கார் வந்து என் மீது மோதியது.

அதன்பிறகு நாலைந்து நாட்கள் கழித்துக் கண்விழித்துப் பார்த்தபோது சென்னை ஜி.ஹெச்.சில் இருந்தேன். ஒரு மாதம் வரை அங்கே நியூராலஜி வார்டில் சிகிச்சை பெற்றேன். இடது காது கேட்காமல் போய்விட்டது.

அந்தத் தெருவிலிருந்த யாரோ ஒரு நண்பர் கீழே அடிபட்டு விழுந்து கிடந்த என்னைத் தூக்கி ஆஸ்பத்திரியில் சேர்த்திருக்கிறார். பிழைத்தது தெய்வாதீனம். ஆஸ்பத்திரிச் செலவு, வீட்டுச் செலவு எல்லாவற்றையும் ருத்ரையாதான் கொடுத்து உதவினார். ஆஸ்பத்திரியில் இருந்த ஒரு மாதமும் இரவு, நண்பர் லயனல் எனக்கு உதவியாக இருந்தார். ஆனந்த விகடனில் மாலை வரை பணிபுரிந்துவிட்டு, இரவு எட்டு, ஒன்பது மணிக்கு ஆஸ்பத்திரிக்கு வந்து, காலை வரை என்னைக் கவனித்துக்கொள்வார். அப்போது என் மகன் பிறந்து ஒரு மாதம்தான் இருக்கும்.

ஒரு மாதத்துக்குப் பிறகு வீடு திரும்பினேன். நான் டிஸ்சார்ஜ் ஆகிற அன்று, நண்பர் 'க்ரியா' ராமகிருஷ்ணன் ஆஸ்பத்திரிக்கு வந்து, என்னை டாக்ஸியில் கூட்டி வந்து வீட்டில் விட்டார். ருத்ரையாவைப் போலவே லயனல், இரா. வேலுச்சாமி, 'க்ரியா' ராமகிருஷ்ணன் என்று, அலுவலக வட்டத்துக்கு வெளியே பல அருமையான நண்பர்கள் இருந்தது ஏதோ என் பாக்யம். ஆஸ்பத்திரி வாசத்துக்குப் பிறகு வீட்டில் ஓய்வெடுத்த நாட்களில் பாண்டிச்சேரி நண்பர் ஞானம் வந்து அடிக்கடி எனக்கு ஆறுதல் சொல்வார்.

மீண்டும் தட்டுத்தடுமாறி 'துக்ளக்' அலுவலகம் சென்று வர ஆரம்பித்தேன். அலுவலக நண்பர்கள் அனந்த், மதலை, எடிட்டர் எல்லோருமே நான் மறுஜென்மமெடுத்து வந்ததாகத்தான் நினைத்தார்கள்.

59

எழுத்தாளனுடைய வேலையே படிப்பதும் எழுதுவதும்தான். எழுத்தைவிட வாசிப்பது, என்னைப் பேயாய்ப் பற்றிக்கொண்டு ஆட்டுவித்தது. பள்ளியில் பயின்ற காலத்தில், பாடப் புத்தகங்களில் அக்கறை காட்டியிருந்தால் நல்ல மாணவனாக இருந்திருப்பேன். பாட நூல்களைப் படித்துத் தேர்வுகளில் 'மார்க்' எடுக்க வேண்டியதிருக்கிறது. தமிழும் சரித்திரமும் ஓரளவு என் மன நிலைக்கு ஒத்து வந்தன. பிறகு, ஆங்கில மொழிப் பாடமும் பிடித்திருந்தது. ஆனால், கணக்கும் விஞ்ஞானமும் எட்டிக்காயாகக் கசந்தது. எல்லா வகுப்புகளிலுமே நான் கடைசி பெஞ்ச் மாணவனாகத்தான் இருந்தேன். திருநெல்வேலி மாவட்டத்தில், கடைசி பெஞ்சை, சக மாணவர்களும் ஆசிரியர்களும் 'மாப்பிள்ளை பெஞ்ச்' என்பார்கள்.

பாடப் புத்தகங்களைவிட பத்திரிகைகளைப் படிப்பதிலும் கதைகளைப் படிப்பதிலுமே ஆர்வம் இருந்தது. நேரம் கிடைக்கிற போதெல்லாம் எதையாவது படித்துக் கொண்டிருப்பதும் வாசிப்பில் மனசைப் பறிகொடுத்து நிற்பதும் வழக்கமாக இருந்தது. இப்போதும் எழுதுவதைவிட வாசிப்பதையே மனம் விரும்புகிறது. கண்டதையும் படித்துப் பண்டிதன் ஆவதைவிட, கண்டதையும் படித்து, அதில் மனம் தோய்ந்து போய், நடைமுறை வாழ்வை விட்டு விலகி, அந்நியப்பட்டு நிற்கும் ஆபத்தும் இதில் உள்ளது. நண்பர் வண்ணதாசன், தன் மனதைக் காப்பாற்றிக்கொள்ள, கட்டுரைகளைப் படிப்பதைப் பெரும்பாலும் தவிர்த்து விடுவார். ஆனால், வாசிக்கிற போதையில் மூழ்கிக் கிடக்கும் நான் இதற்கு நேர் எதிர்.

எழுத்தாளன், மார்க்ஸியம் போன்ற தத்துவங்களைப் படித்து ஆகப் போகிறது எதுவுமில்லை.

வெறும் வறட்டு அறிவைக் கொள்முதல் செய்ததுதான் மீதம். ஆனால், வகை தொகையில்லாமல் படிக்கும் என்னுடைய பழக்கத்தினால், மார்க்ஸிய நூல்களைப் படித்தேன். 1970களின் இறுதியில், எஸ்.வி. ராஜதுரை எழுதிய 'அந்நியமாதல்' புத்தகத்தையும் இப்படித்தான் விழுந்து விழுந்து படித்தேன். எஸ்.வி.ஆரை பெரிய அறிவுஜீவியாக என் மனம் எடை போட்டது. ஒருநாள் எஸ்.வி.ஆர்., தி.நகர் மகாலெட்சுமி தெருவிலிருந்த ரவிசங்கர் வீட்டிற்கு வந்திருந்தார். ரவிசங்கர் 'பிரக்ஞை' சிற்றிதழின் ஆசிரியர் குழுவில் இருந்தார்.

எஸ்.வி.ஆரைப் பிரமிப்புடன் பார்த்தேன். அப்போது எஸ்.வி.ஆர். நீலகிரி மாவட்டம் நடுவட்டம் என்ற ஊரில், மாநில அரசின் சின்கோனா திட்டத்தில் பணியாற்றி வந்தார். அவர் சென்னை வந்து சென்ற பிறகு, ரவிசங்கர் நடுவட்டத் திற்குப் புறப்பட்டார். என்னையும் தன்னுடன் வருமாறு அழைத்தார். என்னுடைய போக்குவரத்துச் செலவையும் ரவிசங்கரே பார்த்துக்கொண்டார். இருவரும் கோயமுத்தூருக்கு ரயிலில் சென்று, அங்கிருந்து ஊட்டி சென்றோம். ஊட்டியை அப்போதுதான் முதல்முதலாகப் பார்த்தேன். ஊட்டி யிலிருந்து பைக்காரா வழியாக நடுவட்டம் போகும் பஸ்ஸில் ஏறினோம். நடுங்கும் குளிரில் காலை பதினோரு மணி வாக்கில் நடுவட்டத்தில் இறங்கினோம். அருகில்தான் எஸ்.வி.ஆரின் வீடு இருந்தது.

அவரது மனைவி சகுந்தலா, எங்களை அன்புடன் வரவேற்று உபசரித்தார். குளிருக்கு இதமாகத் தேநீர் தயாரித்துக் கொடுத்தார். வெந்நீரில் குளித்தோம். பிறகு தோசை சாப்பிட்டோம். எஸ்.வி.ஆர். என்னைப் பிரியத்துடன் 'ஃப்ராடு' என்று அழைப்பார். அவருக்கு நல்ல நகைச்சுவை உணர்வு உண்டு. அவரது கேலியும் கிண்டலும் நமக்கு ரொம்பவும் வேண்டப்பட்ட ஒருவருடைய கிண்டலைப் போல், மனசுக்கு இதமாக இருக்கும். புண்படுத்தாத கேலி, கிண்டல் அவருடையது. அதில் ஒரு உரிமையும் இருக்கும்.

ஒரு சிறு ஏரி, சுற்றிலும் மலைகள், சில வீடுகள் இவற்றைத் தவிர நடுவட்டத்தில் எதுவுமில்லை. ராஜதுரையும் அவர் மனைவியும் வேலைக்குச் சென்று வந்தனர். அப்போது தொலைக்காட்சியும் வரவில்லை, சாயந்திரம் எஸ்.வி.ஆர்., பக்கத்திலுள்ள ஏதாவது மேட்டுக்கு அழைத்துச் செல்வார். பொழுதே போகாது. ஆனால், ரவிசங்கர் அந்த ஏகாந்தத்தை ரசித்தார். எனக்கு அலுத்துவிட்டது. நான் ஊருக்குக் கிளம்புகி றேன் என்று சொன்னேன். ரவிசங்கர், பணம் கொடுத்து

நடுவட்டத்தில் பஸ் ஏற்றிவிட்டார். தப்பித்தோம் பிழைத்தோம் என்று சென்னையில் வந்து விழுந்தேன்.

எடிட்டருக்கு சினிமா உலகில் நிறைய நண்பர்கள் உண்டு. அப்போது சினிமாவிலும் நடித்துக் கொண்டிருந்தார். ஆனந்தி பிலிம்ஸ் வேணுச் செட்டியார், எடிட்டரின் நெருங்கிய நண்பர்களில் ஒருவர். அடிக்கடி 'துக்ளக்' அலுவலகத்துக்கு வந்து, எடிட்டருடன் பேசிக் கொண்டிருப்பார். ஏ.எல்.எஸ். புரொடக்ஷனில் மானேஜராக இருந்த வீரையா, உதவி இயக்குனர் எஸ்.ஐ. பெருமாள் (இவரைப் 'பெரிய பெருமாள்' என்போம். ஏனென்றால், 'பெருமாள்' என்ற பேரில், இன்னொரு உதவி இயக்குநரும் இருந்தார்.), புரொடக்ஷன் மேனேஜர் தட்சிணாமூர்த்தி (இவரை எடிட்டர் 'அரிச்சந்திரன்' என்று கூப்பிடுவார். பொய் இவர் வாயிலிருந்து சர்வ சாதாரணமாக வரும்.) 'முகமது பின் துக்ளக்' படத்தின் தயாரிப்பாளரும் சுந்தர ராமசாமியின் தாய்மாமனாருமான 'பரந்தாமன்' என்ற நாராயண ஐயர் என்று, ஒரு பெரிய ஜமாவே 'துக்ளக்' அலுவலகத்திற்கு வந்து செல்லும்.

எடிட்டர் பேச்சு, எழுத்தில் மட்டும் அல்ல அன்றாட நிகழ்ச்சிகளையே நகைச்சுவை உணர்வுடன்தான் அணுகுவார். ஏதாவது வேடிக்கையாகச் சம்பவங்களை ஜோடித்து நண்பர்களை அதில் இழுத்துவிட்டு, வேடிக்கை பார்ப்பார். ஒருநாள் மாலை எடிட்டருக்கு நாடகம் இருந்தது. அன்று, ஆனந்தி பிலிம்ஸ் வேணுச் செட்டியாரும் எடிட்டருடன் காரில் நாடகத் திற்குச் சென்றார். வேணுச் செட்டியாரை எடிட்டரின் நாடக நண்பர்களுக்கெல்லாம்கூட நல்ல பழக்கம்.

எடிட்டருடைய விவேகா ஃபைன் ஆர்ட்ஸ் நாடகக் கம்பெனியின் மேனேஜர் எடிட்டரின் பால்ய கால நண்பர். நல்ல மனிதர். ஆனால், குழந்தைத்தனமான சில சபலங்கள் அவரிடம் உண்டு. இது எல்லோருக்குமே தெரியும். அன்று நாடகம் நடந்துகொண்டிருக்கும் போது, வேணுச் செட்டியாரிடம் எடிட்டர் தனியே, "செட்டியார், நாம நாடகம் முடிஞ்சு கௌம்பறப்ப நீங்க காரை விட்டே கீழே இறங்காதீங்க. மேனேஜர் ஏதாவது சொல்லிக் கழற்றிவிடப் பார்ப்பான். எதுக்கும் மசியாதீங்க" என்று சொன்னார். வேணுச்செட்டியார், "நீங்க சொல்லிட்டீங்கள்ள, நான் பார்த்துக்கிறேன்" என்று தலையை ஆட்டிச் சம்மதம் தெரிவித்துவிட்டார்.

இதுபோல் மேனேஜரையும் தனியே அழைத்து, "டேய், இன்னிக்கு நுங்கம்பாக்கத்திலே ஒரு எடத்திலே ப்ளூ பிலிம் போடறாங்கடா" என்றார். மேனேஜருக்கு எடிட்டரைச் சிறுவயது

முதலே தெரியும். அவர் தான் நடித்த படங்களையே பார்க்க மாட்டார். இதெல்லாம் மேனேஜருக்குத் தெரிந்திருந்தும் ப்ளூ பிலிம் என்றதும் அவரைப் பரபரப்பு தொற்றிக்கொண்டது. "எப்போ சோ?" என்று ஆர்வத்துடன் கேட்டார். "நாம ட்ராமா முடிஞ்சு போறப்ப உன்னை அங்கே விட்டுடறேன்" என்றார் எடிட்டர். மேனேஜருக்குத் தலைகால் புரியவில்லை.

நாடகம் முடிந்ததும் மேக் அப்பைக் கலைத்துவிட்டு எடிட்டர் புறப்பட்டார். எடிட்டர் கேட்டுக் கொண்டபடி வேணுச்செட்டியாரும் அவருடன் காரில் ஏற வந்தார். மேனேஜர் "செட்டியார், நீங்க, நீலுகூட அவன் காரிலே போங்களேன்" என்றார். வேணுச்செட்டியார் பின் ஸீட்டில் ஏறி உட்கார்ந்து கொண்டே "நான் மாம்பலம்தான் போகணும், சார் கூடவே வர்றேன்" என்று சொல்லிவிட்டார். மேனஜருக்கு வேணுச்செட்டியார் மீது கடும் கோபம், எரிச்சல். மேனேஜர், எடிட்டருக்கு அருகே முன் இருக்கையில் அமர்ந்துகொண்டார். எடிட்டர் காரை ஓட்டினார். ராஜா அண்ணாமலை மன்றத்தி லிருந்து கார் புறப்பட்டது.

மேனேஜருக்கு இருப்புக் கொள்ளவில்லை. வேணுச் செட்டியார் சாலையை வேடிக்கை பார்த்துக்கொண்டே வந்தார். உள்ளூர அவர் மேனேஜர் படும்பாட்டைப் பார்த்து ரசித்திருக்க வேண்டும். ஜி.ஹெச். அருகே அந்தக் காலத்தில் டாக்ஸிகள் நிற்கும். அங்கே வந்ததும், "சோ காரை நிறுத்து, செட்டியார் டாக்ஸியிலே வீட்டுக்குப் போகட்டும்" என்றார். எடிட்டர் மெல்லிய முறுவலுடன் காரை நிறுத்தினார். பின்னால் இருந்த வேணுச்செட்டியாரிடம், "செட்டியார், நீங்க டாக்ஸியிலே போயிருங்க. நானும் சோவும் ஒரு வேலையா அவசரமாப் போயிட்டு இருக்கோம். எறங்குங்க" என்றார் மேனேஜர்,

வேணுச்செட்டியாரா இறங்குவார்? "மேனேஜர் சார், அதுதான் நான் சொன்னேன் அல்லவா? எனக்கு எந்த அவசரமும் இல்லை. நீங்களும் சோ சாரும் வேலையை முடிச்சுட்டுவாங்க. நான் காரிலேயே இருக்கேன்" என்றார்.

அதற்குமேல் மேனேஜரால் பொறுக்கமுடியவில்லை. கோபமும் எரிச்சலும் வந்தது. எடிட்டரிடம், "எல்லாம் நீ குடுக்கிற எடம் சோ. காரை விட்டு இறங்குவேனான்னு பிடிவாதம் பிடிக்கிறாரே" என்று சத்தம் போட்டார்.

எடிட்டர், "ஏண்டா, அவர் இருந்தா உனக்கென்னடா? அதான் கார்லேயே இருக்கேன். நீங்க போயிட்டு வாங்கன்னு

சொல்றாரே" என்றார். வாயைப் பொத்திக்கொண்டு வேணுச்செட்டியார் சிரிப்பதை, கண்ணாடி வழியாக எடிட்டர் பார்த்தார்.

"செட்டியார் உங்களைப் பார்க் ஸ்டேஷன்லே இறக்கி விடுவோம். அங்கே இருந்து மாம்பலத்துக்கு ரயில்லே போங்க" என்று கறாராகச் சொன்னார் மேனேஜர்.

"ஏண்டா, அவர் பாட்டு வர்றார், உனக்கு என்னடா?" என்றார் எடிட்டர்.

"ஆமாண்டா, உனக்கு எல்லாத்தையும் வெளக்கமாகச் சொல்லணும்?" என்று எடிட்டரிடம் அலுத்துக்கொண்டார், மேனேஜர். பார்க் ஸ்டேஷன் அருகே கார் வந்தது. காரை நிறுத்தச் சொல்லிவிட்டு, கதவைத் திறந்து கீழே இறங்கினார் மேனேஜர். பின் கதவை அவரே திறந்தார். உள்ளே இருக்கையில் உட்கார்ந்திருந்த வேணுச்செட்டியாரின் கையைப் பிடித்து இழுத்தார். வேணுச்செட்டியார் இறங்க முடியாதென்று திமிறினார். எடிட்டர் நமட்டுச் சிரிப்புடன் அதை ரசித்துக் கொண்டிருந்தார்.

வேணுச்செட்டியாரைப் பார்த்து, "சனியன் சனியன்" என்று சத்தம் போட்டார் மேனேஜர். இத்தனைக்கும் மேனேஜர் எல்லோரையுமே மரியாதையாக நடத்தக்கூடியவர்தான். வேணுச்செட்டியாருடன் அவருக்குப் பல வருடங்கள் பழக்கம். ஆனால், அந்த ப்ளூ பிலிம் அவருக்குள் புகுந்து கொண்டு படாதபாடு படுத்தியது. நல்ல நண்பரையே 'சனியன்' என்று திட்டுகிற அளவுக்குக் கொண்டு வந்துவிட்டது. இதற்கு மேலும் இந்த விளையாட்டை நீடித்துக்கொண்டு போனால் விபரீதமாகிவிடும் என்று நினைத்த எடிட்டர், வேணுச்செட்டியாரிடம், "என்ன செட்டியார்! உள்ளதைச் சொல்லிவிடலாமா?" என்று கேட்டார்.

"அதுதான் இவ்வளவு நாள் பழகுன என்னையே திட்டுற அளவுக்குப் போயிட்டாரே, பாவம்" என்றார் வேணுச்செட்டியார்.

"ஏண்டா மடையா கார்லே ஏறு" என்றார் எடிட்டர், மேனேஜரைப் பார்த்து. கோபத்தோடு காரில் ஏறி, காரின் கதவைப் படாரென்று சாற்றினார் மேனேஜர்,

"ஏண்டா ப்ளூ பிலிம் பார்க்கிற வயசாடா ஒனக்கு? நான் நடிச்ச படத்தையே நான் பார்க்கிறதில்லைன்னு உனக்குத் தெரியும். உனக்குப் புத்தி வேண்டாம்? ப்ளூ பிலிமாவது, மண்ணாங்கட்டியாவது? சும்மா வேடிக்கைக்குச் சொன்னா அதை நம்பிடறதாடா?"

பின்னகர்ந்த காலம் ☙ 303 ☙

“இல்ல சோ! நீ சொன்னதுனாலேதான் நம்பினேன் சோ” என்றார் மேனேஜர்.

“நான் சொன்னா உடனே அதை நம்பிடணுமா? ஒனக்கு அறிவு எங்கே போச்சு?”

“சோ சார், அவர் ரொம்ப வெகுளி சார்! பாவம்” என்றார் வேணுச்செட்டியார்.

வேணுச்செட்டியார் தயாரித்த படம்தான் ‘முள்ளும் மலரும்’. மகேந்திரன் படத்தை இயக்கியிருந்தார். ரஜினிகாந்த் ஹீரோ. மகேந்திரனுக்கு அவர் இயக்கத்தில் வெளிவரும் முதல் படம். மகேந்திரன் ‘துக்ளக்’ பத்திரிகையில் பணியாற்றும் போதே வேணுச்செட்டியார் பழக்கம். அந்த நட்பில்தான் ‘முள்ளும் மலரும்’ படத்தை மகேந்திரனே இயக்கினார்.

தி.நகர் ராஜகுமாரி தியேட்டரில் ‘முள்ளும் மலரும்’ ரிலீசானது. படத்தைப் பார்த்து விமர்சனம் எழுதுவதற்காக நானும் அனந்தகிருஷ்ணனும் மதலையும் ராஜகுமாரி தியேட்டருக்குச் சென்றோம். காலை 10.30 மணிக் காட்சி அப்போதுதான் முடிந்திருந்தது. நாங்கள் பால்கனி ஸீட்டுக்கு டிக்கெட் வாங்கிக் கொண்டு மாடிப்படிகளில் ஏறினோம்.

எங்களுக்கு எதிரே மாடியிலிருந்து இறங்கிக் கீழே வந்துகொண்டிருந்த வேணுச்செட்டியார், “போங்க சார்! தியேட்டரே காற்றாடுது! படம் எடுத்திருக்கானாம் படம்!” என்று யாரையோ திட்டுகிற மாதிரி, மகேந்திரனைச் சத்தம் போட்டுக்கொண்டே படியிறங்கினார். “ஏன் செட்டியார் படம் நல்லா இல்லையா?” என்று அனந்த் கேட்டார். “அதான் பாத்தீங்கள்ளே? கூட்டமே இல்லை” என்று வயிற்றெரிச்சலுடன் சொல்லிக்கொண்டே போனார்.

ஆனால், படம் நன்றாக இருந்தது. படம் பார்த்த எங்களுக்குப் பிடித்திருந்தது. படத்தைப் பாராட்டி விமர்சனம் எழுதினோம். முதல் இரண்டு, மூன்று நாட்கள்தான் கூட்ட மில்லை. ஆனால், பிறகு படம் ‘ஓஹோ’ வென்று ஓடியது. 100 நாட்களுக்கு மேல் பட்டிதொட்டியெங்கும் ஓடி, ரஜினிகாந்துக்கும் மகேந்திரனுக்கும் புகழ் சேர்த்தது. அதன் பிறகு வேணுச்செட்டியாரைப் பார்த்தபோது, அவருக்கு ஒரே சந்தோஷம்.

60

'ராணா' என்ற நாராயணசாமி தஞ்சாவூர் மாவட்டத்துக்காரர். அவர் ஒரு விளம்பரக் கம்பெனி நடத்தி வந்தார். அவர் நல்ல ஓவியரும்கூட; எடிட்டருக்கும், 'சாவி'க்கும் (தினமணி கதிரின் ஆசிரியர்) அவர் நல்ல ஸ்நேகிதர். அவருடைய சித்திரங்களில் உள்ள கோடுகள் மிகக் குறைவானவை. 'துக்ளக்'கில் கார்ட்டூனெல்லாம் வரைந்திருக்கிறார். நேரம் கிடைக்கிற போதெல்லாம் 'துக்ளக்' அலுவலகத்துக்கு வந்து சோவுடனும் எங்களுடனும் சகஜமாகப் பேசிக்கொண்டிருப்பார். அவரது அலுவலகம் பீட்டர்ஸ் ரோட்டில் இருந்தது.

துக்ளக்கில் 'உலகம் சுற்றும் துக்ளக்' என்ற பகுதியை எழுதிவந்த 'மணி' என்ற ராஜாமணி, ராணாவின் நெருங்கிய நண்பர். (குமுதத்தில் பிரபலமாக இருந்த 'பால்யூ'வும் ராஜாமணியும் மத்திய அரசின் போஸ்டல் அக்கவுண்ட்ஸ் அண்ட் ஆடிட் அலுவலகத்தில் பணிபுரிந்து வந்தார்கள். ராஜாமணி ஸ்டெனோவும்கூட.) ராஜாமணியும் தினசரி காலையிலும் மாலை யிலும் 'துக்ளக்' அலுவலகத்திற்கு வந்துவிடுவார். அனந்த், ராஜாமணி இருவரும், சில நாட்களில் மாலை நேரங்களில், ராணாவின் பீட்டர்ஸ் ரோடு அலுவலகத்திற்குச் சென்று அரட்டை அடித்துக் கொண்டிருப்பார்கள். ராணாவைச் சந்திக்க சாவிகூட அவர் ஆபீஸுக்கு வருவார். பீட்டர்ஸ் ரோட்டில், நியூ காலேஜுக்கு எதிரே பஞ்சாப் ஸ்கூலை ஒட்டி இருந்த சந்தில் ராணாவின் அலுவலகம் இருந்தது. இந்தச் சந்தில்தான் 'விகடன்' உதவியாசிரியர் ஜே.எம். சாலியின் வீடும் இருந்தது.

இப்பொழுதெல்லாம் மத்திய அரசு, பத்திரிகைத் துறையில் பணிபுரிகிறவர்களின் சம்பளங்களை நிர்ணயிக்க அவ்வப்போது குழுவை நியமிக்கிறது.

அதன் பரிந்துரைகள் ஏற்றுக்கொள்ளப்பட்டு, நடைமுறைப் படுத்தப்பட்டு வருகின்றன. சமீபத்தில் 1956லிருந்தே சம்பளக்குழுக்கள் போர்டு தனது ரிப்போர்ட்டை அளித்துள்ளது. இதுவரை எட்டு வேஜ் போர்டுகள் (பத்திரிகையாளர் அல்லாத இதர ஊழியர்களுக்கும் சேர்த்து) அமைக்கப்பட்டுள்ளன. அந்தச் சமயத்தில் 'துக்ளக்'கில், வேஜ் போர்டின் பரிந்துரை அமல்படுத்தப்படவில்லை. இதை நானோ மதலையோ ஒரு குறையாக நினைக்கவில்லை. ஆனால், அனந்த் அதிகச் சம்பளத்தை எதிர்பார்த்தார். அதனால், அவர் என்னிடமும் மதலையிடமும், மூன்று அட்டெண்டர்களிடமும் பேசி, மேனேஜ்மெண்டிடம் சம்பளம் கூட்டிக் கேட்க வேண்டும் என்றார்.

அதிகச் சம்பளம் தந்தால் யார்தான் வேண்டாம் என்பார்கள்? நானும் அதிகச் சம்பளத்துக்கு ஆசைப்பட்டு, "சரி, மேனேஜ்மெண்டிடம் கேட்போம்" என்றேன். எடிட்டரும் எங்களைப் போல் சம்பளம் பெறும் ஊழியர்தான் என்றாலும், அவரிடம் அனந்த் கேட்கவில்லை. 'துக்ளக்'கை நடத்திய யுனைட்டெட் எண்டர்பிரைஸஸின் மேனேஜரும் 'ஆனந்த விகட'னின் செக்ரட்டரியும் ஒரே நபர்தான். அவர் பெயர் வெங்கட்ராமன். வெங்கட்ராமனை நாங்கள் 'பப்ளிஷர்' என்போம். இம்பிரிண்ட் எனப்படும் பத்திரிகை குறித்த அறிவிப்பில், பப்ளிஷராக அவர் பெயர்தான் போடப்பட்டிருக்கும். ஒரு நாள் காலை சோ தவிர, நாங்கள் எல்லோரும் வெங்கட்ராமனைப் பார்ப்பதற்காக, 'ஆனந்த விகடன்' கட்டிடத்தில் இருந்த அவரது அறைக்குச் சென்றோம்.

இந்தச் சம்பள விஷயத்தை எங்களுக்குள் விதைத்த அனந்த கிருஷ்ணன்தான் வெங்கட் ராமனிடம் பேசுவார் என்று நான் எதிர்பார்த்தேன். ஆனால், அட்டெண்டர் பரசுராமன் வெங்கட்ராமனிடம், "என்னாபா சம்பளம் பத்தலைப்பா, சம்பளத்த ஏத்திக்குடுப்பா" என்று தனது மெட்ராஸ் பாஷையில் கேட்டுவிட்டார். வெங்கட்ராமன் பதறிவிட்டார். "இதுக்கு மேலே சம்பளம் குடுக்க கட்டுப்படியாகாதுடா" என்றார் வெங்கட்ராமன்.

"இப்படிச் சொன்னீங்கன்னா?..." என்று இழுத்தார் அனந்த். "மிஸ்டர் அனந்த்... இப்போதைக்கு இவ்வளவுதான் தரமுடியும், இஷ்டமிருந்தா இருங்க" என்றார் வெங்கட்ராமன்.

"இந்த வேஜ் போர்டு..."

"வேஜ் போர்டெல்லாம், பன்னிரண்டு பேருக்கு மேலே வேலை பார்த்தாத்தான்" என்று முடிவாகச் சொல்லிவிட்டார் வெங்கட்ராமன். சுரத்தே இல்லாமல் அவரது அறையை விட்டு வெளியே வந்தோம். அனந்தகிருஷ்ணனுக்குத்தான்

பெரிய ஏமாற்றமாக இருந்தது. இப்போது பெறுவதைவிடக் கூடுதலாகச் சம்பளம் கிடைத்தால் லாபம், இல்லையென்றால் ஒன்றும் பாதகமில்லை என்ற மனநிலையில்தான் நாங்கள் இருந்தோம். அனந்தகிருஷ்ணனுக்குப் பொறுப்புகள் நிறைய, வேலையும் அதிகம்தான். அதனால், அவர் அதிகச் சம்பளத்தை எதிர்பார்த்தார். நாங்கள், ஏதோ காலத்தை ஓட்டினால் போதும் என்ற மனநிலையில் இருந்தோம்.

என்னுடைய 'எஸ்தர்' சிறுகதைத் தொகுப்பு வந்தபின், 1976இல் நான் பிரகாஷ் நடத்திய 'பாலம்' என்ற சிற்றிதழில் ஒரு கவிதையும் 'ஆனந்த விகட'னில் ஒரு சிறுகதையும் கவிதையும் எழுதியதற்கு மேல் அதிகமாக எதுவும் எழுதவில்லை. மனம் முழுவதும் செய்திகளும், கட்டுரை குறித்த யோசனைகளாகவுமே நிறைந்து கிடந்தன. ஆனால், 'எஸ்தர்' சிறுகதைத் தொகுப்புக்கு இலக்கிய வாசகர்கள் மத்தியில் ஆச்சரியப்படும்படியாக நல்ல வரவேற்பு இருந்தது.

சென்னை பெசண்ட் நகரிலுள்ள ரிஸர்வ் வங்கி குவாட்டர்ஸில், ஒரு ஞாயிற்றுக்கிழமை என்னைப் பேச வருமாறு அழைத்தார்கள். நான் அதுவரை எந்தக் கூட்டத்திலும் பேசியதில்லை. பழக்கமில்லை. கோர்வையாகப் பேச முடியாது என்று நினைத்தேன். மேலும், பேசும்போது திக்குவாய் வந்து விடுமோ என்றும் பயம். ஆனால், ரிஸர்வ் வங்கி நண்பர்கள் விடவில்லை. 'சிறு கூட்டம்தான்' என்று என்னைச் சமாதானப் படுத்தினர். அந்தக் கூட்டத்திற்கு வேறு வழியில்லாமல் சென்றேன். அந்தக் கூட்டம், அவர்கள் சொன்ன மாதிரியே சிறு கூட்டம்தான். பதினைந்து, இருபது பேர்கள் இருந்திருப்பார்கள். ஆனால், நான் எதிர்பார்த்தேயிராத ஒரு பெரிய எழுத்தாளர் அங்கே வந்திருந்தார். அவர்தான் பி.எஸ். ராமையா. அவ்வளவு முதுமையிலும் அவர் வந்திருந்தது ஒரு புறம் சந்தோஷமாகவும், இன்னொரு புறம் 'என்ன பேசுவது' என்று தர்மசங்கடமாகவும் இருந்தது.

உருவம், உத்தி, நடை இவற்றைப் பற்றி எனக்குத் தோன்றியதைப் பேசினேன். "உணர்ச்சி முக்கியம் என்று நீங்கள் கருதவில்லையா...?" என்று ராமையா கேட்டார். ஏதோ விடுபட்ட விஷயத்தை அவர் எடுத்துச் சொன்னது போல், அதைப் பற்றியும் பேசிச் சமாளித்தேன். மௌனியைப் பற்றி நான் பேச்சில் குறிப்பிட்டது, ராமையாவுக்குப் பிடித்திருந்தது.

அக்னிபுத்திரன் அப்போது நந்தனம் கலைக் கல்லூரியில் வேலை பார்த்து வந்தார். அவர் பீட்டர்ஸ் காலனியில் குடும்பத்தோடு வசித்து வந்தார். ஞாநியும் அப்போது பீட்டர்ஸ் காலனியில்தான் இருந்தார். ஞாநி வீட்டுக்குப் போகும்

போதெல்லாம் அக்னிபுத்திரன் வீட்டுக்கும் போவேன். அக்னிபுத்திரன் வீட்டுக்கு மார்க்ஸிய அறிஞர் என்று கருதப்படும் எஸ்.என். நாகராஜனும் வருவார்.

எஸ்.என். நாகராஜன், சோவைப் பார்க்க விரும்பினார். ஒருநாள் அவரை 'துக்ளக்' அலுவலகத்திற்குக் கூட்டிக் கொண்டு போனேன். ஏற்கெனவே எனக்கு 'துக்ளக்' அலுவலக நண்பர்கள் மத்தியில், கனவுலகில் மிதப்பவன் என்று பேர். எஸ்.என். நாகராஜனின் வருகை, 'இவன் இந்த மாதிரி ஆட்கள்கூட எல்லாம் பழகினால் எப்படி உருப்படுவான்' என்ற அவர்களது எண்ணத்தை மேலும் உறுதி செய்தது.

ஜி.எம்.எல். பிரகாஷ் மாதிரி எஸ்.என். நாகராஜனும் ஒரு பேச்சருவி. ஒரே ஒரு வித்தியாசம் இரண்டு பேரும் ஓயாது பேசிய விஷயங்கள்தான் வேறு வேறு. பிரகாஷ் சதா சர்வகாலமும் இலக்கியத்தைப் பேசினார். நாகராஜன் மார்க்ஸியத்தைப் பேசினார். அவ்வளவுதான் வித்தியாசம். நாகராஜன், சோவைச் சந்தித்துவிட்டுச் சென்ற சில வாரங்களில், 'இல்லஸ்டிரேட்டட் வீக்லி'யில் நாகராஜனைப் பற்றி ஒரு கட்டுரை வெளிவந்தது. அது சென்னை இலக்கிய, சிறுபத்திரிகை வட்டாரத்தில் பரபரப்பாகப் பேசப்பட்டது. நகுலனின் சிறுகதை 'வீக்லீ'யில் வந்தபோதும் அதே பரபரப்பும் கொண்டாட்டமும் இலக்கிய உலகில்.

இந்த மாதிரிதான் ஆங்கிலப் பத்திரிகைகளின் கவனம், அல்லது வெளிநாட்டவர் தமிழ் இலக்கியவாதியையோ தமிழ் இலக்கியத்தையோ புகழ்ந்து ஏதாவது சொன்னால், அதுவும் தமிழ் சிறுபத்திரிகை உலகின் கொண்டாட்டமாயிற்று. 'ஆல்பர்ட் பிராங்க்ளின்' என்று ஒருவர் அமெரிக்காவிலிருந்து சென்னை வந்தார். அவரை விமர்சகர் என்றார்கள். அவர் ந. முத்துசாமியின் கதைகளையும் அசோகமித்திரனின் கதை களையும் பாராட்டிச் சொன்னதும், ஏதோ தங்களுக்குத் தெரியாத ஒரு புது விஷயத்தை அமெரிக்கர் கண்டுபிடித்துச் சொல்லி விட்டது போல், 'ஆல்பர்ட் பிராங்க்ளினே சொல்லிவிட்டார்' என்று, சொல்லிச்சொல்லி மாய்ந்து போனார்கள். ஆல்பர்ட் பிராங்க்ளின் வந்து சொல்லித்தான் ந. முத்துசாமியும் அசோகமித்திரனும் சிறந்த சிறுகதையாசிரியர்கள் என்று தமிழ் இலக்கிய வாசகர்களுக்குத் தெரிய வேண்டுமா?

ஸ்வெட்லானா த்ருப்னி கோவா என்ற தமிழ் படித்த ரஷ்யப் பெண் சென்னைக்கு வந்தார். அவர் இலக்கியச் சிந்தனை நடத்தும் ஒரு மாதாந்தரக் கூட்டத்திற்குக்கூட வந்திருந்தார். அவரை 'தாமரை'யின் அட்டைப் படத்திலேயே போட்டுப்

புளகாங்கிதமடைந்தார்கள். வார்ஸா பல்கலைக்கழகத்திற்கு இந்திரா பார்த்தசாரதியும் தமிழவனும் பேராசிரியர்களாகச் சென்றதுகூட இங்கே இலக்கிய உலகில் கொண்டாடப்பட்டது. அகிலன் ரஷ்யா சென்றது, கண்ணதாசன் ரஷ்யா சென்றதுகூட தமிழ் சிறு பத்திரிகைச் சூழலில் பெரிய விஷயமாயிற்று. அசோகமித்திரனின் அமெரிக்கப் பயணத்தைக்கூட விடவில்லை.

ஆங்கில மோகம், வெளிநாட்டு மோகம் என்பது ஒரு தனிக் கலாசாரப் பண்பாடாகவே நம் சமூக வாழ்வில் ஊடுருவி விட்டது. இந்த வெளிநாட்டு மோகத்திற்குப் பாமரர்கள் மட்டுமல்ல, 'அறிவுஜீவிகள்' என்று கருதிக்கொள்ளும் சிறு பத்திரிகையுலகத்தினரும் ஆட்பட்டிருப்பதுதான் துரதிருஷ்டவச மானது. இதில் நானும் விதிவிலக்கல்ல. இந்தத் தமிழ்ச் சூழலில் வளர்ந்தவன்தானே நானும்?

கோவை ஞானி என்னைக் கோவைக்கு வருமாறு அழைத் தார். ஒருவேளை என்னை மார்க்சிஸிட் என்று கருதினாரோ அல்லது ஒரு இளம் எழுத்தாளன் என்று நினைத்தாரோ என்னவோ தெரியவில்லை. முந்நூறு ரூபாய் சம்பளத்தில் வாழுகிற நான், ரயிலுக்கெல்லாம் செலவு செய்து சங்கடப்படக்கூடாது என்று, நீலகிரி எக்ஸ்பிரஸில் டிக்கெட்டே எடுத்து அனுப்பி விட்டார். 'கணையாழி'யில் சில மாதங்கள் வேலை பார்த்து வந்தபோது, திருவல்லிக்கேணி பெல்ஸ்ரோட்டிலிருந்த உறவினர் வீட்டில் தங்கியிருந்த ஞானியை ஓரிரு முறை சந்தித்திருக்கிறேன். 'கல்லிகை' என்ற கவிதையை வானம்பாடியில் எழுதியற்காகவும் எனக்கு ஞானியைப் பிடித்திருந்தது. ஆனால், பேசக் கூப்பிடுகிற அளவுக்கு நான் பெரிய சாதனையாளனுமல்ல, பேச்சாளனுமல்ல. என்னை ஏன் ஞானி பேச அழைத்தார் என்று தெரியாமலேயே கோயமுத்தூர் போனேன்.

என்னைவிட வயதில் மூத்தவரான ஞானியே என்னை அழைத்துச் செல்ல கோயமுத்தூர் ஸ்டேஷனுக்கு வந்திருந்தது தர்மசங்கடமாக இருந்தது. அவரது வீட்டுக்கே என்னை ஞானி அழைத்துச் சென்றார். தேவாங்கர் பள்ளியில் கூட்டம் நடந்தது. நல்ல வேளையாக ஞானி அந்தக் கூட்டத்தில் பேச ராஜ்கௌதமனையும், இலக்கிய வெளிவட்டம் ஆசிரியர் நடராஜனையும் அழைத்திருந்தது ஆறுதலாக இருந்தது. எஸ்.என். நாகராஜனும் கூட்டத்திற்கு வந்திருந்தார். 'பேச்சு' என்ற பேரில் எதையோ உளறிக் கொட்டிச் சமாளித்தேன். இலக்கிய பூர்வமாகவும் கலாபூர்வமாகவும் எழுதுவதே பிரம்மப் பிரயத்தனமாக இருக்கிறது. இந்த லட்சணத்தில் எழுத்தாளனைப் பேசவும் சொல்வது பரிதாபம்தான்.

61

எடிட்டருடைய நெருங்கிய நண்பர் நடிகர் ஜெய்சங்கர். ஜெய்சங்கரை எடிட்டருக்கு அவர் சினிமாவில் நடிப்பதற்கு முன்பே தெரியும். ஜெய்சங்கர் ஷூட்டிங் இல்லாத நாட்களில் 'துக்ளக்' அலுவலகத்திற்கு வந்து சோவுடன் பேசிக்கொண்டிருப்பார். இதுபோல் 'துக்ளக்' அலுவலகத்திற்கு அடிக்கடி வரும் இன்னொரு நடிகர் அசோகன். கிறிஸ்துமஸ், புத்தாண்டு தினங்களில் அசோகன் மெனக்கெட்டு பெரிய கேக்கை 'துக்ளக்' அலுவலகத்திற்கு எடுத்து வந்து எல்லோருக்கும் தருவார். அனந்தகிருஷ்ணனை பிரியத்துடன் 'முதலியாரே' என்று அழைப்பார். அவர், கோயமுத்தூரில் நடந்த 'துக்ளக்' ஆண்டு விழாவுக்கு எங்களுடன் ரயிலிலேயே வந்தார். அந்த ஆண்டு விழாவிலும் கலந்துகொண்டார்.

எம்.ஜி.ஆரைக் கதாநாயகனாகப் போட்டு அசோகன் ஒரு படம் எடுத்து வந்தார். சில பாடல் காட்சிகள் படமாக்கப்பட்டிருந்தன. கால்வாசிப் படம் கூட முடிந்திராத நிலையில், அந்தப் படத்திற்குக் கால்ஷீட் தராமல் எம்.ஜி.ஆர்., அசோகனை இழுத்தடித்து வந்தார். அசோகன் இதனால் பெரிதும் பாதிக்கப்பட்டிருந்தார்.

ஜெய்சங்கர், சோவின் கதை வசனம் இயக்கத்தில் ஒரு நகைச்சுவைப் படமெடுக்க விரும்பினார். ஏ.எல்.எஸ். புரொடக்ஷன்ஸில் மேனேஜராக இருந்த வீரையாவுடன் கூட்டுச்சேர்ந்து ஜெய்சங்கர் படத்தை ஆரம்பித்தார். 'கூவம் நதிக்கரையினிலே' என்பது படத்தின் பெயர். சில நாட்கள் ஷூட்டிங் நடந்தது. ஒரு பாடல் காட்சி அந்நாளைய மவுண்ட்ரோட்டில் படமாக்கப் பட்டது. ஆனால், இந்தப் படம் முழுமைபெற வில்லை. இதுதான் எடிட்டர் கடைசியாக இயக்கிய படம். அந்தப் படத்தில் எடிட்டருக்கு உதவியாக,

இணை இயக்குநராகப் பணிபுரிந்தவர் நாமக்கல் ரா.பாலு. இவர், நாமக்கல் கவிஞர் ராமலிங்கம் பிள்ளையின் புதல்வர் இயக்குநர் கே.பாலசந்தரிடம் பல படங்களில் உதவி இயக்குநராகப் பணியாற்றியவர்.

நாமக்கல் ரா.பாலுவும் ‘கூவம் நதிக்கரையினிலே’ படப்பிடிப்பின் போது, ‘துக்ளக்’ அலுவலகத்திற்கு அடிக்கடி வருவார். எங்களுடன் பேசிக் கொண்டிருப்பார். அவருக்கு மகிமை நாராயணன் என்ற சினிமா புரொடியூஸரைத் தெரியும். அந்தப் புரொடியூஸர் தனது படத்தின் கதை விவாதத்திற்கு நாமக்கல் பாலு மூலம் என்னை அழைத்தார். பாலு, “தி.நகர் சுதாரா ஹோட்டலில் ரூம் போட்டிருக்கிறோம்; உங்களைக் கூட்டிக் கொண்டு வரச் சொன்னார்” என்று கூறினார்.

“சார்... எனக்கு சினிமா டிஸ்கஷனில் எல்லாம் கலந்து பழக்கமில்லையே...” என்றேன்.

“அவள் அப்படித்தான் படத்துல டயலாக் எல்லாம் எழுதியிருக்கீங்கன்னுதான் அவர் உங்களைக் கூட்டிட்டு வரச் சொன்னார் சார்...” என்றார் பாலு.

‘இது என்னடா வம்பாகப் போய்விட்டது; மழை நின்றும் தூறல் விடவில்லை என்கிற மாதிரி, அந்தப் படம் தியேட்டரை விட்டுத் தூக்கப்பட்டுப் பல நாட்களுக்குப் பிறகு, இப்படியொரு தொல்லையா’ என்று நினைத்தேன். எவ்வளவோ மறுத்தும் பாலு விடவில்லை. “சார்... எனக்காக வாங்க சார்...” என்றார். “என்னால் ஆஃபீஸுக்கெல்லாம் லீவு போட முடியாது...” என்றேன். “காலையிலே பத்து மணி வரை டிஸ்கஷன் வைத்துக் கொள்வோம். அதுக்கப்புறம் நீங்க ஆஃபீஸுக்குப் போங்க...” என்றார் பாலு.

பாலு என்ற நல்ல மனிதருக்காக ஒரே ஒரு நாள் அவருடன் போய் உட்கார்ந்துவிட்டு வந்தேன். அடுத்த நாள் அந்தப் பக்கமே போகவில்லை. பாலுவும் என்னை விட்டுவிட்டார்.

இந்த மாதிரி இன்னொரு சான்ஸும் வந்தது. அதுவும் ‘அவள் அப்படித்தான்’ படம் செய்த வேலைதான். ஆனந்த விகடனில் ஆர்ட்டிஸ்ட்டாகப் பணிபுரியும் ஸாரதியின் அக்கா மகன் ஸ்ரீனிவாஸன் என்பவர், க்ளாரியன் அட்வர்டைஸிங் கம்பெனியில் வேலை பார்த்து வந்தார். அவர் கம்பெனி ஸ்பிக் உர விளம்பரங்களைச் செய்து வந்தது. ஸ்பிக் உரத்திற்கான ஒரு விளம்பரப் படத்தை நான் எழுதித் தரவேண்டுமென்று ஸாரதி என்னிடம் சொன்னார்.

ஸாரதியை நீண்டகாலமாகத் தெரியும். அவருக்காக அந்த விளம்பரக் கதையை எழுதித் தர வேண்டியதாயிற்று.

ஒரு நிமிடப் படம்தான். எண்ணூறு ரூபாய் தந்தது க்ளாரியன் கம்பெனி. 'அவள் அப்படித்தான்' படத்தில் பங்குபெற்றதன் பின்விளைவுகள் இவை எல்லாம்.

ஒரு நாள் ஏ.வி.எம்.மின் மருமகனான அருண் வீரப்பன் என்னைத் தேடி 'துக்ளக்' அலுவலகத்திற்கு வந்தார். அவரும் 'அவள் அப்படித்தான்' படத்தைப் பார்த்துவிட்டுத்தான் என்னைத் தேடி வந்தார். தனது காரில் என்னை ஏற்றிக்கொண்டு உட்லேண்ட்ஸ் டிரைவ் இன் ஹோட்டலுக்குச் சென்றார். டிபன், காபி எல்லாம் சாப்பிட்டோம். அரை மணி நேரத்திற்கு மேல் பேசிக்கொண்டிருந்தார். எதற்காக என்னை அழைத்துக் கொண்டு வந்தார் என்பது என் மரமண்டைக்கு ஏறவில்லை. பிறகு, என்னைத் தன்னுடைய காரிலேயே வீட்டில் கொண்டு வந்துவிட்டார்.

இரண்டு, மூன்று நாள் கழித்து மீண்டும் என்னை அழைத்துக்கொண்டு உட்லேண்ட்ஸ் டிரைவ் இன்னுக்குப் போனார். ஒரு படம் பண்ணவேண்டும் என்றார். என்னிடம் கதை இருக்கிறதா என்று கேட்டார். நான் வழக்கம் போல் திருதிருவென்று விழித்தேன். அவ்வளவு பெரிய பணக்காரர்; ஏ.வி.எம்.மின் மருமகன். கதைக்காகத்தான் என்னை அணுகி யிருக்கிறார் என்பது அப்போதுதான் எனக்குப் புரிந்தது. "ஒன்றும் அவசரமில்லை; யோசித்துச் சொல்லுங்கள்... நாம் தினசரி சந்திப்போம்..." என்றார் அருண் வீரப்பன்.

நான் திரைக்கதை வசனகர்த்தாவான ஆரூர்தாஸோ, ஏ.எல். நாராயணனோ, பாலமுருகனோ அல்ல. ஏதோ அகஸ்மாத்தாக, ருத்ரையா என்ற நல்ல நண்பருக்காக ஒரு படத்திற்கு எழுதப்போய், அதன் பின்விளைவுகள் இப்படியெல்லாம் என்னைத் தொடர்ந்தன. நாலைந்து முறை டிரைவ் இன்னுக்கு என்னை அருண் வீரப்பன் அழைத்துப் போனார். ஒன்றும் காரியமாகவில்லை. பிறகு அவராகவே புரிந்துகொண்டு சென்றுவிட்டார். எனக்கு டிபன், காபி வாங்கிக் கொடுத்ததெல்லாம் வீண்.

நான் பிறவி எழுத்தாளனோ, திரைக்கதை வசன கர்த்தாவோ அல்ல. நான் எழுத்தாளனானது, பத்திரிகை யாளனானது எல்லாம் ஜீவனோபாயத்திற்காகத்தான். பிழைப்பு. வேறென்ன? லட்ச லட்சமாகப் பணம் சம்பாதிக்க வேண்டுமென்றெல்லாம் ஒரு காலத்திலும் நினைத்ததே இல்லை. ஏதோ வயிற்றுப்பாட்டுக்கு இருந்தால் போதும் என்று நினைக்கிறவன். அதனால்தான், சினிமாத் தொழில் என்னை ஈர்க்கவே இல்லை. ருத்ரையாவுடைய படத்தில் வசனமெழுதியது ஒரு விபத்து. தற்செயல்.

தெ.சண்முகம் 'உதயம்' என்ற இலக்கியப் பத்திரிகையை நடத்தி வந்தார். எப்போதும் வேட்டிதான் கட்டுவார். இலக்கியக் கூட்டங்களுக்கெல்லாம் வருவார். 'உதயம்' மாதப் பத்திரிகை. திருவொற்றியூரிலிருந்து வெளி வந்தது. ஆர். ராஜேந்திரசோழனின் கதைகளெல்லாம் அதில் வெளி வந்துள்ளன. சண்முகம் உதயத்தை ஒரு இடதுசாரிப் பத்திரிகையாகவே நடத்தி வந்தார். 'செம்மலர்' மாதிரி அதிகப் பிரசாரத்தன்மை இல்லாத பத்திரிகை 'உதயம்'.

கே.எம். வேணு கோபால் 'விடியல்' என்ற இலக்கியப் பத்திரிகையை நடத்தினார். இதுவும் ஒரு இடதுசாரி இதழ்தான். ஈஸ்வரன் 'மனிதன்' என்ற இடதுசாரி இதழை நடத்தினார். கோவையிலிருந்து ஏற்கெனவே 'வானம்பாடி' வெளிவந்து கொண்டிருந்தது. இளவேனில் 'கார்க்கி' என்ற இடதுசாரி இதழை நடத்தினார். பெருந்துறையிலிருந்தும் ஒரு இடதுசாரி பத்திரிகை வந்தது. 1973, 74, 75இல் பல இடதுசாரிச் சிறு பத்திரிகைகள் வெளிவந்தன.

'எழுத்து', 'நடை', 'கசடதபற', 'யாத்ரா' போன்ற சிறு பத்திரிகைகள் இலக்கியத்தில் கலையை வலியுறுத்தின. தீபமும் கணையாழியும்கூட. நடையிலும் கசடதபறவிலும் எழுதிய 'வெ.சா' என்ற வெங்கட்சாமிநாதனுக்காகவே ராஜபாளையத்தி லிருந்து 'யாத்ரா' வந்தது. யாத்ராவில் மாதா மாதம் வெங்கட்சாமிநாதன் எழுதினார். 'அஃக்' பத்திரிகையிலும்கூட வெ.சா. எழுதியிருக்கிறார். முற்போக்கு இடதுசாரி எழுத்துக்களை வெ.சா. தொடர்ந்து எதிர்த்து வந்தார். அவரது எதிர்ப்பில் நியாயமும் இருந்தது. அழகுணர்ச்சியே இல்லாமல் ஏராளமானோர் எழுதினர். அதை 'முற்போக்கு இலக்கியம்' என்றும் அப்போது சொல்லிக்கொண்டனர்.

முற்போக்கு முகாம் எழுத்தாளராக இருந்தாலும் கலாபூர்வமாக எழுதியவர் ஆர்.ராஜேந்திரசோழன் மட்டுமே. பூமணியையும் இதில் சேர்த்துக்கொள்ள வேண்டும். கோ. ராஜாராம், வேலுமித்திரன் என்ற பெயரிலும் பல நல்ல கதைகளை எழுதியிருக்கிறார்.ஆனால், மதுரையிலிருந்து எழுதிய ஆ. சந்திரபோஸ், பரிணாமன், ராஜபாளையம் எழுத்தாளர்களான அழ. கிருஷ்ணமூர்த்தி, கொ. மா. கோதண்டம், பூ. அ. துரைராஜா, கொ.ச. பலராமன் போன்ற பலரது எழுத்துக்கள் வறட்டுத் தனமாகவே இருந்தன. ஆனால், அவை முற்போக்குப் படைப்புகள் என்று இனம் காணப்பட்டன. இரா.கதைப்பித்தனும் இவர்களில் அடக்கம்.

இலங்கையிலும் இந்த முற்போக்கு இலக்கியம் கொடி கட்டிப் பறந்தது. டொமினிக் ஜீவா, செ. கதிர்காமநாதன் போன்ற

வெகுசிலரது எழுத்துக்களைத் தவிர பலரது படைப்புகள் வெறும் பதர்களாகவே இருந்தன. செ. யோகநாதன், கே. டேனியல் போன்றோரெல்லாம் கொண்டாடப்பட்டனர். தமிழ்நாட்டில், முற்போக்கு என்ற முத்திரையில் வறட்டுத்தனமாக எழுதப்பட்ட கதைகளை வெ.சா. எதிர்த்தது போல், இலங்கையில் இந்த முற்போக்கு முகமூடிகளை மு. தளையசிங்கம் எதிர்த்தார். துரதிர்ஷ்டவசமாக மு. தளையசிங்கமும் வறட்டுத்தனமாகவே தான் எழுதினார் என்பதை மறுக்க முடியாது.

தர்மு சிவராம் அப்போது ராயப்பேட்டையில் பைலட் தியேட்டருக்கு எதிரே இருந்த தெருவில் ஒரு மாடியில் வசித்து வந்தார். நானும் விக்கிரமாதித்யனும் அவரை அவ்வப்போது சந்திப்போம். அவர், தானே சமைத்துச் சாப்பிட்டு வந்தார். தேவதேவனை மட்டும்தான் அவர் கவிஞராக ஒப்புக்கொண்டார். அப்போது 'மேல் நோக்கிய பயணம்' தொகுப்புக்கான கவிதைகளை எழுதிக்கொண்டிருந்தார். சில லினோ கட் ஓவியங்களையும் தோலில் வெட்டி வைத்திருந்தார். நியூமராலஜிப் படி எனது பெயரிலுள்ள எழுத்துக்களை மாற்றச் சொல்வார்.

சந்திரசேகர் என்ற அவரது நண்பர் ஸ்டேட் பேங்கில் பணிபுரிந்து வந்தார். அவர்தான் தருமுவுக்கு உதவி வந்தார். சந்தரசேகர் ஷெனாய் நகர் பக்கம் அறை பார்த்துக்கொண்டு போனபோது, தர்மு சிவராமும் அவருடன் ஷெனாய் நகர் அறைக்கே சென்றுவிட்டார். சந்திரசேகரையும் பார்ப்பேன். சந்திரசேகர் அதிகமாகப் பேசமாட்டார்.

ஒருநாள் தர்முசிவராம் செக்கஸ்லோவேக்கியாவைப் பற்றி நீண்ட நேரம் பேசினார். அங்கு கம்யூனிஸ்ட்கள் எப்படி வந்தனர் என்று விவரித்தார். இது போல் பல நாட்டு அரசியலை யும் பற்றி தர்மு தெளிவாகப் பேசுவார். எனக்கு அவரது அரசியலறிவு, அவரது படிமக் கவிதைகளைப் போலவே ஆச்சரியப்படுத்தும். நானறிந்த வரை அவரளவு உலக அரசியலைப் புரிந்து வைத்திருந்த இலக்கியவாதி யாருமில்லை. நான் மந்தை வெளியில் குடியிருந்த போது அடிக்கடி என் வீட்டுக்கு வருவார். திடீரென்று ஒரு நாள் கோதுமை ரவையைக் கொண்டுவந்து என் மனைவியிடம் கொடுத்தார். நானும் மனைவியும், "எதற்கு இதெல்லாம்? நீங்களே கஷ்டப் படுகிறீர்கள்... வேண்டாம்..." என்றோம்.

"நான் கொடுத்தா, வாங்க மாட்டியா?" என்று கோபித்துக் கொண்டார். அவர் மனம் ரொம்ப விசித்திரமானது.

62

நான் மந்தைவெளியில் மிகமிகச் சிறிய ஓட்டுச் சாய்வு வீட்டில் குடியிருந்தபோது, ஒருநாள் காலை கி. ராஜநாராயணனும் அவரது மனைவியும் வீட்டுக்கு வந்தார்கள். அப்போது கி.ரா. சென்னைக்கு வந்தால், பட்டினப்பாக்கம் வீட்டு வசதி வாரியக் குடியிருப்பில் வசித்து வந்த வ.உ.சி. இளங்கோவின் வீட்டில்தான் தங்குவார். வ.உ.சி. இளங்கோ, வ.உ.சி.யின் புதல்வரான ஆறுமுகத்தின் மகன். வ.உ.சி.யின் பேரன். நல்ல பத்திரிகையாளர். நான் 'அன்னை நாடு' என்ற காங்கிரஸ் தினசரியில் வேலை பார்த்தபோது, அவர்தான் அன்னை நாட்டின் சீஃப் ரிப்போர்ட்டராக இருந்தார். என்னிடம் ரொம்பப் பிரியமாக இருப்பார்.

ராஜநாராயணன் வீட்டுக்கு வந்தபோது காலும் ஓடவில்லை, கையும் ஓடவில்லை. உட்காருவதற்கு ஒரு ஸ்டூல்கூட இல்லை. அவரும் அவர் மனைவியும் தரையிலேயே உட்கார்ந்துவிட்டார்கள். அவர் அதையெல்லாம் எதிர்பார்க்கவேயில்லை. நானும், என் மனைவியும் எங்களுக்குத் தெரிந்த வரை அவர்களை உபசரித்தோம். சிறிது நேரம் பேசிக்கொண்டிருந்துவிட்டு கி.ரா.வும் அவர் மனைவியும் புறப்பட்டார்கள். நான் ஒன்றும் அவர் அளவுக்குப் பெரிய எழுத்தாளனல்ல. இருந்தாலும் எனக்குக் கல்யாணமானபின், நான் குடித்தனம் நடத்துவதைப் பார்த்துவிட்டுப் போகும் ஆசையில், அவர்கள் இருவரும் என் வீட்டுக்கு வந்து என்னைப் பெருமைப்படுத்திவிட்டுப் போனார்கள்.

கி.ரா. பாண்டிச்சேரிக்குப் போனபிறகு அவரைப் போய்ப் பார்க்கவேயில்லை. என்னுடைய ராஜநாராயணன் இடைச் செவலில்தான்

இன்னுமிருக்கிறார். அந்த ராஜநாராயணன் கன்னிமையும் வேட்டியும் எழுதிய ராஜநாராயணன்; கதவு எழுதிய ராஜநாராயணன். அந்த மனச்சித்திரத்தைக் குலைக்க முடியவில்லை. ஒரு வேளை எனக்கு மனமுதிர்ச்சியில்லையோ என்னவோ? நான் பார்த்த திவாகரும் ப்ரபியும் பள்ளிசென்ற மாணவர்கள். அந்தச் சித்திரம் அப்படியே இருக்கட்டும். ராஜநாராயணனை என்றில்லை, 1972இல் நான் பார்த்த கௌரிசங்கரை, தேவதச்சனை அதற்குப் பிறகு கோவில்பட்டிக்குப் போய்ப் பார்க்கவே இல்லை. எத்தனையோ முறை கோவில்பட்டியைத் தாண்டித்தான் போகிறேன். ஆனாலும், தேவதச்சனை அவரது நகைக் கடையில்கூடப் போய்ப் பார்க்கவில்லை. கௌரிசங்கர் உலகை விட்டு மறைந்தேவிட்டார்.

எங்களுக்கெல்லாம் நன்கு அறிமுகமான கார்ட்டூனிஸ்ட் ராணா, துக்ளக்கைப் போல் ஒரு பத்திரிகையை ஆரம்பிப்பதென்று முடிவே செய்துவிட்டார். அந்தப் பத்திரிகையின் ஆசிரியராக அனந்தைப் போடுவதென்றும் முடிவு செய்துவிட்டார். ராணாவோ அனந்தோ இதை எங்களிடம் மறைக்கவில்லை. அனந்த் இதை என்னிடம் சொன்னபோது, "பார்த்துச் செய்யுங்க சார்... புதுப் பத்திரிகை எல்லாம் போகுமா சார்?..." என்றேன்.

"ஏன் ராமச்சந்திரன் இதயம் பேசுகிறது, குங்குமம் எல்லாம் போகலையா?" என்றார் அனந்த்.

"நீங்க வர்றீங்களா?" என்று கேட்டார்.

"நான் வரலை சார்," என்று சொன்னேன். மதலையிடமும் கேட்டார். அவரும் "வரவில்லை" என்றார். எடிட்டரும் எங்களை விடவில்லை. ஒருநாள் காலை என்னையும் மதலையையும் தன்னுடைய அறைக்குக் கூப்பிட்டுவிட்டார் எடிட்டர்.

"என்ன சார், அனந்தகிருஷ்ணன் வெளியே போறார் போலிருக்கு... நீங்களும் போறீங்களா?..." என்று கேட்டார்.

இரண்டு பேரும் தலையை ஆட்டி, "போகவில்லை" என்றோம்.

"எதுக்கு அவர் இந்த ரிஸ்க்கை எடுக்கிறார்ன்னு தெரியலை" என்று வருத்தப்பட்டார் எடிட்டர்.

எடிட்டர் ஆங்கிலத்தில், 'பிக்விக் பேப்பர்ஸ்' என்கிற பத்திரிகையைத் தொடங்கியபோதும் அவரிடம், "மெட்ராஸ்லே இருந்து ஆங்கிலத்தில் பத்திரிகை நடத்துறது எல்லாம் எடுபடாது சார்" என்றேன். எடிட்டர், "ஒரு அட்டெம்ட்தானே?... ட்ரை பண்ணிப் பார்ப்போமே?..." என்றார்.

‘பிக்விக் பேப்பர்ஸ்’ என்பது அருமையான பெயர். சார்லஸ் டிக்கன்ஸின் நாவலில் வருகிற பெயர். பத்திரிகை எளிமையாக இருந்தாலும், விஷயங்கள் நன்றாகவே இருந்தன. துக்ளக்கைப் போல் ஹியூமரும் இருந்தது. ஆனால், தொடர்ந்து அது வெளிவர வில்லை. இரண்டு ஆண்டுகளோ என்னவோ நடந்தது. பிறகு நிறுத்தப்பட்டது. நான் தீர்க்கதரிசி அல்ல. ஆனால், பத்திரிகையுலக மார்க்கெட்டைப் பற்றி ஏதோ என்னளவில் சில அனுமானங்கள் இருந்தன. குருட்டுப் பூனை விட்டத்தில் பாய்ந்தது மாதிரி, எனது யூகங்கள் சில சமயங்களில் குருட்டாம் போக்கில் சரியாக இருந்தன.

பெங்களூரிலிருந்து வெளிவந்த ‘டெக்கான் ஹெரால்ட்’ 1970களில் வெற்றிகரமாக நடந்த தினசரி. அந்த நிறுவனம் அதே பெயரில் ஆங்கில வார இதழை ஆரம்பித்த போதும், அது வெற்றிகரமாக நடக்காது என்று தோன்றியது. அதுவும் இரண்டு மூன்று மாதங்களில் நின்று போனது.

ஞாநி பீட்டர்ஸ் காலனியில் அவரது அம்மாவுடன் வசித்து வந்தபோது, அடிக்கடி அவர் வீட்டுக்குப் போய்ப் பேசிக் கொண்டிருப்பேன். அப்போதுதான் ஞாநி பரீக்ஷா குழுவை ஆரம்பித்திருந்தார். எதனாலோ இனி தனக்கு ‘இந்தியன் எக்ஸ்பிரஸ் வேலை சரிப்பட்டு வராது; விலகிவிட வேண்டும்’ என்று நினைத்தார். எனக்கு, ‘வேலையை விட்டுவிட்டால் அவர் பொருளாதார ரீதியாகச் சிரமப்படுவாரே’ என்று தோன்றியது. அதனால் ‘வேலையை விட்டுவிடாதீர்கள்’ என்றேன். ஆனால், அவர் வேலையைவிட்ட பிறகுதான் பரீக்ஷா நாடகங்களை நிறையப் போட்டார். ‘தீம்தரிகிட’ பத்திரிகையை ஆரம்பித்தார். தன்னை ஒரு குறிப்பிடத்தக்க பத்திரிகையாளனாக நிறுவிக் கொண்டார். அவர் எக்ஸ்பிரஸிலேயே தொடர்ந்திருந்தால், அவரைத் தமிழகம் இந்த அளவுக்கு நினைவு கொண்டிருக்காது. ஞாநி விஷயத்தில், என் யூகம் தவறாக முடிந்தது.

‘இல்லஸ்ட்ரேட்டட்’ பத்திரிகை குரூப்பிலிருந்து ‘யூத் டைம்ஸ்’ என்ற மாதமிருமுறை இதழ் வெளிவந்தது. ஆசிரியர் ஆஷிஸ் நந்தி. பத்திரிகையை எனக்கு ரொம்பப் பிடித்தது. ஆனால், அது இரண்டு மூன்று மாதங்களுக்குப் பிறகு நிறுத்தப்பட்டுவிட்டது. அந்த ஆஷிஸ் நந்தியைப் பிறகு வீக்லியின் ஆசிரியராக்கினார்கள்.

‘அனந்த்’ என்ற அனந்தகிருஷ்ணன் ஆசிரியராகவும், ‘ராணா’ என்ற நாராயணசாமி வெளியீட்டாளராகவும் இருந்த ‘விஸிட்டர்’ பத்திரிகையின் பெயர், துக்ளக் பத்திரிகை யிலிருந்து எடுக்கப்பட்டது. அனந்த் துக்ளக்கில் இருந்தபோது,

'விஸிட்டர்' என்ற புனைபெயரில் பல புலனாய்வுக் கட்டுரைகளை எழுதியிருந்தார். அந்தப் பெயரிலேயே துவக்கப்பட்ட 'விஸிட்டர்' பத்திரிகை ஆறேழு மாதங்களிலேயே நின்றுபோனது அனந்தகிருஷ்ணனின் துரதிருஷ்டமே.

'விஸிட்டர்' என்ற பெயருக்கு துக்ளக் வாசகர்கள் மத்தியில் நல்ல செல்வாக்கு இருந்தது. அதை மனதில் வைத்துத்தான் அனந்த் அந்தப் பெயரையே தனது பத்திரிகைக்கும் வைத்தார். பத்திரிகை வெற்றிகரமாக நடக்கும் என்று அனந்த் எதிர்பார்த்தார். தமிழ் வாசகர்களின் வரவேற்பு விஸிட்டருக்கு எதிர்பார்த்த அளவு இல்லை. விக்ரமாதித்யன் விஸிட்டரில் பணியாற்றினார்.

தமிழ்நாட்டில் யார் கட்சி ஆரம்பித்தாலும் 'திராவிட' என்ற பெயரையும் இணைத்துக்கொள்வது போல், 'திராவிட' என்ற சொல் அரசியலில் வெற்றிகரமான பிராண்ட் நேமாக இருப்பது போல், அனந்துவும் சாவியுடன் இணைந்து மீண்டும் பத்திரிகை ஆசிரியரான போதும், தனது பிராண்ட் நேமான விஸிட்டரை விட்டுவிடாமல், 'விஸிட்டர் லென்ஸ்' என்றே அந்தப் பத்திரிகைக்கும் பெயர் வைத்தார். தமிழ் வாசகர்கள் விஸிட்டருக்கும் ஆதரவு தரவில்லை, விஸிட்டர் லென்ஸுக்கும் ஆதரவு தரவில்லை. பாவம் அனந்த், அவரது கனவு பலிக்கவில்லை.

துக்ளக்கில் அனந்தகிருஷ்ணன் செய்து வந்த 'ரிப்போர்ட்டிங்' வேலையை அவருக்குப் பிறகு நானும் மதலையும் சேர்ந்து செய்து வந்தோம். நாங்கள் இருவரும் சேர்ந்து முதலில் எழுதிய கட்டுரை தூத்துக்குடி டூவி புரத்தில் இருந்த டூரிங் டாக்கீஸ், மேட்னி காட்சி நடந்துகொண்டிருந்த போதே தீப்பிடித்து எரிந்து சாம்பலானதைப் பற்றி. நூற்றுக்கும் மேற்பட்டோர் தீயில் கருகி இறந்திருந்தனர். மண்டைக்காடு கலவரம், மீனாட்சிபுரம் மதமாற்றம், பாலக்கோடு துப்பாக்கிச் சூடு என்று பல கட்டுரைகளை துக்ளக்கில் எழுதினோம்.

துக்ளக்கிலிருந்து அனந்த் விலகிவிட்டார் என்பதை அறிந்து, துக்ளக்கிற்கு ஏதாவது விஷயதானம் செய்யலாம் என்று நினைத்தார் வ.உ.சி. இளங்கோ. நான் துக்ளக்கில் இருக்கிறேன் என்பதால் என்னிடம், "யோவ், உம்ம பத்திரிகைக்கு ஏதாவது எழுதினா போடுவீங்களாய்யா?" என்று கேட்டார். "ஒருநாள் ஆஃபீஸுக்கு வந்து எடிட்டரைப் பாருங்க சார்" என்றேன். அதுபோல் ஒருநாள் ஆபீஸுக்கு வந்தார். எடிட்டரிடம் அறிமுகம் செய்து வைத்தேன். எடிட்டருக்கும் இளங்கோவைப் பிடித்துப் போயிற்று. தொடர்ந்து இதழ் தோறும் இளங்கோ கட்டுரைகள் எழுதினார்.

தமிழ்நாட்டில் காமராஜ் தலைமையில் இருந்த காங்கிரஸை 'ஸிண்டிகேட் காங்கிரஸ்' என்பார்கள். ஸிண்டிகேட் காங்கிரஸில் கர்நாடகத்தின் நிஜலிங்கப்பா, குஜராத்தின் மொரார்ஜி தேசாய் போன்றோரெல்லாம் இருந்தனர். தமிழ்நாடு ஸிண்டிகேட் காங்கிரஸ்தான் எமெர்ஜென்ஸிக்குப் பிறகு ஜனதா கட்சியானது. இதில் பா. ராமச்சந்திரன், ஏழுமலை, முன்னாள் அமைச்சர் ஜோதி வெங்கடாசலம், சத்திய மூர்த்தியின் மகளும் 'வாசகர் வட்டம்' என்ற பதிப்பகத்தின் உரிமையாளரு மான லெட்சுமி கிருஷ்ணமூர்த்தி, நெல்லை ஜெபமணி போன்றோரெல்லாம் இருந்தனர். பா.ராமச்சந்திரன் பிறகு இந்திரா காங்கிரஸில் சேர்ந்து கேரள ஆளுநரானார். இவர்கள் எல்லோருமே அடிக்கடி மவுண்ட் ரோட்டிலிருந்த துக்ளக் அலுவலகத்துக்கு வந்து எடிட்டருடன் பேசிக் கொண்டிருந்து விட்டுப் போவார்கள்.

அப்போது ஆனந்த விகடனில் சரஸ்வதி பூஜை பிரம்மாண்ட மாக நடக்கும். பூஜையில் விகடன் எடிட்டோரியல் ஊழியர் களும், அச்சக ஊழியர்களும் கலந்துகொள்வார்கள். விகடன் ஆசிரியரும், எம்.டி.யுமான பாலசுப்பிரமணியனும் பூஜையில் கலந்துகொள்வார். விகடனில் பூஜை முடிந்த பிறகு துக்ளக் அலுவலகத்தில் பூஜை நடைபெறும்.

திடீரென்று 'கல்கி'யிலிருந்து என்னிடம் கவிதை கேட்டார்கள். இரண்டு கவிதைகளை அனுப்பி வைத்தேன். அந்தச் சமயத்தில் விகடனிலும் ஒரு கவிதை வெளிவந்தது. ஒருநாள் வீட்டுக்கு வந்த தர்மு சிவராம், என் மனைவியிடம் விகடன் கவிதையைக் கிண்டல் செய்து பேசினார்.

கல்கி கவிதையையோ விகடன் கவிதையையோ, ஏன் என்னுடைய எந்த எழுத்தைப் பற்றியுமே என்னிடம் பெருமிதம் இருந்தது கிடையாது. எதையும் பெரிய சாதனையாகவும் நினைத்ததில்லை. இது தர்முவுக்கும் தெரியும்.

"ஏன் இதையெல்லாம் எழுதுனீர்?" என்று தர்மு கேட்டார்.

"ஏதோ கேட்டாங்க... கொடுத்தேன். உங்க லெவல்ல இருந்து என்னைப் பார்க்காதீங்க..." என்றேன்.

"இதுல என்னய்யா லெவல்?... எழுதுனா நல்லா எழுதணும்..." என்றார். எனக்கு எதுவும் சொல்லத் தோன்ற வில்லை. கல்கி, விகடனில் வந்த அந்தக் கவிதைகளைக்கூட அவர் ஸீரியஸாகப் படித்திருந்ததுதான் எனக்கு ஆச்சரியமாக இருந்தது. அந்தளவுக்கு அவருக்குக் கவிதையின் மீது கவனம் இருந்தது.

தர்மு சிவராமிடம் நான் கண்ட இன்னொரு விஷயம் வெகுஜனப் பத்திரிகை, சினிமா, நாடகம் போன்றவற்றின் மீது அவருக்கு வெறுப்போ எரிச்சலோ இல்லை. சில சமயங்களில் அவற்றை மெலிதாகக் கேலி செய்வார். ஆனால், சில இலக்கிய வாதிகளைப் போல் மாஸ் மீடியாவை வெறுக்கவில்லை. அதன் இருப்பையும் அதன் தவிர்க்க இயலாமையையும் தர்மு புரிந்து வைத்திருந்தார். அதுபோல் எழுத்துலகில் தன்னுடைய இடம் என்ன என்பதையும் தர்மு உணர்ந்திருந்தார்.

அசோகமித்திரனைக்கூட அடிக்கடி ஜெமினி மேம்பாலத்தை ஒட்டியுள்ள அமெரிக்கத் தூதராலய நூலகத்திலும், அதன் அடித்தளத்தில் இருந்த தியேட்டரில் நடந்த அமெரிக்கப் படத் திரைக் காட்சிகளிலும் சந்தித்திருக்கிறேன். அலையான்ஸ் பிரான்சேஸில் நிகழ்ந்த பல பிரெஞ்சுப் படக் காட்சிகளுக் கெல்லாம் சென்றிருக்கிறேன். ஆனால், தர்முசிவராம் எந்தத் தூதரகத்தின் திரைக் காட்சிகளிலும் கலந்துகொண்டதே இல்லை. இலக்கியக் கூட்டங்களுக்கும் அவர் வரமாட்டார். கலாபூர்வமான படங்களைப் பற்றி அவரளவில் சில அபிப்பிராயங்கள் இருந்தன. அவ்வளவுதான்.

1975இல் அமெரிக்க நூலகத் திரையரங்கில் பால்முனி வாரம் நடந்தது. பால்முனி நடித்த குட் எர்த், பிஜிட்டிவ் முதலான ஏழெட்டுப் படங்களைப் பார்க்க முடிந்தது. அந்தப் பால்முனி வீக்கிற்கு அசோகமித்திரன், பிரக்ஞை ஆசிரியர் ரவீந்திரனுடன் நானும் தினசரி சென்று வந்தேன். அவை மறக்க முடியாத நாட்கள். அலையான்ஸ் பிரான்சேஸில் ட்ரூபா, கோடார்ட் வீக்குகள் எல்லாம் நடக்கும். அந்தச் சமயம் சென்னை சத்யமூர்த்திபவன் அருகே இருந்த தியேட்டரில் ட்ரூபாவின் ‘டே ஃபார் நைட்’ என்ற படம் இரண்டு வாரங்களுக்கு மேல் ஓடியது. ஆச்சரியம்தான். ‘டே ஃபார் நைட்’ என்பது சினிமா ஒளிப்பதிவில் உள்ள ஒரு தொழில் நுட்பத்தைக் குறிப்பது. அக்காலத்தில் இயற்கையான இரவு வெளிச்சத்தில் படமாக்க முடியாது. கதைப்படி இரவில் நடக்கும் காட்சியை, பகலிலேயே இரவு போன்ற ஒளியமைப்பில் படமாக்குவார்கள். இதைத்தான் ‘டே ஃபார் நைட்’ என்று குறிப்பிடுவார்கள். ட்ரூபாவின் அந்தப் படம், ஒரு சிறுவன் வளர்ந்து சினிமா இயக்குநராவதைப் பற்றிய கதை. அதனால்தான், ட்ரூபா ‘டே ஃபார் நைட்’ என்று குறியீடாகப் பெயரிட்டிருந்தார்.

தாஸ்தாயேவ்ஸ்கியின் ‘மீக் ஒன்’ (meek one) என்ற நீண்ட கதையைப் பிரெஞ்சு இயக்குநர் ஆலன்ரெஸ்னாஸிஸ் இயக்கியிருந்தார். கதையை வாசிக்கும்போது கிடைக்கும்

அனுபவ வீச்சு, படத்தில் இல்லை. இதையும் அலையான்ஸ் பிரான்சேஸில்தான் பார்த்தேன். நான் உலக மொழித் திரைப்படங்களைப் பார்ப்பது அலுவலகத்தில் யாருக்கும் தெரியாது. எடிட்டர், என் சக உதவியாசிரியர் மதலையுடைய உலகம் வேறு. என்னுடைய அகவுலகம் வேறு. என்னுடைய தனிப்பட்ட ரசனைக்கு, துக்ளக்கில் நான் வேலை பார்க்காமல் போயிருந்தால் தெருவில்தான் நிற்க வேண்டியது வரும். துக்ளக்கிற்கான எனது பங்களிப்பு, இலக்கியத்திற்கான பங்களிப்பு இரண்டும் வெவ்வேறானவை. இருவேறுபட்ட மனநிலை களில் சஞ்சரிக்க வேண்டும். இன்றும் இதுதான் யதார்த்தம், கடினமான உண்மை.

63

'தொட்டில் பழக்கம் சுடுகாடு மட்டும்' என்று தமிழ்நாட்டில் ஒரு சொலவடை உண்டு. சொலவடைகள், பழமொழிகள் எல்லாமே மனிதர்களின் ஆண்டாண்டு காலப்பட்டறிவிலிருந்து எழுந்தவை. நல்ல பழக்கம், கெட்ட பழக்கம் என்று இருக்கத்தான் செய்கின்றன. உடம்பும் மனமும் எதைத் தேர்வு செய்து நடைமுறைப்படுத்துகிறதோ, அதுவே பழக்கமாக மனிதர்களிடம் படிகிறது. பழக்கத்திலிருந்து விடுபடுவது கடினம். நல்ல பழக்கமானாலும் கெட்ட பழக்கமானாலும் மனதோடு மனதாக ஆழமாகப் பதிந்துவிட்டால் அதிலிருந்து விடுபடவே முடியாது.

நான் திருநெல்வேலி ஷாஃப்டர் ஹைஸ்கூலின் ஈஸ்டர்ன் பிராஞ்ச் கிளையில் படித்தபோது (இதே பள்ளியில் எனக்கு இரண்டு வருடங்கள் முன்னதாக வண்ணதாசன் படித்தார். இது ஒன்றும் உலகைப் புரட்டிப் போடுகிற தகவல் அல்ல. ஒரு நினைவுப் பதிவு, அவ்வளவே.) 'கட்மீசை' என்று மாணவர்கள் ஒரு ஆசிரியருக்குப் பேர் வைத்திருந்தார்கள். மிகச் சிறிய மீசை வைத்திருந்தார். அவர் அடிக்கடி இரண்டு உதடுகளையும் சுழித்துக் கொண்டே இருப்பார். இது அவருடைய பழக்கம்.

ஸ்ரீவைகுண்டம் குமரகுருபர சுவாமிகள் உயர்நிலைப் பள்ளியில் இரண்டு ஆண்டுகள் செவன்த் ஃபார்ம் படித்தேன். இருளப்பதாஸ் என்ற தமிழாசிரியருக்கு சதா சளித் தொந்தரவு. மூக்குப் பொடி போடுகிற பழக்கமும் உண்டு. கனத்த சரீரி. நாற்காலியில் உட்கார்ந்துகொண்டேதான் பாடம் நடத்துவார். அவர் வந்துவிட்டுப் போனால், நாற்காலியைச் சுற்றி சளியைச் சிந்திப் போட்டிருப்பார். அவர் பழக்கம் அது.

என் அப்பாவுக்கு வெற்றிலை, பீடிப் பழக்க மெல்லாம் இருந்தது. ஐந்து பூ பீடி குடிப்பார். என்னைவிட்டே பீடி வாங்கி வரச் சொல்லுவார்.

அப்பாவுக்கு மதுப் பழக்கமும் உண்டு. ஆனால், அவர் ரொம்ப அமைதியானவர். குழந்தைகளைச் சத்தம் போடவே மாட்டார். அவர் சாப்பிட உட்காரும் போது எங்களை எல்லாம் உட்கார வைத்து சோறு உருட்டிப் போடுவார். நாங்கள் சாப்பிட்ட பிறகுதான் அவர் சாப்பிடுவார். அபாரமான ஆங்கில அறிவு. அலுவலகத்தில் அவர் 'நோட்' எழுதினால் ரொம்ப ஆழமாக இருக்குமாம். அம்மாவிடம் சண்டை போட்டதே இல்லை. ஆனால், வெற்றிலை பாக்கு, பீடி, மது இவையெல்லாம் பழகியிருந்தார். கொடிய வறுமை வருகிற வரை இந்தப் பழக்கங்களிலிருந்து அவரால் விடுபட முடியவில்லை.

நாங்கள் கருங்குளத்திலிருந்தபோது ஒன்றிரண்டு முறை நானும் வெங்கடசுப்பையரின் மகனும் திருட்டுத்தனமாக சிகரெட் பிடித்திருக்கிறோம். அப்போதுகூட அது பழக்கமாக வில்லை. பாளையங்கோட்டையில் வக்கீலிடம் வேலை பார்த்த போது மெந்தால் உள்ள 'கூல்' சிகரெட்டை எப்போதாவது பிடிப்பேன். பாண்டிச்சேரியில் 'புதுவைக் குரல்' பத்திரிகையில் வேலை பார்த்தபோது பிரபஞ்சனும் நானும் சார்மினார் சிகரெட்களை ஊதித் தள்ளுவோம். சார்மினார் சிகரெட்டின் காரமும் வாட்டிய புகையிலையின் மணமும் மனதுக்குப் பிடித்துப் போய்ப் பழக்கமாயிற்று.

நான் தனியே வாழ்ந்த காலம் அது. என் மீது அக்கறை கொண்டு என் பழக்கத்தைக் கேள்வி கேட்க யாருமில்லை. தனிமை, சுதந்திரம் என்பது ரொம்ப ஆபத்தானது. மனக் கட்டுப்பாடு இல்லாவிட்டால் தவறான பழக்கங்கள் தொற்றிக்கொள்ளும். நான் இப்படித்தான் ஆனேன். சிகரெட் பிடிக்கிற பழக்கம் இப்படித்தான் ஏற்பட்டது. ஒரு வித்தியாசத்துக்காக செய்யது பீடியையும் பிடிப்பேன்,

கஞ்சா இருக்கிறதே. அதை விட்டு வைக்கலாமா? 'துக்ளக்' அலுவலகத்தில் அட்டெண்டராக இருந்த சுப்பிரமணியத்திடம் கஞ்சா வாங்கிவரச் சொன்னேன். ஜெயகாந்தனுடைய ஆழ்வார் பேட்டை மடத்தில், கஞ்சாவைச் சுட்ட மண்குழாயில் போட்டு எல்லோரும் மாற்றி மாற்றி இழுப்பார்கள். அறை முழுவதும் புகை மண்டலமாக இருக்கும். ஆனால், கஞ்சாவில் எனக்கு நாட்டம் ஏற்படவில்லை. என்னிடம் இருந்து செய்யது பீடியை வாங்கி எடிட்டர் ஒன்றிரண்டு முறை இழுத்துப் பார்த்திருக்கிறார். பத்திரிகை அலுவலகங்களில் அப்போது, சிகரெட் பிடிக்கத் தடை கிடையாது. சிகரெட் பிடித்தால்தான் சிந்தனை ஓடும் என்ற நம்பிக்கை வேறு எழுத்துலகத்தில் உள்ளதே. இந்தக் காலக் கவிஞர்களும் எழுத்தாளர்களும் குடிக்க வேண்டும் என்பதை எழுத்துலக விதியாகவே கொண்டிருக்கிறார்கள்.

ஆனால், நான் பழகிய வல்லிக்கண்ணன், தி.க.சி., சி.சு. செல்லப்பா இவர்களிடம் எந்த லாகிரி வஸ்துப் பழக்கமும் கிடையாது. தி. ஜானகிராமன் வெற்றிலை போடுவார். படிமக் கவிதை, அதுவும் நவீனமான படிமக்கவிதை என்பது, தமிழில் எழுதுகிற எல்லோருக்கும் வாய்த்துவிடாது. கவிஞர்களில் 99 சதவிகிதம் பேர் காட்சி அல்லது கருத்துகளைக் கவிதையாக்கு கிறவர்கள்தான். ஆனால், தர்மு சிவராமின் கவியுலகம் தனித்துவமானது. அப்பேர்ப்பட்ட தர்முவிடம் லாகிரிப் பொருட்களை உபயோகிக்கிற பழக்கம் கிடையாது. வெறும் பாக்குகூடப் போடமாட்டார். கட்டற்ற மனநிலைதான் எழுதுவதற்குத் தேவை என்பதை தர்மு நிராகரித்தவர்.

தனிமனிதர்களின் பழக்கவழக்கங்களைப் போல், சமூகத் திற்கும் நாட்டிற்கும்கூட காலம் காலமாகப் படிந்து போன பழக்கவழக்கங்கள் இருக்கின்றன. அது போல்தான் பத்திரிகை, எழுத்துலகிலும் தவறாகவோ சரியாகவோ சில பழக்க வழக்கங்கள் படிந்து போயுள்ளன.

அந்தக் காலத்தில், அதாவது 1970கள் வரை தி. ஜானகிராமன், ‘ஆர்வி’ போன்ற பல எழுத்தாளர்களிடம் வெற்றிலை போடுகிற பழக்கம் இருந்தது. ‘சுதேசமித்திரன்’ தினசரி அலுவலகம் 1973வாக்கில் இன்றைய ‘இந்து தமிழ் திசை’ அலுவலகம் இருக்கிற இடத்தில் இருந்தது. அங்கே உதவியாசிரியர்களின் மேஜை மீது ஒரு தம்ளரில் தண்ணீரினுள்ளே வெற்றிலைகளை நட்டுக்குத்தாகச் சொருகி வைத்திருப்பார்கள். அனேகமாக எல்லா மேஜைகளிலும் வெற்றிலைத் தம்ளர்களைப் பார்க்கலாம். ஆனந்த விகடனிலும் புகையிலைப் பிரியர்கள் பலர் இருந்தார்கள். இப்போது, வெற்றிலை பாக்குக்கு அரசு தடை போடவில்லை. சிகரெட்டுக்குத் தடை வந்துவிட்டது. ஆனாலும், சிகரெட் பிடிக்கிறவர்கள் இருக்கத்தான் செய்கிறார்கள்.

தமிழ்நாட்டில் ‘மாத நாவல்’ என்ற வகைமையை முதன் முதலில் ஆரம்பித்து வைத்தது ‘தினத்தந்தி’ நிறுவனம்தான். தினத்தந்தி நிறுவனம் ‘ராணி முத்து’ என்ற பேரில் ஏற்கெனவே தமிழில் வெளிவந்திருந்த அகிலன், நா.பார்த்தசாரதி போன்ற, அறுபதுகளின் வெகுஜன நாவலாசிரியர்கள் எழுதிய நாவல் களைச் சுருக்கி தனிப் புத்தகமாக வெளியிட்டது. உண்மையில் இந்த நாவல் சுருக்கம் என்பதைத் தொடங்கி வைத்தது ‘மஞ்சரி’ என்ற மாதப் பத்திரிகைதான். மஞ்சரி பத்திரிகை, பல பிறமொழி நாவல்களை மாதந்தோறும் சுருக்கி வெளியிட்டு வந்தது. இதைப் பின்பற்றி ‘ராணிமுத்து’ தமிழ் நாவல்களைச் சுருக்கி தனிப் புத்தகமாகவே வெளியிட்டது. அதற்கு நல்ல வரவேற்பு இருந்தது.

குமுதமும் ராணிமுத்துவின் வெற்றியைப் பார்த்து, எழுத்தாளர்களிடம் குறு நாவல்களைப் புதிதாகவே எழுதி

வாங்கி, தனிப் புத்தகமாக மாதந்தோறும் வெளியிட்டு வந்தது. திருச்சியில் செயல்பட்டு வந்த 'மோதி' என்ற ஆபரண, வைர நகை வியாபாரிகள் மோதி பிரசுரத்தைத் தொடங்கினர். இந்த மோதி பிரசுரம் ஜெயகாந்தனுடைய புதிய குறுநாவல்களை மட்டுமே மாதா மாதம் வெளியிட்டது.

'மக்கள் குரல்' என்ற தினசரியை, சென்னை பத்திரிகை யாளர் சங்கத்திலிருந்த 'டி.ஆர்.ஆர்' என்ற டி.ஆர். ராமசாமியும் சண்முகவேலுவும் தொடங்கினார்கள். 'மக்கள் குரல்' தினசரி யின் சார்பில் 'அலிபாபா' என்ற வாரப் பத்திரிகையைத் தொடங்கினார்கள். இதன் ஆசிரியராக அறந்தை நாராயணனை நியமித்தார்கள். 'அறந்தை' என்று நண்பர்களால் அழைக்கப்பட்ட அறந்தை நாராயணன் அப்போது சென்னை பீட்டர்ஸ் காலனியில் வசித்து வந்தார். அவர் வலது கம்யூனிஸ்ட் கட்சியின் 'ஜனசக்தி' பத்திரிகையில் ஆசிரியராகப் பணியாற்றியவர். 'ஜனசக்தி'யில் அவரது கடைசிப் பக்கப் பத்தி பிரபலமானது.

பீட்டர்ஸ் காலனியில் ஞாநி வீட்டில் பலமுறை அறந்தையைப் பார்த்துப் பேசியிருக்கிறேன். அவர் எழுதிய 'தமிழ் சினிமாவின் வரலாறு' என்ற கனமான ஆய்வு நூல் மத்திய அரசின் பரிசைப் பெற்றது. அறந்தை 'அலிபாபா'வின் ஆசிரியரானபோது, என்னிடம் ஒரு சிறுகதை கேட்டார். எழுதிக் கொடுத்தேன். அலிபாபாவில் இரண்டு சிறுகதைகளை எழுதினேன். இரண்டையும் எனது எந்தச் சிறுகதைத் தொகுப்பிலும் சேர்க்கவில்லை. அவை ரொம்ப ரொம்பச் சாதாரணமான தரத்தில் இருந்தன. சில மாதங்களில் 'அலிபாபா' பத்திரிகை நின்றுவிட்டது.

'அலிபாபா' நின்ற பிறகு அறந்தை, தானே சொந்தமாக 'கல்பனா' என்ற மாத நாவல் இதழைத் தொடங்கினார். ஜெயகாந்தனின் குறுநாவல்களை மாதா மாதம் தனி நூலாகவே வெளியிட்டு வந்த மோதி பிரசுரம் சில மாதங்களிலேயே நின்று போனதால், அது வெளியிட்டு வந்த ஜெயகாந்தனின் நெடுங்கதைகளை 'கல்பனா' மாத இதழ் தொடர்ந்து வெளியிட்டது. ஆனால், சில இதழ்களுடன் கல்பனாவும் கடையை மூடிவிட்டது.

இன்று, மறைந்த ஜேப்பியாரை, சத்திய பாமா பொறியியல் கல்லூரி முதலான பல கல்லூரிகளை நிறுவியவராகத்தான் உலகத்திற்குத் தெரியும். ஆனால், 1973இல் அவர் அ.தி.மு.க.வின் முன்னணிப் பேச்சாளர்களில் ஒருவர். 1978இலோ 80இலோ பிரபல சரித்திர நாவலாசிரியரான சாண்டில்யனை ஆசிரியராக நியமித்து, 'கமலம்' என்ற பத்திரிகையை ஆரம்பித்தார். கமலமும் பெரும்பாலான புது முயற்சிகளைப் போல, சில இதழ்களிலேயே நிறுத்தப்பட்டுவிட்டது.

இந்துமதி, எழுத ஆரம்பித்த போது 'கணையாழி' போன்ற சிற்றிதழ்களில்தான் எழுதினார். பிறகு, விகடனிலும் குமுதத்திலும் தொடர்கதைகள் எழுதிப் பிரபலமானார். ராயப்பேட்டையில் இருந்த டால்டன் நிறுவனம் இந்துமதியை ஆசிரியராக்கி 'அஸ்வினி' என்ற பத்திரிகையைத் தொடங்கியது. அஸ்வினியில் விக்கிரமாதித்யனும் ஞாநியும் உதவியாசிரியர்கள். அஸ்வினியும் அதிக நாட்கள் வெளிவரவில்லை.

சாண்டில்யனும் இந்துமதியும் தமிழ் வாசகர்கள் மத்தியில் மிகப் பிரபலமாக இருந்தவர்கள்தான். அவர்களுடைய பிரபல்யத்தை முதலாகக் கொண்டுதான் கமலமும் அஸ்வினியும் வெளிவந்தன. ஆனால் இவையும் நின்றுவிட்டன. வெறும் பிரபல்யம் எடுபடவில்லை.

சாவி குங்குமத்தை ஆரம்பித்து வைத்துவிட்டுச் சில மாதங்களிலேயே வெளியேறிவிட்டார். 'சாவி' என்ற பெயரிலேயே ஒரு வார இதழைச் சொந்தமாகத் தொடங்கினார். சாவியே 'விஸிட்டர்' பத்திரிகை ஆசிரியராக இருந்த 'அனந்த்'துவை 'விஸிட்டர்லென்'ஸின் ஆசிரியராக்கினார். இளைஞர்களுக்காக, 'திசைகள்' என்ற பத்திரிகையையும் சாவி தொடங்கினார். இதன் ஆசிரியர் மாலன். விஸிட்டர் லென்ஸும், திசைகளும் வழக்கம் போல் சில இதழ்களுடன் நிறுத்தப்பட்டன. 'சாவி' மட்டும் சற்று அதிகநாட்கள் வெளிவந்து நின்று போனது.

'குமுதம்' தொடங்கப்பட்டபோது, அதன் ஆசிரியரான 'எஸ்.ஏ.பி' என்ற எஸ்.ஏ.பி. அண்ணாமலை பிரபலமான முன்னாள் பத்திரிகையாசிரியரோ, பிரபலமான எழுத்தாளரோ அல்ல. ஆனால், 'குமுதம்' ஐந்து, ஐந்தரை லட்சம் பிரதிகள் வரை 1970களில் விற்பனையானது. 'சாவி' திறமையான பத்திரிகையாளர்தான் என்பதை அவர் ஆசிரியராக இருந்த தினமணி கதிரிலும் பிறகு குங்குமத்திலும் வெளிப்படுத்தினார். ஆனால், அவரே நடத்திய 'சாவி' லாபகரமாக இல்லை. பத்திரிகையுலக விற்பனை, வியாபார விதிகள் புரியாத புதிர்கள்.

இப்போது 'காழியூர் நாராயணன்' என்றால் அவரைப் பிரபலமான ஜோதிடராகத்தான் தமிழர்கள் அறிவார்கள். ஆனால், 1978–80 வாக்கில் அவர் பத்திரிகையாளராக இருந்தார். நாராயணனும் அவருடைய நண்பர் ஆர்தர் பயாசும் சேர்ந்து எழுதிய ஆங்கிலக் கட்டுரைகள் 'ஆன்லுக்கர்' பத்திரிகையில் தொடர்ந்து வெளிவந்தன. 1976–77 வாக்கில் 'துக்ளக்' அலுவலகத் திற்கு நெட்டையான ஜிப்பா அணிந்த ஒரு இளைஞர் அடிக்கடி 'சோ'வைச் சந்திக்க வருவார். சென்னை, மும்பை மாதுங்காவில் வாழும் ஆன்மீகவாதிகளுக்கு 'கிரி டிரேடிங் கம்பெனி' என்றால் நன்றாகத் தெரியும். இன்று இதன் கிளைகள் கோவை, மதுரை

போன்ற நகரங்களிலும் உள்ளன. இந்த கிரி டிரேடிங்கை நிறுவிய கிரியின் மூத்த புதல்வர்தான் துக்ளக்கில் எழுத விரும்பிய அந்த உயரமான, ஜிப்பா அணிந்த இளைஞர். அவர் பெயர் ஹரி. டி.எஸ்.வி. ஹரி.

ஹரிக்கு ஆங்கிலம், மலையாளம், ஹிந்தி, மராத்தி முதலான மொழிகளைச் சரளமாக எழுதவும் பேசவும் தெரியும். அவரும் துக்ளக்கில் அவ்வப்போது புலனாய்வுக் கட்டுரைகளை எழுதியிருக்கிறார். தனியார் தொலைக்காட்சிகள் இல்லாமல் தூர்தர்ஷன் மட்டுமே இந்தியாவில் ஒளிபரப்பாகி வந்த 1980களில், பி.ஆர். சோப்ரா தயாரித்த மஹாபாரதம் ஞாயிறு தோறும் காலை தூர்தர்ஷனில் ஒளிபரப்பானது. ராமானந்த சாகரின் ராமாயணத்தைப் போல் பி.ஆர். சோப்ராவின் மஹாபாரதமும் இந்திய மக்களிடையே பிரபலமாக இருந்தது. அந்த மஹாபாரதத் தொடரின் கதை–வசனத்தை வாரந்தோறும் வெளியிடும் உரிமை தமிழ்நாட்டில் துக்ளக்கிற்கும், தினமலருக்கும் கிடைத்தது. துக்ளக்கில் ஹிந்தி மூலத்திலிருந்து தமிழில் மொழிபெயர்த்தவர் டி.எஸ்.வி. ஹரி. தினமலரில் வெளிவந்த மொழிபெயர்ப்பை விட, துக்ளக்கில் வெளிவந்த ஹரியின் மொழிபெயர்ப்பு, தமிழ் வாசகர்கள் மத்தியில் மிகுந்த வரவேற்பைப் பெற்றது.

மஹாபாரதத் தொடரின் கதை–வசன மொழிபெயர்ப்பு வெளிவருவதற்கு முன்பு ஒரு லட்சத்துப் பத்தாயிரம் பிரதிகள் விற்பனையான துக்ளக், மொழிபெயர்ப்பு வெளிவர ஆரம்பித்த பிறகு, இரண்டு லட்சம் பிரதிகள் விற்பனையைத் தொட்டது. துக்ளக் தொடங்கப்பட்டு 49 ஆண்டுகள் ஆகிவிட்டன. இந்த 49 ஆண்டுகளில், மிக அதிகபட்ச விற்பனை அந்த மஹாபாரதத் தொலைக்காட்சித் தொடரின் தமிழ் மொழிபெயர்ப்பால் சாத்தியமானது.

ஞாயிற்றுக்கிழமை காலை ஒளிபரப்பாகும் மஹாபாரதத் தொடரின் ஹிந்தி கதை வசனப் பிரதி புதனன்று மாலைதான் மும்பையிலிருந்து ஃபேக்ஸில் வரும். அதை இரவோடு இரவாக 'துக்ளக்' அலுவலகத்திலிருந்து ஹரி மொழிபெயர்ப்பார். அவர் ஹிந்தி கதை–வசனப் பிரதியைக் கையில் வைத்துக்கொண்டே, வாயால் அதைத் தமிழில் மொழிபெயர்த்துச் சொல்லுவார். டைப்பிஸ்ட் அதைக் காதில் வாங்கி, அவர் சொல்லும் வேகத்திற்கு இணையாக தமிழில் டைப் செய்வார். உடனே அது கம்போஸாகி, பிழைகள் திருத்தப்பட்டு 'லே அவுட்' செய்யப்பட்டு விடும். அப்பேர்ப்பட்ட திறமைசாலி ஹரி. சமீபத்தில்தான் அவர் தனது 69ஆவது வயதில் மரணமடைந்தார்.

64

பள்ளிநாட்களில் பள்ளிப் பாடங்களும் தேர்வுகளும் பெரும் சுமையாக இருந்தன. பள்ளிக் கல்வியில் அறவே ஈடுபாடு இல்லை. ஆனால், உலக நடைமுறையின்படி, கல்வி கற்றே ஆக வேண்டியதிருந்தது. விளையாட்டு, சினிமா, நூலகங்கள் இவையே மனதுக்கு விருப்பமாக இருந்தன. உள்ளூரில் நடக்கும் பொதுக் கூட்டங்களுக்குச் செல்லுகிற பழக்கமும் இருந்தது. என் வயதை ஒத்த பையன்கள் பொதுக் கூட்டங்களுக்குச் செல்வது மிக அபூர்வம். ஆனால், எனக்கு எதனாலோ அரசியல் கூட்டங்களுக்குச் செல்லும் பழக்கம் ஏற்பட்டது.

1954இலோ 1956இலோ திருநெல்வேலி டவுனில், மந்திரமூர்த்தி ஸ்கூலுக்கு அருகே இருந்த சண்முகம் மைதானத்தில், சி.பா. ஆதித்தனார் நடத்திய 'நாம் தமிழர்' கட்சியின் மாநாடு இரண்டு நாட்கள் நடந்தன. அந்த மாநாட்டுக்கு இரண்டு நாட்களும் காலையிலேயே போய் உட்கார்ந்துவிடுவேன். அப்போது எனக்கு எட்டு வயதுதான். அந்த வயதில் அரசியலைப் பற்றி என்ன தெரிந்திருக்கும்? கூட்டங்களில் பேச்சாளர்கள் மடை திறந்த வெள்ளம் போல் பேசுவதைக்கேட்பது ஒரு கேளிக்கையாக இருந்தது. விளையாடுவது, சினிமா பார்ப்பது, கதை படிப்பது மாதிரி, மேடைப் பேச்சைக் கேட்பதும் கேளிக்கையாக, பொழுதுபோக்காக இருந்தது. அந்த இரண்டு நாள் நாம் தமிழர் கட்சி மாநாட்டில் ஈ.வெ.ரா. பெரியார் பேசினார். இரண்டாம் நாள் இரவு, ஈ.ஆர். சகாதேவன் நடித்த 'புலித்தேவன்' நாடகம் நடந்தது.

எந்தக் கட்சியின் கூட்டம் நடந்தாலும் போய் உட்கார்ந்துவிடுவேன். காங்கிரஸின் அரசியல் என்ன; திமுகவின், கம்யூனிஸ்ட்களின், பிரஜாசோஷலிஸ்ட் கட்சியின் அரசியல் என்ன என்பதெல்லாம் ஒன்றும்

தெரியாது. ஆனால், அரசியல் கூட்டங்கள் பொழுதுபோக்க உதவின. பள்ளியின் பாடச் சுமையிலிருந்தும் இரவு பாடம் படிப்பதிலிருந்தும் தப்பிக்க பொதுக்கூட்டங்கள் உதவின.

ஆனால், இன்றும்கூட, என்னுடைய அரசியல் ஈடுபாடு என்பது தேர்தலில் வாக்களிப்பதுடன் சரி. வாழ்க்கை என்பது முரண்கள் நிறைந்ததுதான். இதில் நமது தேர்வு என்பது பெரும்பாலும் இல்லை. காற்றில், அது அடிக்கிற பக்கமெல்லாம் இழுத்துச் செல்லப்படும் சருகு போல்தான் வாழ்க்கை அமைந்துவிடுகிறது. 'துக்ளக்' என்ற அரசியல் பத்திரிகையில், அரசியலில் ஈடுபாடே இல்லாத நான் பணிபுரிய நேர்ந்தது இப்படித்தான். எனக்குப் பிடித்தமானது நவீன இலக்கியம். ஆனால், இலக்கியம் சோறு போடாது; பிழைப்புக்காக பத்திரிகையாளனாக வாழ நிர்ப்பந்திக்கப்பட்டேன். காலப் போக்கில் அதை மனம் ஏற்று அங்கீகரித்தது.

தமிழில், முழு நேர எழுத்தாளனாக வாழ்வது மிகக் கடினம். முழுநேர இலக்கியவாதியாக வாழ்வது தற்கொலைக்கு ஒப்பானது. பாரதிகூட முழு நேர இலக்கியவாதியல்ல. பத்திரிகைகளில் வேலை பார்த்துத்தான் அவர் பிழைப்பு நடத்த வேண்டியதிருந்தது. புதுமைப்பித்தனும் இப்படித்தான் வாழ்ந்தார். பத்திரிகை எழுத்து, இலக்கிய எழுத்து என்ற இரண்டு குதிரை களிலும் ஏறிப் பயணித்தவர்கள் பாரதி, புதுமைப்பித்தன்.

தி. ஜானகிராமன் ஜீவனோபாயத்துக்காக சிறிது காலம் ஆசிரியராகவும் பிறகு அகில இந்திய வானொலியிலும் வேலை பார்த்துத்தான் தனது 'மோகமுள்', 'அம்மா வந்தாள்', 'மரப்பசு', 'உயிர்த்தேன்' போன்ற அற்புதமான நாவல்களையும் சிறுகதைகளையும் எழுதினார். கரிச்சான் குஞ்சு ஆசிரியர், நகுலன் கல்லூரி ஆசிரியர், லா.ச.ரா. வங்கி ஊழியர், சுந்தர ராமசாமி துணி வணிகத்தில் ஈடுபட வேண்டியதிருந்தது. கு. அழகிரிசாமி பிழைப்புக்காக மலேசியாவில் போய் தினசரிப் பத்திரிகையில் வேலை பார்க்க நேர்ந்தது; வை. கோவிந்தனின் சக்தி பத்திரிகையிலும் வேலை பார்த்தார். அவர் இறக்கிற தறுவாயில்கூட சோவியத் லேண்ட் பத்திரிகையில்தான் வேலை கிடைத்தது. பூமணி கூட்டுறவுத் துறையிலும், பா. ஜெயப்பிரகாசம் மக்கள் தொடர்புத துறையிலும்; வண்ணதாசன் வங்கியிலும் பணிபுரிந்து கொண்டுதான் எழுத்துலகில் இயங்கினார்கள். இப்படி இரட்டைக் குதிரைகளில் சவாரி செய்தவர்களே எல்லோரும்.

கி. ராஜநாராயணன், மௌனி போன்றவர்கள் தங்களுக்குக் கிடைத்த பூர்வீகச் சொத்து, நிலபுலன்களை நம்பியே இருந்தனர். மௌனி ரைஸ் மில் வைத்திருந்தார். அசோகமித்திரன் ஆரம்ப

காலத்தில் ஜெமினியில்தான் வேலை பார்க்க நேர்ந்தது. ஜி. நாகராஜன் கணிதப் பேராசிரியராக வேலை பார்த்தார். ஜெயகாந்தனின் மனைவி பள்ளி ஆசிரியையாகப் பணிபுரிந்து குடும்ப பாரத்தை ஏற்றுக்கொண்டதால், ஜெயகாந்தனால் முழுநேர எழுத்தாளராக வாழ முடிந்தது.

தர்முசிவராமுக்கு நண்பர்கள் உதவினார்கள். கோணங்கியை அவரது குடும்பம் காப்பாற்றுகிறது. தர்மு, கோணங்கி இருவரும் திருமணம், மணவாழ்வு என்ற சிக்கல்களிலிருந்து தப்பித்தவர்கள். பிரம்மச்சாரிகள். அதனால், இலக்கியத்துக்குத் தங்களை முழுதாக அர்ப்பணிக்க முடிந்தது. முழுநேர எழுத்தாளனாக, கவிஞனாக வாழ உலகம் அனுமதிக்காது. ஆங்கில மொழியில் எழுதுகிறவர்கள் வேண்டுமானால், சற்றுத் தரம் குறைந்த துப்பறியும் மர்மக் கதைகளை எழுதி முழுநேர எழுத்தாளனாக வாழலாம். நானும் பத்திரிகை, இலக்கியம் என்ற இரட்டைக் குதிரையில் சவாரி செய்கிறவனே.

கவிஞர் விக்கிரமாதித்யனை நான், வண்ணதாசன், கலாப்ரியா போன்ற திருநெல்வேலி நண்பர்கள், நம்பிராஜன் என்றுதான் குறிப்பிடுவோம். அவருக்கு வீட்டில் இட்ட பெயர் அது. பெரும்பாலான இலக்கியவாசகர்களும் அவரது சக கவிஞர் களும் 'நம்பி' என்ற நம்பிராஜனை, 'அண்ணாச்சி' என்று அழைக்கின்றனர். 1970–72 வாக்கில் நம்பிராஜன் 'சங்கரி மணாளன்' என்ற பேரில்தான் கவிதைகள் எழுத ஆரம்பித்தார். இந்தப் புனைபெயரில் அக்கால கணையாழி, ஞானரதத்திலெல்லாம் கவிதைகள் எழுதியிருக்கிறார்.

எனக்குப் பண்டிகைகள் கொண்டாடுவது, கோயில் குளங்களுக்குப் போவது, உறவுக்காரர்கள் வீடுகளில் நடை பெறும் விசேஷங்களில் கலந்துகொள்வது போன்ற செயல்பாடு களில் பெரிய ஈடுபாடு கிடையாது. நம்பிராஜனுக்கு இதிலெல் லாம் நம்பிக்கையும் ஈடுபாடும் உண்டு. 80களில் அவர் ஜோதிடமெல்லாம் கற்றுக்கொண்ட பிறகு, அவருடைய ஆன்மீக ஈடுபாடு அதிகமாகிவிட்டது. வாழ்வின் ஏற்றமும் தாழ்வும், சந்தோஷமும் துக்கமும் ஹிந்து ஆன்மீகம் கூறுவது போல், முன் ஜென்ம பலாபலன்கள் என்பதை அப்படியே ஏற்றுக்கொண்டு வாழ்ந்து வருகிறார். இதற்காகக் கோவில்களில் பரிகார வழிபாடுகள் செய்வதையெல்லாம் அவர் ஏற்றுக்கொள்கிறார். சொல்லப்போனால், இது திருநெல்வேலி சைவ வேளாளர் களின் வாழ்வியல் முறை. இன்றும் 'வெள்ளாம் பிள்ளைகள்' என்றும் 'சைவப் பிள்ளைமார்' என்றும் கூறப்படுகிறவர்களின் வாழ்வை அப்படியே சுவீகரித்து வாழ்கிறவர் விக்ரமாதித்யன் நம்பி.

அவரது கவியுலகம் இதைச் சுற்றியே அமைக்கப்பட்டது. வண்ணதாசன் என்ற கல்யாண்ஜியின் கவிதைகள் ஒரு அபரிதமான அழகுணர்வினாலும் படிமங்களாலும் உருவானது என்றால் விக்ரமாதித்யனின் கவிதைகள் அவரது நேரடியான அனுபவங்களையும் அவரது நம்பிக்கைகளையும் வெளிப்படுத்து கின்றன. பெரும்பாலான கவிதைகளில் சாம்பி, வெதும்பிப் போன மனமே அடிநாதமாக ஒலிக்கிறது. எல்லா வாசகர்களும் கருதுவது போல், சித்தர் பாடல்களின் தொனியை விக்ரமாதித்யன் தனது கவிதைகளில் மிக எளிதாகக்கொண்டு வந்துவிடுகிறார். கலாப்ரியாவின் பல கவிதைகளைப் போல் கஷ்டப்பட்ட நடுத்தரவர்க்கத்தின் குரல் விக்ரமாதித்யன் கவிதைகளிலும் ஒலிக்கிறது.

இன்று விக்ரமாதித்யன், தமிழ்க் கவிஞர்களில் முக்கியமானவ ராகக் கருதப்படுகிறார். தற்காலத் தமிழ்க் கவியுலகில் அவரது இடம் உறுதியானது, தனித்துவமானது. கவிதைகளில் அவருக்கு உள்ள ஈடுபாட்டிற்குச் சற்றும் குறைவில்லாதது, உரைநடை எழுத்தின் மீதான அவரது ஈடுபாடு. எழுபதுகளில் தேவதேவன் கவிதைகள் எழுத ஆரம்பித்தபோது, அப்போதே அவரது மொழியின் தனித்துவத்தை இனம் கண்டுகொண்ட திறமைசாலி விக்ரமாதித்யன்.

தனது மனவுலகையும் இலக்கிய வாழ்வையும் தக்க வைத்துக்கொள்ள இன்றும் பெரும்பாடுபட்டுக் கொண்டிருப்பவர் நம்பிராஜன். அவருடைய அப்பா அழகிய சுந்தரம் அவரை எப்படியாவது நிரந்தர வருமானம் கிடைக்கும் ஒரு வேலையில் தள்ளிவிட எவ்வளவோ முயற்சித்தார். இதற்காக கூட்டுறவுப் பயிற்சிப் பள்ளியில்கூட நம்பிராஜனைச் சேர்த்துவிட்டார். நம்பிராஜனால் அப்பயிற்சியைத் தொடர முடியவில்லை. பத்திரிகையாளனாகவும் முயற்சி செய்தார். ‘தராசு’, ‘அஸ்வினி’, ‘விஸிட்டர்’ போன்ற வாரப் பத்திரிகைகளிலும் சிறிது காலம் வேலை பார்த்தார். இப்பத்திரிகைகள் எல்லாமே சிறிது காலம் வெளிவந்து நின்றுவிட்டன. ஒரு வேளை ‘குமுதம்’, ‘விகடன்’ போன்ற பெரிய பத்திரிகைகளில் அவருக்கு வேலை கிடைத்திருந்தால், ‘மாத வருமானம்’ என்ற மாயாஜாலம் நிறைவேறியிருக்குமோ என்னவோ?

நான் துக்ளக்கில் வேலைக்குச் சேர்ந்த பிறகு, 1978 வாக்கில் அவருடைய குடும்பம் சென்னைக்கே குடிபெயர்ந்தது. அவருடைய அப்பா, அம்மா, தம்பி ஆறுமுகம் ஆகியோருடன் நம்பிராஜனும் சென்னைக்கு நிரந்தரமாக வந்து சேர்ந்தார். மூத்த தம்பி சேகர் ராணுவத்தில் இருந்தார். அக்கா சிவகாமி,

கல்கத்தாவிலிருந்து குழந்தைகளின் கல்விக்காகச் சென்னையில் குடியேறுவது என்று முடிவு செய்தார். எல்லோரும் சத்யம் தியேட்டர் அருகே உள்ள காண்ட்ரான் ஸ்மித் சாலையிலுள்ள ஒரு வீட்டின் பெரிய அவுட் ஹவுஸில் குடிபுகுந்தனர்.

அக்காவின் கணவர் தனுஷ்கோடி கல்கத்தாவில் ஒரு நிறுவனத்தில் ஸ்டெனோவாக வேலை பார்த்து வந்தார். மனைவியையும் குழந்தைகளையும் சென்னைக்கு அனுப்பி வைத்ததுடன், மாதா மாதம் செலவுக்குப் பணமும் அனுப்பி வந்தார். ராணுவத்தில் வேலை பார்த்துவந்த தம்பி சேகரும் ஏதோ தன்னால் இயன்றதை அனுப்பி வந்தார். எப்படியோ குடும்பம் ஓடிக்கொண்டிருந்தது. குற்றாலம் பராசக்தி கல்லூரி கூட்டுறவுக் கடையில் நம்பிராஜனின் மனைவி வேலை பார்த்து வந்தார். அதனால் நம்பி சென்னைக்கும் தென்காசிக்குமாக அலைந்துகொண்டிருந்தார்.

நான் அன்னை நாட்டில் ஆசிரியர் குழுவில் வேலை பார்த்து வந்தபோது, சென்னைக்கு வந்திருந்த நம்பிராஜன், என்னிடம் 'கடல்' என்ற தலைப்பில் எழுதி வைத்திருந்த குறுங்கவிதை களைப் படிக்கத் தந்தார். பாரதி நூற்றாண்டு விழாவையொட்டி கவிஞர் மீரா, தனது அன்னம் பதிப்பகத்தின் சார்பில் பல கவிஞர்களின் கவிதைத் தொகுப்புகளை அச்சிட முயற்சி செய்தார். எனக்கும் மீராவுக்கும் இருந்த நட்பினால் நான் அவரிடம் நம்பிராஜன் கவிதைகளைப் பிரசுரிக்கும்படி கூறினேன். நம்பியிடம் கவிதைகளைப் வாங்கி மீராவுக்கு அனுப்பிவைத்தேன். 'ஆகாயம் நீலநிறம்' என்ற தலைப்பில் அக்கவிதைகளை மீரா வெளியிட்டார். ஏதோ என்னால் இயன்றது, மீராவிடம் சொல்லி அவரது முதல் தொகுப்பு வெளிவர முயற்சித்தது.

65

நம்பிராஜன் என்ற விக்ரமாதித்யனின் அப்பா அழகுசுந்தரம். அக்காலத்தில் 'ஆடிப்பெருக்கு' போன்ற ஒருசில திரைப்படங்களில் நடித்திருப்பதாக நம்பிராஜனே என்னிடம் சொல்லியிருக்கிறார். என்னென்ன படங்கள் என்பது நினைவில் இல்லை. நம்பிராஜனின் அப்பா நடிகர் என்ற விஷயம் ருத்ரையாவுக்கும் தெரியும். ருத்ரையா தனது இரண்டாவது படமான கிராமத்து அத்தியாயத்தின் தயாரிப்பு வேலைகளைத் துவக்கியிருந்த சமயத்தில், ஒருநாள் நம்பிராஜனின் அப்பா ருத்ரையாவைச் சந்தித்தார். அவருடைய படத்தில் நடிக்க விரும்புவதாகச் சொன்னார். "நம்பிராஜனிடம் சொல்லி அனுப்புகிறேன்" என்றார் ருத்ரையா.

அவர் சொன்னது போலவே, கிராமத்து அத்தியாயம் படத்தின் ஷூட்டிங், சேலம் ஆத்தூருக்கருகே உள்ள, உலிபுரம் என்ற ஊரில் நடந்தபோது, நம்பிராஜனின் அப்பாவை அழைத்தார் ருத்ரையா. கிராமத்து அத்தியாயத்தில், அழகு சுந்தரம், கதாநாயகனின் அப்பாவாக நடித்தார். அந்தப் படத்தில் நடித்த எல்லோருமே புதுமுகங்கள்தான். அதன் பின்னர் விஜயகாந்த் நடித்த 'குப்பத்து ராஜா' என்ற படத்திலும் அவர் நடித்தார். இப்போது நம்பிராஜனும் இயக்குனர் பாலாவின் இரண்டு படங்களிலும், வேறு சில படங்களிலும் சிறுசிறு வேடங்களில் தலையைக் காட்டியுள்ளார். ஒளிப்பதிவுக் கலையைக் கற்ற நம்பிராஜனின் இரண்டாவது மகன் சந்தோஷ், 'டூலெட்' படத்தில் கதாநாயகனாக நடித்திருக்கிறார். தாத்தா, அப்பா, மகன் என்று அந்தக் குடும்பத்தின் சினிமா பந்தம் தொடர்கிறது.

நம்பிராஜனுடைய குடும்பம் 1969, 70இல் வாசுதேவநல்லூரில் இருந்தபோது, நம்பிராஜனும் அவருடைய அப்பாவும் சேர்ந்து தி.மு.கழக மலர் ஒன்றைத் தயாரித்தார்கள். 1970 மார்ச்சில்

நம்பிராஜனை நான் முதல்முதலாகச் சந்தித்த போது, அவரிடம் திராவிடம், தமிழ் இனம் குறித்த பெருமிதம் இருந்தது. அந்த உணர்வு அவரிடம் இன்று இருக்கிறதா, இல்லையா என்பது தெரியவில்லை. எனக்குத் தெரிந்த வரை நம்பிராஜன் அளவுக்கு திராவிட தமிழ் அபிமானம் கொண்ட எழுத்தாளரையோ, கவிஞரையோ நான் பார்க்கவில்லை.

இக்காலத்து எழுத்தாளரான இமையம், தி.மு.க. சார்பு கொண்டவர் என்கிறார்கள். அரசியல் ஈடுபாடு தவறு என்று சொல்ல முடியாது. அந்தக் காலத்தில் சி.சு. செல்லப்பா, பி.எஸ். ராமையா, போன்ற எழுத்தாளர்களுக்குக் காங்கிரஸ் கட்சி மீது ஈடுபாடு இருந்தது. கல்கி சுதந்திரப் போராட்டத்தில் கலந்து கொண்டு சிறை சென்றவர். பாரதியின் அரசியல் ஈடுபாடு பற்றி எல்லோருக்குமே தெரியும். எழுபதுகளில் எழுதவந்த டி. செல்வராஜ், ஆர்.ராஜேந்திரசோழன் போன்றவர்கள் வலது, இடது கம்யூனிஸ்ட் கட்சிகளைச் சேர்ந்தவர்கள். கி. ராஜநாராயண னுக்கு அரசியல் ஈடுபாடு இருந்திருக்கிறது. ஜெயகாந்தன், சுந்தர ராமசாமி, தொ.மு.சி. ரகுநாதன் போன்றவர்களுக்கும் அக்கால கம்யூனிஸ்ட் கட்சியின் மீது அனுதாபம் இருந்தது. தி.க.சி., வலது கம்யூனிஸ்ட் கட்சியின் உறுப்பினர். தமிழ்ச்செல்வன், பொன்னீலன் போன்றவர்களையும் சேர்த்துக்கொள்ளலாம்.

எழுத்தாளர்கள், கவிஞர்கள் மார்க்ஸியச் சார்பு கொண்டவர் களாக இருப்பது தமிழ் எழுத்துலகில் வழக்கமானதுதான். ஆனால் தி.க. – தி.மு.கவின் திராவிட இன உணர்வு, அல்லது தமிழின உணர்வு கொண்டவர்கள் தமிழ் இலக்கிய உலகில் அபூர்வம். கவிஞர் ஞானக்கூத்தன், ம.பொ.சி.யின் தமிழரசுக் கழகத்துடன் தொடர்புகொண்டவராக இருந்த காலமொன்று உண்டு. ஆனால், அவரே தனது கவிதை ஒன்றில், தமிழின உணர்வின் அபரிமிதத்தைக் கேலி செய்துள்ளார். ந. முத்துசாமி யின் சில நாடகங்களில், போகிறபோக்கில் மிகைப்படுத்தப்பட்ட தமிழபிமானம் கேலிக்குள்ளாகிறது.

திராவிட, தமிழின உணர்வு முதலானவை 1940–50களில் திராவிட முன்னேற்றக் கழகம், சி.பா. ஆதித்தனாரின் 'நாம் தமிழர்கட்சி', ம.பொ.சி.யின் 'தமிழரசுக் கழகம்' போன்ற கட்சிகளால் பிரசாரம் செய்யப்பட்டது. கி.ஆ.பெ. விஸ்வநாதம் என்ற திருச்சி செல்வந்தர் தி.மு.க.வின் இன உணர்வை ஆதரித்தார். இந்த இன உணவாளர்கள் ஹிந்தியை எதிர்த்துப் பேசினார்கள். இந்தத் தமிழின உணர்வைக் கல்கியும் பயன் படுத்திக் கொண்டார். தமிழர்களின் பழஞ் சரித்திரத்தை 'பார்த்திபன் கனவு', 'பொன்னியின் செல்வன்' போன்ற நாவல் களில் இடம் பெறச் செய்தார். சினிமாவுக்கு அடுத்து பெரிய

ஊடகமாக அக்காலத்தில் இருந்தது பத்திரிகைகள்தான். தி.க, தி.மு.க, நாம் தமிழர் கட்சி, தமிழரசுக் கழகம் போன்ற கட்சிகள் பிரசாரம் செய்த திராவிடர், தமிழர் என்ற இனவுணர்வினால் வீங்கிப் பெருத்திருந்த தமிழர்களின் அகவுலகம், கல்கியின் சரித்திர நாவல்களிலும், இதே காலகட்டத்தில் புற்றீசல்கள் போல் வெளிவந்த ஏராளமான சரித்திரத் தமிழ்த் திரைப்படங் களிலும் தோய்ந்து கிடந்தது.

அரசியல், சினிமா, பத்திரிகை இந்த மூன்றும் சேர்ந்து கட்டி எழுப்பிய இன உணர்வு என்ற பெருமிதத்தில் 1960கள் வரை, ஒட்டுமொத்தத் தமிழ்ச் சமூகமுமே மூழ்கிக் கிடந்தது. சினிமாவில் சரித்திரக் கதைகளே கோலோச்சின. கல்கி, சாண்டில்யன், அகிலன், நா. பார்த்தசாரதி போன்றவர்கள் சரித்திரக் கதைகளை எழுதித் தள்ளினர். அரசியலிலும் சினிமா, பத்திரிகை போன்ற ஊடகத்திலும் இனவுணர்வு வியாபாரம் கொடி கட்டிப் பறந்தது.

இந்த இனவுணர்வு வெள்ளத்தில் சிக்காமலிருந்த, அரசியல் கட்சிகள் காங்கிரஸும், கம்யூனிஸ்ட் கட்சிகளுமே. 1930–1940 களில்கூட சிலப்பதிகாரம், கண்ணகி பிம்பம் இரண்டையும் தமிழ்ச் சமூகம் பெரிதாகக் கொண்டாடியதில்லை. சிலப்பதிகாரம், கண்ணகி, வீரபாண்டியக் கட்டபொம்மன் இந்த மூன்று அம்சங்களையும் பிரபலப்படுத்தியவர் ம.பொ.சி. பிறகுதான் சிலப்பதிகாரத்தையும் கண்ணகியையும் தி.மு.க பேச ஆரம்பித்தது. தமிழ் மக்களைப் பீடித்த இனவுணர்வுப் பெருமிதத்திற்கு விக்ரமாதித்யனும், ஞானக்கூத்தனும் ஆளானதில் எந்த ஆச்சர்யமும் இல்லை. மனிதர்களது அகவுலகை உருவாக்குவதில் சூழலுக்குப் பெரும் பங்கு உண்டு.

ஒவ்வொரு மாநிலத்திலும் நாட்டிலும் வெவ்வேறு வகையான அரசியல், கலாசாரங்கள் நிலவுகின்றன. நாம் பிறப்பதற்கு முன்பே இவை சமூகத்தில் கோலோச்சுகின்றன. அவை அந்த நிலப்பகுதியில் வாழும் மனிதர்களையும் பாதித்து, அவர்களின், மனவுலகில் ஊடுருவுகின்றன. இந்த அரசியல், கலாசாரக் கருத்துக்களால் நம் மூளையிலுள்ள நரம்பு மண்டலம் கிளர்ச்சியடைந்து, அக உலகாக வியாபகம் கொள்கிறது. மனித மன இயல்பின்படி நாம் அந்தக் கருத்துக்களைத் திரும்பத்திரும்பப் பேசி இன்புறவும், அதையே வாழ்க்கை முறையாகக் கொள்ளவும் முயற்சிக்கிறோம்.

இப்படித்தான் தமிழ்நாட்டிலும் பல்வேறு விதமான அரசியல் கருத்துக்களும் வேரூன்றிக் காலங்காலமாக அவை அனுசரிக்கப்பட்டும் வருகின்றன. இந்தச் சூழலிலிருந்து யாரும் தப்பிக்க முடியாது. சில இலக்கியவாதிகளும் அப்படித்தான்.

திராவிட இனம், தமிழ் இனம் என்பன போன்ற இன உணர்வுகள் இந்த 21ஆம் நூற்றாண்டில் பெருமளவு பின்னே சென்று விட்டன. மாறாக ஒரு குறுகிய பிரிவினர் மத்தியில் தலித்தியம், பெண்ணியம், சூழலியம் போன்ற புதிய சிந்தனைப் போக்குகள் அவர்களது அகவுலகை வியாபித்துள்ளன. ஒரு காலத்தில் சுதந்திரம், சுதேசியம், பிறகு மார்க்ஸியம், திராவிடம் போன்ற கருத்துக்கள் தமிழர்களின் சமூக, தனிமனித அகவுலகை வியாபித்ததுபோல், ஒரு இருபதாண்டுகளாக இந்தத் தலித்தியம், பெண்ணியம், சூழலியம் போன்ற கருத்துக்கள், தமிழர்களில் ஒரு கணிசமான பகுதியினரின் அகவுலகை ஆக்கிரமித்துள்ளன. சிறு பத்திரிகை உலகில் இது அதிக அளவில் வெளிப்படுகிறது, கொண்டாடப்படுகிறது.

பாரதி, சி.சு. செல்லப்பா, ராமையா போன்றவர்கள் தங்கள் காலத்திய விடுதலை, சுதந்திரச் சிந்தனைகளால் ஆன அகவுலகைக் கொண்டவர்கள். சுந்தர ராமசாமி, ஜெயகாந்தன், கி. ராஜநாராயணன், தொ.மு.சி. ரகுநாதன் போன்றவர்களும், 70களில் எழுதவந்த டி.செல்வராஜ், ஆர். ராஜேந்திரசோழன், இன்குலாப், பொன்னீலன் போன்றவர்களும் அடிப்படையில், மார்க்ஸியத்தால் ஈர்க்கப்பட்டவர்கள்.

இவர்களுடைய எழுத்துக்களில் வெளிப்படையாகவோ, பூடகமாகவோ மார்க்ஸியச் சிந்தனை கரைந்து கலந்து போயுள்ளது. இவர்களில் சு.ரா. மார்க்ஸிய அரசியலிலிருந்து வெளியே வந்துவிட்டவர். ஆர். ராஜேந்திரசோழன் இப்போது படைப்பிலக்கியத்தில் ஈடுபடவில்லை என்றாலும் 'தமிழ்த் தேசியம்' என்ற கருத்தால் அவர் கவரப்பட்டுள்ளதாகத் தெரிகிறது. ஒருகாலத்தில் ராஜேந்திரசோழன் மார்க்ஸிய கம்யூனிஸ்ட் கட்சியின் கருத்துக்களைச் சுவீகரித்துக் கொண்டிருந்தார்.

புதுமைப்பித்தன், கு.ப.ரா., ந. பிச்சமூர்த்தி, எம்.வி. வெங்கட்ராம், ஜானகிராமன், லா.ச.ரா., கரிச்சான்குஞ்சு, நீல, பத்மநாபன், ஆ. மாதவன், வல்லிக்கண்ணன், வண்ணதாசன் போன்ற இலக்கியவாதிகள் எந்த அரசியல் கருத்துக்களாலும் கவரப்படாதவர்களே. இவர்களது அகவுலகம் சாதாரண மனிதர்களின் அகவுலகையே கொண்டது. மௌனி, தர்முசிவராம், கோணங்கி போன்றவர்களின் படைப்புகளில் வெளிப்படும் அகவுலகம் அமானுஷ்யத்தன்மை கொண்டது.

'துக்ளக்' ஆசிரியரான சோவை இலக்கியவாதி என்று யாரும் கருதியதில்லை. அவரே அப்படிக் கருதவில்லை. அவர் தன்னை, நையாண்டி நாடகாசிரியர், பத்திரிகையாளர், கொஞ்சம் நடிகர் என்றுதான் கருதினார். தனது பெரும்பாலான

நாடகங்களில் அவர் அரசியலை நையாண்டி செய்திருக்கிறார். முகமது பின் துக்ளக், சம்பவாமி யுகே யுகே, சரவஸ்தி சபதம், நேர்மை உறங்கும் நேரம் போன்ற நாடகங்களில் தன் சமகால அரசியலைக் கடுமையாகக் கேலி செய்திருக்கிறார். அவருடைய அரசியல்நையாண்டி வெகுஜனங்களால் ரசிக்கவும் பட்டது.

சோவின் ஆரம்பகால நாடகங்களான கோவாடீஸ், ஈஸ் காட் டெட் போன்றவை அக்காலத்தில் நடத்தப்பட்ட டி.கே.எஸ். சகோதரர்கள், ஆர்.எஸ். மனோகர், சிவாஜிகணேசன், எம்.ஜி.ஆர். எம்.ஆர். ராதா போன்றோரின் நாடகங்களைவிட வித்தியாசமான,புதுமையான கதையம்சங்களைக்கொண்டிருந்தன. அவர் ஒரு புதுமை விரும்பி. தனக்கான அரசியல் நையாண்டி என்ற நாடக வகைமையை, அவரே சுயமாகக் கண்டடைந்தார்.

1980கள் வரையிலும் கூட தமிழ்நாட்டு மத்தியதரவர்க்கம் நாடகங்களை விரும்பிப் பார்த்தது. இதனால்தான் எம்.ஜி.ஆர். சிவாஜிகணேசன், எஸ்.எஸ். ராஜேந்திரன், எம்.ஆர். ராதா போன்ற பிரபலமான சினிமா நடிகர்கள்கூட சொந்தமாக நாடகக் கம்பெனிகளை வைத்திருந்தனர். சென்னையில் தினசரி பல நாடகங்கள் நடந்தன. சனி, ஞாயிறு போன்ற விடுமுறை நாட்களில் பகல் நேரங்களில்கூட நாடகங்கள் நடந்தன. அந்தளவுக்கு நாடகங்களுக்கு டிமாண்ட் இருந்தது.

1978 என்று நினைவு. அந்த ஆண்டு சோ புது நாடகம் எதையும் எழுதவில்லை. அதனால் யாராவது நாடக எழுத்தாளரிட மிருந்து புது நாடகம் ஒன்றை எழுதி வாங்கி நடிக்க முடிவு செய்யப்பட்டது. சித்ராலயா கோபுவின் 'வைதேகி காத்திருந்தாள்' என்ற நாடகத்தை வாங்கி சோவின் விவேகா பைன் ஆர்ட்ஸ் குழு நடித்தது. அதன் அரங்கேற்றத்திற்குச் சென்றிருந்தேன். சோவின் நாடகங்களிலுள்ள புதுமை, வேகம் எதுவும் அதில் இல்லை. அது ஒரு சாதாரண குடும்பக் கதை. எனக்கு அந்த நாடகத்தைப் பிடிக்கவில்லை. சோ என்னிடம் அபிப்பிராயம் கேட்ட போது, நன்றாக இல்லை என்றேன். காத்தாடி. ராமமூர்த்தி, காரைக்குடி – நாராயணன் போன்றவர்களின் நாடகங்களை 'வைதேகி காத்திருந்தாள்' நினைவுபடுத்தியது. இதை சோவும் ஏற்றுக்கொண்டார்.

70களின் இறுதியில் என்று நினைவு, மேற்கு வங்கத்தில் நவீன தெரு நாடகங்களை நடத்தி வந்த பாதல் சர்க்காரின் நாடகங்களைப் பற்றிய தகவல்கள் தமிழ் இலக்கியச் சிறு பத்திரிகைகளில் வெளிவந்தன. திண்டுக்கல் அம்பாத்துறை அருகே இருந்த காந்தி கிராமப் பல்கலைக் கழகத்தில், பாதல் சர்க்காரை அழைத்து வந்து நாடகப் பட்டறை நடத்த முடிவு

செய்தனர். அந்த நாடகப் பட்டறையில் மறைந்த ஞாநி, ராமசாமி, ராமானுஜம் போன்றவர்கள் கலந்துகொண்டனர். அதில் பயிற்சி பெற்ற பின்புதான் ஞாநி தனது பரீக்ஷா நாடக இயக்கத்தைச் சென்னையில் துவங்கினார். மதுரையில் ராமசாமி, 'நிஜநாடக இயக்கம்' என்ற அமைப்பை ஆரம்பித்தார். பரீக்ஷா, நிஜநாடக இயக்கம் இந்த இரண்டும்தான் தமிழ்நாட்டில் முதன் முதலாக நவீன நாடகங்களை நடத்திய அமைப்புகள்.

1980–90களில் பல ஊர்களிலும் தெரு நாடகங்கள் நடந்தன. இவற்றின் புதுமை நாளாக நாளாகத் தனது செல்வாக்கை இழந்தது. ஏற்கெனவே பட்டி தொட்டியெங்கும், அந்நாளில் தூர்தர்ஷனின் தொலைக்காட்சி நிகழ்ச்சிகளைப் பார்க்கும் வழக்கம் தொடங்கியிருந்தது. இதனால் திரைச் சீலைகள், செட்களுடன் நடத்தப்பட்ட மேடை நாடகங்களைப் பார்க்கிறவர்களின் எண்ணிக்கை குறைந்துவிட்டது. வீட்டில் தொலைக்காட்சிப் பெட்டிகளின் முன் உட்கார்ந்துவிட்டனர் நாடக ரசிகர்கள். இந்த நிலையில் ஞாநி, ராமசாமி, ராமானுஜம் போன்றவர்கள் நடத்திய நவீன நாடகங்களுக்கான ஆதரவும் மெல்ல மெல்லக் குறைந்தது. ஞாநி தனது நாடக முயற்சிகளை நிறுத்திவிட்டார். பாண்டிச்சேரி, தஞ்சை போன்ற பல்கலைக் கழகங்களில் நாடக வகுப்புகள் நடைபெறுகின்றன. ஆனால், பரவலாக மக்களின் நாடக ஆர்வம் குன்றிக் குறுகிவிட்டது. பல சபா நாடகக் குழுக்கள் காணாமல் போன மாதிரி, நவீன நாடகங்களும் செல்வாக்கிழந்து விட்டன.

டி.கே.எஸ். சகோதரர்கள், ஆர்.எஸ். மனோகர், எம்.ஜி.ஆர்., சிவாஜி, எஸ்.எஸ்.ஆர்., போன்ற தொழில்முறை நடிகர்கள் தாங்கள் நடத்தி வந்த நாடகக் குழுக்களைக் கலைத்துவிட்டது போல் சோவும் தனது விவேகா பைன் ஆர்ட்ஸ் குழுவைக் கலைத்துவிட்டார்.

66

சமீபத்தில் மறைந்த திரைப்பட இயக்குநர் மகேந்திரன் குறித்து ஒரு நினைவு. அவர் இயக்கிய 'முள்ளும் மலரும்', 'உதிரிப்பூக்கள்', 'மெட்டி' ஆகிய மூன்று படங்களுக்கும் நான்தான் 'துக்ளக்' பத்திரிகையில் விமர்சனம் எழுதினேன். 'முள்ளும் மலரும்', 'உதிரிப்பூக்கள்' ஆகிய படங்களுக்கான விமர்சனங்கள் மகேந்திரனுக்கு அனுப்பி வைக்கப்பட்டு அவரிடமிருந்து பதிலும் பெறப்பட்டுப் பிரசுரமாகின. ஆனால், 'மெட்டி' பட விமர்சனத்தை ஆசிரியர் சோ என்னை நேரிலேயே கொண்டு போய்க் கொடுத்துப் பதில் வாங்கி வரச் சொன்னார்.

'மெட்டி' பட விமர்சனத்தை டைப் செய்து எடுத்துக்கொண்டு சென்னை ராஜா அண்ணா மலைபுரம் ஐந்தாவது மெயின் ரோட்டில் (இந்த ரோட்டில்தான் புதுமைப்பித்தனின் மகள் தினகரி சொக்கலிங்கத்தின் வீடும் இருக்கிறது) இருந்த மகேந்திரனின் வீட்டுக்குக் காலையில் சென்றேன். அதைப் படித்துப் பார்த்த மகேந்திரன், "இருங்க ராமச்சந்திரன்..." என்று என்னை உட்கார வைத்துவிட்டு, "காபி சாப்பிடுவீங்களா, டீ சாப்பிடுவீங்களா?" என்று கேட்டார், "எதுவானாலும் சரி" என்றேன். காபியோ டீயோ வந்தது. அதை அருந்திவிட்டுப் புறப்பட நினைத்தேன். "வரட்டுமா சார்?" என்றேன். "இருங்க ராமச்சந்திரன்... என்ன அவசரம்...?" என்று என்னை உட்கார வைத்து விட்டார்.

சிறிது நேரம் கழித்து என்னை அவருடைய அம்பாஸிடர் காரில் ஏற்றிக்கொண்டு, நந்தனம் வீட்டுவசதி வாரியக் குடியிருப்பில் இருந்த ஒரு வீட்டுக்கு அழைத்துச் சென்றார். அங்கும் மதியம் இரண்டு மணிவரை எங்களுடைய பேச்சு

தொடர்ந்தது. பிறகு மீண்டும் ராஜா அண்ணாமலைபுரம் வீட்டுக்கே வந்தோம். தன்னுடன் என்னையும் சாப்பிடச் சொன்னார். சாப்பிட்டுவிட்டு சிறிது நேரம் இருந்தேன். மூன்று மூன்றரை மணி சுமாருக்கு அவரிடம் சொல்லிக்கொண்டு கிளம்பினேன். 'மெட்டி' விமர்சனத்தைப் பற்றி எதுவும் கூறாமல், சுருக்கமாக எழுதி, தனது பதிலை மகேந்திரன் அனுப்பி வைத்தார். எதற்காக அன்று மாலை வரை தன்னுடன் நீண்ட நேரம் என்னை இருக்க வைத்தார் என்பது இன்றுவரை எனக்குப் புரியவில்லை. எல்லா விஷயங்களுமா புரிந்துவிடுகிறது?

நான் 1976 ஜூனில் 'துக்ளக்'கில் வேலைக்குச் சேர்வதற்கு முன்பும் அதன் பின்பும், 'துக்ளக்' தொடர்ந்து எழுத்து, சினிமாவில் உள்ள ஆபாசத்தையும், மீடியாவில் பரபரப்புக்காகச் செய்திகளை வெளியிடுவதையும் எதிர்த்து வந்தது. இன்றும்கூட இந்த நிலைப்பாட்டிலிருந்து 'துக்ளக்' தடம் புரளவில்லை. 'துக்ளக்'கில் வேலைக்குச் சேரும்போது, எனக்கு இந்த விஷயங்களைப் பற்றி எந்தக் கவனமும் அபிப்பிராயமும் இருந்ததில்லை. ஒரே சமயத்தில் இன்று போலவே எழுத்தாளனாகவும், பத்திரிகையாள னாகவும் அன்றும் செயல்பட்டு வந்தேன் என்பது தவிர, தனிப்பட்ட முறையில் எனக்கு மீடியாவிலோ அல்லது எழுத்துலகிலோ உள்ள ஆபாசம், செய்திகளைப் பரபரப்பாக்குவது குறித்துப் பெரிய அபிப்பிராயம் அன்று எனக்கில்லை. ஆபாசம், பரபரப்பு இரண்டையும் எதிர்ப்பது என்ற 'துக்ளக்'கின் (ஆசிரியர் 'சோ'வின்) நிலைப்பாட்டை நானும் காலப்போக்கில் ஏற்றுக்கொண்டேன். இதில் எந்தத் தவறுமில்லை.

இலக்கியம் எது, பத்திரிகை எழுத்து எது என்பதை ஓரளவு பிரித்துப் பார்த்து உணரத் தெரிந்துகொண்டதற்கு, அறுபதுகளில் எனக்கு அறிமுகமான முத்துக்கிருஷ்ணன் என்ற மார்க்ஸிய நண்பரும், பிறகு எனக்கு அறிமுகமான க.நா.சுவின் 'இலக்கிய விசாரம்', 'படித்திருக்கிறீர்களா' முதலான நூல் தொகுதிகளும்தான் காரணம். முத்துக்கிருஷ்ணனைப் பற்றி இத்தொடரின் முதல் பாகத்திலேயே குறிப்பிட்ட நினைவு. 'கூறியது கூறல்' என்ற இலக்கியப் பிழையாக இருந்தாலும், இந்த இடத்தில் அதைத் தவிர்க்கத் தோன்றவில்லை. இவர்தான் எனக்கு வி.ஸ. காண்டேகரின் நாவல்களை அறிமுகம் செய்து வைத்தார். சுந்தர ராமசாமியின் 'பிரசாதம்' தொகுதியைத் தந்து படிக்கச் சொன்னார். அக்காலத்தில் தீவிர இடதுசாரி இதழ் என்று கூறப்பட்ட 'புதிய தலைமுறை' என்ற சிற்றிதழை அறிமுகம் செய்து வைத்தார். 'தாமரை', 'தீபம்' இதழ்களை அறிமுகம் செய்ததும் முத்துக்கிருஷ்ணன்தான்.

இந்த முத்துக்கிருஷ்ணனைத்தான் 'காலம்' என்ற நாவலில் பாலகிருஷ்ணன் பாத்திரத்தில் இணைத்தேன். இவர்தான் சென்ற ஆண்டு வெளிவந்த எம்.எல். நாவலில் வரும் சபாபதியும். முத்துக்கிருஷ்ணன் 'இதுதான் இலக்கியம்' என்று என்னிடம் என்றும் சொன்னதில்லை. ஆனால், அவர் அறிமுகப்படுத்திய எழுத்தாளர்களின் மூலம் அதை உணர்ந்தேன்.

'துக்ளக்' ஆசிரியர் சோவுக்கு நவீன இலக்கியத்தில் அறவே பரிச்சயமில்லை. அவர் தேவனின் வாசகர். ஆங்கில நகைச்சுவை எழுத்தாளர் ஓடோஸை அவருக்கு ரொம்பப் பிடிக்கும். பெக்கட்டின் நாடகங்கள் விருப்பமானவை. தமிழில் ஔவையாரையும் பிடிக்கும். 'பகீரதன்' என்ற எழுத்தாளரை ('கங்கை' என்ற பத்திரிகைக்கும், பிறகு 'ஓம்சக்தி'க்கும் ஆசிரியராக இருந்தவர். 'கல்கி' ஆசிரியர் குழுவிலும் சிறிது காலம் பணிபுரிந்தவர். இவரது 'தேன்மொழியாள்' என்ற நாடகத்தை 'சோ' ஆரம்பக் காலத்தில் நடத்தியிருக்கிறார்) அடிக்கடி நினைவு கூர்ந்திருக்கிறார். பாரதியாரைக் கொண்டாடுவார். பாரதியின் பாஞ்சாலி சபத வரிகள் பலவற்றை அப்படியே சொல்வார். குயில் பாட்டைப் பற்றி அவருடன் பேசியிருக்கிறேன்.

ஒருநாள் ஏதோ மனநிலையில், "பாரதி கஞ்சா சாப்பிட்டு விட்டு 'மண்ணில் தெரியுது வானம்' என்று எழுதிவிட்டார்" என்று எடிட்டரிடம் சொன்னேன். பாரதியைப் பற்றி அது உண்மை என்றாலும் இப்படித் தரக் குறைவாகச் சொல்லியிருக்கக் கூடாது. வாய்த்துடுக்கு அப்படிச் சொல்வதில் போய் முடிந்தது. ஆனால், அதற்காக எடிட்டர் என்னிடம் கோபப்படவில்லை.

1950கள், 60களில் வெளிவந்த வாரப் பத்திரிகைகளின் தரத்திற்கும் 70களில் வெளிவந்த 'ஆனந்த விகடன்', 'தினமணி கதிர்', 'குமுதம்' தரத்துக்கும் வித்தியாசமிருந்தது. தினமணி கதிரின் விற்பனையை அதிகரிக்க அதன் ஆசிரியரான 'சாவி' என்ற சா. விஸ்வநாதன், ஸ்ரீ வேணுகோபாலனை 'புஷ்பா தங்கதுரை' என்ற புனைபெயரில் சிவப்பு விளக்குக் கதைகளை எழுத வைத்தார். (பம்பாயிலுள்ள சிவப்பு விளக்குப் பகுதி விபசாரத்தின் கேந்திரம்) இதற்குப் போட்டியாக விகடன், பிரேமா ராமசாமி என்ற பெயரில் வாரா வாரம் கதைகளை வெளியிட்டது. சாண்டில்யன் தனது சரித்திரக் கதைகளில், அடிக்கடி பெண் கதாபாத்திரங்களின் வனப்பை விரிவாக விவரிப்பதை வழக்கமாகக் கொண்டார். இதையெல்லாம் 'துக்ளக்' எதிர்த்தது.

சங்க இலக்கியத்தில்கூட பெண்களின் முலை பற்றிய சித்திரிப்பு யாராவது ஆண்பால் புலவரின் கவிதைகளில்தான்

இடம்பெறுகிறது. பெண்களின் உடல் உறுப்புகளை விழுந்து விழுந்து வர்ணிக்கும் வழக்கம் இல்லை. போகிற போக்கில் கம்பராமாயணத்தில் வரும், திருக்குறளில்கூட ஆபாசமான சித்திரிப்பு இல்லை. பெண்ணின் உடலைப் போகப் பொருளாக, அதன் மீது ஆண் வாசகர்களுக்கும் சினிமா ரசிகர்களுக்கும் மோகம் ஏற்படும்படிச் செய்யும் போக்கு 1950கள் வரை இல்லை.

மேற்கத்திய எழுத்துலகில்கூட தாமஸ் ஹார்டி, சார்ல்ஸ் டிக்கன்ஸ், சாமர்செட் மாம் போன்ற பிரபலமான ஆங்கில எழுத்தாளர்களின் நாவல்களில் பெண்களை ஆபாசமாக சித்திரிக்கும் போக்கு இல்லை. ஆங்கிலத் திரைப்படங்களில் 50, 60களில் முத்தக் காட்சிகள் உண்டு. ஜேம்ஸ் பாண்ட் படங்களில் நீச்சலுடைக் காட்சிகள் இருந்தன. ஆல்பர்ட் ஹிட்ச்காக்கின் படங்களில் ஆபாசமே கிடையாது. ஸிஸில் பிடெமிலியின் ‘பென்ஹர்’, ‘தி பைபிள்’, ‘டென் கமான்ட்மெண்ட்ஸ்’ போன்ற பிரமாண்டமான படங்களில் ஒன்றிரண்டு முத்தக் காட்சிகள் இருந்திருக்கலாமோ என்னவோ?

முதலில் பெண்ணுடலைப் போட்டு வியாபாரம் செய்ய ஆரம்பித்தது ஆங்கிலப் பத்திரிகைகளில்தான். அமெரிக்க, பிரிட்டன் டேபுலாய்ட் பத்திரிகைகளில்தான் இது தொடங்கியது. இது எழுத்துலகிலும் அங்கு பரவியது. இர்விங் வாலஸ் போன்ற துப்பறியும் நாவலாசிரியர்களின் நாவல்களில் வெளிப்படையான உடலுறவுக் காட்சி வர்ணனைகள் ஒன்றிரண்டாவது போகிற போக்கில் விவரிக்கப்படும். இதைத் தமிழ்ப் பத்திரிகைகளில் தொடர்கதைகளை எழுதும் சிவசங்கரி போன்ற சில பெண் எழுத்தாளர்களே எழுதத் தலைப்பட்டனர். கல்கியிடமோ தேவனிடமோ, நா.பார்த்தசாரதி, அகிலனிடமோ ஆபாசமான, விரசமான சித்திரிப்புகள் இல்லை. ஆனால், சாண்டியல்யனின் பெண்ணுடல் வர்ணனைகள் விரசத்தைத் தொடுபவை. தமிழ் சினிமாவைப் பற்றிச் சொல்லவே வேண்டாம். கற்பழிப்புக் காட்சிகள், நடிகைகளின் தேவையற்ற ஜலக்கிரீடைக் காட்சிகள் தமிழ் சினிமாவில் சகஜம்.

1979 ஜூலை முதல் வாரத்திலேயே ஆங்கில, தமிழ் தினசரிகளில் ஒரு செய்தி பரபரப்பாக அடிபட்டது. அமெரிக்காவின் நாசா ஆய்வு நிலையம் 1973இல் வானில் நிலைநிறுத்திய ‘ஸ்கைலாப்’ என்ற விண்வெளி ஆய்வு மையம் செயலிழந்து, எப்போது வேண்டுமானாலும் கீழே விழலாம் என்ற தகவலைத் தமிழ் தினசரிகள் பெரிதுபடுத்தி, ஒரு பயத்தை மக்கள் மத்தியில் தோற்றுவித்தன. அப்போது அமெரிக்க ஜனாதிபதியாக இருந்தவர் ஜிம்மி கார்ட்டர். அவரும் ‘ஸ்கைலாப்’ பூமியில்

விழுவது பற்றியும், அது எவ்விதச் சேதத்தையும் ஏற்படுத்தாம லிருக்க வேண்டுமே என்றும் கவலைப்பட்டார்.

அந்த ஸ்கைலாப்பில் பல அமெரிக்க விண்வெளி வீரர்கள் தங்கியிருந்து சோதனைகள் எல்லாம் மேற்கொண்டிருந்தனர். 1974இல் இந்த ஸ்கைலாப்பை அமெரிக்கா கைவிட்டது. அது முற்றிலுமாகச் செயலிழந்து போனதால் அதைப் பத்திரமாக தரையிறக்கவும் வழியில்லை. அது எங்கே விழும் என்பதையும் கணிக்க முடியவில்லை. இதைச் சாதகமாகப் பயன்படுத்திக் கொண்டு தினசரிகள் பீதியையும் பல்வேறு கட்டுக் கதைகளையும் அவிழ்த்துவிட்டன. அது பூமியில் விழுவதாகக் கணிக்கப்பட்ட தினத்தில் மக்களெல்லாம் பயத்தில் வீடுகளுக்குள் ஒடுங்கிக் கிடந்தனர். சென்னை மவுண்ட் ரோட்டில் ஈ, காக்காய் கூட இல்லை. அது விடுமுறை நாளுமல்ல. மதியம் ஆசிரியர் சோவுடன் நாங்களும் மவுண்ட் ரோட்டிற்கு வந்து வெறிச்சோடிக் கிடந்த சாலையைப் பார்த்தோம். அப்படியொரு பீதியை மீடியா உலகம் தோற்றுவித்திருந்தது.

அந்த 'ஸ்கைலாப்' 12.7.79 அன்று ஆஸ்திரேலியாவிலுள்ள எஸ்பெரான்ஸ் என்ற சிறு நகரத்தில் துண்டு துண்டாக விழுந்து சிதறியது. எந்த உயிர்சேதமும் இல்லை. அந்த ஸ்கைலாப் ஆஸ்திரேலியாவில் விழுந்ததற்காக 400 டாலரை அபராதமாக அமெரிக்காவுக்கு விதித்தது. அந்த 400 டாலர் அபராதத்தை அமெரிக்க அரசு பல வருடங்களாகச் செலுத்தவேயில்லை. 2009இல்தான் கலிபோர்னியாவிலுள்ள ஒரு வானொலி நிலையம் அமெரிக்காவின் சார்பில் அந்த அபராதத்தைச் செலுத்தியது.

67

இப்போது சிறு பத்திரிகைகள் வாசகர் மத்தியில் 'கூத்துப்பட்டறை' என்ற பெயர் பிரபலமானது. 'கூத்துப்பட்டறை' நவீன நாடகங்களை நடத்துவதுடன், நடிகர்களுக்கு நடிப்புப் பயிற்சியும் அளித்து வருகிறது. கலைராணி, விஜய் சேதுபதி முதலான நடிகர்கள் கூத்துப்பட்டறையின் தயாரிப்புகள். மறைந்த ந. முத்துசாமிதான் கூத்துப்பட்டறையை நடத்தி வந்தார் என்பது எல்லோருக்கும் தெரியும்.

ஆனால், 1976இல் 'கூத்துப்பட்டறை'யைத் துவக்கியது இப்போது 'வீராச்சாமி' என்றழைக்கப்படும் ரங்கராஜன்தான். ஐயங்கார் குடும்பத்தைச் சேர்ந்தவர் ரங்கராஜன். ஸ்டேட் பேங்க் ஆஃப் இந்தியாவில் வேலை பார்த்தார். காஞ்சிபுரத்தில் அவருடைய குடும்பம் இருந்தது. சென்னை மாம்பலம் ரயில்வே ஸ்டேஷன் அருகில் இருக்கும் துர்க்காராம் தெருவில் ஒரு மாடி (இரண்டாவது மாடி)யில் நண்பர்களுடன் தங்கியிருந்தார். அவர் குடியிருந்த மாடி போர்ஷனுக்குக் கீழே முதல் மாடியில் ஓவியர் எஸ். கிருஷ்ணமூர்த்தி தன் தாய், தங்கை, தம்பியுடன் வசித்து வந்தார். அப்போது கிருஷ்ணமூர்த்தி சினிமாவில் ஆர்ட் டைரக்டராக ஆகியிருக்கவில்லை, ஜீவனோபாயத்திற்காக ஆதம்பாக்கத்தில், துணிகளில் பொத்திக் வேலைப்பாடுகளைச் செய்துவந்தார்.

அவர் வீட்டுக்கும் கீழே, தெருவடிப் பகுதியில், இயக்குநர் கே. பாலசந்தரிடம் உதவியாளராக இருந்த அனந்து தன் குடும்பத்துடன் வாழ்ந்து வந்தார். அனந்து சாரின் வீட்டைத் தாண்டித்தான் மாடிப்படியேறி கிருஷ்ணமூர்த்தி, ரங்கராஜன் வசித்த அறைக்கெல்லாம் செல்ல வேண்டும். பூமணி முதன்முதலாக சென்னைக்கு மாறுதலாகி

வந்தபோது, ரங்கராஜனின் அறையில்தான் தங்கியிருந்தார். ரங்கராஜன், அப்போது வந்துகொண்டிருந்த 'பிரக்ஞை' என்ற சிற்றிதழிலும் சம்பந்தப்பட்டிருந்தார். அதன் புரவலர்களில் ரங்கராஜனும் ஒருவர்.

'பிரக்ஞை' இதழ் ஸ்டேட் பேங்க் ஆஃப் இந்தியாவில் பணிபுரிந்து வந்த சேதுராமன், ரகுராம், ரவி ஷங்கர், ரங்கராஜன் போன்ற நண்பர்களின் நிதியுதவியினால்தான் நடந்தது. ரங்கராஜன் மிகுந்த இரக்க குணம் மிக்கவர். பரோபகாரி. பிரக்ஞை நண்பர்கள் எல்லோரும் வங்கியில் பணிபுரிந்து வந்ததால், அதன் ஆசிரியப் பொறுப்பை ரவீந்திரனிடம் கொடுத்திருந்தனர் இயக்குநர் ஜெயபாரதியின் அண்ணன்தான் ரவீந்திரன். 'குடிசை' நாவலை எழுதிய து.ராமமூர்த்தியின் புதல்வர்கள்தான் ஜெயபாரதியும், ரவீந்திரனும். இவர்களுக்கு ஜெயராமன் என்ற ஒரு தம்பியும் ஒரு தங்கையும் உண்டு. இந்தத் தங்கையைத்தான் எழுத்தாளர் சுப்பிரமணிய ராஜு திருமணம் செய்துகொண்டார்.

காஞ்சிபுரம் சுற்றுவட்டாரத்தில் நிறைய தெருக்கூத்துக்கள் நடக்கும். ஒருமுறை புரிசையில் நடந்த கன்னப்பத் தம்பிரான் குழுவினரின் கூத்தைப் பார்க்க ரங்கராஜன், முத்துசாமியை அழைத்துச் சென்றிருந்தார். அதன்பிறகு இருவரும் அடிக்கடி தெருக்கூத்து நடக்கும் இடங்களைத் தேடிச் சென்று பார்த்தனர். 'வெ. சா' என்ற வெங்கட் சாமிநாதனும் தெருக்கூத்தின் முக்கியத்து வத்தைப் பற்றி சிற்றிதழ்களில் கட்டுரைகளை எழுதினார். ரங்கராஜனும் ந.முத்துசாமியும் சேர்ந்து கூத்துப்பட்டறையை நிறுவினர்.

வீராச்சாமி என்ற ரங்கராஜன், மக்கள் கலை இலக்கியக் கழகத்தில் பணிபுரிய நினைத்தார். அதனால், கூத்துப்பட்டறையை நிர்வகிக்கும் பொறுப்பு ந.முத்துசாமியிடம் வந்தது. முத்து சாமியை அடிக்கடி க்ரியா ராமகிருஷ்ணன் வீட்டில் சந்திப்பேன். எப்போதும் தெருக்கூத்தைப் பற்றியே முத்துசாமி பேசுவார். புரிசை கண்ணப்பத் தம்பிரானை முத்துசாமி கொண்டாடினார்.

ஒருநாள் அவருடன் பேசிக்கொண்டிருந்தபோது, "நீங்க கண்ணப்பத் தம்பிரானைப் பேட்டி கண்டு ஒங்க பத்திரிகையில் போட ஏற்பாடு பண்ணுங்களேன்" என்றார்.

"துக்ளக்கில் போட முடியாது. வேற ஏதாவது பத்திரிகையில முயற்சி பண்ணிப் பார்க்கலாம்," என்றேன். 'கல்கி' பத்திரிகையை மனதில் வைத்துக்கொண்டுதான் அப்படிச் சொன்னேன்.

முத்துசாமிக்கு ஒரே சந்தோஷம். "சீக்கிரமா ஏற்பாடு பண்ணுங்கோ. . . ஒங்களைப் பார்க்க வரச் சொல்லட்டுமா?..."

‘சரி’ என்று தலையை ஆட்டினேன். முத்துசாமி என்னிடம் சொன்னது போலவே, கண்ணப்பத் தம்பிரானை துக்ளக் அலுவலகத்துக்கு அனுப்பி வைத்துவிட்டார். முத்துசாமிக்கு, தெருக்கூத்தை எப்படியாவது பிரபலப்படுத்தி, அதைத் தமிழகம் பூராவும் பரப்பிவிட வேண்டும் என்று ஆசை. ஆனால், சினிமாவின் பின்னால் அலையும் தமிழர்கள், தெருக்கூத்தை வரவேற்பார்கள் என்ற நம்பிக்கை எனக்கு இல்லை. ந. முத்துசாமி தெருக்கூத்தில்தான் எல்லாமே இருக்கிறது; இதைத் தமிழர்கள் ஆதரிப்பார்கள் என்று நம்பினார்.

கண்ணப்பத் தம்பிரான் மூன்று நான்கு நாள் தாடியுடன் இருந்தார். சாதாரண கிராமத்து மனிதரைப் போல் மிக எளிமையாக இருந்தார். சட்டைக்கு மேல் தோளில் துண்டை மடித்துப் போட்டிருந்தார். வெற்றிலைக் காவி படிந்த பற்கள். அவ்வளவு பெரிய கலைஞரை நாம் போய்ப் பார்க்காமல், நாமிருக்கும் இடத்துக்கு வரச் சொல்லிவிட்டோமே என்று மனம் பதறியது. கல்கிக்குத் தொடர்புகொண்டு கேட்டபோது ‘பிறகு பார்க்கலாம்’ என்ற தகவலே கிடைத்தது. இத்தனைக்கும் அக்கால கல்கியில் உதவி ஆசிரியர்களாக இருந்த எஸ்.வி.எஸ்., குண்டு மணி எல்லோரும் எனக்குப் பழக்கம்தான்.

ந. முத்துசாமியின் தமிழ் உரைநடைக்கென்று தனித்துவமான நடையழகு உண்டு. முன்மாதிரி இல்லாத உரைநடை அது. ஆனால், ந. முத்துசாமியை அவரது சிறுகதைகளுக்காகக் கொண்டாடுவதைவிட அவரது நாடகங்களுக்காக அதிகளவு கொண்டாட வேண்டும். அரசியல் மற்றும் சமூகத்தில் நிலவும் மேலாண்மைப் போக்குகளையும், அவற்றின் அபத்தங்களையும் தனது அப்பாவும் பிள்ளையும், காலங்காலமாக, சுவரொட்டிகள், நாற்காலிக்காரர் முதலான நாடகங்களில் மிகுந்த நவீன உணர்வுடன் எடுத்துக் கூறியுள்ளார். தமிழ் நவீன அபத்த நாடகத்தின் பிதாமகர் முத்துசாமி. நாடகத்தின் நவீனத்துக்கு அவர் அளித்துள்ள பங்கு வீச்சும் ஆழமும் மிக்கது. இதைச் சிறு பத்திரிகைகள் சார்ந்த அறிவு ஜீவிகள் கூடச் சரியாக அறிந்துகொள்ளவில்லை.

அவருக்குப் பிறகுதான் இந்திரா பார்த்தசாரதியையோ சே. ராமானுஜத்தையோ, வேறு யாரையுமோ சொல்ல முடியும். இந்திரா பார்த்தசாரதியின் ‘மழை’யையும், ‘போர்வை போர்த்திய உடல்’களையும் 70களில் பெரிதாகப் பேசினார்கள். ஆனால், முத்துசாமியின் காலங்காலமாக, நாற்காலிக்காரர் ஆகிய இரண்டு நாடகங்களும் முன்வைக்கும் நவீனத்தன்மைக்கு முன் அவை காணாமல் போய்விடுகின்றன. ந. முத்துசாமியின் நாடகங்களை வாசிக்கும்போதும், அவை நடிக்கப்படும்போதும்,

அவர் எவ்வளவு உக்கிரமான நாடகாசிரியர் என்பதை வெளிப்படுத்தி விடுகின்றன.

பலருடன் சில விஷயங்களில் ஒத்துப்போகும் ரசனை, வேறு சில விஷயங்களில் ஒத்துப்போவதில்லை. இப்படித்தான் ந. முத்துசாமிக்கும் எனக்கும் 'அக்ரஹாரத்தில் கழுதை' என்ற, ஜான் ஆப்ரஹாம் இயக்கிய திரைப்பட விஷயத்திலும் ஒத்துப்போகவில்லை. 'அக்ரஹாரத்தில் கழுதை' படத்திற்கு கதை வசனம் எழுதியவர் வெங்கட் சாமிநாதன். அதை இயக்கிய ஜான் ஆப்ரஹாம், சென்னை அருணாசலம் ஸ்டூடியோவிலிருந்த பிரிவியூ தியேட்டரில் அப்படத்தைத் திரையிட்டார். அதற்கு ந. முத்துசாமியுடன் நானும் சென்றிருந்தேன். படம் முடிந்ததும் முத்துசாமி படத்தை ஆஹா, ஓஹோ வென்று புகழ்ந்தார். அதை அந்தக் காலத்தில் எல்லோரும் பாராட்டினார்கள்; குறிப்பாகச் சிறு பத்திரிகையுலகினர். ஆனால், படத்தின் கதையைத் தவிர, அந்தப் படத்தில் சொல்லிக்கொள்ளும்படியாக எதுவுமில்லை. ரொம்பச் சாதாரணமான படம் அது.

ரொம்ப சர்வ சாதாரணமான திரைப்படங்களைக் கூடக் கொண்டாடும் சிறுபத்திரிகை உலக நண்பர்களின் போக்கையும், ரசனையையும் இன்றும்கூடப் புரிந்துகொள்ள முடியவில்லை. இதுபோல் தேவையில்லாமல் கொண்டாடப் பட்ட படம் அரவிந்தன் இயக்கிய 'காஞ்சன சீதா.' ராமன், சீதை, லெட்சுமணனை எல்லாம் சாதாரண மனிதர்களாக அரவிந்தன் காஞ்சன சீதாவில் காட்டுகிறார் என்பது ஒன்றுதான் அப்படத்தில் உள்ள நல்ல விஷயம். மற்றபடி படத்தின் ஒளிப்பதிவு மகாமோசம். பின்னணி இசைகூட ரொம்பச் சாதாரணமானதே.

எனக்கே கூட சில மயக்கங்கள், தடுமாற்றங்கள் அப்போது இருந்தன. ஆனால், சத்யஜித் ராய் ('ரே' என்பது சரியல்ல.) மணிகௌல் போன்றவர்களின் படங்களைப் பார்த்த பிறகுதான் திரைப்படம் என்ற கலையின் முழுமை பிடிபட்டது. இதில் ரித்விக் கட்டக்கையும் சேர்த்துக்கொள்ள வேண்டும். தமிழில் இந்த உயரங்களை யாரும் தொடவில்லை. மலையாளத்திலும் இதுதான் உண்மை (அடூர் கோபாலகிருஷ்ணனையும் சேர்த்துத்தான்.)

இந்தியாவில் சினிமாவை முழுமையாகப் புரிந்து கொண்டு, சிறப்பான கதைகளைக் கலாபூர்வமாக, பெரும்பாலும் தவறுகள் குறைகளின்றி இயக்கி வெற்றிபெற்ற ஒரே இயக்குநர் சத்யஜித்ராய் மட்டுமே. அவர் பரிபூரணமான திரைக் கலைஞர். வேறு எவரும் அவர் அடைந்த சிகரத்தைத் தொட முடியாதவர்களே.

தமிழில், என் நண்பர்களான ருத்ரையாவோ, ஜெயபாரதியோ கூட சிறப்பான இயக்குநர்களல்ல. பாலு மகேந்திராவின் வீடு,

சந்தியாராகம் போன்ற படங்களில் நல்ல கதையம்சம் இருக்கிறது. ஆனால், அவை திரைக் கலையாகவில்லை. ஜெயகாந்தனின் 'உன்னைப் போல் ஒருவன்' கூட ஏராளமான குறைகள் உள்ள படமே. அவர் திரைக்கதை வசனம் எழுதிய யாருக்காக அழுதான், சில நேரங்களில் சில மனிதர்கள், ஒரு நடிகை நாடகம் பார்க்கிறாள் போன்ற படங்களும் சாதாரணமான படங்களே; 'ஜெயகாந்தன்' என்ற பிரபலஸ்தர் அப்படங்களில் சம்பந்தப்பட்டிருந்தார் என்பதைத் தவிர.

பெர்க்மானின் படங்களில், காட்சிக்குக் காட்சி திரைக்கலை ததும்பி வழியும். நடிப்பு, இசைக் கோர்வை, கதையமைப்பு, ஒளிப்பதிவு என்று எல்லாமே, ஒரு பரிபூரணத்தை மொட்டவிழக்கும். இந்த வித்தை கைவரப்பட்ட ஒரே இந்திய இயக்குநர் சத்யஜித்ராய்தான்.

ஆனால், துக்ளக்கில் நான், சில நேரங்களில் சில மனிதர்கள், 16 வயதினிலே, முள்ளும் மலரும், உதிரிப்பூக்கள் போன்ற படங்களைப் பாராட்டித்தான் எழுதினேன். ஒரு பத்திரிகையாளன் என்ற வரம்பிற்குட்பட்டு, அந்தச் சமயத்தில் வெளிவந்த வெகுஜனத் திரைப்படங்களைவிட அந்தப் படங்களின் தரம் சற்று நன்றாக இருந்ததால்தான் அப்படி எழுதும்படி நேர்ந்தது. வெகுஜனத் திரைபடங்களின் அளவுகோலின்படி, அவை தேர்ச்சியடைந்த படங்களே, அவ்வளவுதான். இதில் முரண்பாடு எதுவுமில்லை.

68

தி.நகர், 9 மகாலெட்சுமி தெருவிலிருந்து வெளிவந்த 'பிரக்ஞை' பத்திரிகையைச் சேர்ந்த ரவிசங்கரைச் சந்திப்பதற்கு ஒருநாள் சென்றிருந்தேன். படிப்பதற்கு ஏதாவது புத்தகம் இரவல் வாங்கலாம் என்றுதான் போனேன். அவரிடமும் க்ரியா ராமகிருஷ்ணனிடமும் எப்போதும் ஏதாவது புதிய ஆங்கில நூல்கள் இருந்துகொண்டே இருக்கும். அவற்றை வாங்கிச்சென்று படித்துவிட்டு ஞாபகமாகத் திருப்பிக் கொடுத்துவிடுவேன். இதற்காகத்தான் அன்றும் ரவிசங்கரைப் பார்க்க தி.நகருக்குப் போனேன்.

பேசிக்கொண்டிருக்கும்போது, 'அடுத்த வாரத்திலிருந்து ஒருத்தர் மார்க்ஸிய வகுப்புகளெடுக்க வருகிறார். நீங்களும் வாருங்களேன்' என்றார். ஏற்கெனவே, அந்தகால மவுண்ட் ரோட்டிலிருந்த நியூ செஞ்சுரி புக் ஹவுஸில் ஏகப்பட்ட ரஷ்ய இலக்கியங்களை வாங்கி வீட்டில் குவித்திருந்தேன். அதுபோல் 'கூலி விலை லாபம்', 'மார்க்ஸிய இயங்கியல்', எங்கல்சின் 'டூரிங்கிற்கு மறுப்பு', 'கம்யூனிஸ்ட் கட்சியின் அறிக்கை', 'குடும்பம் தனிச்சொத்து அரசு ஆகியவற்றின் தோற்றம்', 'வரலாற்றுப் பொருள்முதல் வாதம்' என்று ஏராளமான மார்க்ஸிய நூல்களையும் சல்லிசான விலையில் கிடைக்கிறதென்று வாங்கிப் போட்டிருந்தேன்.

பொதுவாகக் கடினமான தத்துவங்களும் சிந்தனைகளும் எனக்கு உவப்பானவை. அவற்றைப் படித்து மனம் குதூகலிக்கும். ஏற்கெனவே, எஸ்.வி. ராஜதுரை எழுதிய 'அந்நியமாதல்' படித்துவிட்டு மதிமயங்கிப் போய்க் கிடந்தவனுக்கு, மார்க்ஸிய வகுப்புகள் ஆரம்பிக்கிறார்கள் என்றதும் போதை தலைக்கேறிவிட்டது. அப்போது 'ஆனந்த விகடன்' பத்திரிகையில் வேலை பார்த்த 'லயனல்' என்ற லயனல் அந்தோணிராஜையும் மார்க்ஸிய வகுப்புக்கு அழைத்துச் சென்றேன்.

9, மகாலெட்சுமி தெருவில் அந்த மார்க்ஸிய வகுப்புகள் தினசரி மாலையில் நடந்தன. கண்ணன் என்பவர் ஜோல்னாப் பையுடன் வந்து வகுப்பெடுத்தார். அந்த வகுப்பில் நான், லயனல், ரவிசங்கர், 'வீராச்சாமி' என்ற ரங்கராஜன், பா. செயப்பிரகாசம், பூமணி, ரகுராமன் எல்லாம் கலந்துகொண்டோம். இரண்டு வாரங்கள் அந்த வகுப்புகள் நடந்தன. இதுபோன்ற வகுப்புகள் சென்னையில் பல நடந்திருக்கும் போல.

1970களில் மார்க்ஸியத்துக்கு டிமாண்ட் ஜாஸ்தி. எஸ். வி. ராஜதுரை, கோவை ஞானி, கோவை ஈஸ்வரன், எஸ்.என். நாகராஜன் போன்ற கட்சி சாராத தீவிர மார்க்ஸியப் பிரமுகர்க ளெல்லாம் உருவான காலம் அது. கட்சி சார்புடைய 'தாமரை', 'செம்மலர்' போன்ற இடதுசாரிப் பத்திரிகைகள் தவிர 'மனிதன்' (கோவை ஈஸ்வரன் நடத்தியது), 'விடியல்', 'உதயம்', 'வானம்பாடி' என்று ஏராளமான இடதுசாரி மார்க்ஸியச் சார்புள்ள பத்திரிகைகளும் வெளிவந்த நாட்கள்.

தி.நகரில் நடந்த மார்க்ஸிய வகுப்பின் முடிவாக 'மக்கள் கலை இலக்கியக் கழகம்' ஆரம்பிக்கப்பட்டது. அதன் சார்பில் 'புதிய ஜனநாயகம்' என்ற பத்திரிகையையும் வெளியிடுவ தென்று முடிவானது. கூட்டத்தோடு கோவிந்தா போடுவதில் எனக்குப் பழக்கமில்லை. அதனால், ம.க.இ.க. இத்யாதிகளில் ஈடுபாடு காட்டவில்லை. பா. செயப்பிரகாசம், பூமணி போன்றவர்களெல்லாம் 'மனஓசை' என்ற இன்னொரு மார்க்ஸிய இதழில் எழுதினர். (இது 'புதிய ஜனநாயகம்' பத்திரிகைக்குப் போட்டியாகத் துவக்கப்பட்டது)

நான் எந்த இடதுசாரிப் பத்திரிகையிலும் எழுதவில்லை. தி.க.சி.யின் நட்பினால் 'தாமரை'யில் மூன்று சிறுகதைகள் எழுதியதோடு சரி. இளவேனில் நடத்திய 'கார்க்கி' என்ற பத்திரிகையில் நம்பிராஜன்கூட எழுதியது நினைவுக்கு வருகிறது. ஆனால், எனக்கு ஆரம்பம் முதலே இடதுசாரித் தனத்தின் கட்டுப்பெட்டித்தனம் ஒத்துவரவில்லை. 'தீபம்', 'கணையாழி', 'கசடதபற', 'நடை', 'எழுத்து' பத்திரிகைகள் கவர்ந்த அளவுக்கு இடதுசாரிப் பத்திரிகைகள் என்னைக் கவரவில்லை. எனக்குப் பிடித்த ஒரே இடதுசாரி எழுத்தாளர் 'அஸ்வகோஷ்' என்ற பெயரில் எழுதிய ஆர். ராஜேந்திரசோழன்தான். கு. சின்னப்பபாரதியையும் இலங்கையின் கே. டேனியலையும் கொண்டாடுவார்கள். எனக்கு சின்னப்பபாரதி, டேனியலின் நாவல்களைவிட டி. செல்வராஜின் 'மலரும் சருகும்', 'தேநீர்' நாவல்கள்தான் மனதுக்கு நெருக்கமாக இருந்தன. கே. டேனியலை விட டொமினிக் ஜீவா நன்றாக எழுதுகிறார் என்று தோன்றியது.

மவுண்ட் ரோட்டில் 'ஆனந்த விகடன்' வளாகத்திலிருந்து வந்த 'துக்ளக்' அலுவலகம் நுங்கம்பாக்கம் ஆண்டர்ஸன் ரோட்டுக்கு மாற்றப்பட்டது. அப்போது ஆசிரியர் 'சோ' தனக்கு வந்த சினிமா வாய்ப்புகளை எல்லாம் பெரும்பாலும் தவிர்த்தே வந்தார். சினிமாவில் காமெடியனாக நடித்து அவருக்கு அலுத்து விட்டது. நாடகமும் பத்திரிகையும் போதும் என்ற முடிவுக்கு வந்துவிட்டார். அதனால் மவுண்ட் ரோடு அலுவலகத்திற்கு வந்துகொண்டிருந்த அவரது சினிமாவுலக நண்பர்களான கேமராமேன் பாபு, சம்பத், இயக்குநர் எஸ்.பி. முத்துராமன் போன்றோரெல்லாம் ஆண்டர்ஸன் ரோட்டுக்கு அலுவலகம் மாறிய பின்னர் வருவதைக் குறைத்துக் கொண்டுவிட்டனர்.

இதனிடையே, ஜோதிப் பிரகாசம் என்பவர் 'வாழ்க்கைக் கேள்விகள்' என்ற புத்தகத்தை எனக்கு அனுப்பி வைத்தார். அவர் யார், அவருக்கு எப்படி என்னுடைய முகவரி தெரிந்தது என்று தெரியவில்லை. இன்னொரு நாள் 'அல்பேனியக் கம்யூனிஸ்ட்' என்று சொல்லிக்கொண்டு ஒருவர் என்னைப் பார்க்க வந்தார். அன்வர் ஹோக்ஸாவின் புத்தகங்களைக் கொடுத்துப் படிக்கச் சொன்னார். கிறிஸ்தவர்கள் தங்கள் மதத்தில் சேருவதற்கு ஆட்களைப் பிடிப்பது போலிருந்தது. மார்க்ஸியமும் இன்னொரு மதம்தானே? அது மார்க்ஸைக் கடவுளாகக் கொண்ட மதம். ஏங்கல்ஸ், லெனின், ஸ்டாலின், மாஸேதுங் எல்லாம் அதன் பரிவார தேவதைகள்.

ஆண்டர்ஸன் ரோடு அலுவலகத்திற்கு ஒருநாள் சினிமா இயக்குநர் ஹரிஹரன் வந்தார். அவர் சுற்றுச்சூழல் மாசை அடிப்படையாகக் கொண்டு ஒரு படத்தை இயக்கவிருப்பதாகவும், அதற்கு நான் திரைக்கதை வசனம் எழுத வேண்டும் என்றும் சொன்னார். படத்தின் தயாரிப்பாளர் பாளை சண்முகம் என்றார். பாளை சண்முகம் திருநெல்வேலியில் ஒரு பிரபலமான கிரிமினல் லாயர். சி.பி.ஐ. கட்சிப் பிரமுகர். "அவர்தானா நீங்கள் சொல்லுகிற பாளை சண்முகம்" என்று ஹரிஹரனிடம் கேட்டேன். "ஆமாம் அவரேதான்" என்றார்.

"சிறுகதை, நாவல் எழுதிப் பழக்கமே தவிர சினிமாவுக்கான கதை எழுதிப் பழக்கமில்லை. வேண்டுமானால் வசனம் மட்டும் எழுதுகிறேன்" என்று சொன்னேன். "சண்முகத்திடம் கேட்டுவிட்டுச் சொல்கிறேன்" என்றார் ஹரிஹரன். அப்போது செல்போனெல்லாம் கிடையாது.

ஹரிஹரன் ஏற்கெனவே என்.எஃப்.டி.சி.க்காக 'வான்டட் தங்கராஜ்' என்ற குழந்தைகளுக்கான திரைப்படத்தை இயக்கி யிருந்தார். அதன் திரைக்கதை வசனத்தை எழுதியிருந்தவர்

எழுத்தாளர் அம்பை. ஹரிஹரன் பூனா ஃபிலிம் இன்ஸ்டிட்யூட்டில் படித்தவர். உலகத் திரைப்படங்களைப் பற்றிய தகவல்கள் அவர் விரல் நுனியில் இருந்தன.

பின்னர் பாளை சண்முகம் தயாரித்த அந்தப் படத்திற் கான கதை, வசனத்தை அவர்களே எழுதிக்கொண்டார்கள். ரகுவரன் கதாநாயகனாக நடித்த அந்தப் படம்தான் ‘ஏழாவது மனிதன்.’ இதற்குச் சிறிது காலத்திற்கு முன்பு ஜெயபாரதியின் இயக்கத்தில் சி.பி.எம். கட்சித் தோழர்கள் சிலர் கூட்டாகச் சேர்ந்து டி. செல்வராஜின் ‘தேநீர்’ என்ற நாவலைப் படமாக்க விரும்பினர். ஜெயபாரதி அதற்கு வசனம் எழுத என்னை அழைத்தார். எனக்கு எழுதத் தோன்றவில்லை. ‘தேநீர்’ கதையை ‘ஊமை ஜனங்கள்’ என்ற பெயரில் படமாக்கினார்கள். அதில் கதாநாயகியாக நடித்தவரைத்தான் பின்னர் ஜெயபாரதி திருமணம் செய்துகொண்டார். ஜெயபாரதியைப் போல் அவர் மனைவியும் ரொம்ப அமைதியானவர்.

1980 வாக்கில் சென்னையில் பி.யூ.சி.எல். என்ற அமைப்பை சென்னை வக்கீல்கள் சிலர் சேர்ந்து துவக்கினர். அப்போது ஜோலார்பேட்டை, திருப்பத்தூர் போன்ற ஊர்களில் நக்ஸலைட்களின் நடமாட்டம் அதிகமிருந்தது. சீராளன் என்ற நக்ஸலைட் போலீஸாரால் சுட்டுக் கொல்லப்பட்டார். திருப்பத்தூரிலும் ஒரு நக்ஸலைட் பிடிபட்டார். நக்ஸ்லைட் களைப் பிடிப்பதில் போலீஸ் அதிகாரி வால்டர் தேவாரம் மும்முரமாக இருந்தார்.

திருப்பத்தூரில் எழுத்தாளர் பா. செயப்பிரகாசத்தின் மனைவியுடைய அண்ணனான பக்தவத்சலம் பிரபலமான வக்கீலாக இருந்தார். அவர் நக்ஸலைட்டுகளுக்காக வாதாடி னார். அதுபோன்ற சூழலில்தான் சென்னையில் பி.யூ.சி.எல். ஆரம்பிக்கப்பட்டது. ‘சோ’வை வலுக்கட்டாயமாகத் தலைவராக்கினர். 1980களில் அதற்குத் தலைவராக ‘சோ’வை நியமித்தனர். அதாவது, ஆரம்ப வருடங்களில் இந்தியாவில் பல ஊர்களில் பி.யூ.சி.எல். தொடங்கப்பட்டது. இதன் அகில இந்தியத் தலைவராக ஓய்வுபெற்ற நீதிபதி தார்க்குண்டே இருந்தார்.

சென்னையில் அடிக்கடி திருப்பத்தூர் வக்கீல் பக்தவத்சலம் பத்திரிகையாளர்களைச் சந்தித்து, போலீஸாரின் அடக்குமுறைகளைப் பற்றிக் கூறினார். சென்னைக் கிளையில் இரா. செழியன், எஸ்.வி. ராஜதுரை போன்றோரெல்லாம் செயல்பட்டனர். கோவாவிலிருந்து கிளாட் ஆல்வாரிஸ் என்பவர் வந்து பி.யூ.சி.எல். கூட்டங்களில் பேசினார். ‘சோ’ பி.யூ.சி.எல். கொள்கைகள், நடவடிக்கைகளைப் பிடிக்காமலேயே

அதிருப்தியுடனே அதில் தொடர்ந்தார். ‘நான் தலைவர் பதவி யிலிருந்து விலகிக்கொள்கிறேன்’ என்று அமைப்பில் மும்முரமாக இருந்த அட்வகேட் சங்கரனிடம் சொல்லிக்கொண்டே இருந்தார். கடைசியில் எப்படியோ பி.யூ.சி.எல்.லிலிருந்து சோ வெளியேறினார்.

போலீஸாரைக் கண்ணை மூடிக்கொண்டு எதிர்க்கும் பி.யூ.சி.எல்.லின் போக்கு ‘சோ’வுக்கு அறவே பிடிக்கவில்லை. அந்தச் சமயத்தில் ஆந்திராவிலும் நக்ஸலைட்கள் வளர்ந்து வந்தனர். ஆந்திர பி.யூ.சி.எல்.இன் தலைவராக வக்கீல் கண்ணபிரான் இருந்தார். கண்ணபிரான் சென்னைக் கூட்டங்களில்கூடக் கலந்துகொண்டார். அந்தச் சமயத்தில் ஆந்திரம், தமிழகம், கேரளத்தில் நக்ஸலைட் பிரச்னை பெரிதாக வளர்ந்தது. தமிழ்நாட்டைப் பொறுத்தவரை இப்போது நக்ஸலைட்கள் விவகாரம் அனேகமாக ஓய்ந்து போய்விட்டது. அதனால், பி.யூ.சி.எல்.லும் இருக்கிற இடம் தெரியவில்லை.

தவிர இப்போது அரசே மனித உரிமைகள் குறித்து சட்டமியற்றி, அதற்காகத் தனி ஆணையத்தை அமைத்துள்ளது. அதனால், பி.யூ.சி.எல். மங்கித் தேய்ந்துவிட்டது.

69

இயக்குநர் ருத்ரையாவுடைய மூன்று அண்ணன்களில் ஒருவர் குருலிங்கம். அவர்களுடைய குடும்பம் ஆத்தூரில் (சேலம்) இருந்த போது குருலிங்கம் மார்க்ஸிய லெனினிய நூல்களைப் படித்துவிட்டு மார்க்ஸிஸ்ட் லெனினிஸ்ட் ஆனார். இதனால், குருலிங்கம் காவல்துறையின் கண்காணிப்புக்கு உள்ளானார். இத்தனைக்கும் ருத்ரையாவின் அப்பா ஒரு போலீஸ் கான்ஸ்டபிள்!

ருத்ரையாவின் லாயிட்ஸ் காலனி அறையில், அவருடன் சிறிது காலம் இருந்தபோது, அவர் வாங்கி வைத்திருந்த பெட்ராண்ட் ரஸ்ஸலின் நூல்கள், டாக்டர் ராதாகிருஷ்ணனின் நூல்களை எல்லாம் படித்திருக்கிறேன். அங்கே படித்த டாக்டர் ராதாகிருஷ்ணனின் 'ப்ரசண்ட் க்ரைசிஸ் ஆஃப் பெய்த்' என்ற புத்தகம் எனக்கு மிக விருப்பமானது. அதைப் படித்தபோது வேதங்கள், உபநிஷத்துக்களை எல்லாம் படிக்க வேண்டுமென்ற ஆசை ஏற்பட்டது.

ஸ்ரீவைகுண்டத்தில் சித்தப்பா வீட்டில் தங்கி ஏழாவது படித்துக் கொண்டிருந்தபோது, கோவிலில், சேங்காலிபுரம் அனந்தராம தீக்ஷிதரின் ராமாயண உபன்யாசத்தை என் ஆச்சியுடன் போய்க் கேட்டிருக்கிறேன். ஆனால், நமது இதிகாசங்கள் கூறும் வாழ்க்கைத் தத்துவத்தின் அடிப்படைகளை, குறிப்பாக வேதங்களைப் பற்றித் தெரிந்துகொள்வது கடினமாக இருந்தது. தி. ஜானகிராமன், 'அம்மா வந்தாள்' நாவலில் ஒரு இடத்தில் வேதத்திலிருந்து சில வரிகளை எடுத்து எழுதியிருப்பார். சென்னை கன்னிமாரா நூலகத்தில் ரிக் வேதத்தின் தமிழ் மொழிபெயர்ப்பு இருந்தது. அதை எடுத்து வந்து படித்தேன். அதில் எல்லாமே துதிகளாகவே இருந்தன. இந்திரனைத் துதிப்பது, வருணனைத்

துதிப்பது, உஷையைத் துதிப்பது என்று இருந்தன. அத்தனையும் அழகுச் செறிவுமிக்க கவிதைகள்.

ஒருநாள் எடிட்டர் (சோ), 'நாளை முதல் டி.டி.கே. ஆபீஸில் சங்கர நாராயணனென்று ஒருத்தர் ஹிந்து மதத்தைப் பற்றி லெக்சர் பண்ணப் போறார். நீங்க வர்றீங்களா' என்று என்னிடம் கேட்டார். இதைத்தானே நான் தேடிக் கொண்டிருந்தேன். உடனே சரியென்று சொல்லிவிட்டேன். தினசரி மாலை ஆறு மணிக்கு ஆழ்வார்பேட்டையிலுள்ள டி.டி.கே. அலுவலகத்தில் அந்த லெக்சர் நடந்தது. எடிட்டருடன் நானும் சென்று அந்தச் சொற்பொழிவைக் கேட்டேன். பதினைந்து நாட்கள் நடந்தன. வாஸிஷ்ட கணபதி என்ற யோகியும் பெரும் வேதாந்தப் புலமையுமிக்க ஒருவரின் நினைவாக அந்தச் சொற்பொழிவுகளை சங்கரநாராயணன் நிகழ்த்தினார். வேதங்கள், உபநிஷத்துக்கள் இவற்றிலுள்ளதை ஆதியோடந்தமாக விளக்கி, எளிய ஆங்கிலத்தில் கூறினார். அபாரமான சொற்பொழிவு. மடைதிறந்த வெள்ளமென ஆறு மணி முதல் எட்டு மணி வரை பேசுவார். இதிகாசங்கள் எப்படி வந்தன, புராணங்கள் எப்படி வந்தன என்பனவற்றைப் பற்றியும் பேசினார். தான் சேகரித்து வைத்திருந்த அறிவையும் ஞானத்தையும் சங்கர நாராயணன் அருவி போல் பதினைந்து நாளும் கொட்டினார். அந்த லெக்சரை ஏற்பாடு செய்தவர் டி.டி.கே. குழுமத்தின் தலைவரான டி.டி. வாசு. அவரும் தினசரி தவறாமல் லெக்சருக்கு வந்துவிடுவார்.

என் அறிவு, தீவிரமான விஷயங்களைத் தேடியது. புரிந்து கொள்ளக் கடினமான விஷயங்களைத் தேடிப்பிடித்துப் படிப்பதில் ஆர்வம் காட்டியது. அதனால்தான் மார்க்ஸிய அரசியலையும் பொருளாதாரத்தையும் புரிந்துகொள்ள மார்க்ஸிய வகுப்புகளுக்குப் போனேன். அது போலத்தான் சங்கர நாராயணனின் சொற்பொழிவுகளுக்கும் சென்றேன்.

எல்லா மதங்களிலும் அந்த மதங்களுக்கே உரிய மூலநூல்கள் உள்ளன. இஸ்லாமியர்களுக்கு குரான், கிறிஸ்தவர்களுக்குப் பைபிள், ஹிந்துக்களுக்கு வேதங்களும் உபநிஷத்துகளும் புராண இதிகாசங்களும். பைபிளை இரண்டு முறை என் பள்ளி நாட்களிலேயே வாசித்திருக்கிறேன். இப்போது ஹிந்து மதத்தில் நாட்டம் வந்தபோது, பேசாமல் கோவிலுக்குச் செல்வது, தேவாரம் படிப்பது என்று பக்தி வழியில் இறங்கியிருக்கலாம். ஆனால், தீவிரமான அறிவை விரும்பும் என் மனம் பக்தியை விட்டுவிட்டு அறிவுத் தோட்டத்தில் ஈடுபட்டது. மார்க்ஸியத்தில் ஈடுபாடு வந்தபோது மார்க்ஸிய நூல்களாக வாங்கிக் குவித்தது போல் இப்போது உபநிஷத்துகளையும் ஆதிசங்கரருடைய

வியாக்கியானங்களையும் விவேகானந்தரின் ஞானதீப வால்யூம்களையும் வாங்கிக் குவித்தேன்.

பகவத்கீதை மட்டுமே என்னிடம் பல உரைகள் இருந்தன. சங்கரரின் கீதை உரை, வினோபாஜியின் கீதைப் பேருரைகள், திருப்பராய்த்துறை தபோவனம் வெளியிட்ட கீதை உரை, பாரதியார் மொழிபெயர்த்த பகவத்கீதை என்று பல உரைகளைச் சேகரித்துப் படித்தேன். ஆனால், பக்தி மட்டும் வரவில்லை. மாணிக்கவாசகரைப் போல் சிவனை நினைத்து மனம் கசிந்துருக மறுத்தது. பக்திதான் இறுதி, சிறந்தது என்று நான் படித்த எல்லா நூல்களுமே கூறின. ஆனால், மனம் பக்தியிலும் வழிபாட்டிலும் ஈடுபட மறுத்தது. இன்றும் இதுதான் நிலை.

இந்த அண்ட சராசரங்களை சிருஷ்டித்த சக்தி ஒன்று எல்லாவற்றுக்குப் பின்னும் செயல்படுவதை நான் நம்புகிறேன். ஆனால், அந்தப் பரம்பொருள் நம்முடைய அன்றாட லௌகீக வாழ்வை வழி நடத்துகிறது என்பதை மனம் ஏற்க மறுக்கிறது. ஆன்மீகம், பக்தியின் அடிப்படையே, வேண்டுதலும் வேண்டுதல் நிறைவேற வழிபாடுகளும்தான். எனக்குக் கடவுளிடம் கேட்கவும் வேண்டிக் கொள்ளவும் எதுவுமில்லை. அதனால், குடும்பத்தினரின் வற்புறுத்தலுக்காக எப்போதாவது அவர்களுடன் கோவிலுக்குச் செல்கிறேன். கோவிலில் நான் கடவுளை, பரம்பொருளைப் பார்க்கவில்லை. வெறும் கற்சிலைதான் கண்ணில் படுகிறது. என்னுடைய கடவுள் நம்பிக்கை கோவிலிலும் வழிபாட்டிலுமில்லை. ஏதோ ஒரு பராசக்தி இத்தனைக்குள்ளும் உறைந்து செயல்படுகிறது என்ற, சடங்குகள் தவிர்த்த உணர்தலாக மட்டுமே, அது உள்ளது. பழுத்த ஆன்மீகவாதிகள் இதை நாத்திகவாதம் என்றே கருதலாம்.

ஆனால், வெளிநாடுகளைவிட இந்தியாவில் மக்களிடம் பக்தியும் வழிபாடும் அதிகம். அமெரிக்காவில் கூட்டம் கூட்டமாகச் சர்ச்சுகளுக்குச் செல்லும் கிறிஸ்தவர்கள் இல்லை. ஆனால், இந்தியாவில் அப்படியல்ல. ஹிந்துக்கள், கிறிஸ்தவர்கள், இஸ்லாமியர்கள், எல்லோருமே இந்தியாவில் பெருவாரியாக வழிபாடுகளில் ஈடுபடுகின்றனர். இப்போது காஞ்சிபுரத்தில் அத்திவரதரைப் பார்க்கக் கூட்டம் அலைமோதுகிறது. எனக்கு அத்திவரதர், வெறும் மரப் பொம்மை என்றுதான் தோன்றுகிறது.

திருவிழாக்களுக்கு மட்டும் இந்தியர்கள் கூடவில்லை. அரசியல் கூட்டங்களிலும் பெரும் கூட்டம் சேருகிறது. பிற நாடுகளில் ஆன்மீக அடிப்படையில் கூடுகிறவர்களைவிட அரசியல் காரணங்களுக்காகக் கூடுகிறவர்கள் அதிகம்

இருக்கிறார்கள். 'கூடுவதில்' மனித மனம் இன்புறுகிறது. ஒரு லகரி ஏற்படுகிறது. திருமணம், பிறந்தநாள், கோவில் திருவிழாக்கள், அரசியல் என்று ஏதாவது காரணங்களுக்காக மனிதர்கள் கூட்டமாகக் கூடும் போது மகிழ்கிறார்கள். தங்களை பலசாலிகளாக உணருகிறார்கள். இந்த மகிழ்ச்சி மனிதர்களுக்குத் தேவைப்படுகிறது.

'துக்ளக்' ஆரம்பிக்கப்பட்ட போது அதைப் போன்ற சமூக அரசியல் பத்திரிகை எதுவுமில்லை. முழுக்க முழுக்க சமூகப் பிரச்னைகள், அரசியல் இவற்றை மட்டுமே அன்றும் சரி, இன்றும் சரி 'துக்ளக்' எழுதி வருகிறது. இடையே 'போஸ்ட் மார்ட்டம்' என்ற பேரில் சினிமா விமர்சனங்கள் வந்ததுண்டு.

'ஜூனியர் விகடன்', 'தராசு', 'நக்கீரன்' போன்ற பத்திரிகைகள் துக்ளக்கிற்குப் பின் வெளிவர ஆரம்பித்தவை. 'ஜூனியர் விகடன்' ஆரம்பிக்கப்பட்டபோது பலரும் துக்ளக்கின் சர்க்குலேஷன் குறைந்துவிடும் என்று கூறினர். துக்ளக்கில் பணிபுரியும் நாங்களும் அப்படித்தான் எதிர்பார்த்தோம். ஆனால், ஆச்சரியப்படும் படியாக அப்படி எதுவும் நடைபெறவில்லை.

1983இல் இலங்கையில் கலவரம் ஏற்பட்டது. வெளிக்கடை சிறைச்சாலை உடைக்கப்பட்டது. பலர் இலங்கையிலிருந்து அகதிகளாக வெளியேறினார்கள். ராமேஸ்வரத்தில் இலங்கை அகதிகள் குவிந்தனர். அப்போது தமிழ்நாட்டில் அதிமுக ஆட்சி நடந்து கொண்டிருந்தது. எம்.ஜி.ஆர். முதல்வர். இலங்கையிலிருந்து அமிர்தலிங்கம் போன்ற வலதுசாரி ஜனநாயகவாதிகளும், சிறுசிறு போராளிக் குழுக்களாக இயங்கி வந்த உமா மகேஸ்வரன், பிரபாகரன், பத்மநாபா, வரதராஜப் பெருமாள் போன்றோரும் தங்கள் தொண்டர்களுடன் இந்தியாவுக்கு அகதிகளாக வந்து தமிழ்நாட்டில் குடியேறினார்கள்.

அப்படி வந்தவர்களில் இலங்கையின் சிறு பத்திரிகை இலக்கிய உலக நண்பர்களும் அடக்கம். செ. யோகநாதன், காவலூர் ஜெகநாதன், மாத்தளை சோமு, நித்தியானந்தம், நிர்மலா நித்தியானந்தம், பத்மனாப ஐயர், ஆதவன் போன்றோரும் அடக்கம். இவர்களுள் நித்தியானந்தத்துடன் எனக்கு நெருக்கம் ஏற்பட்டது. ஆதவனும் அவரும் குடும்ப நண்பர்களாகவே ஆனார்கள். நித்தியானந்தம் இலங்கையில் பேராசிரியராக இருந்தவர். அருமையான மனிதர்.

காவலூர் ஜெகநாதன் என்னைப் பேட்டி கண்டு வீரகேசரிக்கு அனுப்பினார். சிறிது நாட்களில் அவர் கொலையுண்டு இறந்து போனார்.

செ. யோகநாதனும் மாத்தளை சோமுவும் சென்னையில் எழுத்தாளர்களாகவும் பத்திரிகையாளர்களாகவும் செயல் பட்டார்கள். மாத்தளை சோமு தோட்டத் தொழிலாளர் வம்சத்தவர். பிறகு அவர் ஆஸ்திரேலியாவுக்குச் சென்றுவிட்டார். ஆதவன் டென்மார்க்கில் குடியேறினார். நித்தியானந்தம் தமிழ்நாட்டிலேயே வெகுகாலம் இருந்தார். அவருக்குப் பூர்வீகம் புதுக்கோட்டை மாவட்டம். நிர்மலா நித்தியானந்தமும் பத்மனாப ஐயரும் பிரிட்டனில் குடியேறினார்கள். பிறகு நித்தியானந்தமும் பிரிட்டனுக்குச் சென்ற நினைவு.

ஒருநாள் சென்னை பாண்டி பஜாரில் உமா மகேஸ்வரனும் பிரபாகரனும் பட்டப்பகலில் துப்பாக்கிச் சண்டையில் ஈடுபட்டார்கள். இலங்கைப் போராளிக் குழுக்கள் சதாசர்வ காலமும் தங்களுக்குள்ளேயே சண்டையிட்டுக் கொண்டன. அதன் வெளிப்பாடுதான் பாண்டிபஜார் துப்பாக்கிச் சண்டை. பாலசிங்கத்தின் வீட்டில் குண்டு வெடித்தது. சென்னை விமான நிலையத்தில் குண்டு வெடித்ததில் பலர் மரணமடைந்தனர், பலருக்குக் காயம். எல்லாம் இலங்கைப் போராளிகளால் வந்த வினை.

இந்திய அரசும் தமிழக அரசும் இலங்கைப் போராளிகள் விஷயத்தில் அவர்களுக்கு ஆதரவாகவே நடந்துகொண்டன. அவர்களை எம்.ஜி.ஆரோ, கருணாநிதியோ, அப்போது பிரதமராக இருந்த ராஜீவ்காந்தியோ கண்டிக்கவேயில்லை. மத்திய அரசு அவர்களுக்கு ஆயுதப் பயிற்சியே அளித்தது. இலங்கைப் பிரச்னை, இலங்கையின் உள்நாட்டுப் பிரச்னை. அகதிகளாக வந்தவர்களுக்குத் தங்குமிடம், உணவு எல்லாம் தரலாம். ஆனால், ஆயுதப் பயிற்சியளித்தது தவறு. இந்தத் தவறை மத்திய அரசே செய்தது. தமிழ்நாட்டில் எம்.ஜி.ஆர்., கருணாநிதியின் செல்லப் பிள்ளைகளாகப் போராளிக் குழுக்களின் தலைவர்கள் இருந்தனர்.

இலங்கைப் போராளிக் குழுக்கள் தங்களுக்குள்ளேயே சண்டையிட்டதில் ஒருவரை ஒருவர் கொன்றனர். பிளாட் தலைவரான உமா மகேஸ்வரன், டெலோ தலைவரான பத்மநாபா எல்லாம் கொல்லப்பட்டது இப்படித்தான். எல்லோரையும் கொன்று குவித்த பிரபாகரனும் கொடூரமான முறையில் இறந்தார். இலங்கையில் சிங்களவர்களுக்கும் தமிழர்களுக்குமான மோதல் இன்றும்கூட நீறு பூத்த நெருப்பாகத்தான் இருக்கிறது.

ஒரு நாடு கண் முன்னாலேயே சின்னாபின்னமானது. இலங்கைத் தமிழர்களில் எத்தனையோ லட்சம் பேர் போரில் இறந்துவிட்டனர். கோடிக்கணக்கானோர் சொந்த ஊரைவிட்டு

எங்கெங்கோ அயல் தேசங்களில் அகதிகளாக வாழுகின்றனர். அவர்களுடைய ஊர் நினைவுகளை, வீடுகளை, பேசித் திரிந்த தெருக்களை விட்டு எங்கோ அர்த்தமின்றி வாழுகிறார்கள்.

அப்பாவுடைய வேலைக்காக திருநெல்வேலிக்குக் குடிபெயர்ந்த போது தாதன்குளத்தை மறக்க முடியவில்லை. பிழைப்புக்காகச் சென்னைக்கு வந்தபிறகு திருநெல்வேலியை மறக்க முடியவில்லை. அமெரிக்காவில் மகன் வீட்டில் இருக்கும்போது சென்னை ஞாபகம் வந்துகொண்டே இருக்கிறது. வண்ணதாசன், விக்கிரமாதித்யன், கலாப்ரியாகூட அவர்கள் பால்ய நாட்களில் வாழ்ந்த ஊர்களில் இப்போது இல்லை. குடிபெயர்தல் என்பது துக்ககரமானது. அதுவும் பிழைப்பின் நிமித்தம், சொந்த மண்ணிலேயே வேறு ஊரில் அகதிபோல் வாழ்வது போல் துக்ககரமானது. தமிழர்கள் பூமியெங்கும் குடிபெயர்ந்து சென்றுவிட்டார்கள்.

இலங்கைத் தமிழர்களான வ.ஐ.ச. ஜெயபாலன் நார்வேயிலும் ஆதவன் டென்மார்க்கிலும் அ.முத்துலிங்கம் கனடாவிலும் வாழ நேர்ந்ததை என்ன சொல்ல? எவ்வளவு துரதிருஷ்ட மானது அவர்களுடைய வாழ்க்கை? வசதிகள் இருக்கலாம். ஆனால், வாழ்வு என்பது வசதியல்ல.